इस्टेट मॅनेजर

(कादंबरी)

बाबा कदम

दिलीपराज प्रकाशन प्रा. लि.®
२५१ क, शनिवार पेठ, पुणे - ४११०३०.

इस्टेट मॅनेजर / Estate Manager

प्रकाशक : श्री. राजीव दत्तात्रय बर्वे, मॅनेजिंग डायरेक्टर
दिलीपराज प्रकाशन प्रा. लि.
२५१ क, शनिवार पेठ, पुणे - ४११०३०.

प्रकाशन क्रमांक : ११५२
प्रकाशन दिनांक : १५ डिसेंबर २०२२
ISBN : 81-7294-448-9
मुखपृष्ठ : सुहास चांडक

मुद्रक : पितृछाया मुद्रणालय,
२५१ क, पहिला मजला, शनिवार पेठ, पुणे - ४११०३०.

Website : www.diliprajprakashan.in
Email : info@diliprajprakashan.in
Follows Us- | | | | **ebook :** amazonkindle
Online available- www.diliprajprakashan.in | available at amazon
दूरध्वनी : (०२०) २४४७१७२३, २४४८३९९५, २४४९५३१४

मूल्य : ₹ ५००/-

इस्टेट मॅनेजर

प्रकरण १

सकाळपासून घरातलं वातावरण फारच तापलेलं होतं. आई जाऊन अवघे पंधरा दिवसदेखील उलटले नाहीत तोवर फाटाफुटीची लक्षणं दिसू लागल्यानं मी भलताच अस्वस्थ झालो होतो. दादा फारसा बोलत नव्हता, पण वहिनीनं जी भूमिका घेतली होती तिला त्याची मूकसंमती होती. अर्थ स्पष्टच होता. दादालाही आता घराची अन् शेताची वाटणी हवी होती. एकनाथ फिरतीवर गेला होता. त्यालाही घरात चाललेली कुरबूर ठाऊक झालेली होती. आईच्या पश्चात आम्ही तिघा भावांनी आपसांत झगडत राहावं हे त्यालाही पसंत नव्हतं. फिरतीवर जाण्यापूर्वी तो मला म्हणाला देखील,

"संजय, एकदा तू, मी अन् दादा एकत्र बसून काय करायचं याचा निर्णय घेऊन टाकू. उगाच डोक्याला कटकट नको !"

"मी कशाला हवाय ? तू आणि दादा जे ठरवाल ते मला मंजूर आहे !" मी म्हणालो.

"असं कसं ? तुझाही शेता-घरांत समान हिस्सा आहे. तू देखील वाटाघाटीला हजर हवास !"

"पण या वाटाघाटी सरळपणानं होतील असं काही मला वाटत नाही ! तुम्ही दोघेच बसून ठरवा."

"असं वेड्यासारखं काहीतरी बरळू नकोस ! घराचे आणि शेताचे तीन समान हिस्से करू. आज तू एकटा आहेस, उद्या तुझं लग्न झालं, मुलं झाली की काय करणार ? तुझ्या हिश्श्याची जमीन आणि घर बरोबर वाटणी करून घ्यायला नको का ?"

"वाटणी आज ना उद्या करून घ्यावी लागणार हे मलाही पटतं, पण मला अमुकच द्या, तमुकच द्या असं मात्र मी म्हणणार नाही."

"तू असं म्हणून बाजूला झालास, तर वहिनी अस्सल जमीन आणि घरातला मोठा हिस्सा बळकावल्याशिवाय राहायची नाही ! ती काय म्हणते ते तुला ठाऊक आहे ना ?"

"काय ?"

"म्हणे बाबा वारल्यानंतर प्रपंचाची सारी जबाबदारी माझ्या नवऱ्यावर येऊन पडली होती. दादानं आपली सारी कमाई शेती सुधारण्यात आणि घर नवंजुनं करण्यात खर्च केलेली आहे. घराचे आणि शेतीचे फक्त दोनच हिस्से करायचे. एक दादानं घ्यायचा आणि उरलेल्या एकात आपण दोघांनी अर्ध अर्ध वाटून घ्यायचं !"

"मला ते सारं समजलंय एकनाथ, पण मला या वादात शिरायची मुळीच इच्छा नाही. तुम्ही दोन हिस्से करून खुश्शाल प्रत्येकाला एक एक वाटून घ्या. मला काहीच नको आहे !"

"मूर्ख आहेस !" असं म्हणून एकनाथ बाहेर निघून गेला.

आज सकाळी वहिनीनं मुद्दाम भांडण उकरून काढलं. वाटण्यांच्या प्रश्नावरून तिनं आईला दोष द्यायला सुरुवात केली. "ही बाई मरून गेली ! जिवंत असताना कधी थोरला मुलगा आपला आहे असं मानलं नाही ! बापाच्या मागे तो राब राब राबला. होतं नव्हतं ते शेतात घातलं. घर दुरुस्त करून दिलं आणि आता हे दोघे आयतोबा समान वाटण्या करून घ्यायला उठले झालं ! आहे का नाही न्याय ? आजपर्यंत आम्ही घातलेले पंचवीस हजार टाका आणि मग खुश्शाल समान तीन वाटण्या करून घ्या म्हणावं !"

एकनाथचं लग्न होऊन फक्त दोन वर्षे झाली होती. वनिता गरोदर होती पण ती शिकलीसवरलेली अन् समजुतदार होती. घरी येण्याच्या अगोदर काय काय घडलं गेलं होतं या वादात शिरायला ती तयार नव्हती.

पण मला मात्र सर्व ठाऊक होतं. दादानं शेतीत, घरदुरुस्तीत पैसा घातला म्हणून वहिनी जे आकांडतांडव करते आहे त्यात काही तथ्य नव्हतं ! आईनं वेळोवेळी स्वत:चे दागिने विकून दादाला शेतीसाठी, घरदुरुस्तीसाठी पैसे दिले होते. पण आता हे सांगायला आई जिवंत नव्हती ना ?

एकनाथ आणि मी दोघे धाकटे म्हणून आईचं आम्हा दोघांवर अधिक प्रेम होतं, त्यामुळं वहिनी जळत होती. पण ते काही खरं नाही. आईचं आम्हा तिघांवर सारखंच प्रेम होतं, त्या प्रेमाचं मोजमाप करणंच चुकीचं होईल. दादा टायफॉइडनं अंथरुणाला खिळून होता तेव्हा आईनं एक वेळचं अन्न वर्ज्य केलं होतं. रात्र रात्र झोपत नव्हती.

औषधाबरोबर देवदेवतांना तिनं नवससायास केले होते. दादाला बरं वाटल्यानंतर जवळजवळ वर्षभर ती ते फेडीत होती. ही गोष्ट दादाला आणि वहिनीला काय ठाऊक नव्हती ?

पण आता स्वार्थापोटी तिला आणि दादाला मागचं विस्मरण झालं होतं. चक्क आईनं पक्षपात केला म्हणून तिच्यावर आरोप केला जात होता.

हे सर्व पाहून माझं मन मात्र विटलं होतं. मला या घरात कसलाच हिस्सा नको असं मी ठरवून टाकलं.

एकनाथ फिरतीवरून परत आला. मी अभ्यास करत बसलो होतो. त्यानं मला आपल्या खोलीत बोलावलं. होणाऱ्या बाळासाठी वनिता लोकरीचा स्वेटर विणत बसली होती. एकनाथ गालाला साबण फासून दाढी करत होता. दाढी करता करता त्यानं मला विचारलं,

"आज सकाळी काय झालं ?"

"मला काही ठाऊक नाही !" मी उत्तरलो.

"उठल्यापासून तोफखाना सुरू होता म्हणे !"

"चाललं होतं खरं काहीतरी. वनिताला ठाऊक असेल !"

"अहो भावजी, मला यात घेऊ नका हं ! मी आपली परवा चालले नाशकाला ! मी गेल्यानंतर इकडं काय करायचं ते करून टाका !"

"तू जा नाशकाला, हा म्हणतो, मला हिस्सा नको; शेवटी त्या महा- मायेच्या तोंडी मला एकट्याला द्या ! खासा न्याय आहे हा !"

"हे बघ एकनाथ, माझा निर्णय अटळ आहे. मी प्रॉपर्टीत हिस्सा

मागणार नाही. दादाला काही द्यायची इच्छा असेल तर तो देईल ! नसेल तर राह्यलं ! माझ्या नशिबात असेल कुठंही मिळेल !"

"तो काय मेहरबानी करतो आहे काय आपल्या दोघांवर ? त्याला समान तीन हिस्से करावेच लागतील ! म्हणे आजवर खर्च केला ते पंचवीस हजार अगोदर टाका ! कुठले आणले रे यानं पंचवीस हजार ? रेव्हेन्यूतला हेडक्लार्क हा !"

"आईनं वेळोवेळी दागिने खर्चाला दिले, त्याचं नाव नाही काढत ! आणि आपण मागं राहून तिला पुढं करतो !" मी म्हणालो.

"फार शहाणा आहे रे तो ! पण त्याचं शहाणपण मी चालू देणार नाही. त्याला वाटत असेल की, आपण फार मोठे मुत्सद्दी आहोत ! पण तू मात्र हिस्सा नको असं मूर्खासारखं काही बरळू नकोस ! त्याचं तेवढंच फावेल !"

"एकनाथ, मी हिस्सा नको म्हटल्यानं तुझं काय नुकसान होणार आहे ? उलट वहिनी म्हणते तसे दोन समान हिस्से होतील. एक तो घेईल, एक तू घेशील. तंट्याचा प्रश्नच शिल्लक राहणार नाही."

"अरे मूर्खा, तू तसं म्हणालास तर तुझाही हिस्सा तोच बळकावून बसेल, आहे ठाऊक ?"

"काय करायचं ते करू दे !"

"जन्मभर बोंबलत बसावं लागेल संजा ! ग्रॅज्युएट झालास आणि कायद्याचा अभ्यास करत असलास तरी तुला काडीची अक्कल नाही !"

एकनाथ किंचित् आवाज चढवून म्हणाला तेव्हा वनिता ओठावर तर्जनी ठेवून "शू ऽऽऽ" करीत म्हणाली, "हळू, थोडं हळू बोला ! खाली ऐकू जातंय !"

"जाऊ दे ! तिनं हे ऐकायलाच हवं !"

"एकनाथ, मी गाव सोडून जाणार आहे !" मी शांतपणे म्हणालो.

"कुठं ?"

"कुठंही !"

"आणि तुझं कॉलेज ?"

"नोकरी करून पूर्ण करीन !"

"इतकं सोपं राह्यलेलं नाही ते संजा !"

"त्याची मला कल्पना आहे ! पण काही झालं तरी मला इथं राहायचं नाही !"

"जा ! मनाला वाटेल ते कर ! तू एकदा इथून गेलास की हा स्वार्थी माणूस पुन्हा तुझ्या पदरात काही पडू द्यायचा नाही !"

यापुढं एकनाथशीही त्या विषयावर बोलायचं नाही असं मी ठरवलं. कारण तो मला चिंचवड सोडून जायला विरोध करणार हे स्पष्ट होते.

त्या दिवशी मी पुण्याला आलो. तसा मी जवळजवळ रोजच पुण्याला येत होतो. पण त्या दिवशी आलो तर घर सोडायचं असा निर्धार करून. जरूरीपुरते कपडे बॅगेत भरले. आईवडिलांचा एकत्र क़ाढलेला एक फोटो होता तोही बॅगेत घातला आणि रात्री दहाच्या सुमारास घर सोडलं. चिंचवड-पुणं जाणारी शेवटची बस मी धरली होती. घर सोडताना आईची आठवण आली. आई बरेच दिवस आजारी होती. वय झालेलं होतं. ती एक ना एक दिवस जाणार हे ठाऊक होतं. पण बरेच दिवस मृत्यू तिच्याजवळ फिरकला नव्हता. आजूबाजूचे लोक म्हणत होते, म्हातारीचा जीव कशात तरी अडकलाय. तिला चिंता होती ती फक्त माझी. अजून माझं शिक्षण पूर्ण झालेलं नव्हतं. लग्नाचं वय तसं म्हटलं तर झालं होतं, पण स्वत:च्या पायावर उभं राहिल्याशिवाय बोहल्यावर चढायचं नाही असा माझाच निर्धार होता.

आईच्या मरणाचा दिवस आठवला. तिनं आम्हा तिघांना जवळ बोलावलं. दादाला जवळ घेऊन म्हणाली,

"त्यांच्यामागं तूच यांना आधार दिलास ! आता मी चालले ! मला आता फक्त संजयचीच चिंता ! अजून तो अल्लड आहे रे ! एकनाथ, तूदेखील त्याच्यावर लक्ष ठेव !"

आई असं बरंचसं काही बोलत होती, पण आता ती फक्त काही घटकांचीच सोबती आहे या जाणिवेनं आम्ही तिघेही अश्रू ढाळत होतो. शेजारीपाजारी जमले होते. जवळपास जे नातलग होते त्यांनाही दादानं बोलावणं धाडलं. संध्याकाळी चारच्या सुमारास आईची प्राणज्योत मालवली !

आजपर्यंत मी अनेक माणसं मरताना समोर उभं राहून पाह्यलं आहे. मला मरणाचं भय असं कधीच वाटलेलं नाही. माणूस जन्मला की एक ना एक दिवस मरणार हे त्रिकालाबाधित सत्य, केवळ लॉजिक शिकतानाच नव्हे, तर

जीवनात पदोपदी मी आठवत असे. आपली आईही अशीच एक दिवस जाणार हे ठाऊक असूनही मी कासावीस झालो होतो. दादा मोठ्यानं रडत होता. वहिनीनंही गळा काढला होता. जमलेले लोक त्या दोघांचंच सांत्वन करीत होते. मी आणि एकनाथ एका बाजूला बसून होतो. वनिता बायकांच्या घोळक्यात वहिनीशेजारी बसली होती. ती फार मोठ्यानं रडत नव्हती.

आईला अग्नी दिला दादानं. तेव्हा मात्र मला हुंदका आवरता आला नाही. आईचा प्राण निघून जाणार होता तो गेला, पण इतकी वर्षं तो प्राण ज्या देहात वावरला तो देहही आता भस्म होणार हे पाहून मनाला अनन्वित यातना झाल्या.

त्यानंतर क्रियाकर्माचा तो दिवस ! आईला आवडणारे सारे पदार्थ करून नदीवर आणले होते, पण कावळा काही स्पर्श करीना. तेव्हा जमलेले लोक दादाला म्हणाले,

"विश्वासराव, उठा, आणि आईला सांगा, तिच्या ज्या काही इच्छा-आकांक्षा अपुऱ्या राह्यल्या असतील, त्या पूर्ण करीन म्हणून !"

दादा उठला. नैवेद्याच्यापुढं उभं राहून त्यानं त्या गृहस्थांनी म्हटल्याप्रमाणं म्हटलं - आणि खरंच आश्चर्य ! दूरच्या वडावरून दहावीस कावळे काव काव करीत आले आणि त्यांनी पिंडाजवळ ठेवलेल्या अन्नाचा फडशा पाडला !

पण हे क्रियाकर्म पार पडल्यानंतर दोन दिवसांतच वहिनीनं वाटण्या करण्याची टूम काढली. कसेबसे दिवस झाले आणि वहिनीनं तो प्रश्न धसाला लावण्याचा निर्णय घेतला.

तसं शेत तरी कुठं मोठं होतं ? जेमतेम साडेपाच एकर. शेतात विहीर होती, पण उन्हाळ्याचे चार महिने अगदी कोरडी ठणठणीत असायची. कॅनॉलचं पाणी घ्यावं. इरिगेशन स्कीम करावी म्हटलं तर दहावीस हजार खर्चावे लागणार होते. पण वाटण्या झाल्याशिवाय खर्च कोण करणार ?

घराचंही तसंच ! वडिलोपार्जित घर मोठं होतं, पण पश्चिम बाजूची भिंत खचली होती. जागोजागी भगदाडं पडली होती. दादानं दहापाच हजार खर्च करून घर दुरुस्त करून घेतलं हे खरं, पण त्यामुळं घराची किंमत काही वाढली नाही. तिथं राहताना असुरक्षिततेची जी भावना निर्माण झाली होती, ती मात्र निघून गेली.

दादाला चार मुलगे आणि दोन मुली. रेव्हेन्यूत 'एके' होता. कूळकायद्याची खटली चालवताना त्यानं वाममार्गानं बरीच माया केलेली आहे, असं एकनाथ म्हणत होता.

एकनाथ भूविकास बँकेत क्लार्क होता. शेतकऱ्यांना दिलेल्या कर्जाच्या वसुलीसाठी त्याला गावोगाव फिरावं लागे. पण तो आपल्या कर्तव्याशी एकनिष्ठ होता. प्रामाणिक होता म्हणून फटकळ वाटायचा. पण दादाचं तसं नव्हतं. दादा आतल्या गाठीचा ! एकनाथ म्हणायचा, आई अंथरुणाशी खिळल्यानंतर दादानं आणि वहिनीनं बनावट किल्ली चालवून तिची पेटी उघडली आणि होते नव्हते तेवढे दागिनेही त्या दोघांनी लंपास केले. पण मला त्या चौकशीत शिरायचं नव्हतं.

माझी आई गेली, त्या क्षणी माझा त्या घराचा संबंध संपला असं मला वाटत होतं. जगात आईचं नातं हेच एकमेव नातं आहे आणि ते नष्ट झाल्यावर काहीही उरत नाही अशी माझ्या मनाची समजूत झाली होती. कदाचित् माझं लग्न झालं असतं तर बायको अन् मुलांचा मला विचार करावा लागला असता. वडिलोपार्जित घर आणि शेत यातला मिळेल तो हिस्सा घ्यावा असं वाटलं असतं. पण तोही पाश माझ्याभोवती नव्हता.

अकराच्या सुमाराला मी पूना रेल्वे स्टेशनवर पोहोचलो. मुंबईला जाणारी पॅसेंजर फलाटावर उभी होती. ओळखीचं कोणी भेटू नये म्हणून तिकीट काढून मी सरळ गाडीत चढून बाजूची एक जागा पकडून बसलो.

कुठं जाणार, काय करणार याचा माझा मलाच अंदाज नव्हता आणि तरीही मी घराबाहेर पडलो होतो. सव्वा अकराला पॅसेंजर सुटली. खिशातलं पाकीट काढून पैसे मोजले. एकशे त्र्याऐंशी रुपये, बारा पैसे भरले. हे संपल्यावर ? काय होईल ते होवो ! मुंबईला रोज चार ते पाच हजार नवीन माणसं जातात, पण तरीही ती प्रचंड नगरी सर्वांना सामावून घेतेच ना ? मीही एक त्यातलाच !

गाडीनं जशी गती घेतली तशीच माझ्या विचारांनीही : मी घर सोडून चाललो आहे, पण त्याला योग्य असं कारण आहे ना ? नसायला काय झालं ? आई जाऊन जेमतेम पंधरा दिवस उलटले नाहीत तोवर वहिनीनं भांडणाची कुरापत काढलीय ! पंचवीस हजार टाका अन् मग एकसारखे तीन

हिस्से करा ! साडेपाच एकराचे तीन हिस्से होणार तरी किती ? दोन दोन एकरसुद्धा प्रत्येकाच्या वाटणीला येणार नाहीत. पण तशा वाटण्या झाल्या तरी मी त्या दोन एकरांचं काय करणार ? लागवड कुठली घालणार ? मजुरीला लोक कुठले आणणार ? उगाच एकनाथ महिन्याला पन्नास रुपये खर्चाला देत होता म्हणून माझं शिक्षण आणि बाहेरचा खर्च बाहेर पडत होता. त्याच्या मेहेरबानीवर तरी किती दिवस जगायचं ? माझं मला स्वतंत्र असं काहीतरी पाहायला नको ? आई होती तोवर दादा, एकनाथ दोघे मला सांभाळून घेत होते, पण तो दुवा आता तुटला. वनिता आज माझ्याशी जरी चांगली वागली तरी उद्याचा भरवसा कोण देणार ? मुलं झाली की तिलाही स्वार्थ सुटणार नाही कशावरून ?

जरी आमच्या वाटण्या अगदी समजुतीनं आणि आपसांत कसलेही मतभेद न होता झाल्या तरी आम्हा तिघा भावात एकोपा राहणार तरी कसा ? मी वहिनीला सर्वस्वी दोष देत नाही. कारण वहिनी काही अखंड स्त्रीजातीपेक्षा भिन्न नाही. वहिनी काय आणि वनिता काय ? त्या माझ्या आईची जागा भरून काढू शकणार आहेत थोड्याच ? घर सोडायचा निर्णय घेतला हेच उत्तम झालं. कुठंही मला माझ्या पोटापुरते पैसे कमावता येतील ! सुदैवानं एखादी चांगली नोकरी लाभली तर साइड बाय साइड एल्. एल्. बी. तरी पूर्ण करता येईल ! मला हा एल्. एल्. बी. ला घालायला सल्ला दिला तो दादानंच. मला आवड होती शेतीची. ॲग्रिकल्चर कॉलेजात नाव दाखल करायचा माझा हेतू होता. तर दादा म्हणाला,

"मातीत जन्म घालवण्यापेक्षा घराण्याचं नाव निघेल असं काहीतरी शिक्षण घे ! वकील हो !"

आईही म्हणाली,

"घराण्यात कोणीच वकील झालेलं नाही, तू होशील तर बरं होईल !" एकनाथनंही पाठिंबा दिला.

पण मी वकील होण्याअगोदरच आई निघून गेली ! मी शिक्षण पूर्ण केलं असतं, पण आई गेल्यानंतर पंधरा दिवसांतच घरात वाटण्यांच्या प्रश्नावरून वादंग माजला. या वाटण्या सरळपणानं होणार नाहीत अशी माझी खात्री होऊन चुकली. अन् म्हणूनच मी घर सोडायचा निर्णय घेतला. तसा मी फारसा

भावनाप्रधान नाही. उलट या माझ्या पंचवीस वर्षांच्या आयुष्यात हे जग मी फार जवळून पाह्यलं आहे. टक्केटोणपे भरपूर खाल्ले आहेत. कॉलेजात मला 'डांबरट संजा' ही पदवी बहाल करण्यात आली होती. प्राध्यापकांची टिंगलटवाळी करण्यात माझा हातखंडा. पोरींची मात्र टिंगल करणं मला आवडत नसे. त्यामुळं मला एकदा दोस्तांनी एफ्. वाय. ला असताना फार छेडलं.

"संजा, पोरी बघितल्या की तू नांगी टाकतोस ! एक चार आणे कमी आहेस तू !"

तेव्हा मी म्हणालो, "बेट्यांनो, धाडस असेल तर समोर जाऊन पोरीशी बोलावं, उगाच काहीतरी पांचट जोक्स मारल्यानं कोणी हिरो बनत नाही !"

"हिरो ऽ ऽ ! हिरो ऽ ऽ ऽ !" पोरं ओरडली.

त्याच वेळी कॉलेजच्या गेटमधून कुंदा तोऱ्यानं चालत आली. आमच्या कॉलेजात पाचपन्नास पोरी होत्या, पण कुंदाचा 'पॅटर्न'च काही निराळा होता ! ती आपल्याच नादात असायची. वर्षातून चारसहा वेळा पुण्या-मुंबईला मावशीकडं जायची, आणि तिकडच्या फॅशन्स घेऊन यायची. मिनी स्कर्ट प्रथम तिनंच आमच्या कॉलेजात आणला. स्लॅक्स, ट्राऊझर्स, टी-शर्ट, पॅन्टस् या फॅशन्सचं लोण तिनंच आमच्या कॉलेजात आणलं. टिपिकल ! अशी वागायची की मला कुणाची पर्वा नाही. बाप इन्कमटॅक्स सल्लागार होता. पोरं तिच्या बापाला 'चोरावरचा मोर' म्हणायची ! कुंदा कधी कोणाशी जास्त मिसळायची नाही. इतर मुलीदेखील तिच्यापासून थोडं अंतर ठेवून राहायच्या. पोरं तिच्या वाटेला जात नसत. मोठी गर्विष्ठ आणि 'रिझर्व्हड्' अशी कुंदा छातीशी डाव्या हातानं पुस्तकं घट्ट धरून तोऱ्यानं चालत पोर्चजवळ येताना पाहून पोरं मला म्हणाली,

"संजा, बेट्या, फार बढाई मारतोस स्वत:च्या धाडसाची, तर त्या कुंदाबरोबर बोलून दाखव, दाखव, बेट आपली !"

"काय बेट ?"

"चहा !"

"एवढ्या किरकोळ बेटसाठी मी नाही हे धाडस करणार !"

"मग ?"

"पार्टी आहे का बोला ? उद्या ती पोर्चमधे येण्याअगोदर तिला थांबवतो !"

"घास नाही ! गालाला तेल चोळून ये !" एकजण.

"तिच्या सँडलची टाच किती खूर आहे हे अगोदर पाहून घे !" दुसरा.

"अरे सोड ! बेट आहे का पार्टीची ?" मी त्यांना विचारलं.

"ए, चला रे, आपण कॉन्ट्रिब्युशन काढून पार्टी देऊ, ठरलं ! उद्या तू कुंदाला थांबवून तिच्याशी बोलायचं !"

"ठरलं ! ॲक्सेप्टेड !" मी म्हणालो.

दुसऱ्या दिवशी माझ्यापेक्षा त्या पोरांचीच छाती धडधडू लागली. कुंदा बरोबर साडेअकराला यायची. तिचे वडील ऑफिसला जाताना तिला कॉलेजजवळ गाडीतून सोडून जायचे.

मी गेटजवळ जाऊन उभा होतो. माझी दोस्त मंडळी पोर्चजवळ बागेत हौदाच्या कट्ट्यावर बसून होती. लाल गडद रंगाची जॉर्जेटची साडी, तसलाच मॅचिंग ब्लाऊज, लाल पर्स, बांगड्या अशा लालेलाल वेषात कुंदा वडिलांच्या गाडीतून उतरली आणि कॉलेजच्या गेटजवळून निघाली, तेव्हा मी पुढं होऊन तिला म्हणालो,

"मिस् कानिटकर, एक्सक्यूज मी. आमच्या दोस्त कंपनीनं माझ्याशी पैज मारलीय की, मी तुम्हाला थांबवून तुमच्याशी दोन शब्द बोलायचे. मी ते आव्हान स्वीकारलंय ! माझा दुसरा तिसरा काही हेतू नाही !"

कुंदा हसली आणि म्हणाली.

"एवढंच ? हाऊ फनी !"

"त्याचं काय आहे —" तिच्यासोबत चालता चालता मी म्हणालो, "तुमच्याबद्दल पोरांना एक प्रकारची भीती वाटते !"

"भीती ? वंडरफुल ! पण मी त्यांना भीती घालण्यासारखं काय करते ?"

"इकडंतिकडं कधी तुम्ही पाहत नाही, कोणाशी मिसळत नाही !"

"माय गॉड ! म्हणजे माझी बरीच चर्चा होते तर ?"

"तुमची चर्चा नाही असा दिवस जात नाही ! तुमच्या आकर्षक फॅशन्स, तुमचा चालण्यातला ग्रेस — सारंच काही फँटॅस्टिक असतं !" मी तिला फुगवलं.

झालं ! कुंदा स्वत:च्या कौतुकानं पार वितळली. हसून मला म्हणाली, "थँक यू फॉर द कॉम्प्लिमेंटस् !"

हात हालवून माझा निरोप घेऊन ती लेडीच रूमकडं निघून गेली आणि मी दोस्तांच्या टोळक्याकडं आलो. एकेकाची तोंड बघण्यासारखी झाली होती !

"संजा, बेट्या, एवढं काय बोलत होतास रे ?"

"चांभारचौकशी नको ! पार्टी लागू झालेली आहे !" मी गंभीर चेहरा करून म्हणालो.

"इतका वेळ काय बोलली रे ?"

"ते तुम्हाला सांगण्यासारखं नाही !" त्यांची उत्कंठा वाढवण्याच्या हेतूनं मी म्हणालो.

त्या दिवसापासून मला पाह्यलं की एक अस्पष्ट असं स्मित करून कुंदा पुढं जायची. पण तिच्या त्या स्मिताचा भलताच काहीतरी अर्थ लावण्याइतका मी उल्लू नव्हतो !

टी. वाय. ला असताना कुंदाचं लग्न झालं. जंगी रिसेप्शन झालं. आमच्या गावातले सारे करबुडवे व्यापारी झाडून लग्नाच्या रिसेप्शनला आले होते. आपली नावं घालून पाकिटं देत होते. कोणी उंची वस्तू भेट देत होते. मी मात्र श्रीमंतांना अशा प्रसंगी वस्तू भेट देण्याच्या विरुद्ध आहे ! समुद्रात ओंजळभर पाणी टाकल्यासारखाच मूर्खपणा वाटतो मला तो ! मी गेलो, कुंदाच्या नवऱ्याला आणि कुंदाला नमस्कार केला. "वुइश यू ए लाँग हॅपी मॅरीड लाइफ !" म्हणालो.

कुंदानं माझी ओळख करून देताना म्हटलं,

"रवी, मीट माय फ्रेंड संजय !"

"ओह, ग्लॅड टू मीट यू !"

संपलं. त्या दिवसापासून कुंदाला मी पाह्यलीदेखील नाही. कदाचित् ती आता एकदोन मुलांची आई झालेली असेल. सगळ्या फॅशन्स बंद झाल्या असतील. नाहीतरी फार फॅशन्स करणाऱ्या पोरींचा लग्नानंतर काय अवतार होतो हे बऱ्याच वेळा मी पाहिलेलं आहे.

रेल्वेत मला कॉलेजातले ते दिवस आठवले.

गाडी घाट उतरून कर्जतजवळ आली आणि औटर सिग्नलजवळ भोंगा वाजवीत उभी राह्यली. पण सिग्नल मिळत नव्हता. पहाटेचे अडीच वाजले होते. अगोदरच पॅसेंजर, त्यात सिग्नल नाही म्हणून वैतागलेले लोक दाराजवळ

जाऊन ओणवून चौकशी करत होते. बाहेरून कोणीसं म्हणालं,

"डिरेलमेंट हो गया है मालगाडी का ! दो घंटा लेट हो जायेगी गाडी !"

मला कसलीच घाई नव्हती. मुंबईला कोणी उतरून घ्यायला येणार नव्हतं किंवा कुठला ऑफिसचा टाइम चुकणार नव्हता. मी तसाच खुर्चीवर पाय दुमडून घेऊन खिडकीला टेकून डुलकी घेण्याचा प्रयत्न करीत होतो.

प्रकरण २

कर्जतवर जवळजवळ तीन तास गाडी थांबली. पूर्व उजळली तरी गाडी पुढं जायची काही लक्षणं दिसेनात. साडे-पाचला स्टेशनवरच्या लाउडस्पीकरवर जाहीर करण्यात आलं.

"पूना पॅसेंजर आठ बजे बंबई रवाना होगी. Poona Passenger will proceed towards Bombay at 8 A. M."

झालं ! म्हणजे जवळजवळ सहा तास गाडी लेट ! काही फिकीर नाही ! समोर बसलेल्या एका पोक्त माणसाला बॅगवर लक्ष ठेवायला सांगून मी फलाटावर उतरलो. नळावर तोंड धुतलं आणि स्टॉलवर जाऊन चहा घेतला. कर्जतवरून मुंबईला गाडी जाऊ शकत नव्हती, पण मुंबईहून येणाऱ्या गाड्या मात्र पलीकडच्या फलाटावर येऊन लागत होत्या. मुंबईची वृत्तपत्रं सहाच्या सुमारास विकायला आली. चहांवाल्यानं बराच खुर्दा दिला होता. तो खिशात खुळखुळत होता म्हणून 'इंडियन एक्सप्रेस'चा एक अंक विकत घेतला आणि परत गाडीत येऊन वाचत बसलो. अलीकडं घरात वाटण्यांची वाटाघाटी सुरू झाल्यापासून मी 'वॉन्टेड'च्या जाहिराती अत्यंत बारकाईनं वाचत होतो. त्या वेळी मी त्या जाहिराती वाचू लागलो, वाचता वाचता नजर खिळली ती एका जाहिरातीवर !

'Wanted an honest and energetic Estate

Manager to look after a large agricultural estate, near Bilaspur in Madhya Pradesh. Apply with qualifications, age & expected salary.'

पुन्हा पुन्हा मी ती जाहिरात वाचली. खाली जाहिरात देणाऱ्याचा पत्ताही होता. वाटलं, आपणही अर्ज करून पाहावा. पण छे, मला इतका शेतीचा व्याप सांभाळता येईल ? शिवाय बिलासपूर, मध्यप्रदेशास जायचं ? छे, हे शक्य नाही !

लगेच दुसरं मन म्हणालं, "का शक्य नाही ? तुला लहानपणापासून शेतीची आवड नाही ? न जाणे, कदाचित् तुला ही इस्टेट मॅनेजरची नोकरी मिळेलही ! शेती हा तुझ्या आवडीचा विषय आहे. कदाचित् तुला ही नोकरी मिळाली तर फावल्या वेळात तुला तुझा कायद्याचा अभ्यासदेखील पूर्ण करता येईल ! शिवाय महाराष्ट्रापासून दूर, मध्यप्रदेशात राहायला मिळेल !"

त्या जाहिरातीमधील प्रामाणिक, उत्साही, 'क्वालिफिकेशन्स' मात्र माझ्याजवळ आहेत याची मला खात्री होती !

त्या आधारावरच मी अर्ज करायचं ठरवलं. पण आता मी अर्ज करणार, त्याला उत्तर येणार, मग मी इंटरव्ह्यूला जाणार ! त्यापेक्षा एकदम 'धडक मोर्चा' मारला तर ?

त्याच रात्री बिलासपूरचं तिकीट काढून गाडीत बसलो. माझं हे वागणं काहीसं अविवेकी होतं हे मला ठाऊक होतं, पण आता एकदा घर सोडल्यानंतर मुंबईला राह्यलो काय किंवा बिलासपूरला राह्यलो काय दोन्हीही सारखंच होतं. उलटा एकदा घरातून बाहेर पडल्यानंतर आपल्या गावाजवळ राहण्यापेक्षा दूर कुठंतरी राहणंच हितावह वाटल्यानं मी बिलासपूरला जाण्याचा निर्णय घेतला.

तसा अगोदर मी दिल्ली-आग्रा करून आलो होतो, पण त्या वेळी प्रवास करताना मी परत घरी येणार आहे ही जाणीव होती. पण आता मी कोणत्या अनोख्या ठिकाणी चाललो आहे आणि तिथं गेल्यानंतर काय होणार आहे याची मला यःत्किंचितही कल्पना नव्हती. सारंच अनिश्चित होतं !

पुन्हा एक मन म्हणत होतं, "उगाच गाव, घर सोडायचा निर्णय घेतलास ! एकत्र-कुटंब-पद्धतीत मालमत्तेचं वाटप होताना अशा प्रकारचे मतभेद प्रत्येक ठिकाणी होतात, त्यासाठी घरदार सोडून जाणं बरं नव्हे ! जमिनीत

हिस्सा नको होता तर सोडून द्यायचा होतास. परागंदा होणं समर्थनीय ठरत नाही !''

पण काही असेल ते असो. एकदा गाव सोडलं आहे, आता परत माघार नाही ! तिथं बिलासपूरला नोकरी नाही मिळाली तरी आता मागं परत यायचं नाही !

सोबत थोडे पैसे होते. भूक लागली की रेल्वेच्या फलाटावर उतरून फराळाचं खात होतो, नळाचं पाणी पीत होतो आणि परत गाडीत बसत होतो.

महाराष्ट्राची हद्द संपत आली तसा मला भाषेतला फरक जाणवू लागला. वेशभूषेतही थोडाफार फरक जाणवू लागला होता.

बिलासपूर स्टेशनवर उतरलो तेव्हा दुपारचे दोन वाजले होते. एप्रिलचं ऊन रणरणत होतं. पत्ता शोधत शोधत मी त्या जाहिरात दिलेल्या पत्त्यावर जाऊन पोहोचलो.

भलामोठा बंगला होता. सभोवार डुजेनियाचं कंपाऊंड होतं. समोरच्या लोखंडी कमानीवर लाल, गुलाबी आणि पिवळ्या बोगनवेली बहरल्या होत्या. मी फाटकाशी जाताच व्हरांड्यातल्या अल्सेशियन कुत्र्यानं जोरजोरानं भुंकायला सुरुवात केली. त्याचा आवाज ऐकून एक पन्नाशीच्या सुमाराचे गृहस्थ पाइप ओढत पुढं आले आणि त्यांनी व्हरांड्यातूनच मला विचारलं.

"कौन है ?''

पण मी कोण आहे, तिथं का आलो हे बाहेरून सांगण्यासारखं नव्हतं, म्हणून फाटकाला एक हात धरून म्हणालो,

"आपको मिलना है !''

त्यासरशी त्या गृहस्थांनी कुत्र्याला साखळी बांधली आणि ते पाइपचे झुरके घेत फाटकाकडं आले. त्यांनी फाटकाचं दार उघडलं आणि मला आत घेताच त्यांनी परत प्रश्न केला,

"किसे मिलना है ?''

त्यावर मी माझ्या मोडक्या हिंदीचं प्रदर्शन करण्याचा मोह आवरून म्हणालो,

"इंडियन एक्सप्रेसमधली आपली जाहिरात वाचून मी पुण्याहून आलो आहे. मला शेतीची माहिती आणि आवड आहे. मी ग्रॅज्युएट आहे. मी...''

ते गृहस्थ स्मित करून म्हणाले,

"पण तुम्ही अर्ज पाठवण्याच्या अगोदरच कसे काय आलात ? आम्ही अर्ज मागवले होते उमेदवारांच्याकडून. बरं, बसा !"

त्या गृहस्थांनी दाखवलेल्या व्हरांड्यातल्या वेताच्या खुर्चीवर अवघडून बसल्यासारखं करीत मी म्हणालो.

"मी थोडी घाई केली सर. पण बरेच दिवस बेकार होतो. घरची परिस्थितीही कठीण होती म्हणून जाहिरात वाचल्या वाचल्या आलो !"

"काही वांदा नाही ! अरे बन्सी ऽऽऽ, चहा आण. चहा घेता ना ?"

"हो."

"तुमचं नाव काय ?"

"संजय कृष्णाजी देवकुळे, राहणार चिंचवड, जिल्हा पुणे."

"अच्छा ! मिस्टर देवकुळे, आम्हीही मूळचे नागरपूचे, पण मी ॲडॉप्शनमुळं इकडं आलो. इथून दहा मैलांवर आमची पंचावन्न एकर जमीन आहे. नारंगपूर स्टेशनपासून फक्त दीड मैलावर. जमीन आहे पठारावर, पण जमीन अगदी उत्तम प्रतीची आहे. जमिनीत दोन विहिरी आहेत. पूर्वी खूप पाणी असे विहिरींना, पण गेल्या तीनचार वर्षांपासून त्यांचं पाणी मिळत नाही."

"आजपर्यंत आम्ही इथले काही स्थानिक लोक मदतीला घेऊन ही जमीन कसत होतो. पण हे सारे लोक स्वार्थी आणि लबाड निघाले. ज्या घराण्यात मी दत्तक आलो, त्या घराण्यातले काही लोक आमच्या वाईटावर आहेत. वेळोवेळी आमची उभी पिकं कापून नेतात. देखरेखीला ठेवलेल्या माणसांना फितवतात. जेणेकरून आम्ही वैतागून इथून परत जाऊ असे सर्व प्रयत्न चाललेले आहेत त्यांचे ! आमची कायदेशीर बाजू बळकट आहे. पण आजकाल केवळ कायद्याच्या आधारावर सुखानं जगता येतं थोडंच ?"

विझलेला पाइप पुन्हा लायटरनं शिलगावल्यानंतर त्यांनी एकदोन झुरके घेतले आणि परत बोलायला सुरुवात केली.

"तुम्हांला इकडची काही माहिती नसेल ?"

"मुळीच नाही. मी प्रथमच इकडं येतो आहे."

"हां ऽ ऽ ऽ ! तर त्याचं काय आहे, मी दत्तक म्हणून इकडं आलो त्या वेळी माझ्या दत्तकविधानाला हरकत घेतली गेली. कज्जेखटले झाले. पण

शेवटी मध्यप्रदेश हायकोर्टानं माझं दत्तकविधान कायदेशीर ठरवलं. पण झालंय काय, तर कायद्यानं आपली बाजू लंगडी पडली म्हणून या लोकांनी बेकायदेशीर मार्गांचा अवलंब करून आम्हांला पिटाळून लावायचं धोरण धरलेलं आहे ! आजपर्यंत आम्ही काही स्थानिक माणसांना इस्टेट मॅनेजर म्हणून नेमून पाह्यलं. पण प्रत्येकानं आम्हांला फसवायचंच धोरण ठेवलं होतं. तुम्ही तरुण आहात. शेतीची जरी तुम्हाला आवड आणि माहिती असली तरी इथलं वातावरण कसं आहे याची तुम्हाला संपूर्ण कल्पना असलेली बरी, नाही का ?''

इतक्यात बन्सीनं ट्रेमधून चहा आणला. बिस्किटांची प्लेट माझ्यासमोर धरून ते गृहस्थ म्हणाले,

''मिस्टर देवकुळे, तुम्ही उतरलात कुठे ?''

बाजूला ठेवलेली बॅग दाखवून मी म्हटलं,

''स्टेशनवरून सरळ आपला पत्ता काढत इकडंच आलो.''

''अरे बन्सी ऽऽऽ, यांना ती तुझ्या खोलीजवळची रूम दाखव. चहा घेतल्यावर तुम्ही थोडा आराम करा, नंतर बोलू आपण.''

''आरामाची काही आवश्यकता नाही सर.'' मी अदबीनं म्हणालो.

''असं कसं ? इतक्या लांबून आलात ! घरी कोण कोण असतं ?''

''वीस दिवसांपूर्वी आई वारली !''

''अरेरे !''

''घरी दोन भाऊ आहेत. दोघांचीही लग्नं झालेली आहेत. गावी चिंचवडला साडेपाच एकर वडिलार्जित जमीन आणि घर आहे; पण आई गेल्यानंतर माझ्या दोन्ही भावांत वाटणीवरून भांडणतंटा सुरू होण्याची लक्षणं दिसू लागली, म्हणून मी गावच सोडलं सर !''

''आपल्या महाराष्ट्रीयन लोकांना भाऊबंदकीचा हा शापच आहे, नाही ? प्रॉपर्टी असो वा नसो, झगडा करायचाच ! पाच-साडेपाच एकर जमीन ती काय आणि त्याबद्दल झगडा कसला करतात ?''

''त्यात म्हणे तीन वाटण्या करायच्या ! म्हणजे बांधावरून; विहिरीच्या पाण्यावरून, जायच्या पायवाटेवरून रोज भांडण ! मी म्हणालो, मला काहीच नको, अजून लग्न झालेलं नाही हे एक नशीब ! एकटा जगाचा पाठीवर कुठंही पोट भरून खाईन !''

“मिस्टर देवकुळे, पण आमची ही नोकरी सुखाची नाही याची खूणगाठ सुरुवातीपासूनच ठेवायला हवी, बरं का ?”

“हां ऽऽऽ ! आपले दत्तक घराण्यातले नातलग उपद्रव देतात हे आपण आत्ता सांगितलंच !”

“केवळ त्यांचाच उपद्रव आहे असं मात्र नका समजू ! मध्यप्रदेशाच्या दरोडेखोरांविषयी तुम्हाला काही माहिती आहे की नाही ?”

“ऐकून आहे मी. चंबळेच्या खोऱ्यात दरोडेखोरांच्या लहानमोठ्या टोळ्या आहेत. इथल्या काही ठाकूर लोकांना त्यांनी हाताशी धरलेलं आहे. अधूनमधून ते मोठ्या जमीनदार लोकांना लुटतात, लुबाडतात. क्वचित्‌प्रसंगी जमीनदारांच्या मुलामाणसांना पळवून नेतात, ओलीस ठेवून मोठ्या रकमेची मागणी करतात. रक्कम मिळाली नाही तर ओलीस ठेवलेल्या माणसाची निर्घृण हत्या करतात !”

“बरोबर आहे ! पूर्वी मी दत्तक आल्यानंतर नारंगपूर शेतावरच राहात होतो. तिथं राहायला बंगलाही आहे. पण या दरोडेखोरांच्या उपद्रवाला घरातली माणसं कंटाळली. म्हणाली, आपणाला ही जमीन नसली तरी चालेल, पण इथं राहणं नको ! त्यात आमची थोरली पत्नी तिथंच वारली !”

त्या गृहस्थानं पाइपमधली राख झाडून त्यात ‘पालमाल’चा तंबाखू भरायला सुरुवात केली आणि तंबाखू भरून झाल्यावर लायटरने पाइप शिलगावून ते पुढं म्हणाले,

“पण आताशी मध्यप्रदेशातल्या या दरोडेखोरांतली हवा निघून गेली आहे. जयप्रकाशांनी केलेल्या आत्मसमर्पणाच्या आवाहनाला बराच मोठा प्रतिसाद मिळाला. बरेच कुप्रसिद्ध डाकू सरकारला शरण आले. जे काही शरण आले नाहीत, त्यांच्यावर पोलिसांनी वारंवार हल्ले करून त्यांना जर्जर करून टाकलं आहे ! असं जरी असलं तरी डाकूंचा संपूर्ण बीमोड झाला आहे असं मात्र मी म्हणणार नाही !”

“पण सर, ही डाकूंची वस्ती या मध्यप्रदेशातच फोफावण्याचं कारण तरी काय ?”

“त्याला एक असं कारण नाही मिस्टर देवकुळे, अनेक कारणं आहेत त्याला. भौगोलिक, सामाजिक, आर्थिक, राजकीय.”

“भौगोलिक कारण असं की, या मध्यप्रदेशात दुर्गम अशा काही

दऱ्याखोऱ्या आहेत की, त्या गुन्हेगारांना संरक्षणाची हमी देतात. सागर, छत्रपूर, पन्ना, रेवा या भागाच्या आसपास तुम्ही गेलात तर मैलच्या मैल अशा दऱ्याखोऱ्या पसरलेल्या दिसतील. शोणभद्र नदीच्या काठापासून ते अगदी थेट पश्चिमेला विंध्य पठारापर्यंत असा निबिड अरण्याचा प्रदेश पसरलेला आहे. चोरी चोरी करण्यापूर्वी सर्वप्रथम कसला विचार करीत असेल तर चोर केल्यानंतर कुठं पळून जायचं याचा ! तर या भागातल्या डाकूंना आसपासचं हे जंगल, चंबळेकाठच्या दऱ्याखोऱ्या हे अत्यंत महत्त्वाचं असं सुरक्षित स्थान वाटतं. हे झालं भौगोलिक कारण.''

''दुसरं सामाजिक, आपल्या देशातल्या इतर भागांत जसा राबणारा वर्ग मोठा आणि त्यांच्या कष्टावर जगणारा वर्ग थोडा, तसाच प्रकार इथं मध्यप्रदेशातही आहे. हा राबणारा वर्ग अत्यंत मागासलेला आणि अल्पसंतुष्ट असा आहे. यांना दोन वेळा पोटाला मिळालं की झालं. शिक्षणाचा गंध नाही, डोळ्यासमोर उदरभरणाशिवाय दुसरं ध्येय नाही. अशा कष्टकरी लोकांचं नेतृत्व करतात ते ठाकूर लोक ! एका एका ठाकुराच्या अधिपत्याखाली दोन-दोन हजार मजूर असतात ! या ठाकूरलोकांना इथली अडाणी जनता देव मानते ! या ठाकूर लोकांतही एकी नाही. तू मोठा की मी मोठा ही स्पर्धा त्यांच्यात सुरूच असते. मग स्वत:चा मोठेपणा सिद्ध करण्यासाठी हे ठाकूर लोक डाकू लोकांना आश्रय देतात. त्यांना हत्यारं, दारूगोळा पुरवतात पण होतं काय, हे डाकू लोक ताकद वाढली की केवळ आपल्या ठाकुराचं संरक्षणच करतात असं नव्हे तर फावल्या वेळात कोणाही सधन माणसाला जाऊन लुबाडतात; घरची मुलंमाणसं ओलीस ठेवून पैशाची मागणी करतात ! हे मोठं दुष्टचक्र आहे ! गेली तीनचारशे वर्षं मध्यप्रदेशातली ही डाकूगिरी मूळ धरून आहे. ब्रिटिशांनादेखील या संस्थेचा संपूर्ण बीमोड करता आला नाही ! आता आपल्या देशात सत्तेच्या विकेंद्रीकरणाचा प्रयोग सुरू आहे ना ? तेव्हा खेडोपाडी पंचायतीचं राज्य सुरू झालेलं आहे. पण लोकशाही म्हणजे काय हे ज्यांना मुळातच ठाऊक नाही, त्यांना निवडणुकांमधला पराजय ही आपल्या खानदानीची बेइज्जत असं वाटतं. मग त्यातून खून, मारामाऱ्या, जळितं, दहशतवाद ! पुन्हा डाकू लोकांना हाताशी धरणारा नवीन वर्ग समाजात निर्माण होतो आहे ! दुर्दैव आहे ! पण हे दुष्टचक्र असं चालू आहे !''

"सर, आपण बराच अभ्यास केलेला आहे इथल्या परिस्थितीचा !"

"मुद्दाम असा काही केलेला नाही खरा. ज्या वातावरणात माणसाला जगावं लागतं, त्याची जाण कळत नकळत होतच राहते."

"आपली ही महाराष्ट्रीय घराणी इथं मध्यप्रदेशात येऊन कशी काय स्थायिक झाली ?"

"तुम्हाला कदाचित् कल्पना नसेल मिस्टर देवकुळे, इंदोर, भोपाळ, जबलपूर या ठिकाणी बरीचशी महाराष्ट्रीयन कुटुंबे येऊन स्थायिक झालेली आहेत. आम्ही ज्या घराण्यात दत्तक आलो ते घराणंही दीडशे वर्षांपूर्वी इथं येऊन स्थायिक झालेलं होतं. पेशवाईचा अस्त झाला तेव्हाही काही महाराष्ट्रीय घराणी मध्यप्रदेशात कुठं कुठं स्थायिक झाली. तशी महाराष्ट्राची अन् मध्यप्रदेशाची संस्कृती फारशी भिन्न नाही."

इतक्यात एक सुमारे पंचवीस वर्षांचा तरुण आतून घाईघाईनं बाहेर आला आणि आपल्या हातातली जळती सिगारेट मागं धरून त्या गृहस्थांना म्हणाला,

"डॅडी, मी रायगडला चाललो आहे. चार दिवसांनी येईन."

"एकटाच ?"

"एकटा कसा जाईन ? बीना येतेय ना सोबत."

"चार दिवसांनी तरी येशील ना ?"

"हां, येईन म्हणतो, पण जर काम झालं नाही तर एकदोन दिवस राहावं लागेल. तसं झालंच तर तार देईन तुम्हाला. ओ. के. ऽऽऽऽ. बीना, कमऑन्, हरी अप् !"

आतून त्याच्या वयाची एक सुस्वरूप मुलगी बाहेर आली. बाहेर पडण्याअगोदर तिनं बराचसा वेळ प्रसाधनासाठी घालवलेला असावा असं तिच्या मेकअप्वरून दिसत होतं. भिवया कोरलेल्या होत्या. त्यावरून आयब्रो पेन्सिल फिरवलेली होती. ओठांना फिक्कट गुलाबी लिप्स्टिक लावलेली होती. पंजाबी ड्रेसची ओढणी सावरीत ती बाहेर आली आणि त्या गृहस्थांच्या जवळ येऊन म्हणाली,

"अंकल, रोमा आज येणार म्हणून पत्र होतं. पण ती येणार नाही. माझी खात्री आहे ! कदाचित् आली तर तिला चार दिवस ठेवून घ्या. मी चार

दिवसांत परत येईन. कित्ती दिवस झाले तिला भेटून.''

"बरं!'' निर्विकार मुद्रेनं त्यांनी पाईपचे झुरके घेत उत्तर दिलं. ती दोघं बंगल्याच्या पोर्चमधे असतानाच ड्रायव्हरनं गाडी आणून लावली अन् उतरून मागचं दार उघडलं. तेव्हा तो तरुण त्याला म्हणाला,

"तू येऊ नकोस! इथं डॅडींना, मम्मीला कुठं बाहेर जायचं असेल तर पंचाईत येते. मी घेऊन जाईन ही गाडी!''

तेव्हा ते बसल्या जागेवरून म्हणाले,

"भूप, आम्हाला काही गाडीची गरज नाही लागणार, तू गिरीला घेऊन जा!''

"नो, नो! तो नको आहे मला सोबत! आय नो माय ओन रिस्पॉन्सिबिलिटी!''

असं म्हणून त्यानं गाडीचं पुढचं दार खेचलं आणि तो ड्रायव्हिंगला बसला. बीना त्याच्या शेजारी बसली अन् तिनंही दार बंद करून घेतलं. पण तिच्या दुपट्ट्याचं एक टोक दारात सापडेललं पाहून तिनं हसत हसत परत दरवाजा खोलला आणि ते आत घेऊन परत दार लोटून घेतलं. माळी अदबीनं फाटक खोलून उभा होता. जवळून गाडी जाताना त्यानं उजवा हात कपाळाला लावला.

ते गृहस्थ आणि काही क्षण सचिंत झाल्यासारखे दिसले. त्यांनी एक दीर्घ निःश्वास सोडला आणि हवेत हात फिरवून खांदे उडवले, "काय चाललंय हे समजत नाही!'' अशा अर्थानं,

ते निघून गेल्यानंतर काही क्षणांतच आतून एक तीसपस्तीसच्या सुमाराची स्त्री बाहेर आली. ती बाहेर येताच त्यांनी तिच्याकडं पाहून न पाहिल्यासारखं केलं. तेव्हा ती त्यांच्याजवळ येऊन म्हणाली,

"भूप गेलाच ना शेवटी? जाऊ दे! तो आता परत येईल तेव्हा सांगेन त्याला! तुम्ही त्याला फारच डोक्यावर चढवून ठेवला आहे! तुम्हाला मी वारंवार बजावते, पण तुम्ही अगदी बहिरे असल्यासारखे दाखवता! हे ठीक नाही, लक्षात ठेवा!''

"अगं, पण मी करू तरी काय!''

"का परवानगी दिलीत तुम्ही जायला?''

"त्याला परवानगी लागते माझी ?"

"पण आता उद्या भाई आल्यावर त्याला काय वाटेल ? मुद्दाम राणीला घेऊन यायला सांगितलंय ना मी ?"

"आय ॲम हेल्पलेस स्मिता !"

"एवढं म्हटलं की झालं ! आय ॲम हेल्पलेस !"

तोंड वाकडं करून ती त्यांचेच शब्द उच्चारून फणकाऱ्यानं आत निघून गेली. मी बसून होतो, ती आल्यानंतर उठून उभा राह्यलो होतो, पण त्या बाईनं माझ्या अस्तित्वाची दखलच घेतली नव्हती.

ते शांतचित्तानं पाईप ओढत राहिले. ती आत गेल्यानंतर मी खुर्चीवर बसलो. नवख्या माणसासमोर घरातले मतभेद उघड झाल्यानं एखाद्याच्या मनाला लागतं, पण मला त्यांच्या चेहऱ्यावर तसला काही भाव दिसला नाही. ती आत निघून गेल्यानंतर पुन्हा एकवार त्यांनी दोन्ही हात हवेत फिरवले आणि खांदे उडवले. जणू काही घडलंच नाही अशा आविर्भावात माझ्याकडं वळून ते म्हणाले,

"मिस्टर, देवकुळे, मी अर्ज मागवले आहेत. एक आठ दिवस वाट पाहू. जर मला योग्य असा उमेदवार नाही मिळाला तर मी तुमच्या बाबतीत जरूर विचार करीन. पण तत्पूर्वी तुम्हीही विचार करा. ही नोकरी फारशी सुखाची नाही. वास्तविक गरजू आम्ही आहोत. नोकरीवर येऊ इच्छिणाऱ्यांना नोकरीत त्रास आहे हे सांगणं व्यवहाराला सोडून असतं. पण अजून तुम्ही वयानं लहान आहात, बाहेरच्या जगाचा तुम्हाला फारसा अनुभव दिसत नाही. म्हणून मला हे सर्व स्पष्टपणं सांगावंसं वाटतं !"

"मग मी आठ दिवसांनी आपणाला परत भेटू ?"

खुर्चीवरून उठता उठता मी म्हणालो.

"पण तुम्ही आठ दिवस राहणार कुठं ?"

"कुठंही बाहेर पाहीन !"

"छे ऽऽऽ ! अहो आपली गेस्टरूम आहे खाली. गॅरेजच्या पलीकडं."

"माझ्यासारखे आणखीनही लोक येतील. आपण किती जणांना ठेवून घ्याल ?" मी अदबीनं म्हणालो.

"तुमच्यासारखे अर्ज न करता फारसे कोणी येणार नाहीत आणि आले

तर पाहू. पण तुम्ही मात्र राहा आमच्याजवळ! फॉर्च्युनेटली तुमची निवड झालीच तर तुम्हाला इथल्या माणसांच्या स्वभावाची थोडीशी माहितीही होऊन जाईल; एकदम नवख्या ठिकाण येऊन पडलो असं वाटायला नको, काय ?''

हसत हसत मी म्हणालो,

''सर, आपण म्हणता ते खरंय. आपली सेवा करायची संधी मिळाली तर खरोखरच मी स्वतःला भाग्यवान समजेन!''

''व्हेरी नाइस ऑफ यू टू थिंक दॅट! बन्सी ऽऽऽ, ओ बन्सी ऽऽऽ''

बन्सी तत्परतेनं पुढं आला. तो पुढं आलेला पाहून त्यांनी त्याला माझ्या बॅगेकडे बोट दाखवून म्हटलं,

''गेस्ट रूमकडं घेऊन जा यांना.''

बंगल्याच्या मागं गेस्टरूम होती. छोटीच खोली होती, पण आत कॉट, गादी, मच्छरदाणी, बाजूला टेबलखुर्ची, लँप, वर सिलिंग फॅन, खोलीला लागूनच अटॅच बाथ, लव्हेटरी होती.

बन्सीनं माझी बॅग टेबलावर ठेवली आणि तो अदबीनं म्हणाला,

''बाबूजी, अंघोळ करणार ना ?''

''हां ऽऽऽ करणारच आहे अंघोळ.''

''गरम पाणी ?''

''छे ऽऽऽ. अरे, इतकं गरम होतंय बाहेर आणि गरम पाणी कशाला ? पण काय रे बन्सी, मघाशी रायगडला जातो म्हणून गेले ते कोण ?''

''ते छोटेबाबू.''

''म्हणजे मालकांचे भाऊ ?''

''नाही, नाही. ते त्यांचे चिरंजीव. एकुलते एक.''

''अस्सं ? पण रायगडला जातो म्हणून गेले, तो रायगड फारच दूर आहे की...''

''छे ऽऽऽ. इथून शंभर मैलांवर एक रायगड नावाचा गाव आहे. सवती रायगड म्हणतात त्याला. संबळपूर आहे ना, तिथून जवळच.''

''त्यांच्यासोबत गेल्या त्या कोण त्यांच्या पत्नी काय ?''

बन्सी तोंडावर हात मारून, डोळे मोठे करून माझ्याजवळ येत म्हणाला,

''हां बाबूजी, त्या लोकांची चौकशी करू नका! ती भानगड फार

निराळी आहे !''

"पण त्या आहेत तरी कोण ?''

"सरदारसाहेबांचे धाकटे भाऊ होते. ते वारले. संग्रामसिंग. त्यांना दोन मुली. थोरली बीना, मघाशी छोट्या बाबूंच्या सोबत गेली ती. धाकटी रोमा. ती जबलपूरला असते. इकडं वारंवार येत नाही.''

"काय करते तिथं ?''

"कॉलेजमधे असते. होस्टेलवर राहते. त्याअगोदर हायस्कूलला होती मावशीकडं, गोंदियाला. इकडं यायला मागत नाही !''

"संग्रामसिंगांच्या पत्नी कुठं असतात ?''

"त्या अगोदर मरून गेल्या आणि मरून गेल्या ते बरंच झालं ! जिवंत असत्या तर डोळ्याला नको ते दिसलं असतं !''

"म्हणजे ?''

माझ्या कानाशी तोंड नेत बन्सी म्हणाली,

"बाबूजी, या बंगल्यात आता काही राम राह्यला नाही ! बडे बाबूजी आहेत म्हणून आम्ही चाकरी करतो. ती त्यांची दुसरी बायको स्मिता, ती बीना - एकेक तऱ्हा आहे ! छोटे सरकार तर बाद आहेत ! लाख-दोन लाखाचा चुराडा करून बसलेत ! आता हॉटेल काढणार म्हणतात ! त्यासाठी रायगडला गेले मघाशी !''

परत गालावर मारून घेत बन्सी म्हणाला,

"बाबूजी, सख्खी बहीण आणि चुलत बहीण यांत काय फरक असतो का ?''

"तसा फारसा नसतोच !'' मी म्हणालो.

"आजकाल जगात काय नीती राह्यली नाही ! पाऊस पडत नाही बोंब कशाला मारायची ?''

मी समजायचं ते समजून चुकलो ! या घराण्याची केवळ आर्थिक घडीच बिघडलेली नाही, तर घराण्याचं अंतर्गत स्वास्थ्यही पार रसातळाला गेलंय याची मला तात्काळ जाणीव झाली. मघा सरदार, "हे काम वाटतं तितकं सोपं नाही !'' असं वारंवार मला का बजावत होते याचा उलगडा होऊ लागला. पण त्यांच्या अंतर्गत बाबतीत काय उलाढाली झाल्या आहेत आणि भविष्यात

होणार आहेत याच्याशी मला कर्तव्य नव्हतं. इस्टेट मॅनेजर म्हणून माझी यदाकदाचित् नेमणूक झालीच, तर माझ्या पोटापाण्याचा प्रश्न सुटणार होता. अपुरा राह्यलेला कायद्याचा अभ्यास पूर्ण करायला या नोकरीतून मला वाव मिळेल अशी अपेक्षाही मी बाळगून होतो.

बन्सी गेल्यानंतर मी दाढी केली. थंड पाण्यानं स्नान केलं. माझ्या डायरीत असलेला आईचा फोटो समोर ठेवून हात जोडले. रात्री गाडीत जागरण झाल्यामुळं डोळ्यावर झापड येत होती म्हणून कॉटवर आडवा झालो. तोच दारावर टक् टक् झालं. बन्सी जेवणाचं ताट घेऊन आला होता. त्यावरचा रुमाल बाजूला काढून त्यानं मला म्हटलं,

"बाबूजी, आपण भोजन करा आणि मगच आराम करा.''

बन्सी मूळचा कुठला हे मला ठाऊक नव्हतं पण तो फारच प्रेमळ वाटला मला.

मुगाचं वरण, दोन भाज्या, पापड, लोणचं, पोळ्या असं साधंच पण अत्यंत रुचकर असं जेवण होतं. जेवणानंतर जो झोपलो तो दिवस मावळण्याच्या सुमारालाच डोळे उघडले.

प्रकरण ३

आठ दिवसांत एकूण सव्वीस अर्ज आले. पण त्यांपैकी अनेक जणांचे अर्ज सरदारांनी पहिल्या फेरीतच निकालात काढले. कोणी सरकारी नोकरीतून निवृत्त झालेले होते. तथापि त्यांपैकी आठजण जरूर त्या क्वालिफिकेशनला उतरणारे होते. पण या आठ दिवसांत झालं काय, तर मी त्या कुटुंबाशी चांगलाच रुळलो होतो.

सरदारसाहेब माझ्याशी पहिल्या दिवसापेक्षा अधिक मोकळेपणानं वागले. पहिल्या दिवशी त्यांनी आपल्या घरगुती बाबींबद्दल मला काहीही पत्ता लागू दिला नाही, तरी नंतर एकदोन दिवसांनी हळूहळू त्यांनी मन मोकळं करून माझ्याशी बोलायला सुरुवात केली.

संध्याकाळी दोनअडीच मैल पायी फिरायला जाण्याची सरदारसाहेबांची सवय होती. मलाही त्यांनी आपल्यासोबत यायला सांगितल्यानं मी गेलो. पहिले दोन दिवस ते माझं निरीक्षण करीत होते, तिसऱ्या दिवशी त्यांनी हळूहळू आपल्या अंतरंगाचे एक एक कप्पे माझ्या समोर खोलायला सुरुवात केली.

''मिस्टर देवकुळे ! देव माणसाला जन्माला का घालतो हेच समजत नाही !''

“कशाबद्दल म्हणता सर आपण ?”

“माझं जीवन पाहा ना ! मी या घराण्यात दत्तक आलो तेव्हा जवळ जवळ साठ एकर उत्तम पिकावू जमीन, या बिलासपुरात दोन टोलेजंग इमारती आणि दागदागिने, रोकड मिळून तीनचार लाखांचा ऐवज हाती होता. पण आता तो जमिनीचा तुकडा आणि एक इमारत याखेरीज काहीच शिल्लक नाही ! पैसे गेले, एक इमारतही गेली !”

“पण कशात एवढा खर्च झाला ?” मी सहज विचारलं.

“घराण्याचा बडेजाव ! हा बंगला बांधला. त्यात लाखभर रुपये गेले. त्यात पहिल्या पत्नीच्या आजारपणात पाचपन्नास हजार रुपये उडाले. वास्तविक पाहता दुसऱ्या लग्नाची गरज नसताना मी लग्न करण्याचा मूर्खपणा केला. म्हाताऱ्यानं तरुण बायको केल्यानंतर जे जे काही होतं, ते सर्व माझ्या वाट्याला आलं आहे !”

मी यावर काहीच न बोलता खाली पाहून चालत होतो.

“नातेवाईक, जवळचे, दूरचे त्यांची मुलंबाळं यांचा एकसारखा राबता वाढला. मग पैसा पुरेल तरी कसा ? पैपाव्हणे एक चार दिवस येऊन राहणं मी समजू शकतो, पण महिना, दोन दोन महिने पाव्हण्यांनी ठाण मांडायचं ? छे ऽ छे ऽऽ छे ऽऽऽ ! त्यात आमच्या पोराची एक दुसरीच तऱ्हा ! म्हणे मला बिझनेस करायचा ! याच्या बापानं कधी बिझिनेस केला नव्हता तो हा करायला निघाला ! मोठं स्टेशनरी दुकान घातलं, ते बुडालं. त्यानंतर ट्रक्स घेतले, त्यातही खोट आली. हा बाजीरावाचा बेटा बिलासपुरात सिगारेटी फुंकत, बाटल्या फोडत हिंडणार आणि ट्रकवर गेलेले ड्रायव्हरलोक धंदा करणार ! एकदा ड्रायव्हर ट्रक घेऊन गेला की पंधरा-पंधरा दिवस, महिनाभर त्यांचा पत्ता नसे. हिशेब विचारला तर म्हणे भाडंच मिळालं नाही म्हणून मुंबईत थांबून राह्यलो !”

“ट्रकच्या धंद्याला स्वत: मालक सोबत फिरणार असेल तर फायदा होतो हे मात्र खरं !” मी.

“अहो, हा आमचा दिवटा चिरंजीव एकदाही ट्रकसोबत गेला नाही. उलट त्या ट्रकचा ॲक्सिडेंट झाला -”

क्षणभर थांबून सरदारसाहेबांनी डोकं खाजवलं आणि म्हणाले,

"- हां ऽऽऽऽऽ, बेंगलोरला याचा ट्रक भाडं घेऊन गेला होता. त्या ट्रकचा टायर फुटला आणि ट्रक उलटला. तर इथून माझी गाडी घेऊन हे साहेब गेले ! म्हणजे हा बिझिनेस कसा पडला बघा !"

"आता ट्रक्स आहेत की नाहीत ?"

"कुठले ? वर्ष दीड वर्षात मातीमोलानं विकून टाकले ! मग म्हणाले, पेट्रोलपंप काढतो. त्यात बरंच 'मार्जीन' असतं. त्याला आयता पेट्रोलपंप देतो म्हणून एका टग्यानं चांगला पाचदहा हजाराला लांबडा केला ! पंप नाही की फिंप नाही ! आता डोक्यात नवीन खूळ घेतलंय ! सवती रायगडवरून नवीन बॉम्बे-कलकत्ता हा हायवे जाणार आहे. या हायवेवर मोठं अत्याधुनिक असं हॉटेल काढायचं वेड डोक्यात शिरलंय !"

"पण त्याला भांडवल खूप लागेल ना ?"

"म्हणून माझ्यामागं लागला आहे, जमिनीवर कर्ज घ्या म्हणून !"

"कर्ज ?"

"हो. म्हणतो, फक्त पन्नास हजार द्या आणि एका वर्षानं दोन लाख घ्या मोजून ! दोनशे रुपये तरी मिळतील की नाही याची शाश्वती नाही आणि हा दोन लाखांच्या बाता करतो !"

"मग आता ते त्यासाठीच तिकडं गेले आहेत ?"

"होऽऽऽय ! म्हणे हॉटेलसाठी एक तयार इमारत आहे, ती दहा वर्षांच्या करारानं घेण्याच्या वाटाघाटी चालू आहेत !"

"पण दोन-तीन वेळा धंद्यात ठोकर बसल्यानंतर परत त्या मार्गाला जायचं धाडस कशाला करताहेत ?"

"पण हे त्या मूर्खाला पटवायचं कोणी, हाच प्रश्न आहे !"

"घराची काय परिस्थिती आहे ?"

"गावात एक इमारत आहे. चाळीसारखी. खाली दुकानं आहेत आणि दुकानदारलोक माडीवर राहतात. वीस वीस वर्षांची जुनी कुळं आहेत. ज्या जागेला आज दोन तीनशे रुपये भाडं कोणीही द्यायला तयार होईल, त्या जागेला कुळं जुनी म्हणून वीस आणि पंचवीस रुपये देत आहेत ! अहो, म्युनिसिपालिटीचा टॅक्स पदरच्या पैशातून भरावा लागतो !"

"विकून टाकावी."

"कुळं निघाल्याशिवाय घेणार कोण ? ती प्रॉपर्टी नसल्यातच जमा आहे !"

"कायदेच विचित्र झालेत आताशी !"

"कायदे बदलले हे खरं, पण आम्ही बदलता काळ ओळखून आपलं उत्पन्न आणि खर्च यांचा ताळेबंद करीत राह्यलो असतो तर ही वेळ आमच्यावर ओढवली नसती ! देवानं एकच मुलगा देऊन तो असा अव्यवहारी दिला ! प्रारब्ध माझं, दुसरं काय !"

"लग्न केल्यानं माणसाच्या स्वभावात थोडा बदल घडतो म्हणतात !"

"अहो, तेच चाललंय ! आमच्या दुसऱ्या बायकोच्या मावसभावाची मुलगी राणी दिल्लीला असते कॉलेजात. तिला घेऊन तिचा बाप एकदोन दिवसांत यायचा आहे आणि हा गेला निघून ते हॉटेल काढायचं वेड डोक्यात घेऊन ! तो राणीचा बाप एअर फोर्समधे विंग कमांडर आहे. त्याला या म्हणून मी पत्र पाठवून बसलो आहे. पण हा भूपेंद्र त्या दिवशी किती बेपर्वाईनं निघून गेला, बघितलंत ना !"

"निदान बीनाताईंनी तरी जायला नको होतं !"

"बीना ऽऽऽ ? आता काय सांगू तुला ! आपलेच दात नि आपलेच ओठ ! जग तोंडात शेण घालतंय आमच्या ! त्या कार्टीसाठी इतकी स्थळं काढली, 'पण मला लग्नच करायचं नाही,' म्हणते ! हा स्वतःच्या लग्नाबद्दल उत्सुक नाही, तिला लग्नाची जरूर नाही. म्हणून मला समजत नाही की, मी अजून कशासाठी जगतो आहे ? मरण का येत नाही ? परमेश्वरानं मला जन्म दिला तो कशासाठी ?"

"पण सर, बीनाताईंची धाकटी बहीण रोमा - त्या का इकडं येत नाहीत ?"

"ती पोर फार शहाणी आहे ! तिच्यासाठीच मला जिवंत राहावंसं वाटतं कधीकधी ! या घरातलं सारं बिघडलेलं वातावरण तिनं स्वतःच्या डोळ्यांनी पाह्यलं आहे. चारचार वर्षं ती इकडं फिरकत नाही. मीच आठवण झाली तर चार दिवस जबलपूरला जाऊन तिला भेटून येतो. यंदा बी.ए. च्या दुसऱ्या वर्षाला आहे ती."

"जबलपूरला शिकायला राहायच्या अगोदर कुठं होत्या त्या ?"

"गोंदियाला तिच्या मावशीकडं होती."

"बी.ए. झाल्यानंतर काय करणार आहेत त्या ?"

"कुणास ठाऊक ? पण ती पोर मात्र सालस आहे. मी दर महिन्याला दोनशे रुपये पाठवतो तिच्या शिक्षणासाठी. आमच्या दुसऱ्या पत्नीला मात्र ते अद्याप ठाऊक नाही हं !"

"त्यांना का नाही सांगितलंय ?"

"तिला समजलं तर आकांडतांडव करून घेईल ! काय सांगायचं तुला ! कधीकधी वाटतं की, हे सारं सोडून, भगवी कफनी अंगावर चढवून हिमालयात निघून जावं !"

त्या दिवशी स्मितादेवींनी मला बन्सीकडून बोलावून घेतलं.

पांढरा स्लिव्हलेस ब्लाऊज आणि गुलाबी साडी नेसलेल्या स्मितादेवी आपल्या खोलीत नखं रंगवीत बसल्या होत्या. मी येऊन अदबीनं उभा राह्यलो, तेव्हा माझ्याकडं न पाहताच त्या म्हणाल्या,

"बस !"

मी बसलो. तरीही माझ्याकडं न पाहतच आपली नखं रंगवण्याचं काम अत्यंत काळजीपूर्वक करण्यात त्या मग्न होत्या. हाताची नखं रंगवून झाल्यावर त्यांनी पायाची नखं न्याहाळून पाह्यली अन् स्वत:शीच पुटपुटल्या.

"नखं फार वाढलीत. अगोदर काढायला हवीत."

जवळ असलेला नेलकटर घेऊन त्यांनी चटचट आपल्या पायांची नखं उडवायला सुरुवात केली.

मी तसाच पुतळ्यासारखा बसून !

पायांची नखं काढताना स्मिताबाईंनी साडी अगदी पोटरीच्या वर घेतली होती. त्यांची ती गोरी, मांसल पोटरी बघताच मी मान तिसरीकडंच वळवली. मला तिथं बसवून या बाईनं माझ्या अस्तित्वाची दखलच घेऊ नये याचं मला आश्चर्य वाटत होतं. ते त्यांचं वागणं मला असह्य होत होतं ! खाली पाहून नखं काढता काढता त्या एकदम म्हणाल्या,

"शेतीचा अनुभव किती वर्षांचा ?"

"मला लहानपणापासून शेतीची आवड आहे."

"मी आवडीबद्दल विचारलेलं नाही ! अनुभव किती वर्षांचा हे विचारतेय

मी !''

''चार-पाच वर्षांचा.''

''म्हणजे काहीच नाही !''

त्यावर मी बोललो नाही. ही बाई आपल्याला इथं टिकू देणार की नाही अशी भीती मनात डोकावू लागली:

''बोल ना ! असा गप्प का बसलास ? तिकडं साहेबांशी बोलताना अगदी गुलूगुलू बोलत राहातोस आणि माझ्याशी बोलताना असं का होतंय तुला ?''

या बाईंच्या प्रश्नानं माझं होतं - नव्हतं तेवढंही अवसान गळाठून गेल्यासारखं झालं. तरीही मी स्वत:ला सावरून म्हणालो,

''बाईसाहेब, आपल्याशी बोलण्याची ही माझी पहिलीच वेळ आहे म्हणून भीती वाटते !''

''पहिली वेळ ?'' असं म्हणून कपाळाला हात लावून स्मिताबाई मोठ्यानं हसल्या आणि म्हणाल्या.

''पहिल्या वेळी परक्या पुरुषाशी बोलताना स्त्री बावरते - तू पुरुष, भीती वाटते म्हणतोस ? मग तिकडं नारंगपूरच्या शेतावर दरोडेखोरांनी धाड घातली तर काय करशील ?''

''बाईसाहेब, तसा बायकांशी बोलताना मी डरत नाही; भीती वाटली ती आपली !''

''माझी ? कमालच करतोस ! भीती वाटण्यासारखं काय बरं केलंय मी ?''

''आपण काही केलं नाही, पण ही भीती आदरापोटी निर्माण झालीय !''

''आदर ? माझ्याबद्दल आदर ? पण माझ्याबद्दल तुझ्या मनात आदर निर्माण व्हावा असं अद्याप काहीच घडलेलं नाही माझ्या हातून !''

या बाईची चाल तिरकी आहे हे मी ओळखलं आणि म्हणालो,

''मी नोकरीच्या अपेक्षेनं इथं आलो आहे. यदाकदाचित् माझ्या सुदैवानं जर मला आपल्याकडं इस्टेट मॅनेजर म्हणून नोकरी मिळालीच तर आपलं आणि माझं नातं मालक आणि नोकर असं होणार आहे. तेव्हा प्रथमपासूनच अदबीनं वागलेलं बरं !''

“अच्छा ?” बाईंनी माझ्याकडं पाहून स्मित केलं. तेव्हा त्यांच्या दोन्ही गालांवर हसताना खळी पडते हे माझ्या निदर्शनाला आलं. पाठीवर सोडलेले केस खिडकीतून येणाऱ्या वाऱ्यावर भुरूभुरू उडत होते. त्यांनी सर्वांगावर शिंपडलेला सेंट खोलीभर दरवळत होता.

“घरी कोण असतं तुझ्या ?”

मी सरदारांना जी माहिती दिली तीच त्यांनाही सांगितली. तेव्हा त्या म्हणाल्या,

“आजपर्यंत नारंगपूरच्या फार्मवर अनेक इस्टेट मॅनेजर म्हणून आले नि मधेच सोडून गेले याची कोणी माहिती दिली की नाही तुला ?”

“सविस्तर अशी माहिती कोणी दिलेली नाही. पण सरदारसाहेब मात्र म्हणत होते की, माझ्यासारख्या तरुण माणसाला ही नोकरी थोडी कठीण जाईल !”

“तुझं नाव काय ?”

“संजय !”

“संजय, मी काय म्हणाले, आजवर इथले इस्टेट मॅनेजर आले नि आम्हाला फसवून गेले; आता आपल्या महाराष्ट्रातला एखादा तरुण इस्टेट मॅनेजर नेमावा. त्यांनी ऐकलं हे. वयोवृद्ध किंवा पोक्त माणसापेक्षा तुझ्यासारखा उत्साही तरुणच ते काम करू शकेल ! इथल्या काही स्थानिक माणसांना महिना पाचशे रुपये पगारावर नेमलं तरीही त्यांनी परभारे धान्य विकून पैसा खाल्लाच ! - पण तुला करमेल ना तिथं ?”

“निश्चित ! मी अद्याप आपलं फार्महाऊस पाह्यलेलं नाही. शिवाय मला शहरी जीवनाचं फारसं आकर्षण नाही. मी आपल्या कुटुंबाशी एकरूप होण्याची पराकाष्ठा करणार आहे !”

नखं काढून झाल्यानंतर बारीक अशा कानशीनं त्यांनी नखं घासली आणि त्यावर नेलपेंट लावता लावता त्या म्हणाल्या,

“मला नारंगपूरच्या शेतातला बंगला खूप आवडतो. पण त्याची व्यवस्थाच नाही ! रंग दिलेला नाही. भिंतीचा गिलावा जागोजागी पडला आहे. दिवसा उंदरं आणि घुशी नाचतात.”

“बाईसाहेब, सुदैवानं माझी नेमणूक झालीच तर मी माझ्या अल्पशा

कुवतीनुसार सर्व काही ठाकठीक करण्याचा प्रयत्न करीन ! पण अजून माझं भवितव्य अनिश्चित आहे ! मला ही नोकरी देण्याचं सरदारसाहेबांनी अद्याप वचन दिलेलं नाही !''

"ती नोकरी तुला देण्याचं निश्चित झालंय !''

आश्चर्यचकित होऊन मी विचारलं,

"ते कसं काय ?''

"तुला पहिल्या दिवशी पाह्यल्यावरच त्यांना वाटलं की, तुला ही संधी द्यावी. पण त्यांना तुझं वागणं-बोलणं अजमवायचं होतं ना ?''

"ते आपणाला तसं म्हणाले ?''

"ते तसं मला जरी स्पष्ट म्हणाले नसले तरी मी सांगते ते सत्य आहे. तुझी तनख्याची अपेक्षा काय आहे ?''

"ते मी काय सांगू ?''

"तू रोखीनं दरमहाचा पगार मागितलास तर तो देणं कदाचित् आम्हांला शक्य होणार नाही. वर्षाच्या शेवटी, सुगी संपल्यानंतर एका रकमेनं तुला पैसे देता येतील. पण तुझी अपेक्षा काय ते सांग ना ?''

मी क्षणभर विचार करून म्हणालो,

"तूर्तास माझा चरितार्थ चालण्याइतपत तरी काही व्यवस्था हवी !''

"त्याची चिंता नको. एवढे पैसे नक्कीच देतील ते, पहाडची बायको गिरिजा, फार्मवर असते. ती तुझ्या जेवणाची व्यवस्था पाहील. दुधाची फार टंचाई झालीय आताशी इथं. आम्ही तीन रुपये लिटरनं दूध घेतो, पण निव्वळ पाणी !''

मला देवीजींनी अनपेक्षितरीत्या एक गोड धक्का दिला होता. सरदारांनी आपल्या फार्मवर माझी नियुक्ती केल्याचा अंदाज अजिबात मला दिलेला नव्हता. तेव्हा ही पतिपत्नी एकमेकांविषयी फारसं आदरानं बोलत नसली तरीही त्या दोघांत महत्त्वाच्या निर्णयाबद्दल सल्लामसलत जरूर घडते याची मला जाणीव झाली. मी म्हणालो,

"बाईसाहेब, आता लवकरात लवकर मला फार्महाऊसवर जाण्याची परवानगी मिळावी !''

"थांब, असा अधीर नको होऊ ! तुला अजून काही महत्त्वाच्या अशा

सूचना द्यायच्या आहेत !''

"कसल्या ?''

"हा भूप-भूपेंद्र फार्मवर ऐन सुगीच्या वेळी येतो. स्वत:ला पैशाची अत्यंत निकड आहे असं सांगून धान्यविक्री करायला लावतो आणि पैसे घेऊन निघून जातो. ही बीना त्याच्यासोबत असते. ही मी मी म्हणणाऱ्याला आपल्या कबजात पकडते. ज्या वेळी भूपला एखादी गोष्ट करणं अशक्य होतं तेव्हा तो बीनाला पुढं करतो. ती काय करील अन् काय नाही याचा भरवसाच देता येणार नाही ! तू दाद देत नाहीस असं जर तिला वाटलं तर ती वाट्टेल ते करायला मागंपुढं पाहणार नाही !''

"का ऽऽऽ य ?'' आश्चर्यचकित होऊन मी विचारलं !

"हो ऽऽऽ ! अरे कसला विधिनिषेधच नाही ! सख्ख्या चुलत भावाशी संबंध ठेवायला जिला लाज वाटत नाही ती तुझ्यासारख्या तरुण, देखण्या पोरावर नजर गेली तर स्वस्थ बसणार आहे का ?''

"बाईसाहेब, आपण इतक्या स्पष्टपणे या सर्व सूचना दिल्याबद्दल मी आपला आभारी आहे !''

"सभेत भाषणंबिषणं करीत होतास काय ?''

ही चमत्कारीक बाई अक्षरश: माझा चेंडू करीत होती ! इतक्या परखडपणं मला तिनं आपल्या कुटुंबियांची कल्पना दिल्यामुळं मला तिचे आभार मानावेत असं वाटणं स्वाभाविक होतं. पण त्यावर लगेच तिनं मला हा टोला लगावला ! ही बाई मोठी बिलंदर आहे अशी माझी खात्री झाली. मी खुर्चीवरून उठता उठता तिला म्हणालो,

"येऊ मी ?''

"ये. पण मी सांगितलेलं सर्व लक्षात ठेवायचं ! त्याची वाच्यता कोणाजवळ करणार नाहीस याची खात्री आहे, पण तरीही बजावते, कोणाला काही बोलू नकोस !''

प्रकरण ४

माझ्यासोबत बन्सी फार्मपर्यंत सोबत म्हणून येणार होता. माझी जायची सर्व तयारी झाली आणि इतक्यात बंगल्यासमोर एक निळ्या रंगाची फियाट आली आणि जोरानं हॉर्न देत उभी राह्यली.

सरदारसाहेब दिवसातला बराच वेळ व्हरांड्यातल्या आरामखुर्चीवर बसून असायचे. ते पुढं झाले. गाडीतून एक पिळदार मिशा आणि भरदार शरीरयष्टीचे गृहस्थ उतरले. त्यांच्यामागोमाग एक बावीस तेवीस वर्षांची, गडद निळी साडी नेसलेली, बॉबकट केलेली तरुणीही उतरली. सरदारसाहेबांनी पुढं होऊन त्या गृहस्थांच्या हातात हात मिळवला. त्या मुलीच्या पाठीवर हात फिरवला. तिनं त्यापूर्वी सरदारसाहेबांच्या पायाला हात लावून नमस्कारही केला.

"आम्ही गेले चार दिवस आपली वाट पाहतो आहोत !" सरदारसाहेब त्यांना आत दिवाणखान्यात घेऊन जाता जाता म्हणाले.

"म्हणजे ?" त्या गृहस्थांनी क्षणभर थांबून विचारलं, "टेलिग्राम नाही मिळाला ? आमची ऐन वेळी मीटिंग ठरली म्हणून 'आज येईन' असं मी चार दिवसांपूर्वीच तारेनं कळवलं होतं !"

"ती तार आता आपण इथून गेल्यानंतर मिळेल आम्हाला !"

"कमाल आहे पोस्टखात्याची !"

"आताशी तारेच्या अगोदर पोस्टकार्ड पोचतं !" सरदारजी हसत हसत म्हणाले.

"भूपेंद्र कुठं आहेत ? ताईही कुठं दिसत नाही ?"

"ती आहे वर. भूप रायगडला गेला आहे. अजून त्याच्या डोक्यातलं ते हॉटेलचं फॅड गेलेलं नाही !"

"असं ? पण माणसाला असं काहीतरी डोक्यात फॅड हवंच ! राणी, तू जा ना आत. ऑन्टीला बोलव."

इतक्यात स्मितादेवी स्वत:च दिवाणखान्यात आल्या. आल्या आल्या त्यांनी राणीला जवळ घेऊन तिच्या गालाचं चुंबन घेतलं. तिचा हात हातात धरून त्या म्हणाल्या,

"ही इतकी उतरली कशामुळे ? अभ्यास फार करते काय महेश ही ?"

"तूच विचार, अभ्यास करते का दिवस अन् रात्र टेबलटेनिस खेळते ते !"

"तिला लहानपणापासून तो खेळ आवडतो हं ! एक ना एक दिवस ती ऑल इंडिया वुमेन्स चॅम्पियनशिप मिळणार !"

मी उत्सुकतेनं पुढं होऊन दिवाणखान्याच्या दरवाज्याजवळ उभं राहून आत पाहत होतो. माझ्याकडं लक्ष जाताच सरदारसाहेब म्हणाले,

"अरे संजय, बाजूला का उभा ? आत ये ना."

मला संकोचल्यासारखं झालं. वास्तविक मी तिथं जाऊन उभं राहायला नको होतं. पण आता सरदारसाहेबांनी पुढं बोलावल्यानंतर मला जाणंच भाग पडलं.

"महेश, हा आमचा नवीन इस्टेट मॅनेजर !"

"ओ ऽऽऽ ह, ग्लॅड टु मीट यू यंग मॅन !"

असं म्हणत महेशनी उठून माझ्या हातात हात दिला.

"राणी, तुला आमच्या फार्महाऊसवर राहायला आवडतं ना ? मग तुला याची चांगली ओळख करून घ्यायला हवी. ही वुईल बी द इन चार्ज

ऑफ अवर फार्महाऊस !''

"ग्लॅड टु मीट यू !'' राणी स्मित करून म्हणाली.

"संजय, तुझी गाडी चुकेल बरं.'' स्मितादेवींनी माझ्याकडं पाहून म्हटलं, "अकराच्या गाडीनंतर दुपारी दोनपर्यंत गाडी नाही. बन्सी केव्हाचा तयार होऊन बसला आहे.''

मी त्यांचा निरोप घेऊन निघालो.

स्टेशन दहा मिनिटांच्या रस्त्यावर होतं.

मी काही न विचारताच बन्सी सांगू लागला,

"हा महेश, बाईंचा मावसभाऊ. ती राणी त्याची मुलगी. आमच्या बाईसाहेबांना वाटतं की, राणीचं आणि भूपचं लग्न लावून द्यावं, म्हणजे आपोआपच बीनाची उचलबांगडी होईल ! पण ती बीना यांना दाद देते थोडीच ! संजयबाबू, समजा, या राणीचं आणि भूपचं लग्न झालं, तर या बीनाचं लग्न होईल ?''

"न व्हायला काय झालं ? तीसुद्धा दिसायला काही वाईट नाही !''

"दिसण्यावर काय करता ? चुलत भावाबरोबर फिरते हे सगळ्या जगाला ठाऊक झालंय !''

त्यावर मी हसून म्हणालो,

"बन्सी, तुझं जग हे फार लहान आहे ! जग फार मोठं आहे. बिलासपूरच्या लोकांना ते ठाऊक असेल, पण बाहेरगावच्या लोकांना त्याची काय कल्पना असणार ?''

"लग्नाअगोदर चौकशी करत नाहीत ?''

"अरे, पण त्या दोघांचं नातं बहीणभावाचं आहे. असा आक्षेप घेणंसुद्धा परक्या माणसांना कठीण जाईल !''

"पण काही म्हणा संजयबाबू, ही बीना एकदाची घरातून जायला हवी ! सारं घराणं विटाळून टाकलं आहे हिनं !''

"पण मला हे समजत नाही बन्सी, की हे नातं त्या दोघांत निर्माण झालंच कसं ?''

"लहानपणापासून दोघं एकत्रातच लहानाची मोठी झाली. त्या दोघांना एकमेकांशिवाय करमतच नाही. मी एकदा भूपबाबूंना म्हणालो धाडस करून...''

"काय म्हणालास ?''

"म्हणालो, जग नावं ठेवतं तुमच्या वागण्याला ? बीनाताई तुमची बहीण लागते !"

"मग काय म्हणाले ?"

"निर्लज्जपणं हसले आणि म्हणाले, 'चिमणी आपल्या कोठ्यात दोन अंडी घालते. ती उबवते. त्यातून एक नर आणि एक मादी तयार होतात. ती लहानाची मोठी झाली की एकत्र नाही राहात ? परत तीही अंडी उबवतात ! असं हे निसर्गचक्र चालूच असतं ! त्यात नीतीअनीतीचा प्रश्न निर्माण होतोच कुठं ? नीतीअनीती या सर्व कल्पना फक्त माणसाच्या मेंदूतून निघालेल्या आहेत. निसर्गाला ते मुळीच मान्य नाही !' - आता अशा माणसाला कसला शहाणपणा शिकवणार सांगा !"

"खरोखरच कठीण आहे ! पण माणूस आणि पशुपक्षी यांत काही भेद आहे की नाही ?"

"तेंच म्हणतो ना मी. परमेश्वरानं माणसाचा जन्म दिला, तर माणसासारखं वागावं !"

बन्सी पोटतिडकीनं बोलत माझ्यासोबत चालत होता. त्याची बरीचशी उमर सरदारसाहेबांच्या सान्निध्यात गेली होती. त्यांच्याविषयी त्याच्या मनात एक अकृत्रिम असा जिव्हाळा अन् ओढ निर्माण झालेली होती. केवळ त्यांच्याबद्दलच्या प्रेमामुळंच आपण त्या घरी राहत आहोत असं त्यानं मला या आठ दिवसांत कितीतरी वेळा सांगितलं होतं.

मी सहज म्हणालो,

"स्मितादेवींचा हेतू जर साध्य झाला, तर बीनाला हे घर सोडावंच लागेल !"

"बीना घर सोडील असं वाटतं ?"

"तिचा काय संबंध आहे त्या घरात आणि प्रॉपर्टीत तरी ? सरदारसाहेबांच्या जनक भावाची मुलगी ती. केवळ त्यांच्या कृपेमुळं लहानाची मोठी झाली. मी म्हणतो, तिच्यात आणि भूपेंद्रमधे जे हे विचित्र नातं निर्माण झालं ते होऊ नये यासाठी सरदारसाहेबांनी काहीतरी प्रयत्न करायला हवा होता !"

"ते बरोबर आहे. पण भूपची आई आजारी होती. शेताचं उत्पन्न मिळत नव्हतं. घराचं भाडं वसूल होत नव्हतं. घरचा खर्च अफाट वाढला होता.

महिन्याकाठी कमीत कमी दोनअडीच हजार रुपये जमवून आणावे लागत होते. घरगुती बाबींकडे त्यांनी लक्षच दिलं नाही. सुरुवातीला बहीण भावाचं प्रेम आहे, त्यात गैर काय, असं त्यांना वाटलं. पण जेव्हा सत्य समजलं तेव्हा कपाळाला हात लावून बसले !''

''स्मितादेवींनी त्यावर पायबंद घालण्यासाठी काही केलं नाही ?''

''सुरुवातीला त्यांना हे गौडबंगाल काय आहे याचा पत्ताच लागला नाही. पण हळूहळू त्यांच्याही सर्व ध्यानात आलं. त्यांनी बीनाशी बोलणं बंद केलं. तिचं लग्न करून टाकावं म्हणून सरदारसाहेबांना एकसारखा लकडा लावला. पण बीनानं आपणाला लग्नच करायचं नाही म्हणून सांगून टाकलं ! आता भूपच्या गळ्यात राणीला बांधायची योजना आखली आहे बाईसाहेबांनी ! काय काय होतंय बघायचं !''

स्टेशनचं आवार समोर दिसू लागलं. बन्सीनं चालण्याची गती वाढवली. तिकिटाच्या खिडकीजवळ भलीमोठी रांग उभी होती. घड्याळात पाह्यलं. अकराला फक्त पाचच मिनिटं अवधी होता. या रांगेत उभं राहून तिकीट मिळणार नाही अशी माझी खात्री झाली. तेव्हा गाडी चुकते की काय अशी शंका आली. पण बन्सी तिकिटाच्या रांगेत न उभा राहता माझ्याजवळ आला आणि म्हणाला,

''इकडून या. तिकीट घेत बसलो तर गाडी जाईल निघून !''

बन्सी दुसरीकडून आत घुसला अन् दोन तिकिटं घेऊन आला. आल्यावर मी बन्सीला विचारलं,

''बन्सी, तू शिकलास किती ?''

उत्तर देण्याऐवजी बन्सी हसला आणि म्हणाला,

''का विचारता हे ?''

''कधीकधी शिकलेल्या माणसासारखा बोलतोस, वागतोस म्हणून म्हटलं !''

''शाळेत शिकलं तरच माणसाला अक्कल येते बाबुजी ?''

''मी कुठं तसं म्हणतो ! उलट या जगात काय घडतं आहे हे उघड्या डोळ्यांनी बघणाऱ्यालाच जास्त अक्कल येते !''

''हां ऽऽऽ ! आता कसं बोललात बरोबर !''

स्टेशनवरची घंटा घणघणली. समोरून धुराचा लोट हवेत सोडत, मोठमोठ्यानं शिट्ट्या देत इंजिन येत होतं. फलाटावरच्या लोकांची धांदल

उडाली. गाडी येऊन स्थिरावताच बन्सीनं परत माझ्या हाताला धरून डब्यात आत खेचून घेतलं. डब्यात पाय ठेवायला जागा नव्हती. गुरासारखी माणसं रचलेली होती. तरीही बाहेरून आत घुसतच होती. माझ्या कानाशी तोंड नेऊन बन्सी म्हणाला,

"असल्या प्रवासासाठी·पैसे न देणंच बरं !"

मी हसलो आणि म्हणालो,

"कधीतरी सरकारी मेहमान होऊ !"

बिलासपूर सोडल्यानंतर पहिलंच स्टेशन नारंगपूर. गाडीची गती मंदावताच बन्सीनं मला हाताला धरून दाराजवळ खेचलं. गाडीत चढण्यासाठी जितकी धांदलधावपळ करावी लागली, तितकीच गाडीतून उतरताना.

स्टेशन लहानच होतं. कंपाऊंडच्या पलीकडं स्टेशनमास्तरचं क्वार्टर होतं त्यापलीकडं पोर्टरांची दोन घरं होती. आतूनबाहेरून चुन्यानं रंगवलेली, मंगलोरी कौलांची घरं साफसूफ होती. मी बन्सीसोबत गाडीतून उतरलो आणि फाटकाजवळ आलो तोच स्टेशनमास्तरनं तिकिटासाठी हात पुढं केला.

"बन्सी ? हे मेहमान कोण ?" मास्तरांनी विचारलं.

"हे आमचे नवीन इस्टेट मॅनेजर !"

"काय नाव आपलं ?"

"संजय देवकुळे."

"तुम्ही पुण्याकडचे काय ?"

"हो ऽऽऽ. आपण कसं ओळखलंत ?"

"मीही सासवडचा. पुणेरी माणूस बरोबर बोलण्यावरून ओळखू येतो. फार्महाऊसवरच राहणार तर ?"

"हो ऽऽऽ, देखरेख करायची म्हणजे तिथंच राहावं लागणार."

उतरलेल्या पॅसेंजरकडून तिकिटं घेताघेता मास्तर बोलत होते. पण मला पुण्याहून इतक्या दूर पुण्याजवळचाच माणूस भेटावा याचं आश्चर्य वाटलं !

"अच्छा बाबूजी, आम्ही जातो. ऊन होतंय."

"अरे बन्सी, जायची घाई का करतोस ? थांब, हे गाववाले भेटले आहेत, चहापाणी करू आणि मग जा."

बन्सीनं खुशीनं मान डोलावली.

दहावीस पॅसेंजर्स उतरले. जवळजवळ तितकेच चढले. गाडी निघून गेल्यानंतर स्टेशनमास्तर माझ्याकडे वळून म्हणाले,

"चला मिस्टर देवकुळे, चहा घेऊ घरी."

"आता या वेळी चहा कशाला ?"

"मग सरबत घेऊन जा."

मास्तरांच्या सोबत मी आणि बन्सी त्यांच्या क्वार्टरकडे आलो. दाराशी येताच मास्तरांनी हाक मारली,

"सुरेखा, ए सुरेखा, आज आपल्याकडे एक पाव्हणे आलेत !"

एक हसतमुख तरुणी दारातून टॉवेलला हात पुसत पुसत बाहेर आली. तिनं मला नमस्कार केला.

"हे संजय देवकुळे, सरदारांच्या फार्मवर इस्टेट मॅनेजर म्हणून येताहेत !"

"पुण्यात कुठं घर तुमचं ?"

"पुण्यात म्हणजे अगदीच पुण्यात नव्हे. चिंचवडला."

"म्हणजे पुणंच की. चिंचवड, खडकी, शिवाजीनगर हा सगळा पुण्याचाच भाग झालाय आताशी."

"हो. तसं झालंय खरं !"

"सरबत बनव सुरेखा. का जेवण करता ?"

"जेवण नको. आम्ही घरून खाऊनच निघालो. फक्त सरबत द्या." बन्सी म्हणाला.

मास्तरांनी आपला पांढरा कोट काढून हँगरला अडकवला आणि ते माझ्याकडं वळून म्हणाले,

"सरदार माणूस फार मोठ्या दिलाचा हं !"

"त्यात काही वाद नाही !" आठ दिवसांच्या माझ्या अनुभवावरून मी खात्रीपूर्वक म्हणालो.

"पण त्यांना या जनिनीवर देखभाल करायला विश्वासू माणूसच मिळत नाही !"

"तुम्ही किती वर्षं इथं आहात ?"

"हे पाचवं साल."

"पाच वर्षं तुम्ही इथं आहात ?"

“होय. पण प्रथम आलो तेव्हा एकटाच होतो. गेल्याच साली लग्न झालं आमचं.”

“अस्सं ! मग वहिनींना करमतं का इथं ?”

“वाचते दिवसभर काही ना काही. त्यात घरचं काम असतं. ड्यूटी संपली की आम्ही तुमच्या फार्महाऊसपर्यंत फिरायला जातो. मोठी रमणीय जागा आहे !”

“पण मास्तरसाहेब, अगदी अनपेक्षितरीत्या तुमची भेट झाली हं ! हा बन्सी म्हणाला होता की, या स्टेशनचे सर्व लोक ओळखीचे आहेत, पण त्यानं तुम्ही पुण्याकडचे आहात असं काही सांगितलं नव्हतं !”

“सांगितलं असतं तर ही गंमत वाटली असती का ?” बन्सी हसत हसत म्हणाला.

“बरं, आपल्याकडची आणखी कोण कोण माणसं आहेत या भागात ?”

“तशी खूप आहेत हो. बिलासपूरला एक जेलर आहेत, ते सांगलीकडचे आहेत. इथून सहा मैलांवर एक छोटं गाव आहे, सराई. तिथं एक कॉंट्रॅक्टर राहतात. बॅचलर आहेत !”

“अस्सं ? काय नाव त्यांचं ?”

“शामकांत ढवळे.”

“नाव कुठंसं ऐकल्यासारखं वाटतंय !”

“पुण्यातच ऐकलं असेल. फर्ग्युसनला होते. मॅथेमॅटिक्सला सेंटरला पहिले आले होते. नंतर आर्किटेक्चरला नागपूरला आले.”

“काय वयाचे आहेत ?”

“तुमच्याआमच्या वयाचेच आहेत.”

“मग हरकत नाही. पुणं सोडल्याची फार हळहळ वाटायचं कारण नाही ! पण काय हो, या भागात दरोडेखोरांचा फार उपद्रव होतो ?”

“दरोडेखोर आहेत, नाही असं नाही, पण आपणाला तसा त्यांचा उपद्रव व्हायचं कारण नाही. बड्याबड्या धडांना लुबाडतात, मुलंमाणसं ओलीस नेऊन ठेवतात. पण आपल्या या भागापेक्षा मध्यप्रदेशाच्या उत्तर भागात त्यांचा वावर जास्त प्रमाणात असतो.”

सुरेखाबाईंनी ट्रेमधून सरबताचे ग्लास आणून आमच्यासमोर ठेवले

आणि खांद्यावरचा पदर पुढं ओढून घेत त्या म्हणाल्या,

"मलासुद्धा खूप भीती वाटली प्रथम, पण ते बिचारे आपल्यासारख्यांच्या वाटेला येत नाहीत !"

"मला सरदारसाहेबांनी पहिल्याच दिवशी त्यांच्याबद्दल सांगितलं !"

"सरदारसाहेबांसारख्या बड्या लोकांनाच त्या लोकांची भीती वाटते ! काय बन्सी ?" हसत हसत मास्तर म्हणाले.

बन्सी सरबताचा ग्लास एका दमात संपवून म्हणाला,

"सरदारसाहेबांना भिण्यासारखं आता काही कारण उरलेलं नाही ! पुढच्या साली या मॅनेजरबाबूंनी चांगलं धान्य पिकवलं तर थोडी परिस्थिती सुधारेल !"

"छोट्या बाबूंची नवीन काय 'स्कीम' सुरू आहे ?" मास्तरांनी बन्सीला विचारलं.

"हॉटेल काढणार आहेत, रायगड हायवेवर !"

"हॉटेल ? माय गॉड ! संजयराव, अहो हा गृहस्थ इतका भोळसट आहे, कुणीही त्याला हातोहात फसवावा ! मागं वर्ष दीड वर्षाखाली बर्माशेलची एजन्सी देतो म्हणून एका भामट्यानं दहा हजाराला टोपी घातली !"

"माझी अन् त्यांची अजून तशी जानपहचान झालेली नाही. शिवाय मी इथं राहणार आहे की नाही याची मला सुरुवातीला कल्पना नव्हती. आठ दिवसांपूर्वी ते गेले आहेत, अजून परतले नाहीत. पण मला वाटू लागलंय की, समजुतीच्या चार गोष्टी त्यांना सांगितल्या तर बरं होईल !"

"त्याचा काहीएक उपयोग होणार नाही संजयराव !"

"बरंय तर. निघू या." बन्सी मधेच म्हणाला.

"हो ऽऽऽ. जायला हवं." असं म्हणून मीही उठलो.

मास्तर परत कोट चढवता चढवता म्हणाले,

"सुरेखा, साडेबाराला मालगाडी येणार आहे, ती गेल्यावर येतो जेवायला."

"या ऽऽ."

सुरेखाताईंनी मला नमस्कार करून निरोप देताना म्हटलं,

"काही नडीतोडीला लागलं तर निरोप पाठवा. संकोच बाळगायचं कारण नाही !"

"अरे हो, हे मीच तुम्हाला सांगायचं ठरवलं होतं, पण माझ्या अगोदर हिनंच तो चान्स घेतला !" मास्तर डोक्यावर पांढरी हॅट चढवत म्हणाले.

"हो, हो ऽऽऽ !" सुरेखाताईंनी मास्तरांची चेष्टा करण्याच्या सुरात म्हटलं.

मी बन्सीसोबत फार्मच्या रोखानं चालू लागलो. एक प्रेमळ महाराष्ट्रीयन दांपत्य आपल्यापासून मैल दीड मैल अंतरावर आहे, या गोष्टीमुळं मला फार मोठा आधार वाटू लागला.

ऊन अधिकच प्रखर झालं होतं. रस्त्यावर एकदेखील झाड किंवा झुडूप नव्हतं. अंगातून घामाच्या धारा वाहत होत्या. दूर टेकडीवर दिसणाऱ्या घराकडं बोट करून बन्सी म्हणाला,

"तो बघा फार्मातला बंगला. बंगल्याच्या खिडकीतून हे स्टेशन, वर येणाऱ्या गाड्यादेखील दिसतात !"

"बन्सी, पण वाहनांची काहीतरी सोय असायला हवी होती."

"बाबूजी, आता सरदारसाहेबांची परिस्थिती पार बिघडून गेलीय, नाहीतर या अगोदर या स्टेशनजवळ आमचा टांगा हमेशा असायचा. एक माणूसच नेमला होता त्यासाठी. त्याला स्टेशनवरच मुक्काम करावा लागे, पण आता माणसांनाच खायला मिळायची मारामार, त्या घोड्याला काय घालायचं ? या सरदारसाहेबांचं सारं ऐश्वर्य लयाला गेलं. बरं, मुलगा तरी शहाणा निघावा की नाही ? पण तोही वाट लावणाराच निघाला !"

"बन्सी, माझी अन् भूपेंद्रची तशी जानपहचान झाली नाही पण मला वाटतं, तो एक चारसहा महिने माझ्या संगतीत राह्यला तर मी त्याच्यात काही तरी परिवर्तन घडवू शकेन !"

बन्सी कपाळाला हात लावून हसला आणि म्हणाला,

"बाबूजी, तुम्ही काय वाट्टेल ते करा, छोट्या सरकारांना कधीही तुम्हाला सुधारता येणार नाही ! भयंकर एककल्ली आणि चक्रम माणूस आहे तो ! त्यांच्या घराण्यात शहाणी आहे ती एकच - रोमा ! ती बिचारी इकडं फिरकतसुद्धा नाही. यांची तोंडसुद्धा पाहायला नको म्हणते !"

"स्मितादेवींना रोमाबद्दल काय वाटतं ?"

"वाटायचं काय त्यात ? पण रोमा दिसायला सुंदर आहे म्हणून स्मितादेवी

मात्र तिचा मनातून दुस्वास करतात ! ती शिकते आहे तिकडं, सरदारसाहेब तिला पैसे पाठवतात, पण तेही या बाईला चोरून ! पण तिला ते ठाऊक आहे. नवराबायकोची अगदी कडाक्याची भांडणं होतात. पण सरदारसाहेब त्या बाबतीत मात्र कुणाला भीक घालत नाहीत !''

"असं आहे तर सगळं वातावरण ! बाकी आल्या आल्या मला हे समजलं हे फार बरं झालं !''

टेकडी अगदी जवळ आली होती. टेकडीच्या नागमोडी रस्त्याच्या कडेला बोरी आणि तरवडीची झुडपं वाढली होती, टेकडी चढता चढता माझं लक्ष टेकडीच्या पलीकडून वाहणाऱ्या ओढ्याकडं गेलं.

"बन्सी, अरे हा डोंगरातून कुठला ओढा वाहतो ?''

"तो तिकडं दूर दोनअडीच मैलांवर उगम पावलेला छोटासा झरा आहे. त्यातून वाहतोय.''

"म्हणजे या डोंगरावरसुद्धा जिवंत पाण्याचे झरे आहेत ?''

"आहेत, पण आपल्याला त्याचा काय उपयोग ? दोनअडीच मैलांवरून वाहतोय.''

"ती जमीन कोणाची ?''

"हा आपला पंचावन्न एकराचा डाग सोडला तर बाकी सगळा डोंगर सरकारी मालकीचा आहे. पूर्वी यावर खूप दाट झाडी होती. लोकांनी तोड करून आता सगळा डोंगर उघडाबोडका करून टाकला आहे. पण ते झालं ते एका अर्थी बरंच !''

"ते कसं काय ?''

"दरोडेखोर येऊन ठाण मांडायचे ना इथं ? आता जंगल तुटलं, त्यांचा आसराच निघून गेला.''

बोलत बोलत आम्ही टेकडी चढून वर माथ्यावर आलो आणि सरदारसाहेबांची ती एकडाग पंचावन्न एकरांची काळीकुळकुळीत जमीन समोर दिसली. मी पुढं होऊन जमिनीतली थोडी माती उचलून घेऊन बारकाईनं पाहत म्हटलं,

"इतक्या उंचावर अशी काळी जमीन क्वचित् असते बन्सी. अरे, या जमिनीचा दर्जा फार उच्च आहे. शंभर नंबरी सोनं आहे हे सोनं !''

"पण बाबूजी, घडवल्याशिवाय सोन्याला मोल येतं का कधी ?"

"बरोबर आहे तुझं !"

त्या ठिकाणी थांबून मी सभोवार दृष्टी टाकली. मागं पश्चिमेला स्टेशनच्या पांढऱ्या रंगवलेल्या इमारती धगधगत्या उन्हात स्पष्ट दिसत होत्या. मघा स्टेशनमास्तरांनी सांगितलेली मालगाडी स्टेशनात येत होती. हवेत धुराची एक रेषा उमटत होती. इंजिननं स्टेशन जवळ येताच दिलेली शिट्टी मला ऐकू आली.

"बन्सी, गाडीची शिट्टी इथपर्यंत ऐकू येते ?"

"शिट्टीचं काय घेऊन बसलात बाबूजी, पहाटे चारला कलकत्ता मेल इथून जाताना उशाजवळून गेल्यासारखा आवाज येतो. त्या खोऱ्यात बराच वेळ गाडीचा आवाज घुमत असतो."

"ते एक फार छान आहे !"

"छान कसं ?"

"खरं सांगायचं म्हणजे रेल्वे स्टेशन मला फार आवडतं. लहान असताना मी शाळा चुकवून तासन्तास चिंचवड स्टेशनवरून जाणाऱ्या मालगाड्यांचे डबे मोजत असे. मला फार आकर्षण आहे रेल्वेचं ! मी गार्ड किंवा इंजिनड्रायव्हर व्हायची स्वप्नं रंगवायचो लहानपणी !"

बन्सी हसला आणि तंबाखूची चंची काढून चिमूटभर तंबाखू घेऊन ती डाव्या हाताच्या तळव्यावर चोळत म्हणाला,

"आता मास्तरसाहेब तुमच्या गावाकडचेच भेटलेत. इथं कंटाळा आला की स्टेशनवर जाऊन बसा खुश्शाल !"

"पण आता मला बसायला सवड मिळेल की नाही ही शंका आहे ! सरदारसाहेबांच्या इस्टेट मॅनेजरची ही नोकरी स्वीकारलेली आहे, तेव्हा त्यांना माझी कर्तबगारी दाखवायला हवी प्रथम ! बन्सी, ही घरं कोणाची ? ओळीनं चार बैठी घरं शेताच्या उत्तर बाजूला होती, त्याकडं बोट करून मी विचारलं.

"ती आपल्या शेतावर राबणाऱ्या मजुरांची."

"अच्छा ! म्हणजे इथं थोडी का असेनात, पण सोबतीला घरं आहेत ही चांगली गोष्ट आहे ! चल, आपण प्रथम त्यांच्याकडंच जाऊ."

"आपण कशाला जायचं ? त्यांनाच बंगल्यावर बोलावून घेऊ की.

आजपर्यंत कोणी मॅनेजर त्यांच्या झोपड्यांकडं गेले नव्हते.''

''आजपर्यंत जे घडलं ते माझ्याकडून घडणार नाही ! त्या लोकांना माझ्याबद्दल आपुलकी वाटायला हवी. त्यांच्यावर हुकुमत किंवा सत्ता गाजवणारा कोणी नवखा माणूस इथं आला आहे, असं त्यांना वाटता कामा नये !''

बन्सी माझ्या तोंडाकडेच पाहत राहिला. मी असं काही बोलेन याची त्याला मुळीच कल्पना नसावी. तो माझ्यासोबत झोपड्यांच्या रोखानं काही न बोलता विचार करीत चालू लागला, पिंपळाच्या झाडाखाली बांधलेल्या त्या झोपड्यांजवळ आम्ही येताच एक साधारण चाळीस-पंचेचाळीस वर्षांचा, डोक्याला चौकड्याचा रुमाल बांधलेला माणूस पुढं झाला. त्यानं प्रथम बन्सीला आणि नंतर मला नमस्कार केला.

''लखम, हे बाबूजी; आपले नवीन मॅनेजर.''

ती ओळख सांगताच लखमनं मला आणखीन एक नमस्कार केला.

''बंगा, सोरज कुठं आहेत रे ?''

''नारंगपूरला गेले आहेत. आज बाजाराचा दिवस.''

''त्या चौथ्या झोपडीत कोण राहतं ?''

''तिथं गिरिजा राहते. तिचा नवरा पहाड इथंच कामावर होता. दोन वर्षाखाली तो मेला. दोन मुलं आहेत.''

लखमनं घरातून एक सतरंजी आणली आणि आपल्या घरासमोरच्या पिंपळाच्या कट्ट्यावर अंथरली. मी झाडाच्या खोडाला टेकून बसलो. लखम आणि बन्सी बाजूला बसले. लखमनं आपली चंची काढली आणि तंबाखूची चिमट बन्सीच्या हातावर ठेवली. पुण्याहून इतक्या दूर मध्यप्रदेशातदेखील शेतकऱ्यांत तंबाखू इतकी प्रिय आहे हे पाहून थोडं आश्चर्य वाटलं.

''लखम, बाबूजी इथंच बंगल्यात राहणार आहेत.'' बन्सी तंबाखू चोळता चोळता म्हणाला.

''बंगल्यात राहणार ? मला वाटलं, रोज जाऊन येऊन असणार !'' लखम चोळलेली तंबाखू दाढेत ठेवण्यापूर्वी काहीतरी आठवल्यासारखं करून आपल्या घराकडं पाहत म्हणाला, ''लच्छी ऽऽऽ ओ लच्छी ऽऽऽ.''

एक बारा-चौदा वर्षांची गोरीपान पोरगी पुढं आली.

''बेटी, बंगल्याची चावी घे आणि झाडून काढ जा.''

“लखम, एवढ्यात सगळा बंगला साफ करायचं काही कारण नाही. आतापुरत्या एकदोन खोल्या साफ करून घे.” मी म्हणालो.

त्या चारही झोपड्यांच्या दारांतून बायका आणि मुलं माझ्याकडं पाहत असल्याचं मला जाणवलं. पण मी तिकडं दुर्लक्ष करून म्हणालो,

“लखम, मी या भागात अगदी नवखा आहे. आमच्याकडची शेती आणि इकडची यांत फार फरक आहे. तेव्हा जरी मी मॅनेजर म्हणून इथं राहणार असलो तरी वेळोवेळी तुलाच मला मार्गदर्शन करावं लागेल !”

लखमला मी असा मोठेपणा दिल्यानं तो गालातल्या गालात हसून तंबाखूची पिंक टाकून म्हणाला,

“बाबूजी, सरदारसाहेबांनी आपणाला इथं पाठवलं ते तुम्हाला शेतीची माहिती असल्याशिवायच ? असं व्हायचं नाही !”

“अरे, मला शेतीची माहिती आहे. तसं म्हणशील तर मला समजायला लागल्यापासून आमची साडेपाच एकर जमीन मीच पाहत होतो. दोघे थोरले भाऊ होते, पण दोघेही नोकरदार. त्यांनी सारं काही माझ्यावर सोपवलेलं होतं. पण ती फक्त साडेपाच एकर जमीन होती अन् ही आहे पंचावन्न एकर ! म्हणजे माझ्यासारखी आणखी दहा माणसं लागतील इतकी जमीन कसायला ! खरं की नाही ?”

लखमनं बन्सीकडं पाह्यलं. बन्सीला मात्र मी पहिल्या क्षणापासून कसकशी पावलं टाकतो आहे याचं कौतुक वाटत होतं.

“बरं, विहिरीची काय स्थिती आहे ?”

लखम दूरवर एका दगडी चबुतऱ्याकडं बोट करून म्हणाला,

“ती तिथं एक विहीर आहे आणि बंगल्याच्या पलीकडं एक आहे. बंगल्याच्या विहिरीला वर्षभर पाणी असतं, पण अगदीच अपुरं. वरची विहीर सहा महिने कोरडी असते.”

“लखम, तू, बंगा आणि सोरज, आपण एकत्र बसू. यापुढं काय काय करायचं हे ठरवू. शेतीची माहिती आहे म्हणून काही इतक्या मोठ्या जमिनीची देखभाल सहजासहजी मला जमणार नाही.”

इतक्यात गिरिजा एका तांब्यातून दूध आणि हातात एक कप घेऊन पुढं आली. तिनं डोक्यावरचा पदर तोंडावर ओढून घेतला होता. बन्सीजवळ दुधाचा

तांब्या ठेवून ती झाडाच्या मागं जाऊन उभी राह्यली. बन्सीनं कपात दूध ओतलं. पिवळंजर्द दूध पाहून मी म्हणालो,

"हे इतकं पिवळं कसं ?"

"गायीचं आहे." लखम म्हणाला.

"हिची मुलं कुठं आहेत ?"

"बाजाराला गेली आहेत."

"ठीक आहे. संध्याकाळी सर्वांचीच भेट होईल."

"बाबूजी, आपण बंगल्याकडं जाऊ या ?" बन्सीनं विचारलं.

"थांब ना. यापुढं बंगल्यातच राहायचं आहे ! आपण जरा विहीर पाहून घेऊ."

"जरा ऊन कमी होऊ दे." लखम म्हणाला.

"ऊन ? लखम, शेती करायची म्हटल्यानंतर ऊन, पाऊस, थंडी यांची पर्वा करून भागतं ?"

मी उठलो. माझ्यामागोमाग बन्सी आणि लखम दोघेही उठले. प्रथम दगडी चबुतऱ्याच्या विहिरीकडं आलो. दगडी, बांधीव विहिरीला शेवटपर्यंत पायऱ्या होत्या. मी पायातल्या वहाणा काठावर ठेवून विहिरीत उतरलो. स्वच्छ अशा नितळ पाण्यातून तळ स्पष्ट दिसत होता. पण तळावर चिक्कार गाळ साचलेला होता. माझ्या मागोमाग पायऱ्या उतरून आलेल्या लखमला मी विचारलं,

"गाळ केव्हा उपसला होता ?"

"धा साल होऊन गेले असतील."

"दहा वर्षं गाळ उपसला नाही ? कमाल आहे ! अरे, झऱ्याची तोंडं बुजून गेली असतील ना ?"

"बाबूजी, गाळ काय आम्ही लोक उपसणार आहोत थोडाच ? मालकांनी, मॅनेजरनी लक्ष द्यायला नको ?"

"हो ऽऽऽऽ, तेही खरंच आहे ! आता पहिलं काम हे गाळ उपसायचं. त्या बंगल्याच्या विहिरीची काय स्थिती आहे ?"

"हाच प्रकार तिथंही !" लखम म्हणाला.

"जून सुरू होण्यापूर्वी या दोन्ही विहिरींचा गाळ उपसणं अत्यावश्यक

आहे.'' मी पायऱ्या चढून वर येता येता म्हणालो.

''आजपर्यंत इतके मॅनेजर येऊन गेले, पण एकानंही या विहिरीच्या पायरीला पाय लावला नव्हता !'' लखम म्हणाला.

''त्यामुळेच या जमिनीची ही दशा होऊन गेलीय. माझ्या अंदाजाप्रमाणं जर या विहिरी गाळ उपसून साफ केल्या, तर किमान दहा एकर जमीन बारमाही भिजवू शकतील.''

नंतर बंगल्याजवळची विहीर मी येऊन पाहिली. तिचीही तीच अवस्था, पाण्याचा उपसा न झाल्यामुळं विहिरीच्या पाण्यावर शेवाळं मातलं होतं.

''अरे, मग पिकं घेत होता कोणती ?''

''बाजरीशिवाय दुसरं काहीच नाही.''

''लखम, चालू साली किमान दहा एकर जमिनीत बागायतीची लागवड करायला हवी.''

बन्सी त्यावर हसला आणि म्हणाला,

''बाबूजी, बागाईत करायला पैसा घालावा लागतो अगोदर ! आमचे सरदारसाहेब एक पैसा घालायला तयार नाहीत, बागाईत होईल तरी कशी ? लागवड नको ?''

''लागवड घालावीच लागेल. खतंही घालावी लागतील.''

''सरदारसाहेबांच्याकडून एक दमडा मिळणार नाही बाबूजी !'' बन्सी बोलून गेला.

''असं करून कसं चालेल ?''

बोलत बोलत आम्ही बंगल्यापाशी आलो. टेकडीच्या पश्चिम टोकावर दुमजली बंगला उभा होता. पण बंगल्याची सारी दुर्दशा झालेली ! गेल्या कित्येक वर्षांत भिंतींना रंगाचा स्पर्श झालेला नव्हता. लाकूडसामान पांढरंफटफटीत पडलं होतं. जागोजागच्या फरशा पोकळ झाल्या होत्या. त्यावरून चालताना त्या किंचित् आत दबायच्या. एकूण या शेताकडं आणि बंगल्याकडं सरदारसाहेबांचं मुळीसुद्धा लक्ष नव्हतं हे मला स्पष्ट दिसत होतं.

लखमच्या मुलीनं बंगल्यातल्या दोन दर्शनी खोल्या झाडून साफ केल्यानंतर मी आत जाऊन पाह्यलं. खूप जुनं फर्निचर होतं. मोठमोठी कपाटं होती. आरसे, सोफासेट, कोच, दिवाण सर्व काही होतं. पण ते एखाद्या पुरातन किल्ल्यातल्या

वस्तूंसारखं धूळ खात पडून होतं. कोचातून स्प्रिंगच्या तारा बाहेर डोकावल्या होत्या. खाली अंथरलेल्या गालिच्याची फर साफ निघून गेलेली होती. भिंतींच्या कोपऱ्यांवर आणि छतावर कोळीष्टकं दाटली होती. मी बन्सीकडं पाह्यलं. त्यानं माझ्या नजरेतला आशय तात्काळ ओळखला आणि तो म्हणाला,

"सगळंच डबघाईला आलेलं आहे. तुम्ही एकटे काय करणार आहात ?"

"बन्सी, अजूनही वेळ गेलेली नाही ! या ओसाड पडीक जमिनीचं यापुढंही नंदनवन करता येईल ! बंगल्यालाही ऊर्जितावस्था प्राप्त करून देता येईल. पण मला सरदारसाहेबांनी थोडं सहाय्य करायला हवं !"

"ती कल्पनाच डोक्यातून काढून टाका बाबूजी ! त्यांच्याजवळ होता-नव्हता तेवढा पैसा भूपसाहेबांनी वाट लावून टाकला आहे. आता बिलासपुरातल्या बंगल्यावर एक लाख कर्ज घेऊन हॉटेल काढणार म्हणतो ! म्हणजे राहायला निदान चांगला आसरा आहे तोही सावकाराच्या कर्जात लिलावाला निघणार !"

"बन्सी, अरे या लोकांजवळ इतकं असून त्यांची अशी स्थिती झालीय याचं दुःख होतं ! सरदारसाहेब कधी विचार करीत नाहीत याचा ?"

"सरदारसाहेब म्हणतात, माझ्या हयातीपर्यंत कसंतरी चाललं की झालं ! आपल्या पश्चात् काय होईल याची त्यांना फिकीर नाही ! आणि त्यांचं म्हणणंही बरोबर आहे बाबूजी. मुलाबाळांवर प्रेम असणारा माणूस आपल्या पश्चात् त्यांचं कसं होईल याची चिंता वाहतो. बडेबाबूंना अशी चिंता वाटण्यासारखं कोण आहे ?"

"स्मितादेवी नाहीत ?"

"स्मितादेवी ! घरधन्याची नोकरानं निंदा करणं बरं नाही बाबूजी ! थोडे दिवस जाऊ देत, तुम्हांला सारं काही समजून येईल !"

मी हसून म्हणालो,

"ते काही असो बन्सी, मी सरदारसाहेबांची ही जबाबदारी एकदा स्वीकारलेली आहे; ही जमीन माझ्या स्वतःच्या मालकीची आहे असं समजून इथं मी राबणार आहे."

"तुम्ही राबाल बाबूजी, पण पैसा कुठला घालाल ?"

"बघू. आणखीन या गोष्टीवर विचार करून ठरवतो. तुला परत जायला हवं ना ?"

“हां ऽऽऽऽ.”

लखम बंगल्यासमोरच्या झाडाखाली बसून वाळलेला पाला, काटक्या गोळा करून कंपौंडच्या बाहेर टाकत होता. त्याला बन्सीनं हाक मारली,

“लखम, मी जातो. या बाबूजींना दोन्ही वेळचं जेवण रेल्वेतून पाठवून दिलं जाईल. तू ते स्टेशनवरून घेऊन यायचं.”

“अरे बन्सी, हा उपद्‌व्याप कशाला करता ? मला फारसं काही लागत नाही. काही गरज पडली तर लखम आहे, पहाडची बायको आहे. यांनी माझ्या जेवणासाठी दोन-दोन मैलांची पायपीट करायचं कारण नाही. उद्या एक स्टोव्ह, चार भांडी पाठव म्हणजे झालं.”

“भांडी आणि स्टोव्ह तर इथंच आहे.”

“कुठं ?”

“या, आत या माझ्यामागं.”

बंगल्यातल्या रसोईत मला बन्सी घेऊन गेला आणि त्यानं त्या खोलीतलं कपाट उघडलं. एका वेळी पंचवीसपन्नास माणसं जेवू शकतील इतकी भांडी होती. ताटं, वाट्या, दोन स्टोव्ह, सर्व काही त्या कपाटात रचलेलं होतं.

“अरे, हे मला ठाऊक नव्हतं !”

“भूपबाबूंच्या आई या बंगल्याशिवाय कुठंच राहायला मागत नव्हत्या. त्यांचाच सगळा संसार आहे हा.”

“बन्सी, सरदारसाहेबांना सांग मी एक-दोन दिवसांत परत येतो म्हणून.”

“ठीक आहे. लखम, बाबूजींना काही लागलं सवरलं तर बघ हं. नवीन आहेत.”

लखमनं मान हलवली आणि बन्सीच्या हातावर जाताना त्यानं तंबाखूची चिमूट ठेवली.

मी बॅगेतला पायजमा काढून घेतला. कपडे बदलले. लच्छीनं पाण्याची कळशी अन् बादली भरून आणली. बारा-तेरा वर्षांची लच्छी ही लखमची पोरं असावी असं थोडंसुद्धा तिच्या चेहऱ्यात साम्य नव्हतं. लच्छी गोरी, भुऱ्या केसांची अन् गुटगुटीत होती. अद्याप ती परकर-पोलकं घालत होती, पण तिच्या उरोजांच्या आकारावरून फार तर वर्षभरातच तिला साडी नेसावी लागेल असं वाटत होतं.

बंगल्यातल्या दिवाणखान्यात भूपेंद्रच्या दिवंगत आईचं मोठं ऑईल पेंटिंग होतं. त्यावरही धूळ साचलेली होती. त्या बंगल्यावर त्यांचं प्रेम होतं असं मघा बन्सी मला म्हणाला होता. तेव्हा त्यांचा फोटो पाहून मी हात जोडले अन् म्हणालो,

"आई, तुमच्या या वास्तूत मी राहायला आलो आहे ! नवखा आहे मी ! आपले आशीर्वाद असू द्या माझ्या पाठीशी !''

त्याच क्षणी तीन आठवड्यांपूर्वी वारलेल्या माझ्या आईची मला आठवण आली !

प्रकरण ५

रात्री बारा वाजेपर्यंत मी जागा होतो. सरदारसाहेबांच्या या फार्मचा जर कायापालट करायचा झाला तर कोणत्या गोष्टी करणं अत्यावश्यक आहे याची मी एक यादी तयार केली. त्यात दोन्ही विहिरींचा गाळ उपसण्यापासून ते कुठे कुठे जमीन चढ-उतार होती ती लेव्हलिंग करण्यापर्यंत सर्व बारीकसारीक गोष्टींचा उल्लेख होता. शेवटी त्या कामासाठी येणाऱ्या खर्चाची जेव्हा मी बेरीज केली तेव्हा ती जवळजवळ वीस हजारापर्यंत येऊन ठेपली. इतकी रक्कम हाती असल्याशिवाय मला काहीही करता येण्यासारखं नव्हतं. पण बन्सी तर सांगून गेला होता की, सरदारसाहेब शेतीपायी एक दमडीदेखील खर्च करायला तयार नाहीत. आता यातून मी मार्ग काढणार तरी कसा ?

बाराच्या सुमाराला कॉटवर आडवा झालो. नारंगपूरच्या स्टेशनवरून रात्री जाणाऱ्या-येणाऱ्या गाड्यांच्या शिट्ट्या आणि इंजिनांची धडधड खरोखरच अगदी स्पष्ट ऐकू येत होती. लखम मला म्हणाला होता, 'आपण नवीन आहात, सोबतीला झोपण्यासाठी मी येऊ का ?' पण मीच त्याला सांगितलं होतं की, तशी काही आवश्यकता नाही.

कॉटवर पडल्यानंतर डोक्यातले शेताबद्दलचे विचार

थांबताच वाटलं; 'स्वतःच्या वडिलोपार्जित शेतीचे तुकडे होणार, भावाभावांत वैमनस्य वाढणार म्हणून मी घर सोडलं आणि आता इथं दुसऱ्याच्या मालकीच्या शेताबद्दल इतक्या दूर येऊन विवंचना करायला लागावी हा कसला योगायोग ? त्यात सरदारसाहेबांच्या घरचं वातावरण हे असं विचित्र ! कोणाचा पायपोस कोणाच्या पायात नाही ! डोक्याला ताप नको म्हणून घर सोडलं आणि हा विकतचा ताप स्वीकारला ! हा शहाणपणा की मूर्खपणा ?'

"पण जगात कुठंही गेलो तरी अगदी सुखाचं सुरळीत जीवन माझ्या वाट्याला येईलच कशावरून ? कुठंतरी या पृथ्वीतलावर पाय टेकायलाच हवे ना ? जन्मभर भटकंती करून काय मिळणार आहे मला ? त्यापेक्षा ही जमीन माझी स्वतःची आहे या समजुतीनं काही कष्ट करीत राह्यलो तर ?"

"अरे, कष्ट करशील, पण पैसा नको का मालकानं घालायला ? इथून निघून जावं. कुठंही शे-चारशे रुपयांची नोकरी धरावी. ती स्मितादेवी, ती बीना, तो भूपेंद्र, हे लोक मला सुखानं इथं जगू देतील असं वाटत नाही !"

बराच वेळ डोक्यात असा विचारांचा घोळ माजून राह्यला होता. बारा झाले. साडेबारा झाले, एक होऊन गेला. तरी डोळ्याला डोळा लागत नव्हता. कॉटवर उठून बसलो. पश्चिमेची खिडकी उघडली. तारका-ग्रहांनी आकाश फुललं होतं. दूर स्टेशनवरचे दिवे लुकलुकत होते. औटर सिग्नलचा लाल ठिपकादेखील एखाद्या ग्रहासारखा दिसत होता. तो लाल ठिपका पाहून परत मनात विचार आला, 'हा लाल दिवा म्हणजे धोक्याची सूचना ! येणाऱ्या वाहनांना थोपवून धरणारी खूण ! त्या लाल दिव्याचा रंग बदलून तो हिरवा झाल्याशिवाय स्टेशनात गाडी येऊ शकत नाही. डोळ्यासमोर एक अदृश्य लाल दिवा तेवतो आहे ! तू पत्करलेली ही जबाबदारी अत्यंत धोकादायक आहे ! मनस्ताप करणारी आहे. शे-दोनशे रुपये पगार मिळेल इथं, पण तुझं किती रक्त आटलं जाईल ? अजूनही वेळ गेलेली नाही. विचार कर !'

परत कॉटवर येऊन पडलो. हातातल्या घड्याळात पाह्यलं. रेडियमच्या अस्पष्ट अशा ठिपक्यांत दोन वाजले होते. आता मात्र झोपायला हवं हं; असं ठरवून मी डोक्यातले उलटसुलट विचार हाकून लावून झोपायचं ठरवलं.

झोप केव्हा लागली काहीच समजलं नाही. पण डोळे उघडले तेव्हा

सकाळचे नऊ वाजले होते. झोप पूर्ण झाली होती. नाइटसूटचा शर्ट चढवून मी व्हरांड्यात आलो आणि अचानक तो सारा परिसर माझ्या कित्येक वर्षांच्या परिचयाचा असल्यासारखं मला वाटू लागलं.

हा बंगला, ही बाजूची विहीर, त्या विहिरीच्या काठावर गच्च असं वाढलेलं हिरव्या चाफ्याचं झुडूप, त्यापलीकडं ओळीनं अशी उभी असलेली रामफळाची पाच झाडं, सर्वांत शेवटी असलेलं ते आंब्याचं झाड - हे सर्व मी केव्हातरी पाह्यलंय ! पण केव्हा ? छे ! उगाच भास होतोय मला ! काहीतरी घोटाळा आहे खास !

इतक्यात लखम तापवलेलं दूध तांब्यातून घेऊन आला.

"अरे, हे काय ?' सकाळी मला चहा लागतो. काल आल्या आल्या पहाडच्या बायकोनं दूध आणलं म्हणून थोडं घेतलं. पण सकाळी मला चहाच हवा. बन्सीला मी सांगितलं होतं. काल त्यानं जे सामान आणलंय त्यात चहासाखर आहे का बघ."

लखमनं दुधाचा तांब्या कट्ट्यावर ठेवला. तो आत गेला आणि शोधू लागला. चहा आणि साखरेचे पुडे दाखवून तो म्हणाला,

"आहे बाबूजी, पण मी इथंच चहा करून देतो."

"का ? घरी करून आण ना."

"नको इथंच करतो."

चहा घेऊन मोकळा कप लखमच्या हाती देतो न देतो तोच बंगा आणि सोरज हे शेतावरच्या झोपड्यांत राहाणारे लखमचे जोडीदार आले. बंगा तीसपस्तीस वर्षांचा, गोरा, हसऱ्या चेहऱ्याचा आणि सोरज चाळीसबेचाळीस वर्षांचा. किंचित सावळा, नाकेला, हनुवटीवर दोन इंच दाढी ठेवलेला असा रजपूत योद्ध्यासारखा दिसला.

लखमनं त्या दोघांची ओळख करून देऊन म्हटलं,

"बाबूजी, या दोघांना तुम्हाला काही सांगायचं आहे !"

"काय सांगायचं आहे ?" मी त्या दोघांकडं आळीपाळीनं पाहत म्हणालो.

"तूच सांग की." सोरज लखमच्या दंडाला धरून म्हणाला. लखम हसला आणि म्हणाला,

"बाबूजी, हे दोघे या वस्तीवरून दुसरीकडं जायचं म्हणतात !"

"का ?"

"गेलं वर्षभर यांच्या मजुरीचे पैसे मिळाले नाहीत. सरदार साहेबांच्याकडं मागितले तर प्रत्येक वेळी ते पुढच्या वर्षी एकदम सालाचे देण्याचं कबूल करतात ! आता आम्ही लोक काय जमीनदार आहोत का ? मजुरी नाही तर पोटाला काय खावं ? इथं जेवढं पिकतं ते सारं अगोदरचे मॅनेजर विकून टाकायचे. आमच्या जनावरांना इथळी गवताची एक काडीदेखील घालायची परवानगी नव्हती ! आता आम्ही स्टेशनजवळ शिवप्रसाद शर्मांच्या शेतावर कामाला जातो. तो आम्हाला राहायला जागाही देतो म्हणतो आहे."

माझ्या डोळ्यांसमोर आणखीन एक समस्या निर्माण झाली : हे लोक इथून निघून गेले तर मला शेतावर मजूर कोठून मिळणार ? क्षणभर विचार करून मी त्यांना म्हणालो,

"मी नुकताच या कामाचा चार्ज घेतला आहे. माझ्या डोळ्यांसमोर काही योजना आहेत. या फार्ममधे येत्या मृगापासून दोन पिकं घेण्याची माझी योजना आहे. विहिरींचा गाळ उपसायचा आहे. दहा ते पंधरा एकर बागायती रान झालं, तर तुमच्या मजुरीचे सर्व पैसे भागवून ॲडव्हान्सही तुम्हाला देता येईल !"

"आजपर्यंतच्या सगळ्या मॅनेजरनी आम्हाला असंच गोड बोलून राबवून घेतलं ! पण आता आम्ही रोजच्या रोज मजुरी मिळाल्याशिवाय काम करायला तयार नाही ! ते छोटे सरकार आले की आम्हाला कारण नसताना डाफरतात ! 'मस्ती चढली' म्हणून शिव्या घालतात ! आम्हाला आता यापुढं इथं राहायचं नाही !" बंगा म्हणाला.

"लखम," मी विचार करून म्हणालो, "मी नुकताच इथं आलो आहे. पूर्वीच्या मॅनेजरांनी काय केलं त्याबद्दल मला काही म्हणायचं नाही, पण तुम्ही मला थोडी सवड दिलीत तर तुमच्या कष्टांचा पुरेपूर मोबदला तुमच्या पदरात घालीन ! आणि इतकं सांगूनही तुम्हाला जायचं असेल तर जा ! मी कोण तुम्हाला अडवू शकणार !"

ते तिघं एकमेकांच्या चेहऱ्याकडं पाहत राह्यले. त्यांना आपसांत काही तरी बोलायचं होतं हे त्यांच्या चर्येवरून मला स्पष्ट दिसत होतं, म्हणून मीच त्यांना म्हणालो,

"तुम्ही जा बाजूला आणि विचार करा."

ते तिघंही बंगल्याच्या मागं गेले. पाच मिनिटांनी परत येऊन लखम मला म्हणाला,

"मागच्या मजुरीची अर्धी रक्कम रोखीनं मिळाली तर पुढच्या सुगीपर्यंत थांबायला हे तयार आहेत."

"ठीक आहे. मी उद्या बिलासपूरला जाणारच आहे. तिथं तुमची सूचना सरदारसाहेबांना सांगतो."

दहाच्या सुमाराला स्टेशनमास्तरांची चिठ्ठी आली, "दुपारच्या जेवणासाठी वाट पाहत आहे."

विचार करून करून डोकं तापलं होतं. मास्तरांची चिठ्ठी आल्याबरोबर मी निघायचीच तयारी केली.

त्या दिवशी मास्तरांना ऑफ होता. सुरेखा वहिनींनी माझं स्वागत करून म्हटलं,

"वास्तविक काल संध्याकाळीच बोलवायचं होतं तुम्हाला, पण म्हटलं, रात्री परत जायची अडचण होणार. कसं काय वाटलं फार्म ?"

"खरं संजयराव, ते ठिकाण एकट्यानं राहण्याचं मुळीच नाही !" मास्तर म्हणाले.

"पण तिथं लखम, सोरज आणि बंगा यांची बिऱ्हाडं आहेत की."

"एकट्यानं असं त्या अर्थी नाही म्हणालो मी ! सहकुटुंब !"

"अच्छा ! अच्छा ऽऽऽ !" हसत हसत मी म्हणालो, "पण बायको अशी चटकन् मिळत असते ?"

"निदान आत्तापासून प्रयत्नाला तरी लागायला हवं !"

"पाहू ! अजून स्वतःचं पोट भरायची शाश्वती नाही, आणि तिची जबाबदारी कशाला घेऊ ?"

"अहो, काही वेळा लग्नानंतर माणसाचं भाग्य उजाडतं !" सुरेखा वहिनी म्हणाल्या.

"पण मला तरी तसा काही अनुभव या वर्षभरात आलेला नाही हं !"

"गोरखपूरला होणारी बदली रहित नाही झाली लग्नानंतर ?" सुरेखा वहिनींनी विचारलं.

"ते माझ्या प्रयत्नांमुळं ! लग्नाचा काहीएक संबंध नाही !" गप्पा मारता मारता मास्तर म्हणाले, "सरदारसाहेबांची पहिली बायको तिथंच वारली. ती होती तोपर्यंत त्यांची इतकी भरभराट चालली होती म्हणे, पण ती वारली आणि त्यांच्या अधोगतीला सुरुवात झाली ! भूपचं आणि बीनाचं नातं काय आणि ती दोघं एकमेकांशी वागतात कशी ? सारंच काही विलक्षण आहे ! स्मितादेवी कशा वाटल्या ?" मास्तरांनी विचारलं.

"मास्तरसाहेब, आत्ता कोणाबद्दल काहीही बोलायचं नाही असं ठरवलंय मी ! तूर्तास या शेतीबद्दल काय करायचं या विचारानंच डोकं भरलेलं आहे !"

"रात्री तुम्हाला झोप लागली त्या बंगल्यात ?" सुरेखा वहिनींनी विचारलं.

"हो ऽऽऽऽ, उत्तम झोप लागली !"

"मी तर ऐकलं की...."

"सुरेखा, उगाच काहीतरी त्यांना सांगू नको !" काहीसा आवाज चढवून मास्तर म्हणाले.

"अहो, त्यांना बोलू द्या, मास्तर. माझ्यावर काहीही परिणाम होणार नाही ! मला स्मशानात झोपायला सांगितलं तरी झोपून दाखवीन !" मी म्हणालो.

"मग मानलं बुवा तुम्हाला ! सुरेखा, अजून किती वेळ आहे जेवायला ?"

"जेवण झालंच आहे. फक्त गरम गरम पुऱ्या करायच्या म्हणून थांबले ! तुम्ही जरा मला मदत केलीत वाढायला तर बरं होईल."

"काय गोड बोलतेस ग ! संजयराव, बाहेरची कोणी माणसं आली की ही अश्शी बोलते की, एखाद्याला वाटावं की, काय आदर्श गृहिणी आहे !"

"मग मी नाही असं म्हणायचं आहे ?"

मास्तरांनी ताटं वाढून घेतली. आम्ही दोघं स्वयंपाकघरातच जेवायला बसलो. बासुंदी आणि पुरीबरोबर सुरेखा वहिनींनी उत्तम मसालेभात बनवला होता. कोबीची कोशिंबीर होती. दोन प्रकारच्या चटण्या होत्या. मला अगदी चिंचवडला घरात असल्यासारखं वाटू लागलं.

जेवता जेवता मास्तर म्हणाले,

"तुम्हाला प्रत्येक वेळी 'इकडं या' असा निरोप पाठवण्याची गरज नाही ना ?"

"मुळीच नाही ! अहो, पहिल्या भेटीतच तुम्हा दोघांच्या प्रेमळ स्वभावाची कल्पना आली."

"पण तुम्ही फक्त बोलताच आहात ! जेवणाकडं लक्ष नाही दिसत तुमचं ! सुरेखा, घाल आणखी चार पुऱ्या !"

"अहो, मास्तरसाहेब, मी वारंवार जेवायला यावं असं मनापासून वाटतं ना ?"

"अर्थात् ?"

"मग कृपा करून आग्रह तेवढा करू नका !"

"ओ. के., ओ. के. ऽऽऽ !"

आमचं जेवण आटोपतं न् आटोपतं तोच स्टेशनवरचा पोर्टर धावत आला आणि मास्तरांना म्हणाला,

"बिलासपूरच्या मास्तरांचा फोन आहे."

"असं ? आलोच. तू हो पुढं."

मास्तर जेवताना अंगात फक्त बनियन आणि पायजमा घालून जेवायला बसले होते. त्यांनी वर फक्त शर्ट चढवला आणि माझ्याकडं वळून म्हणाले,

"तुम्ही तोवर आराम करा, मी आलोच एक पाच मिनिटात."

"मी दुपारी आराम करत नाही. चला, आपण दोघंही जाऊ. जेवण हेवी झालं. थोडी शतपावलीही होईल !"

मास्तरांनी कानाला रिसीव्हर लावला.

"हॅलो, नारंगपूर स्टेशनमास्तर कॉलिंग ! अं ? काय म्हणालात ? सरदारसाहेबांचा मेसेज आहे ? बोला ऽऽऽ ! अं ? नवीन इस्टेट मॅनेजरना ? अहो ऽऽऽ ते इथंच माझ्याजवळ उभे आहेत. आता एकपस्तीसला मालगाडी येतेय. गाडीसोबत पाठवून देतो. ओ. के. ऽऽ ! गुड डे !" मास्तरांनी रिसीव्हर स्टँडवर ठेवून म्हटलं, "संजयराव, तुम्हाला सरदारसाहेबांनी ताबडतोब बिलासपूरला पाठवून द्या, असा निरोप धाडला आहे. आता एक पस्तीसला मालगाडी येतेय. तुम्ही जा गाडीसोबत."

"पण असं तातडीनं बोलावणं धाडण्याचं काही कारण नाही सांगितलं ?"

"त्यांना कसं ते ठाऊक असणार ? अहो, हे खाजगी मेसेज देणंसुद्धा कायदेशीर नाही. उगाच आमचे आणि सरदारसाहेबांचे संबंध चांगले म्हणून कधी गरज पडली तर ते निरोप देतात बिलासपूर स्टेशनला. आमची फोन लाइन सेपरेट आहे ना, तेव्हा तात्काळ निरोप पोचतो."

"पण मी आत्ता इथं नसतो तर ?"

"नसता तर पोर्टरसोबत चिठ्ठी लिहून तुमच्याकडं धाडला असता त्याला !" मास्तरांनी भिंतीवरच्या घड्याळाकडं पाह्यलं. एक बत्तीस झाले होते. मास्तर मला म्हणाले,

"आता फार्मवर परत जाण्यापेक्षा इथून तुम्ही बिलासपूरला जा."

"अहो, पण मी सुरेखा वहिनींना थँक्ससुद्धा म्हटलेलं नाही !"

"तुमच्या वतीनं मी म्हणेन तिला; तुम्ही नका त्याची चिंता करू !"

बिलासपूरला जाणारी मालगाडी नारंगपूरला थांबणार नव्हती, पण ड्युटीवर असलेल्या हाताखालच्या स्टेशनमास्तरांनी औटर सिग्नलच दिला नाही. मालगाडी शिट्ट्या देत तिथंच थांबली. मास्तर आणि मी फलाटावर उभे होतो. लाइन क्लिअरची चिठ्ठी असलेली वेताच्या काठीची रिंग स्टेशनमास्तरांनी पोर्टरकडून स्वत:कडं घेतली. इंजिनड्रायव्हरनं गाडी थांबवताच विचारलं,

"वॉटस् द मॅटर ?"

"माय फ्रेंड हॅज टु गो टु बिलासपूर !"

"तो साला ॲन्टोन बोंब मारतो !"

"गार्ड ॲन्टोन आहे आज ? बापरे बाप !"

"संजयराव, तुम्ही इंजिनामधूनच जा. हा ॲन्टोन गार्ड जरा तऱ्हेवाईक माणूस आहे !" मास्तर म्हणाले.

"पण मी तीनच्या पॅसेंजरनं जाईन ना."

"जा हो ऽऽऽ ! अडचणीच्या वेळी फारसं कायद्यावर बोट ठेवून भागत नाही !"

इंजिनमधून प्रवास करण्याची ती माझी पहिलीच वेळ. डोक्याला घट्ट काळा रुमाल बांधलेला फोरमन पार्शी होता. गोरा, लांब नाकाचा, तोंडात सिगारेट धरूनच तो बोलत होता. त्याच्या हाताखालचे लोक शॉवेलने कोळसे मारण्याचं काम करीत होते. ऐन उन्हाळ्याचे दिवस, त्यात इंजिनची धग. पण

गाडी सुरू झाल्यानंतर ती काहीशी कमी झाली. आयुष्यात मला कुठं कुठं जावं लागणार आहे याचा काही अंदाजच करता येत नव्हता !

"यू आर रिलेटेड टु स्टेशनमास्तर ?" फोरमननं शिट्टी देऊन गाडी सुरू करता करता मला विचारलं.

"नो, नोऽऽऽ ही इज माय फ्रेंड."

"वॉट आर यू डुइंग हिअर !"

"आय अम इस्टेट मॅनेजर, सीऽऽऽ दॅटस् द बंगलो ऑन द हिल टॉप !" मी टेकडीवरच्या बंगल्याकडं बोट दाखवून म्हणालो.

"यू पीपल आर लकी ! लूक ॲट धिस आवर लॉट ! डे ॲन्ड नाइट वुई आर रोस्टेड !"

मी हसून त्याचं विधान सत्य असल्याची कबुली दिली. लहानपणी तासन् तास स्टेशनवरच्या येणाऱ्या अन् जाणाऱ्या गाड्या बघताना मला वाटायचं या इंजिनड्रायव्हर लोकांची चैन असेल. रोज फुकट प्रवास करायला मिळतो. पण आज त्या इंजिनमधली धग पाहून आणि फोरमनचे ते शब्द ऐकून वाटलं की, खरंच याचंही जीवन अत्यंत कष्टप्रद आहे !

बिलासपूरला पोहोचताच मी त्या पार्शी ड्रायव्हरचे आभार मानून सरळ बंगला गाठला. पण निरोप पाठविल्यापासून अवघ्या अर्ध्या तासात मला तिथं हजर झाल्याचं पाहून सरदारसाहेबांना काहीसं आश्चर्य वाटलं. तोंडातला पाइप हातात घेऊन ते म्हणाले,

"ऑ ऽऽऽ डिड यू फ्लाय फ्रॉम नारंगपूर ? अर्धा तासदेखील झाला नाही तोवर तू इथं येऊन पोचलास ?"

"सर, मी स्टेशनवर आलो होतो. मास्तरांनी जेवायला बोलावलं होतं. निरोप मिळताच मालगाडीतून आलो."

"छान ! बस. बन्सी ऽऽऽ, अरे पाणी आण."

बन्सीनं थंड पाण्याचा जग आणि ग्लास आणून टेबलावर ठेवला. इंजिनच्या धगीनं अक्षरश: तोंडाला कोरड पडली होती. दोन ग्लास संपवताच हुशारी आली. सरदारसाहेब थोडा वेळ काहीच बोलले नाहीत. पण मी ग्लास खाली ठेवताच ते मला म्हणाले,

"संजय, तुला दुसरीकडं नोकरी पाहावी लागेल !"

प्रथम मला ते काय म्हणत आहेत हेच समजेना. मी प्रश्नार्थक चेहरा करून त्यांच्याकडं पाहत म्हणालो,

"मला नाही समजलं, आपणाला काय म्हणायचं ते ?"

"भूपला हायवेवर जागा मिळाली आहे. पण त्या जागेचं पाच वर्षांचं ॲडव्हान्स भाडं करावं लागणार आहे. आता सध्या माझ्याजवळ पैसे नाहीत हे मी तुला बोललोच परवा. तेव्हा आम्ही पाच वर्षांच्या मुदतीनं शेत कबजेगहाण देऊन पंचवीस हजार रुपयांचं कर्ज घ्यायचं ठरवलेलं आहे. भूपनं मला वचन दिलंय की, हॉटेलच्या पैशातून पाच वर्षांत कबजेगहाण शेत आपण परत सोडवून घेऊ ! हा त्याचा अगदी शेवटचा प्रयत्न आहे ! मी खूप विचार केला अन् शेवटी त्याचं प्रपोजल मान्य करण्याचं ठरवलं आहे !"

"सर... पण...!"

काय बोलावं हेच मला सुचेना. आजपर्यंत पाचसहा धंदे करून दीड-दोन लाखांची माती केलेला भूप हॉटेल काढून पैसे कमावणार आणि कबजेगहाण टाकलेलं शेत परत सोडवून घेणार यावर माझा विश्वास नव्हता. त्यात त्या शेतीला सुरुवातीला पंचवीस हजारांची व्याजसुद्धा फेडायची ताकद नसलेल्या आपल्या दिवट्या चिरंजीवाच्या समाधानासाठी सरदारसाहेबांनी घेतलेला तो निर्णय अत्यंत अनुचित आहे अशी माझी खात्री झाली. पण त्यांना तसं करू नका म्हणणारा मी कोण ? आज सकाळी उठल्यानंतर मी बंगल्याच्या व्हरांड्यात उभा होतो तेव्हा क्षणभर तो परिसर पूर्वी केव्हातरी माझ्या परिचयाचा होता असं मला वाटू लागलं होतं. या शेताचा कायापालट करायची स्वप्नं सकाळपासून रंगवली होती. पण अनपेक्षितरित्या सरदारसाहेबांनी माझं स्वप्नं उधळून लावण्याचा हा निर्णय घेतला. दुर्भाग्य ! दुसरं काय ? मी काहीच न बोलता बाहेर शून्यात नजर लावून बसलो, तोच सरदारसाहेब माझी नाराजी पाहून म्हणाले,

"तुला दुसरीकडं जायचं असेल नोकरीसाठी तर तू जाऊ शकतोस. पण भूपच्या हॉटेलातदेखील तुला शे-चारशे रुपयांची नोकरी मिळू शकेल !"

"मला एक हजार रुपये जरी देतो म्हणाले ते, तरी तिथं नोकरी करायची इच्छा नाही !" मी काहीसा उद्विग्न होऊन म्हणालो.

इतक्यात तिथं स्मितादेवी आल्या. त्या आलेल्या पाहून मी उठून उभा

राह्यलो. त्यांच्या चेहऱ्यावरून त्याही काहीशा क्रुद्ध दिसत होत्या. सरदारसाहेबांच्या समोरच्या खुर्चीला हात धरून त्या सरदारसाहेबांना म्हणाल्या,

"तुमचा निर्णय अगदी पक्का झाला आहे ?"

"काय करणार ? त्याशिवाय भूपला पंचवीस हजार कुठून देणार ?"

"त्या जमिनीत माझाही हिस्सा आहे ! जमीन कबजेगहाण देण्याला माझा सक्त विरोध आहे !"

"असं करू नको स्मिता ! तो डोक्यात राख घालून निघून जाईल !" सरदारसाहेब विनवणीच्या स्वरात म्हणाले.

"कर्ज काढून आम्हा सर्वांच्या डोक्यात धोंडा घालण्यापेक्षा स्वत:च्या डोक्यात राख घालून तो निघून गेला तर बिघडलं कुठं ?"

इतक्यात माडीवरून भूप हातात कागदपत्रांची फाईल घेऊन तिथं आला आणि सरदारसाहेबांना म्हणाला,

"डॅडी, कराराचा ड्राफ्ट तयार झाला आहे. तुम्ही एकदा वाचून पाहा."

"अरे बाबा, तू सगळी तयारी केलीस, पण ही स्मिता त्या करारावर सही करायला तयार नाही !"

"का मम्मी ? काय आलं तुझ्या डोक्यात आणिक ?"

"मला शेतावर कर्ज काढणं मंजूर नाही ! सरळ त्या शेताच्या वाटण्या करा, माझा हिस्सा माझ्या ताब्यात द्या. मग तुम्ही बापलेक तुमच्या हिश्श्याची जमीन कबजेगहाण टाका नाहीतर विकून टाका ! माझं काहीएक म्हणणं नाही !" स्मितादेवी आवाज चढवून म्हणाल्या.

"पण ती जमीन अखंड आहे म्हणून तर पंचवीस हजार रुपयांचं कर्ज मिळेल ! तिचे तुकडे केल्यावर कोण देईल पैसे ?" भूप हातातली फाईल टेबलावर आपटून म्हणाला.

"तुम्ही लोक काय वाट्टेल ते करा ! मी सही करणार नाही. होतं नव्हतं ते सगळं घालवलंत, शिल्लक आहे तो जमिनीचा तुकडा. तेवढा फुंकून टाका म्हणजे भिकेशिवाय दुसरा मार्ग नाही !" स्मितादेवी ओरडून म्हणाल्या.

"डॅडी, तुम्ही मम्मीला समजावून सांगा !"

"आता मी काय सांगू भूप ?" कपाळाला हात लावून सरदारसाहेब म्हणाले.

“मला कोणीही सांगायचा प्रयत्न करू नका ! माझं हित कशात आहे ते मला चांगलं समजतं ! हा संजय आला आहे. त्याला तिथं नेमलं आहे परवाच. आज त्याला तिथून जा म्हणून सांगणार ?”

“पण भूप, त्याला आपल्या हॉटेलात नोकरीला ठेवून घेईल ना ?” सरदारसाहेब म्हणाले.

“मला काहीएक तुमचं पटत नाही ! शेतावर कर्ज काढण्याच्या कागदावर मी सही करणार नाही !”

असं म्हणून स्मितादेवी फणकाऱ्यानं उठल्या आणि आत निघून गेल्या.

भूप हात चोळीत म्हणाला,

“म्हातारपणी लग्न केलंत त्याची फळं ही !”

सरदारसाहेब माझ्याकडं बघून हसले. निरर्थक. इतक्यात भूप माझ्याकडं वळून म्हणाला,

“संजय, तू आत्ताच्या आत्ता इथून निघून जा !”

भूप माझ्याशी अद्याप एकही शब्द बोलला नव्हता. तो बोलला ते असं ! मी विचार करत होतो, “मी असेन तिथं जमिनीचे तंटे उद्‌भवावेत हा कसला योगायोग ? घरी दादा आणि एकनाथ यांच्यातही आई गेल्यानंतर वाद निर्माण झाला तो जमिनीवरून ! इथंही या लोकांत त्याच कारणावरून झगडा व्हावा ?”

पण भूप जेव्हा मला आत्ताच्या आत्ता निघून जा असं म्हणाला तेव्हा माझाही स्वाभिमान दुखावला होता. तरीही त्या मूर्खाशी वाद घालण्यात अर्थ नव्हता म्हणून मी क्षणभर विचार करून म्हणालो,

“छोटे सरकार, मी काय कुठंही पोट भरून खाईन ! माझ्यावर कशाला रागावता ?”

“मम्मीला स्वत:ची अक्कल नाही ! तू इथं आमच्या घरी आल्यापासूनच तिच्या डोक्यात हे वेड शिरलेलं आहे !”

“ठीक आहे ! चाललो मी !” असं म्हणून मी उठलो. पण सरदारसाहेब लगेच माझ्याजवळ आले आणि माझ्या दंडाला धरून म्हणाले,

“संजय, थांब ! तू जाऊ नकोस ! भूप, तुझं डोकं बिघडलंय काय ? हा बिचारा इथं नुकताच आलेला आहे. चार-आठ दिवस इथं राह्यला आणि

शेतावर गेला. तो कशाला जाईल स्मिताला अक्कल शिकवायला ? उगाच एखाद्यावर असा निराधार आरोप घेणं बरं नाही !''

''पण तिला वाटू लागलंय ना की, हा शेतीचा कायापालट करून दाखवील !''

''तुला काय बोलायचं असेल ते माझ्याशी बोल ! या संजयला बोलायचं कारण नाही !''

इतक्यात गाडीतून एक लठ्ठ पोटाचे गृहस्थ आले. पोर्चमधे गाडी थांबताच ते सरळ व्हरांड्यात आम्ही बसलो होतो तिकडं येऊ लागले. त्यांना पाहून भूप म्हणाला,

''घ्या. शिवप्रसाद शर्मा स्वत:च इकडं आले ! आता काय सांगणार त्यांना ?''

शिवप्रसादांचं नाव मी काल रात्रीच लखमच्या तोंडून ऐकलं होतं. नारंगपूर स्टेशनजवळ त्यांची शेतीवाडी होती. सरदारसाहेबांच्या शेतीवर राहणाऱ्या लखम, बंगा आणि सोरज यांना आपल्या शेतावर राहण्यासाठी ते बोलावत होते. पण तेच गृहस्थ सरदारसाहेबांचं फार्म कबजेगहाण घ्यायला तयार झालेले पाहून मला थोडं आश्चर्य वाटलं.

शिवप्रसाद आपले सोन्याचे दात दाखवत हसले आणि भूपला म्हणाले,

''काय भूपबाबू, सगळी तयारी झाली ? मी जरा कलकत्त्याला जाणार आहे. त्याअगोदर तुमचा व्यवहार पुरा करून जावं म्हणून आलो. कागदपत्रं तयार आहेत ना ?''

भूप सरदारसाहेबांच्याकडं पाहत म्हणाला,

''शिवप्रसादजी, मम्मी सही करायला तयार नाही. आमच्या दोघांच्याच सह्या झाल्या तर चालतील ?''

''असं कसं होईल भूपबाबू ? आम्ही पंचवीस हजार तुमच्या हाती द्यायचे आणि उद्या तुमच्या मम्मीनं कोर्टाचा लफडा केला म्हणजे हिसके मारत बसायचं ? त्यांची सही झाल्याशिवाय हा व्यवहार पूर्ण होणार नाही !''

सरदारसाहेबांनी एक दीर्घ नि:श्वास सोडला. जवळच्या टेबलावरचा पाइप घेऊन त्यात शांत चित्तानं तंबाखू भरली आणि तो लायटरनं शिलगावून ते माझ्याकडं पाहत पाइपचे झुरके घेऊ लागले.

"शिवप्रसादजी, तुम्ही मम्मीला सांगून पाहा !'' भूप अगतिक होऊन म्हणाला,

"मी ऽऽऽऽ ?" प्रथम छातीवर हात ठेवून, नंतर नकारार्थी मान हलवीत शिवप्रसाद म्हणाले, "नाही रे बाबा, त्यांना मी काहीसुद्धा सांगणार नाही ! तुमचं तुम्ही आपसमधे बघून घ्या ! बरं, मग सरदारसाहेब निघतो मी. आज रात्री कलकत्त्याला जाणार आहे.''

इतक्यात बन्सीनं चहा आणला. तेव्हा सरदारसाहेबांनी एका हातात पाइप धरून, दुसऱ्या हातानं शिवप्रसादना चहा घेऊन जायची विनंती केली. बन्सी चहा बनवताना शिवप्रसादांनी त्याला कपात साखर न घालण्याची सूचना केली. तेव्हा सरदारसाहेब त्यांच्याकडं पाहत म्हणाले,

"शुगर फॅक्टरी काढायच्या हालचाली चालू आहेत तुमच्या आणि तुम्हीच चहात साखर नको म्हणता ?''

परत आणखी एकदा आपले सोन्याचे दात दाखवून शिवप्रसाद हसले आणि म्हणाले,

"कितीतरी शुगर फॅक्टरीवाले डायबेटीसवाले आहेत; म्हणून काय धंदा करायचा नाही ?''

"ते बरोबर आहे शेठ, पण ज्यांनी हजारो पोती साखर तयार करायची त्यांनी ती चमचाभर देखील खायची नाही याला काय म्हणायचं ?''

त्यावर भूप, सरदारसाहेबांना किंचित् रागानं म्हणाला,

"डॅडी, हा व्यवहार होत नाही म्हणून तुम्हाला काही वाटत नाही ?''

"काय करावं अशी तुझी अपेक्षा आहे ?''

"काही करू नका ! हातात बांगड्या भरा बांगड्या !''

भूपही तिथून उठून निघून गेला. मी चहाचा कप संपवून बाजूला स्टुलावर ठेवला. शिवप्रसाद सरदारसाहेबांचा निरोप घेऊन निघाले. मी तिथं एकटाच सरदारसाहेबांच्या समोर बसून होतो. माझ्या मनातल्या योजना तशाच बारगळणार अशी मला भीती वाटत होती.

शेतीवर कर्ज काढायला स्मितादेवींनी चक्क नकार दिला होता. आता मला त्याच शेतीवर सुधारणा करण्यासाठी पंचवीस हजार हवेत, असं सांगण्याचं धाडसच होत नव्हतं. मी सरदारसाहेबांच्या समोर पंधरा मिनिटं बसून होतो. या

पंधरा मिनिटांच्या अवधीत भूप आणि बीना गाडीतून कुठं बाहेर निघून गेली. स्मितादेवी आतून बाहेर आल्या नाहीत.

मी काहीतरी बोलायचं म्हणत होतो, पण माझ्या कंठातून शब्दच उमटत नव्हता. दोन-तीन वेळा मी उठायचा प्रयत्न केला, पण सरदारसाहेबांनी हाताच्या इशाऱ्यानं मला खाली बसवलं होतं. नंतर हातातल्या घड्याळाकडं पाहत ते म्हणाले,

"चला, नाटक तर ठीक वठलं !"

"नाटक ? कसलं नाटक ?" मी अधीर होऊन विचारलं. तेव्हा सरदारसाहेब हसले आणि म्हणाले,

"मी त्या व्यवहाराला तयार आहे असं भासवायचं आणि स्मितानं विरोध करायचा !"

"म्हणजे ? मघा देवीजींनी केलं ते नाटक होतं ?"

"तर काय ? अरे आजपर्यंत या भूपच्या नादी लागून मी फार मूर्खासारखा वागलो, पण आता मात्र डोळे उघडलेत ! आहे ती जमीन गेल्यानंतर म्हातारपणी मी अन् स्मितानं खायचं काय ? तेव्हा तिलाच म्हटलं हा डाव करू आपण !"

"कमाल केलीत सर !"

हसता हसता त्यांना ठसका लागला. ठसका थांबताच ते म्हणाले,

"म्हणून तुला सारखा इशारा करत होतो, भूप काही बरळला तरी लक्षात घेऊ नकोस म्हणून."

"पण मला ही सारी आतली भानगड कशी काय समजावी ?"

"आता समजली ना ?"

"हो ऽऽऽ !" मी सुटकेचा नि:श्वास सोडला.

"तसे माझे आणि स्मिताचे दिवसभर खटके उडत असतात, पण महत्त्वाच्या प्रसंगी आम्ही दोघं एकच असतो ! माझ्या पश्चात् ती मला शिव्या घालते, मी तिला म्हातारपणी लग्न केलं म्हणून तू वरचढ झालीस असं म्हणतो; पण कधीकधी आम्हाला असं एकदिलानं वागण्याची सुबुद्धी होते !"

भूपला बनवण्यासाठी स्मितादेवींनी वठवलेलं नाटक यशस्वीरीत्या पार पडलं खरं, पण स्वतःच्या मुलाला पंचवीस हजार न देण्याचं ज्या सरदारसाहेबांनी ठरवलं होतं, ते माझ्यासारख्या अनोख्या, ज्याचा परिचय फक्त काही दिवसांचाच

आहे, अशाच्या हातात इतकी रक्कम देतील असं काही केल्या मला वाटेना. पण विषयाला सुरुवात कशी करावी हेच मला समजेना.

इतक्यात स्मितादेवी बाहेर आल्या आणि मला म्हणाल्या,

"जाऊन दोन-तीन दिवस झाले नाहीत तोवर तुला जेवणाची आमंत्रणं यायला लागली ?"

"तसं नाही देवीजी; ते नारंगपूरचे स्टेशनमास्तर आमच्याकडचेच निघाले."

"बरं, कसं काय वाटतं फार्म ?"

"छान आहे ! पण...!"

पुढं काय बोलायचं याचा मी अंदाज करत असतानाच सरदारसाहेब म्हणाले,

"मला ठाऊक आहे, त्यावर खूप खर्च करावा लागणार आहे. गेली दहा-बारा वर्षं त्याकडं आमचं लक्षच नव्हतं. कोणीतरी इस्टेट मॅनेजर यायचे, पैसे खायचे अन् वाटेला लागायचे असं चाललं होतं आजवर. पण आता तू आला आहेस तेव्हा शेतीवर लक्ष केंद्रित करायचं असं ठरवून टाकलं आहे !"

मला सरदारसाहेब आणि स्मितादेवींनी अनपेक्षित असा गोड धक्का दिला होता. तरीही शेतीसाठी वीस-पंचवीस हजार हे लोक आणणार कुठून याची मला शंका होती. सरदारसाहेबांनी पाइप बाजूला ठेवला आणि माझ्याकडं वळून ते म्हणाले,

"काय काय करायला हवं असं वाटतं तुला ?"

"प्रथम विहिरींचा गाळ उपसायला हवा. जमीन काही ठिकाणी उंचसखल आहे, ती बुलडोझरनं लेव्हलिंग करून घ्यायला हवी. जमिनीला अद्याप खतांचा स्पर्श झालेला नाही, आणि शक्य झालं तर पाऊण मैलावरून वाहणाऱ्या झऱ्याचा प्रवाह जर आपणाला पाइप लाईन टाकून घेता आला तर नंदनवन होईल."

"संजय, बंगल्यात भीतीबिती वाटली का रे ?"

"कसली ?"

"तुला कोणी काही सांगितलं नाही ?"

"हां ऽऽऽऽ ते होय ? पण देवीजी, मला कशाची भीती वाटत नाही !

मी काय केलं आहे म्हणून भिऊ ? आजपर्यंत मी कोणाला फसवलेलं नाही, कोणाला लुबाडलेलं नाही, कोणाशी हेवादावा केला नाही. सख्खे भाऊ जमिनीवरून आपसात झगडू लागले म्हणून मी घर सोडून इतक्या दूर निघून आलो आहे ! माझं मन शुद्ध आहे ! आचरण पवित्र आहे ! पापी माणसंच भित्री असतात !''

सरदारसाहेब स्मितादेवींच्याकडं पाहून हसले. स्मितादेवी माझ्याकडं पाहून हसल्या. मी स्वत:शीच हसलो.

प्रकरण ६

त्या दिवशी संध्याकाळी मी सरदारसाहेबांच्या समवेत फिरायला बाहेर पडलो. बंगल्यापासून थोडं अंतर चालून जाताच त्यांनी बोलायला सुरुवात केली,

"संजय, मी आयुष्यात खूप चढउतार चढलो-उतरलो आहे. पण आता मात्र समोर चढ दिसला की वाटतं, या रस्त्यानं जाऊ नये ! उतारावरूनदेखील चालायला भीती वाटते. कारण एखादवेळेस तोल जाऊन खाली पडेन की काय, अशी भीती वाटत आहे ! तेव्हा आता सपाट रस्ताच बरा !"

रस्त्यावरून चालताना ते 'चढउतार' हे कोणत्या अर्थानं म्हणत होते हे मला समजत होतं. पण मी काही न बोलता त्यांच्या समवेत संथगतीनं चालत होतो.

"माझ्याजवळ पैसे नाहीत ही गोष्ट सत्यच आहे. पण कालपरवा माझी आणि इथल्या भूविकास बँकेच्या मॅनेजरची ओळख झाली. त्यानं मला सांगितलंय की, शेतीसाठी त्याला पन्नास हजार रुपयांपर्यंत कर्जवाटप करायचे अधिकार आहेत. तेव्हा मी आपल्या फार्मसाठी दहावीस हजारांचं कर्ज घेणार आहे. पण हे कर्ज जर मला फेडता आलं नाही, तर बँकेतर्फे माझी जमीन लिलाव होईल ! तुझ्या अंदाजे किती खर्च लागेल ?"

“वीस-पंचवीस हजारांच्या आसपास होईल. शिवाय आपल्या शेतावरचे लखम, बंगा आणि सोरज यांची गेल्या दोन सालांतली मजुरीची काही रक्कम द्यायची आहे. हिशेबानं जी निघेल त्यातली अर्धी त्यांना रोख द्यायला हवी. नाहीतर ते शिवप्रसादकडं कामाला जाणार असं म्हणत होते !”

“शिवप्रसाद ! शिवप्रसाद ! मोठा लोभी माणूस आहे ! माझ्या जमिनीवर याचा बरेच दिवसांपासून डोळा आहे हे मला ठाऊक आहे. मी याला जवळसुद्धा करत नव्हतो. पण आमचा भूप निघाला बिनडोक ! त्याला छक्के-पंजे अगदीच समजत नाहीत. त्यानं नेमका त्यालाच जवळ केला ! आणि हे बघ संजय, हॉटेलचा धंदा आमच्या बापजाद्यांनी कधी केला होता ?”

“धंदा कोणताही करावा माणसानं, पण सर, धंदा करण्यापूर्वी त्यातल्या खाचाखोचा पूर्ण अवगत असाव्यात !”

“अरे, ते याला जन्मात जमणार नाही ! मुंबई-पुण्याला जातो, ओबेरॉय शेरेटनसारखी मोठमोठी हॉटेलं पाहतो आणि त्याला वाटतं, हॉटेलच्या धंद्यात अमाप फायदा आहे. असेलही. माझा काही त्या धंद्याबद्दल आक्षेप नाही. पण तो याला जमणार नाही !”

“पण सर, आपण त्यांना पैसे न देता कर्ज घेऊन शेती सुधारणार म्हटल्यावर भूपबाबूंना राग नाही येणार ?”

“येऊ द्या ना ! आता त्यानं काहीही केलं तरी माझा निर्णय अटळ आहे ! शिवाय यात स्मिताचं अन् माझं एकमत झालंय !”

“पण माझा पूर्वेतिहास काहीच ठाऊक नसताना एवढी मोठी जबाबदारी आपण माझ्यावर टाकत आहात याबद्दल कधी विचार केलात ?”

“केला आहे, खूप विचार केला आहे संजय. मी फार विद्वान् नाही, पण चेहऱ्यावरून थोडीफार माणसं ओळखता येऊ लागली आहेत मला. पण आता काय उपयोग त्याचा ? साठी जवळ आली ! हेच ज्ञान दत्तक आल्यानंतर झालं असतं; तर कदाचित् सारंच पालटलं असतं ! ती ॲडव्हर्टाईज पेपरमधून देण्याची पाळीदेखील आली नसती ! परमेश्वर माणसाला व्यवहारज्ञान, अक्कल सारं देतो, पण केव्हा ! - तो उतारवयाला लागला म्हणजे मग ! तेच त्यानं प्रत्येकाला सुरुवातीला दिलं असतं तर अखंड मानवजात सुखी झाली असती !”

“मग गद्धेपंचविशी ही म्हणच निर्माण झाली नसती !”

“बरोबर बोललास ! पण तुला एक सांगून ठेवतो, मी जे हे शेती सुधारण्यासाठी कर्ज घेतो आहे, ते पैसे मी माझ्याजवळ मुळीच ठेवणार नाही !”

“मग ?”

“तुझ्या नावावर पोस्टात नाहीतर बँकेत ठेवू.”

“सर, कृपा करून तेवढं करू नका ! न जाणो, कदाचित् मला त्या पैशाचा मोह व्हायचा !”

“शक्य नाही ! मोह असणारा माणूस असं तोंडानं ‘मला मोह होईल’ असं कधीच बोलत नसतो !”

“निदान माझ्या अन् देवीजींच्या नावावर जॉइंट ठेवा - त्यांच्या सहीशिवाय मला न काढता येतील असे !”

“संजय, तू तुझ्या प्रामाणिकपणाचं फाजील कौतुक करू लागलास तर ते मला आवडणार नाही बरं ! लक्षात ठेव ! पैसे माझ्या किंवा तिच्या नावावर नको म्हणतो याचं कारण तो भूप ! तो रोज उठून आम्हाला छळत बसेल ! मला धंद्यासाठी पैसे दिले नाहीत आणि हे कुठले ? बरं, शेती सुधारण्यासाठी पैसे घेतले हे त्याला कधीही पटणार नाही. तेव्हा पैसे तुझ्या एकट्याच्या नावे राहतील ! नारंगपूरला बँक आहे. पोस्ट आहे. दोन्हीपैकी कुठंही खातं उघड !”

“सर... !”

सरदारसाहेबांनी माझ्यावर व्यक्त केलेला विश्वास पाहून मला भारावल्यासारखं झालं होतं. काय बोलावं हेच समजेना.

या दिवशी मी बिलासपूरला राह्यलो. रात्री बऱ्याच उशिरा भूपेंद्र आणि बीना परत आली. बीना आणि भूपेंद्र दोघंही खूप प्यायली होती. बीना आल्या आल्या आपल्या खोलीत गेली. पण भूपेंद्र मात्र आम्ही जेवत होतो तिथं डायनिंग टेबलाजवळ आला. डोळे लाल दिसत होते. सरदारसाहेब आणि स्मितादेवी या दोघांच्यामध्ये मी जेवत असलेला पाहून तो मला म्हणाला.

“तू अजून गेला नाहीस ?”

मी सरदारसाहेब आणि स्मितादेवी या दोघांच्याकडं पाहत राह्यलो. हातात घास तसाच. तेव्हा सरदारसाहेब मला गप्प बसण्याचा इशारा करून भूपला म्हणाले,

“जा, झोप जा आता !”

"डॅडी, तुम्ही लोकांनी माझ्याविरुद्ध कट केला आहे ! मम्मी मघाशी भांडली आणि आत्ता तुमच्यासोबत कशी जेवायला बसली ? पण लक्षात ठेवा ! हा भूप हॉटेल काढल्याशिवाय राहणार नाही ! उद्या हा बंगलाच विकून टाकतो !"

"बरं, बरं, वीक म्हणे ! पण आता झोप जा !"

माझ्याकडं रागानं पाहत, मुठी आवळत भूप जिन्यावरून वर निघाला.

जिन्यावरून जाता जाता तो मधेच थांबला आणि म्हणाला,

"देवकुळे, तू बऱ्या बोलानं इथून गेला नाहीस तर नतिजा बरा होणार नाही !"

माझी अवस्था मोठी विचित्र झाली होती. त्या क्षणी मलादेखील वाटलं की, कोठून ही दुर्बुद्धी मला सुचली आणि मी इथं येऊन पडलो !

जेवणानंतर मला सरदारसाहेबांनी बाहेर बागेत बोलावलं. हिरवळीवर खुर्च्या ठेवल्या होत्या. सरदारसाहेबांनी पाइप तयार केला, तो शिलगावला आणि संथपणे झुरके घेत ते मला म्हणाले,

"संजय, मला समजत नाही, याचं काय होणार आहे ? हा जर माझा मुलगा नसता तर मी त्याला गोळी घालून ठार केला असता !"

"सर, तुम्ही बाप आहात त्यांचे, हे सारं सहन करताहात ते नैसर्गिक आहे, पण माझ्यासारख्या त्रयस्थाला मात्र हे असह्य होतंय ! मला वाटतं, आपण माझ्यावर ही नोकरीची जबाबदारी टाकू नये !"

"ठीक आहे ! जशी तुझी इच्छा ! जबरदस्तीनं तुला राहा म्हणण्यात काय अर्थ आहे ?"

"असे एकदम नाराज होऊ नका. आपण माझ्या ठिकाणी असता तर काय केलं असतंत, हा विचार करा."

"तुला जे वाटतं त्यात चूक अशी कोणतीच नाही संजय, पण माझ्या मनाची अशी खात्री झाली आहे की, या परिस्थितीतून जर काही मार्ग निघण्यासारखा असेल तर तो केवळ तुझ्याच साहाय्यानं निघू शकेल !"

"पण माझ्याबद्दल इतका विश्वास वाटण्यासारखं मी केलंय तरी काय ?"

"तसं फारसं काही केलेलं नाहीस हे जरी खरं असलं, तरी कधीकधी, माणसाला त्याची अंत:प्रेरणा जाणीव देऊन जाते; हा माणूस विश्वासपात्र आहे,

बेशक भरवसा ठेवावा त्याच्यावर' !''

''आपण माझी मोठी विचित्र परिस्थिती करून ठेवली आहे. धड जावंसं वाटत नाही आणि राहावंसंही वाटत नाही !''

''कदाचित् तू इथून जाऊ शकशील. पण मी कुठं जाऊ ? ती पोर रोमा, तिकडं जबलपूरला शिकते आहे. दर महिन्याला मी तिला दोनशे रुपये पाठवत होतो, पण गेले पाच महिने मी तिला पैसे पाठवू शकलो नाही. काय करत असेल, कशी जगत असेल ?''

''त्या इकडं का येत नाहीत ?''

''कशाला येईल ? इथं येऊन बघण्यासारखं काय आहे ते तू पाहतोसच ना !''

''सर, परवा ते देवीजींचे भाऊ आणि त्यांची मुलगी राणी आली होती - त्याचं काय झालं ?''

''व्हायचं काय ? स्मिताची इच्छा होती की, राणीला या भूपच्या गळ्यात बांधावी. पण मला काही ते पटेना ! अरे, ती पोर चांगल्या संस्कारांत वाढलेली, सुशिक्षित, सुस्वभावी. तिच्या आयुष्याचं नुकसान करणं काही मला पटेना. मी महेशला सर्व काही समजावून सांगितलं. तेव्हा तो काही एक न बोलता राणीला घेऊन दिल्लीला निघून गेला. आता त्यामुळं स्मिताला माझा राग आला, पण इलाज नाही. तू कल्पना कर संजय, राणीशी लग्न लागल्यानंतरदेखील भूप आणि बीना यांचे अनैतिक संबंध संपुष्टात येतील याची काय शाश्वती ? कशाला आणखीन एक गुंगागुंत करून ठेवायची ?''

''सर, आपण हे सारं कसं सहन करता आहात याचं खरोखरच आश्चर्य वाटतं !''

''अरे, कधीकधी वाटतं, या इस्टेटीसाठी मला माझ्या आईवडिलांनी दत्तक घातलं नसतं तर किती बरं झालं असतं ! कुठंही नोकरी करून जगलो नसतो ? चारपाच लाखांची ही इस्टेट मला मिळाली, पण ती आपल्यासोबत माझ्यासाठी असंख्य यातना आणि क्लेश घेऊन आली ! ललिता होती तोवर थोडंसं ठीक चाललं होतं. पण ती गेली. मरताना माझ्याकडून वचन घेतलंन् तिनं, 'भूपला काहीही कमी पडू द्यायचं नाही' असं ! तिला दिलेल्या वचनासाठी त्याचे सारे लाड पुरवले. पण त्याचे परिणाम काय झाले हे तू पाहतोसच ना ?

त्यानं स्वत:बरोबरच त्या पोरीच्या आयुष्याचंही वाटोळं केलं !''

"कोणाचं ?''

"बीनाचं ! अरे, आता तिचं लग्न होईल का सांग ? सख्खी बहीण काय आणि चुलत बहीण काय, दोन आहेत का ? पण हा नालायक कार्टा अक्षरश: बोकडाच्या अवलादीचा निपजला ! आपण प्यायला शिकला ते शिकला, तिलाही प्यायची सवय लागलीय ! एक दिवस जर तिला मद्य मिळालं नाही तर वेड्यासारखं करते ! कधीकधी असा वैताग येतो की, हे सारं सोडून निघून जावंसं वाटतं !''

मी बराच वेळ सरदारसाहेबांचं वक्तव्य ऐकत होतो. आता मात्र मला खरोखरीच त्यांच्या असाह्यतेची दया वाटू लागली. नकळत मी बोलून गेलो,

"सर, आपण असं काही मनात आणू नका. मी आहे तुम्हाला !''

त्यांनी चटकन् माझा हात आपल्या हातात घेतला. तो उबदार, मुलायम असा त्यांच्या हाताच स्पर्श आला नकळत सांगून गेला; 'या हाताला आता अंतर देऊ नकोस ! कदाचित् नियतीनंच तुला इथं धाडलेलं असेल ! स्वत:च्या घरचा कलह टाळण्यासाठी बाहेर पडलास खरा, पण तुला एका अनोख्या अशा कुटुंबाचा कलह निस्तरण्यासाठी इथं आणून सोडलेलं आहे !''

त्याच क्षणी मी निर्धार केला; "आता माघार नाही !''

रात्री कॉटवर पडलो. तोच बन्सी आला आणि म्हणाला,

"बाबूजी, पाय चेपू ?''

"छे ऽऽऽ ? मला पाय चेपून घ्यायची सवय नाही ! बस इथं थोडा वेळ.''

कॉटवर एका बाजूवर झोपून तळहातावर डोकं टेकवून बन्सीकडं पाहत मी म्हणालो,

"तुझी कमाल आहे बन्सी ! इतकी वर्षं या घरात राह्यलास याचं आश्चर्य वाटतं !''

"काय करणार बाबूजी ? या बड्या सरकारांच्यासाठी सारं काही सहन करीत राह्यलो !''

"अरे, पण या भूपला कोणी कधी शिकवण्याचा प्रयत्नच केला नाही का ?''

"ज्याला अक्कल शिकवायची त्याला मुळात थोडी अक्कल असावी लागते बाबूजी ! इथं नुसतीच खोबडी आहे आणि तीही उलटी ! लहान

असल्यापासून मी पाहतो आहे. मला 'कुत्ता' म्हणून हाक मारायचा लहानपणी !''

"त्यांच्यावर चांगले संस्कारच घडले नाहीत ?''

"अहो, त्याला आणि त्या बीनाला सिमल्याला इंग्लिश स्कूलमधे शिकायला ठेवलं होतं. आणखी कसले संस्कार घडवायचे ?''

"ती दोघं कुठं राहात होती ?''

"त्या स्कूलमधे होस्टेलं होती, मुलांची अन् मुलींची वेगवेगळी; पण बडे सरकार म्हणाले की, हॉस्टेल कितीही चांगलं असलं तरी तिथल्या अन्नाला कस नसतो. म्हणून सिमल्यात एक छोटा बंगला भाड्यानं घेतला या दोघांच्यासाठी. दोन नोकर दिले. कूक ठेवला स्पेशल. आपण स्वत: वर्षातून सहा महिने सिमल्यात मुलांच्यासाठी जाऊन राहायचे बडे सरकार. - आणखीन त्यांच्यासाठी काय करायला हवं होतं सांगा !''

"बीना वयात आल्याबरोबर तिचं लग्न का नाही करून टाकलं ?''

"नाही म्हणाली - मला लग्नच करायचं नाही ! बरं, त्या वेळी ती लग्न का नको म्हणते आहे याची बड्या सरकारनी चौकशी तरी करायला हवी होती. तीही त्यांनी केली नाही. मग हे असं त्रांगडं होऊन बसलं आहे ! गावात ओळखीचे लोक भेटले की विचारतात, सरदारसाहेबांच्या घरात हे काय चाललं आहे ? शरमेनं मान खाली घालावी लागते, दुसरं काय करणार मी ?''

"पण बीनाला हे तिचं वागणं चुकतं असं कोणी सांगण्याचा प्रयत्न केला नाही ?''

"काय सांगायचं तुम्हाला बाबूजी ? 'मी या घरातून निघून जावं म्हणून तुम्ही लोक असं मला शिकवता' म्हणून सांगणाऱ्यावरच ती उलटायची. तीच तिची धाकटी बहीण रोमा बघा. अगदी देवता आहे देवता ! बहिणीच्या हातचं पाणीदेखील पीत नाही !''

"घरी इतके नोकरचाकर असताना बहीण पाणी द्यायला जाईलच कशाला ?''

"ते खरं'', बन्सी चंची सोडत म्हणाला, "ती आता गेल्या दोन वर्षांत इकडं आली नाही. तुम्ही तिला एकदा बघा म्हणजे कल्पना येईल. तिच्या डोळ्याला डोळा भिडवायची टाप नाही कुणाची ! ती समोर आली की भूप खाली मान घालून जातो. बीना तिच्या वाऱ्याला उभी राहत नाही.''

"देवीजींना रोमाविषयी काय वाटतं ?"

बन्सी बसल्या जागेवरून माझ्या कॉटकडं सरकला आणि हळू आवाजात म्हणाला,

"रोमा इथं येत होती तेव्हा देवीजींचा आवाज बंद होत असे !"

"ते का ?"

"तिला या देवीजींचा उधळ स्वभाव आवडत नसे. आपली थोरली चुलती ललिता कशी साधेपणानं वागत होती, तसंच हिनंही राहावं असं वाटायचं तिला."

"आता मात्र मला रोमाला पाहायची उत्सुकता लागून राह्यली आहे !"

"पण ती इकडं आता कधी येईल असं वाटत नाही बाबूजी !"

"तिकडंच कुणाशी तरी लग्न करून घेईल झालं !"

"तसं झालं तर फार बरं होईल ! ही सुव्वरं इथं घाणीत लोळताहेत, तेव्हा तिचा दोष नसतानाही तिच्या अंगावर शिंतोडे उडायचे !"

"बन्सी, आज मी सरदारसाहेबांना वचन दिलंय !"

"कसलं ?"

"मी तुम्हाला सोडून जाणार नाही असं !"

"फार चांगलं केलंत बाबूजी ! आजवर इथं जे इस्टेट मॅनेजर यायचे ते या घरातलं वातावरण बघायचे आणि यांच्यातच लावालावी करून स्वतःच्या पोळीवर तूप ओढून घ्यायचे. तिकंड फार्मवर जे पिकायचं त्यातही डल्ला मारायचे. साले एकजात नमकहराम ! तुम्ही आलात, फार बरं झालं ! निदान उरलेले चार दिवस तरी बडे सरकार सुखानं जगतील !"

"बन्सी, पण मला स्मितादेवींचा अंदाजच लागत नाही ! कधी कधी त्या सरदारसाहेबांशी सहमत होतात, कधी कधी त्या त्यांच्यावरही टीका करतात - हा कसला विचित्र प्रकार आहे ?"

"त्याचं असं आहे बाबूजी," मळलेली तंबाखूची चिमट दाढेत धरून बन्सी म्हणाला, "म्हातारपणी तरुण बायको केल्याशिवाय त्यातलं इंगित कळायचं नाही !"

"मला त्या बाईची भीती वाटते !"

"का ?"

“त्यांची नजर फार चमत्कारिक आहे !”

बन्सी मोठ्यानं हसला आणि म्हणाला,

“बाबूजी, बरोबर ओळखलंत ! तुम्हाला एक गोष्ट सांगतो !”

“कसली ?”

“ऐका तर खरं. एका श्रीमंत माणसानं एक पोपट पाळला. त्याच्यासाठी सोन्याचा पिंजरा तयार करून घेतला आणि तो पिंजरा आपल्या बंगल्यात ठेवण्याऐवजी बागेतल्या पेरूच्या झाडाला टांगून ठेवला त्यानं.”

“ते का ?”

“पोपटाला वाटावं की, आपण बंदिस्त नाही, पेरूच्या बागेतच आहोत. त्याला रोज पिकलेले पेरू कापून घालत. पण व्हायचं काय, तो पोपट पिकलेल्या पेरूला तोंड लावत नसे !”

“मग ?”

“अहो, पिंजऱ्याजवळ एखादा कोवळा कच्चा पेरू लटकत असला तर त्यालाच आतून कुरतडायचा !”

“असं का करत होता तो ?”

“सोन्याच्या पिंजऱ्यातल्या पिकलेल्या पेरूपेक्षा त्या पाखराला बागेतला कच्चा पेरूच अधिक प्यारा होता.”

बन्सीचा गोष्ट सांगण्याचा हेतू माझ्या लक्षात आला. देवीजींनी प्रथम मला आपल्या खोलीत बोलावलं त्या वेळी त्या नेलकटरनं पायाची नखं काढत बसल्या होत्या. त्यांची गोरीपान पोटरी उघडीच होती. पण मी खोलीत आल्यानंतरदेखील त्यांनी त्यावर साडी ओढली नव्हती हे मी पक्कं लक्षात ठेवलं होतं. आता बन्सीनं ही पोपटाची अन् कच्च्या पेरूची गोष्ट सांगताच मला त्याच्या गोष्टीचा मतलब पुरा समजला.

बन्सी गेल्यानंतर मी खूप वेळ विचार करीत कॉटवर पडून होतो. नाना तऱ्हेचे शुभअशुभ विचार डोक्यात येत होते. कधीही न पाह्यलेली रोमा डोळ्यासमोर आणण्याचा प्रयत्न करीत होतो आणि यापुढं स्मितादेवींच्या सहवासापासून चार हात दूर कसं राहायचं हे ठरवत होतो.

बऱ्याच उशिरा मला झोप लागली.

प्रकरण ७

सरदारसाहेबांनी पंचवीस हजारांचं कर्ज बँकेकडून उचललं. कर्जापोटी त्यांनी बँकेला आपली जमीन तारण दिली. ती रक्कम माझ्या नावे नारंगपूरच्या पोस्टऑफिसात ठेवली. पोस्टातून परत येताना सरदारसाहेब मला म्हणाले,

"संजय, आयुष्यभर मला माझ्या जवळच्या माणसांनी सतावलेलं आहे. आता आयुष्याच्या उत्तरार्धात मी तुझ्यासारख्या पूर्वपरिचय नसलेल्याच्या हाती माझं सर्वस्व सोपवीत आहे. जगाच्या दृष्टीनं हे माझं कृत्य अत्यंत अविवेकी आणि मूर्खपणाचं दिसेल, पण मला त्याची पर्वा नाही. तुला यापुढं मी माझा मानसपुत्र मानलेला आहे असं समज !"

"पिताजी !" नकळत माझ्या तोंडून शब्द आले. त्यांनी माझ्या खांद्यावर हात ठेवला आणि सद्‌गदित होऊन ते म्हणाले,

"बेटा संजय, पण तुला आणखीन एक जाणीव द्यायची राह्यली !"

"कोणती ?"

"तुला यापुढं खूप मानसिक ताप सहन करावा लागणार आहे. भूप तुला पाण्यात पाहणार, बीना तुझा मत्सर करणार. या दोघांच्या कारवायांना तुला तोंड द्यावं लागेल. पण मला आत्मविश्वास वाटतो, तू या दोघांनाही दाद देणार नाहीस !

तुझं नैतीक बळ फार मोठं आहे. त्या दोघांच्याजवळ ते बिलकुल नाही. तेव्हा त्यांचा उपद्रव व्हायला लागला की, त्यांच्याशी कसं वागायचं हे तुझं तूच ठरव. नशीब, निदान स्मिताचा तरी तुझ्यावर भरोसा आहे !''

"सर...''

"सर नव्हे, पिताजी !'' हसत हसत ते म्हणाले,

"पिताजी, आपण माझ्यावर टाकलेल्या या विश्वासाची सतत जाणीव ठेवून मी प्रत्येक गोष्ट करीन. मी तुम्हाला वचन दिलेलंच आहे. माझ्या कर्तबगारीची कसोटी इथंच लागणार आहे !''

पिताजी बिलासपूरला परतले.

मी फार्मवर आलो तेव्हा लखम, बंगा आणि सोरज माझ्याजवळ आले. लखम म्हणाला,

"बाबूजी, काय काय झालं ?''

मी उगाचच हसलो आणि म्हणालो,

"सारं ठीक झालं ! चला, तुमचा मजुरीचा राह्यलेला हिशेब पूर्ण करून टाकू.''

ते तिघेही माझ्याकडं आश्चर्यानं पाहत राह्यले तेव्हा मी त्यांना म्हणालो,

"अरे, यात आश्चर्य वाटण्यासारखं काय आहे ?''

"आहेच आश्चर्य बाबूजी ! आजपर्यंत जे जे लोक इथं मॅनेजर म्हणून आले त्यांनी आम्हाला फुकट राबवून घेतलं. आमच्या पोटा-पाण्याचे हाल केले. पण तुम्ही निराळेच निघालात. आम्ही तुमच्यासमोर राबलो नसतानाही तुम्ही आमच्या मागच्या मजुरीचे पैसे द्यायची व्यवस्था केलीत याचं आश्चर्य वाटतं !''

"हे बघ लखम, माणसानं जन्माला येऊन असंख्य अपराध केले तरी चालतील, पण मजुरीचे पैसे बुडवण्यासारखं दुसरं महापातक नाही ! पण ते पैसे बुडल्यानंतर देखील तुम्ही इतके दिवस इथं प्रामाणिकपणानं राह्यलात याचंच मला मोठं कौतुक वाटतं ! पहाडच्या बायकोला बोलावून घ्या. तिलाही तिच्या नवऱ्याची राह्यलेली मजुरीची रक्कम आदा करायची आहे मला.''

त्या लोकांना मी देवदूतासारखा भासलो. पहाडच्या बायकोला पैसे पोचल्याच्या पावतीवर अंगठा उठवताना आलेला हुंदका आवरता आला नाही.

लखम, बंगा आणि सोरज या तिघांनाही मी त्यांची राह्यलेली मजुरीची रक्कम देऊन त्यांच्या पावत्या घेतल्या. त्या वेळी तिथं लखमची मुलगी लच्छी आली आणि लखमला म्हणाली,

"बापू, आता मला साडी घेणार ना ?"

"हां ऽऽऽ ! जरूर !" नोटांचं पुडकं व्यवस्थित पटक्याच्या टोकात बांधत लखम उद्‌गारला. त्या वेळी मी म्हणालो,

"लच्छी, तू अजून लहान आहेस. साडी काय करायची तुला इतक्यात ?"

ती किंचित नाराजली आणि म्हणाली,

"बापू मला सारखं सांगायचा, मजुरीचे पैसे मिळाले की साडी घेईन म्हणून. मी आता घेणारच !"

"बरं, बरं, घे ! पण साडी नेसायचं अजून तुझं वय झालेलं नाही ! लखम, हिला कितवं वर्ष चालू आहे रे ?"

"तेरा संपलीत बाबूजी."

"अस्सं ? बरं, एक कर, लच्छीला जेव्हा साडी घ्यायला जाशील तेव्हा माझ्याकडून दहा रुपये घेऊन जा."

लच्छीला साडीची गरज नाही असं मी प्रथम म्हणालो तेव्हा किंचित् हिरमुसलेली लच्छी आता मात्र हसली आणि लाजली.

फार्महाऊसवर आता कामं मोठ्या नेटानं सुरू झाली. दोन्ही विहिरींचा गाळ उपसायचं काम करू झालं होतं. बंगल्याजवळच्या विहिरीचा गाळ उपसताना एक मोठी, फूटभर उंचीची, तांब्याची मूर्ती मजुरांना सापडली. त्यांनी ती मला आणून दिली. जवळजवळ दोन किलो वजनाची ती मूर्ती साफ करून मी तिचं सूक्ष्म अवलोकन केलं, तेव्हा मला दिसून आलं की, ती दुर्गेची मूर्ती आहे. तिच्या आठही हातांत निरनिराळ्या वस्तू होत्या. पायदळी तुडवलेल्या राक्षसाच्या छातीत भाला घुसवलेला होता. लखम माझ्याजवळ बसला होता. मी त्याला विचारलं,

"तू याआधी कधी ही मूर्ती पाह्यली होतीस ?"

"हां ऽऽऽ बाबूजी, मोठ्या मालकीणबाई या मूर्तीची पूजा करायच्या. त्या गेल्यानंतर मला ही मूर्ती कधीच बंगल्यातल्या देव्हाऱ्यात दिसली नाही. विहिरीत कोणी टाकली समजत नाही !"

"कोणी का टाकेना. पण आज पुन्हा ती सापडली, तेव्हा मी परत बंगल्यातल्या देव्हाऱ्यात तिची स्थापना करणार आहे. इतकी सुंदर, रेखीव मूर्ती गाळात पडून राहणं चांगलं नाही !"

दुसऱ्या दिवशी नारंगपूरवरून बुलडोझर आला. फार्मातली उंचसखल जमीन सपाट करण्याचं काम चालू झालं. त्या कामासाठी मी नारंगपूरचे मजूर तात्पुरते बोलावले. दहा-पंधरा दिवसांत फॉर्मचं सारं स्वरूपच पालटून गेलं. बंगल्याच्या मागं येऊन उभं राह्यल्यानंतर पन्नास एकरांचा तो फार्मचा काळा कुळकुळीत डाग, एखादं प्रचंड घोंगडं पसरावं तसा दिसू लागला. आंब्याची जी झाडं होती त्यांच्या भोवताली खणून आळी केली. त्यांना खतं घालून पाणी देण्यात आलं. विहिरींचा गाळ उपसल्यामुळं तळाच्या झऱ्याची छिद्रं साफ झाली आणि पाण्याचे झरे दुप्पट वेगानं वाहू लागले.

आता माझ्यासमोर प्रश्न उभा होता तो पाणी उपसण्याचा. पूर्वी पाणी उपसण्यासाठी लोखंडी मोटा वापरल्या जात होत्या. पण आता त्याच जुन्या पद्धतीनं पाणी उपसणं मला पटत नव्हतं. त्यात वेळ आणि श्रम अधिक खर्ची घालावे लागणार होते, ऑईल इंजिन्स बसवावी म्हटलं तर प्रत्येक वेळी तेलासाठी नारंगपूरला जा-ये करणं भाग होतं. तेव्हा इलेक्ट्रिक मोटर्स बसवून पाणी खेचायचा निर्णय मी घेतला. पण इलेक्ट्रिक लाईन फार्मपासून जवळ जवळ पाऊण मैलावरून गेलेली होती. पाऊण मैलावरून कनेक्शन घेणं फार खर्चाचं होणार होतं. तरीही मी इलेक्ट्रिसिटी बोर्डाच्या अधिकाऱ्यांना भेटायचं असं ठरवून निघालो.

नारंगपूर गावात जाताना प्रथम रेल्वे स्टेशन लागतं. गेल्या पंधरा-वीस दिवसांत मी मास्तरांना भेटलो नव्हतो. तेव्हा त्यांची व सुरेखा वहिनींची भेट घ्यावी या हेतूनं मी स्टेशनकडं वळलो.

मास्तर स्टेशनवर होते. ते पुढं पाहून कागदपत्र पाहत होते. बाजूच्या टेबलावर तारेचं यंत्र कट्ट-कडकट्ट करीत होतं.

"गुड मॉर्निंग मास्तरसाहेब !"

"ओ हो हो ! गुडमॉर्निंग ! कुठंय तुमचा पत्ता ?" समोरची फाईल बंद करीत मास्तरांनी विचारलं.

"आहे फार्मवरच. पण आताशी कामं सुरू झालीत. लेव्हलिंग झालं.

विहिरींचा गाळ उपसला. आता इलेक्ट्रिक सेक्शन पंप्स विहिरीवर बसवायचे म्हणतो आहे, पण लाईन फार दूर राहते हो !''

"मग काय करायचं ठरवलं ?''

"इलेक्ट्रिसिटी बोर्डाच्या ऑफिसरना भेटावं म्हणतो. ते काही मार्ग सुचवतात की काय ते पाहायचं !''

"व्हेरी नाईस ! त्यांना तुम्ही ओळखत नाही ?''

"नाही.''

"रोहनसिंग आहेत तिथं. माझ्याकडं येतात कधी कधी.''

"ते कसे काय ?''

"मशिनरीची पार्सल्स येतात ना, त्यांची वेळेवर डिलिव्हरी पूर्वी होत नव्हती. मी आल्यापासून ट्रेन आली रे आली की, मी त्यांना डिलिव्हरी घेऊन जायला फोन करतो. ते सरदारजी आहेत पंजाबकडचे. थांबा, मी फोनच करतो त्यांना.''

"त्यांना कशाला त्रास देता ? मीच जाईन ना.''

"तुम्ही जा. पण त्याआधी मी तुमची इंट्रोडक्शन करून देतो ना.''

"ओ. के. व्हेरी काइंड ऑफ यू !''

ज्या वेळी मी रोहनसिंगांच्या ऑफिसात गेलो तेव्हा खुद्द रोहनसिंगांनी आपल्या खुर्चीतून उठून माझ्या हातात हात देऊन माझं स्वागत केलं आणि ते म्हणाले,

"व्हेरी ग्लॅड टु मीट यू ! मास्तरसाहेबांनी मला आपल्याबद्दल सांगितलं आहे. बोला, मी आपली काय सेवा करू ?''

मी रोहनसिंगांना सर्व परिस्थिती निवेदन केली अन् म्हणालो,

"आमच्या फार्मपासून तुमची जी लाईन जाते ती जवळजवळ पाऊण मैलावर आहे. स्वखर्चानं इतक्या दूरून कनेक्शन घेणं फार खर्चाचं होणार आहे. तेव्हा आपण एखादा पर्याय सुचवलात तर बरं होईल !''

रोहनसिंग स्मित करून जाळीमध्ये व्यवस्थित बसवलेल्या दाढीवरून हात फिरवीत म्हणाले,

"तुमच्या आजुबाजूला आणखीन दोन-तीन कनेक्शन घेणारे लोक मिळतील का ?''

"ते अशक्य आहे साहेब. त्या भागात फक्त सरदारसाहेबांचाच तेवढा पन्नास एकरांचा डाग आहे. बाकीचे चार-आठ एकरांच्या आतलेच जमीनमालक आहेत. शिवाय त्यांना इलेक्ट्रिक मोटर्स घेण्याची ताकद नाही."

क्षणभर विचार करून रोहनसिंग म्हणाले,

"मी तुम्हाला एक मार्ग सुचवतो ! बिलासपूरच्या कलेक्टरना तुम्ही एक निवेदन सादर करा. त्यात स्पष्ट म्हणा की, आपणाला जर इलेक्ट्रिक कनेक्शन सरकारी खर्चानं मिळालं तर धान्याचं उत्पादन वाढणार आहे आणि सध्याच्या मध्यप्रदेश सरकारच्या उत्पादनवाढीच्या प्रयत्नात हातभार लागणार आहे."

"पण, मी नवखा. तिथं कलेक्टरांच्यापर्यंत मला जायला जमेल कसं ?"

"काम व्हायचं असेल तर या साऱ्या गोष्टी कराव्याच लागतील. पण मला खात्री आहे, ते लोक तुम्हाला नक्कीच सहाय्य करतील !"

"ठीक आहे."

रोहनसिंगांचा निरोप घेऊन मी फार्मवर न जाता सरळ बिलासपूरला आलो. कलेक्टरना भेटण्याअगोदर पिताजींची भेट घ्यावी म्हणून मी बंगल्यावर आलो. बन्सी बंगल्याच्या फाटकातच भेटला.

"बाबूजी, असे अचानक कसे ?"

"आलो. जरा कलेक्टरना भेटायचं आहे. पिताजी कसे आहेत ?"

"कोण पिताजी ?"

"अरे सरदारसाहेब."

"हां ऽऽऽ ? पण हे नातं केव्हापासून मान्य केलंत ?"

"ते जाऊ दे, सोड ! कशी आहे तब्येत त्यांची ?"

"ठीक. दोन दिवस झोपून होते."

"काय झालं होतं ?"

"व्हायचं काय ? डोकेदुखी !"

"कशामुळं ?"

"बाईसाहेब आणि बीनाताई यांचं काहीतरी तू-मी झालं. बड्या साहेबांनी मध्यस्थी करण्याचा प्रयत्न केला, तेव्हा छोटेबाबू त्यांना काहीतरी बोलले. स्वत:ला ताप करून घेतला झालं त्यांनी !"

"भूपेंद्र कुठं आहेत ?"

"दोन दिवस झाले, कुठं बाहेर गेले आहेत."

"एकटेच ?"

"एकटे कसे जातील ? ती बया हवीच की सोबत !"

"ठीक आहे. मग मी पिताजींना भेटूनच जातो."

"झोपले आहेत. तसं अगदीच महत्त्वाचं काम असलं तर उठवा !"

"म्हटलं तर महत्त्वाचं काम आहेच. पण मी असं करतो, ते उठेपर्यंत खालीच थांबतो."

"खाली का ? बाईसाहेब आहेत की वर !"

"त्यांना नाही भेटत मी !"

"का हो ?"

"कारणाशिवाय त्यांना कशाला भेटायचं ?"

बन्सी मिष्कील हसला आणि म्हणाला,

"फार लवकर इथल्या माणसांना ओळखलंत बाबूजी ! मी जरा बाहेर जाऊन येतो. बड्या सरकारांची थोडी औषधं आणायची आहेत."

मी व्हरांड्यात जाऊन बसलो. वास्तविक पाहता स्मितादेवींनी आणि पिताजींनी माझ्यावर इतका मोठा विश्वास दाखवल्यानंतर मी त्या घरात अगदी विनासंकोच वावरायला हवं होतं. पण का कुणास ठाऊक, पिताजी अन् बन्सी सोडले तर इतर कोणाशीही मला मोकळेपणानं बोलावंसंच वाटत नव्हतं !

मी व्हरांड्यात बसण्यासाठी चाललो असताना माडीवरच्या खिडकीतून स्मितादेवींनी मला पाह्यलं आणि त्या वरूनच मला म्हणाल्या,

"कधी आलास संजय ? वर ये !"

मला त्यांच्याकडे जाण्याशिवाय गत्यंतरच उरलं नव्हतं.

स्मितादेवींची खोली म्हणजे ऐश्वर्याचं एक छोटंसं प्रदर्शनच होतं. रक्तवर्णाचा भलामोठा गालिचा, त्याभोवताली वेलव्हेटचं कव्हर असलेला सोफासेट आणि बाजूच्या कोपऱ्यात शिशवीची मोठी कॉट. त्यावर दिवस अन् रात्र मच्छरदाणी सोडलेली असे. कोपऱ्यात एक नग्न युवतीचा संगमरवरी पुतळा उभा होता. दुसऱ्या कोपऱ्यात भलीमोठी लॅम्पशेड. लॅम्पशेडच्या बाजूलाच ड्रेसिंग टेबल. या टेबलावर उंची प्रसाधनसाधनांनी एकच दाटी केलेली होती.

स्मितादेवींच्या विषयी माझ्या मनात एक अनामिक अशी भीती त्यांना

पाहिलेल्या दिवसापासून निर्माण झालेली होती. म्हणून मी त्यांचा सहवास टाळायचा प्रयत्न करीत असे. आजही मला त्यांना चुकवून परस्पर पिताजींना भेटून, कलेक्टरांना ते निवेदन द्यायचं होतं. त्यावर त्यांची सही घ्यायची होती. पण स्मितादेवींनी मला पाहून वर बोलावल्यानंतर इच्छेविरुद्ध का होईना, पण जाणंच भाग पडलं.

अद्यापही त्या खिडकीतच उभ्या होत्या. खोलीच्या दाराशी माझी चाहूल लागूनही त्या तशाच पाठमोऱ्या राह्यल्या अन् म्हणाल्या,

"कुठपर्यंत आलीत कामं ?"

"गाळ काढायचं काम आवरलं. लेव्हलिंगही संपले आहे. आता पाणी उपसण्यासाठी इलेक्ट्रिक मोटार बसवायची झाल्यास कनेक्शनची काहीतरी व्यवस्था करावी म्हणून आलो होतो."

स्मितादेवी उभ्या असलेल्या ठिकाणी गर्रकन् वळल्या आणि माझ्याकडं रोखून पाहत म्हणाल्या,

"तू तर ही सारी मालमत्ता स्वतःच्या मालकिचीच आहे असं समजून कामाला लागलेला दिसतोय !"

"देवीजी, तुम्ही आणि पिताजींनी..."

"काय म्हणालास ? पिताजी ? हे केव्हापासून शिकलास ? सरळ सरदारसाहेब म्हणत जा त्यांना ! नाहीतर पूर्वीप्रमाणे नुसतं 'सर' म्हणालास तरी चालेल ! त्यांना तू पिताजी म्हटल्याचं मला मुळीच आवडणार नाही ?"

मी स्मितादेवींच्याकडं वेड्यासारखा पाहतच राह्यलो ! सरदारसाहेबांना पिताजी म्हणून मी संबोधल्यामुळं या बाईला त्यात वावगं का वाटावं हेच मला समजेना.

"पण त्यांना मी पिताजी म्हटल्यानं काय मोठं बिघडतं ?"

"अरे, तू त्यांना आज 'पिताजी' म्हटलंस, तर उद्या मला 'माताजी' म्हणशील !"

असं म्हणून त्या विचित्र हसल्या आणि हळूहळू चालत अगदी माझ्यासमोर आल्या आणि म्हणाल्या,

"तसं तुझ्या नि माझ्या वयात थोडं अंतर आहेच. मी निश्चितच तुझ्यापेक्षा चार-दोन वर्षांनी मोठी असेन, पण म्हणून काही तू मला माताजी

म्हटल्याचं मुळीच खपणार नाही मला !''

''मी आपणाला 'देवीजी'च म्हणत जाईन, पण पिताजींना मी 'पिताजी'च म्हणणार !''

''बरं, बरं ! तुला आवडतं तर म्हण, माझी ना नाही ! मघा काय म्हणालास ? लाईटचं कनेक्शन घेणार विहिरीसाठी ?''

''हो ऽऽऽ. ऑईल इंजिन्सचा व्याप फार वाढतो.''

''घे, घे. लाईटचं कनेक्शन घे. निदान बंगल्यात तरी लाईट घेता येईल ! लाईट नसल्यामुळे तो एवढा चांगला बंगला कसा भक्कास वाटतो नाही ? तू एकटाच झोपतोस तिथं ? भीती नाही वाटत ?''

''कशाची भीती ? उलट मला तिथं रहायला आवडतं !''

''ठीक आहे. लाईट आली ना की मी देखील तिथं राहायला येईन, विश्रांतीसाठी !''

''जरूर या !''

मी असं बोलून गेलो खरा, पण त्या बंगल्यात ही बया खरोखरच राहायला आली तर काय होईल या कल्पनेनंच मी घाबरलो. याउलट तिनं तिथं येऊ नये म्हणून तो बंगला भयानक आहे असं सांगायला हवं होतं. असं देखील क्षणभर वाटलं. पण असले छक्केपंजे माझ्या रक्तातच नव्हते.

''तुझा रंग मात्र बदलला हं !''

माझ्यापासून बाजूला होऊन कोचावर स्वत:ला बेपर्वाईनं झोकून देत स्मितादेवी म्हणाल्या.

''दिवसभर उन्हात उभं राहावं लागत होतं. स्वत: हजर राहिल्याशिवाय कामं होत नाहीत देवीजी !''

''काय रे संजय, तुझी नि त्या स्टेशनमास्तरांची पूर्वीची ओळख आहे ?''

''नाही. कोणी सांगितलं तुम्हाला ?''

''कोणीतरी म्हणालं. पण त्यांचं नुकतंच लग्न झालंय ना ?''

''हो. सुरेखा वहिनी फारच प्रेमळ आहेत ! मला त्या उभयतांचा फार आधार वाटतो !''

''बाकी माणसं जोडण्याचं तुझं कसब मात्र वाखाणण्यासारखं आहे !''

''कसलं आलंय कसब देवीजी त्यात ?''

“अरे, आमच्यासारख्यांनी तुझ्यावर एवढा मोठा विश्वास टाकला तो का उगाच ? बाकी काहीजणांना जन्मतःच हे साधतं खरं !”

बोलता बोलता स्मितादेवी माझ्यावर नजर रोखून म्हणाल्या,

“तू आज राहणार आहेस ?”

“नाही. तसं काही ठरवलेलं नाही. पण का विचारलंत मला ?”

“सहज ! शेतावर राहून कंटाळला असशील म्हणून विचारलं ! जेवण कोण करतं तिथं ?”

“पहाडची बायको पोळ्या-भाजी बनवते. मी स्वतः स्टोव्हवर आम्लेट-बिम्लेट करून घेतो. मजेत चाललं आहे !”

“असा एकटा किती दिवस राहणार ?”

मी हसलो आणि म्हणालो,

“सगळं व्यवस्थित झाल्याशिवाय लग्नाचा विचार करायचा नाही असं ठरवलं आहे !”

“कुठं ठरवून ठेवलंयस की काय ?”

“तसं काही नाही देवीजी. तुमच्या आणि पिताजींच्या पसंतीशिवाय मी तसला निर्णय घेणार नाही !”

“लग्न करणार तू आणि आमची पसंती कशाला हवी ?”

इतक्यात खाली सरदारसाहेबांनी बन्सीला हाक मारलेली मला ऐकू आली.

बन्सी बाजारातून अद्याप परतलेला नव्हता तरीही पिताजी एकसारख्या त्याला हाका मारतच होते. तेव्हा मी उठलो आणि देवीजींना म्हणालो,

“पिताजी उठलेत. मी जातो खाली.”

“जा. पण आज राहणार ना ?”

माझ्याकडं रोखून पाहत पुन्हा देवीजींनी तोच प्रश्न विचारल्यानं मला थोडं विचित्र वाटलं.

“बघतो. ज्या कामासाठी आलो होतो ते नाही झालं तर राहीन.”

“बघ, जमलं तर राहा !”

स्मितादेवी कोपऱ्यातल्या नग्न युवतीच्या पुतळ्याजवळ जाता जाता म्हणाल्या.

गोल जिना उतरल्यामुळे मला भोवळ येत होती की, स्मितादेवींच्या त्या उद्‌गारामुळे, मला समजत नव्हतं ! पण आज मला मात्र त्यांच्या डोळ्यांत काहीतरी निराळेच भाव दिसले यात शंका नाही.

मी पिताजींच्या खोलीत येताच त्यांनी मला विचारलं,

"कधी आलास बेटा ? काय काम काढलंस ?"

"या अर्जावर तुमची एक सही हवी. इलेक्ट्रिक लाईन आपल्या फार्मपर्यंत ओढावी म्हणून कलेक्टरसाहेबांना निवेदन द्यायचं आहे."

"घे, घे. किती हव्या तितक्या सह्या घे !"

"हव्या तितक्या कशाला ? फक्त एकच हवी !"

"तसं नाही, तू राहणार तिथं फार्मवर, अचानक एखादं काम निघालं आणि माझ्या सहीची गरज पडली तर तुला इथपर्यंत धावपळ करत यावं लागेल. त्यापेक्षा चार-दोन सह्या कोऱ्या कागदावर घेऊन ठेवल्यास तर बिघडलं कुठं ? पंचवीस हजार ज्याच्या नावावर ठेवले, त्याला कोऱ्या कागदावर सह्या करून द्यायला भीती कसली ? आणि समज, तू त्या माझ्या सह्यांचा गैरवापर करायचाच असं ठरवलंस, तरीदेखील आमच्याजवळ तसं लुबाडण्यासारखं शिल्लक आहे तरी काय !"

पिताजींना जे बोलायचं होतं ते बोलून होईपर्यंत मी स्वस्थ राह्यलो आणि म्हणालो,

"आपण कलेक्टरसाहेबांपर्यंत आलात तर बरं होईल !"

"जाऊ की ! मी येण्यानं जर तुझं हे काम झटपट होणार असेल, तर कलेक्टरपर्यंत काय, थेट दिल्लीपर्यंतदेखील यायची तयारी आहे माझी !"

"पिताजी समक्ष आले, मी कलेक्टरना माझी सारी स्कीम समजावून सांगितल्यानंतर ते म्हणाले,

"सरकार विजेच्या डांबाचा आणि तारेचा खर्च करणार नाही. तुम्हाला फार तर दीर्घ मुदतीचं कर्ज देण्याची व्यवस्था करीन मी त्यासाठी !"

"अहो, अगोदरच पंचवीस हजार बँकेचं कर्ज घेतलं आहे. त्यात ही आणखी भर पडली म्हणजे उत्पन्न निघेल ते सगळं कर्ज भागवण्यात जाईल !" पिताजींनी कलेक्टरना वस्तुस्थिती समजावून देण्याच्या हेतूनं म्हटलं.

"ठीक आहे. मी वर्कआउट करायला सांगतो, 'फिजीबल' असेल तर

तसे आदेश दिले जातील. आजकाल गव्हर्मेन्टकडं फंडस् नाहीत.''

"ते केव्हा होते ?'' पिताजींनी पाईप भरता भरता विचारलं.

"ते खरंय. पण आम्हाला अशी अधिक उत्पादन करणारी माणसं हवी आहेत ! आम्ही निश्चित या तुमच्या अर्जावर विचार करू !''

सरकारी अधिकाऱ्याचं आश्वासन हा नकाराचाच एक प्रकार, असं समीकरण मी मनाशी ठरवून टाकलं होतं. तेव्हा आपणाला फार्मवरच्या विहिरीवर इलेक्ट्रिक मोटर्स बसवण्याचं स्वप्न सोडून द्यायला हवं या समजुतीनं मी पिताजींच्या समवेत बंगल्यावर परतलो.

स्मितादेवी पोर्चमध्ये उभ्या होत्या. त्यांना बाहेर जाण्यासाठी गाडी हवी होती.

पिताजींनी त्यांच्याकडं ओझरतं पाह्यलं अन् लगेच ते म्हणाले,

"बाहेर जायचं आहे ?''

"हो. चंद्रा आलीय्, तिला भेटायचंय्.''

"सागर, जा ! तुला काही विश्रांती मिळणार नाही !''

"मला नकोय् तुमचा ड्रायव्हर ! मी घेऊन जाते गाडी !'' स्मितादेवी चटकन बोलून गेल्या.

"जा ! या घरात प्रत्येकजण मन मानेल तसं वागायला पूर्ण स्वतंत्र आहे ! ये संजय !''

गाडीतून उतरल्यापासून मी तसाच उभा होतो. तेव्हा माझ्याकडं पाहत स्मितादेवी म्हणाल्या,

"तू राहणार आहेस ना आज ? मग चल, अर्ध्या-पाऊण तासात परत येऊ आपण.''

माझ्या होकाराची अगर नकाराची वाट न पाहताच स्मितादेवी ड्रायव्हिंगला जाऊन बसल्या. मी पिताजींच्याकडे पाहत राह्यलो तेव्हा तेच म्हणाले,

"जा, त्या चंदाची बडबड जरा ऐकून ये ! कधी पाह्यला नसशील असला नमुना !''

खरं म्हणजे मला देवीजींच्यापासून चार हात दूर राहायची इच्छा होती. पण आता पिताजींनीच त्यांच्या सोबत जायला सांगितलं म्हटल्यावर माझा नाईलाज झाला. मी गाडीत त्यांच्याशेजारी दाराकडच्या बाजूला अंग चोरून

बसलो.

पण गाडी बिलासपुरात कोणाच्याही घरी न जाता थेट गावच्या दक्षिणेला निघाली. गाव संपलं तरीही गाडी चाललीच होती. तेव्हा मी भीत भीत देवीजींना म्हणालो,

''आपणाला कुणाकडं जायचं होतं ना ?''

''कुणाकडं जायचं नव्हतं ! बाहेर पडण्यासाठी काहीतरी कारण सांगायचं म्हणून म्हणाले !''

''म्हणजे ? चंदा नावाची आपली कोणी मैत्रीण नाही ?''

''आहे. पण ती नाही आलेली !''

''मग आपण चाललो आहोत कुठं ?''

स्मितादेवी माझ्या प्रश्नाचं उत्तर न देताच फक्त हसल्या आणि म्हणाल्या,

''संजय, तू मला घाबरतोस ?''

''छे ऽऽऽ ! घाबरण्यासारखं तुम्ही करताच काय ?'' लटक्या अवसानानं मी उत्तरलो.

''तू आल्यापासून मी पाहते आहे, तू मला नेहमी टाळण्याचा अगदी बेमालूम प्रयत्न करतो आहेस ! पण लक्षात ठेव ! मी तुझ्यापेक्षा चार-सहा पावसाळे अधिक काढलेले आहेत !''

''देवीजी...''

''बाकी तू फार हुशार आहेस हं ! निष्पाप, निर्विकार असल्याचं नाटक तुला फार चांगलं वठवता येतं !''

''काहीतरी बोलता देवीजी आपण ! पण आपण चाललो आहोत कुठं ?''

''फिरायला !''

''गावापासून इतक्या दूर ?''

''हो ऽऽऽ ! अजून एक मैल गेल्यानंतर माळ लागतो. त्या माळावर कधी-कधी बसायची लहर येते मला !''

''पण आपण...''

''असा घाबरू नकोस ! मी काही तुझ्यावर अतिप्रसंग करणार नाही !''

''देवीजी,'' माझ्या घशाला खरोखरच कोरड पडली होती. पण मी तसं काही न दाखवता म्हणालो, ''मी तुमचा आश्रित आहे. तुम्ही आणि पिताजींनी

माझ्यावर फार मोठा विश्वास टाकलेला आहे. त्या विश्वासाला माझ्या हातून तडा जाईल असा काही प्रसंग माझ्यावर येऊ नये, इतकीच प्रार्थना !''

"संजय, मी तुला इकडं कशासाठी घेऊन आले याची तुला कल्पना नाही ?''

"खरंच नाही !''

रस्त्यावरून डाव्या बाजूला माळात गाडी वळवल्यानंतर देवीजी माझ्याकडं एक कटाक्ष टाकून परत पुढं पाहत म्हणाल्या,

"आता फार दूर नाही जायचं. समोर ते बाभळीचं झाड दिसतं ना, तिथंच थांबायचंय् !''

संध्याकाळचे पाच वाजून गेले होते. सूर्य क्षितिजाकडं झुकत होता. त्या प्रचंड माळावरचं सुकलेलं गवत सोनेरी प्रकाशात अधिकच उजळ दिसत होतं. भोरड्यांचे थवेच्या थवे आकाशातून तरंगत डोक्यावरून जात होते. तो संपूर्ण माळ निर्मनुष्य होता.

बाभळीच्या झाडालगत स्मितादेवींनी गाडी थांबवली आणि त्यांनी मावळतीकडं झुकलेच्या सूर्यबिंबावर नजर रोखली. मीही बाहेर पाहत होतो. देवीजींनी सर्वांगावर फवारलेला इंटिमेटचा गंध जाणवत होता. आता कोणता प्रकार घडणार याचा तर्क मी करीत होतो. तोच देवीजी एकाएकी हुंदके देऊन रडू लागल्या. त्यांच्या डोळ्यांतून अश्रू ओघळू लागले. मला काय करावं ते सुचेना. प्रथम काही क्षण मी त्याच्याकडं पाहत राह्यलो आणि न राहवल्यानं म्हणालो,

"काय झालं देवीजी ? कशाबद्दल वाईट वाटून घेता ?''

पण माझ्या प्रश्नाचं उत्तर देण्याऐवजी देवीजी एकसारख्या रडतच राह्यल्या. सूर्य अस्ताला गेला. क्षितिजावरचा प्रकाशही मावळू लागला. तरीही देवीजी रडतच होत्या. त्यांना समजावण्यासाठी नकळत माझा हात त्यांच्या पाठीवर ठेवला गेला आणि त्याच क्षणी त्यांनी माझ्या छातीवर डोकं टेकवलं आणि परत त्या हुंदके देत राह्यल्या.

प्रकरण ८

ज्यावेळी आम्ही परतलो तेव्हा रात्रीचे आठ वाजले होते. माझी मन:स्थिती मोठी विचित्र झाली होती. स्मितादेवी गाडीतून उतरल्यानंतर आपल्या खोलीकडं गेल्या. त्यांचा मेकअप् पार बिघडून गेला होता. रडून रडून डोळे लाल झाले होते. हेअर स्टाईल अस्ताव्यस्त झाली होती. तशा स्थितीत आपण घरी कोणाच्या नजरेला दिसू नये या हेतूनं त्या सरळ आपल्या खोलीत गेल्या.

पिताजी बागेतल्या हिरवळीवर बसून संथपणे पाईपचे झुरके घेत होते. मी त्यांच्याजवळ गेलो तेव्हा ते माझ्याकडं न पाहताच म्हणाले,

"चंदाची बडबड ऐकून वैतागलास की नाही ?"

माझी भलतीच पंचाईत झाली ! मी चंदा काळी की गोरी पाहिलेली नव्हती. देवीजींनी मात्र त्या चंदाला भेटायला जात आहोत असं चक्क खोटं सांगून मला सोबत नेलं होतं ! आता पिताजींना काय सांगावं याची मला चिंता लागून राह्यली. पण मी विचार केला की, अगोदरच या पतिपत्नींत बेबनाव आहे. शिवाय मी खरं ते सांगितलं तर तो आणखीन वाढीस लागेल त्यापेक्षा खोटं बोललेलंच बरं !

"पिताजी, देवीजी आणि त्या आतच बोलत बसल्या,

त्यामुळं त्या कशा आहेत, किती बोलतात, बडबडतात याचा मला अंदाजच करता आला नाही !''

"किती बडबडते हे समजलं नसेल, पण तुम्हा लोकांना निरोप द्यायला बाहेर तरी आली असेल ना ?''

"त्या आल्या होत्या, पण मी त्यांच्याकडं पाह्यलं नाही !''

"का ? परस्त्रीकडं पाहणं गुन्हा समजतोस की काय ?''

"तसं काही नाही पिताजी.'' खोटं हास्य करून मी म्हणालो.

"बरं, सोडून दे तो विषय. समज, आपल्याला ती इलेक्ट्रिकची लाईन जर मिळाली नाही तर तू काय करायचं ठरवलेलं आहेस ?''

"मग दोन ऑईल इंजिनचे सेटस् घ्यावे लागतील. मोटेनं पाणी उपसणं काही शक्य नाही !''

"बरं, तुझ्याकडचे एक हजार रुपये मी सांगतो त्या पत्त्यावर मनीऑर्डरनं रोमाला पाठवायला हवेत. काल तिचं तिसरं निर्वाणीचं पत्र आलं आहे !''

"पण आपण मला म्हणाला होता की, त्या पंचवीस हजारातला एकही पैसा घरगुती कामासाठी खर्च करायचा नाही !''

"म्हणालो होतो हे खरं, पण काय करू ? त्या पोरीला गेले सहा महिने मी पैसे पाठवू शकलो नाही !''

"हजार रुपयांचा प्रश्न नाही पिताजी, एक एकदा हे असं सुरू झालं की, याला अंत नाही राहाणार ! मी पै-पैशाचा हिशोब लिहून ठेवतो आहे. वावगा एक पैसादेखील खर्च करीत नाही !''

"तुझ्या प्रामाणिकपणाबद्दल मला थोडीसुद्धा शंका नाही संजय, पण या वेळी रोमाला एक हजार पाठवायलाच हवेत !''

"ठीक आहे. या वेळी पाठवतो मी. आपण त्यांचा पत्ता द्या माझ्याकडं. पण पुन्हा घरगुती खर्चासाठी त्यातले पैसे खर्च होऊ नयेत, एवढीच इच्छा आहे !''

"होणार नाहीत याची खात्री बाळग ! एक लक्षात ठेव, यातलं स्मिताला काहीएक कळता कामा नये !''

"नाही कळणार !''

माझी अवस्था या लोकांनी फारच विचित्र करून टाकली. मधा त्या

माळावर स्मितादेवींनी आपलं अंतरंग माझ्यासमोर मोकळं केलं. त्या जे जे बोलल्या त्यातलं अवाक्षरही मी पिताजींना सांगू शकलो नव्हतो आणि हे पिताजी माझ्यावर इतका विश्वास व्यक्त करीत होते की, ते जे सांगतील त्यातलंही काही स्मितादेवींना कळू देता येत नव्हतं. माझ्या मनाची विलक्षण अशी अवस्था निर्माण झाली होती. या पतिपत्नींनी माझ्यावर नितांत असा विश्वास टाकावा याचंच मला आश्चर्य वाटतं होतं. फार्महाऊसचे 'प्रॉब्लेम्स' अनेक होते, पण तसली दहा फार्महाऊस पिकवणं एखादवेळी मला जमलं असतं, पण या दोघांच्या घरगुती बाबतीतली कसरत करणं मला किती काळ जमणार आहे, याबाबतीत मात्र मी साशंक होतो. पण आता 'आलिया भोगासी' या तत्त्वानुसार सर्वच जबाबदारी स्वीकारायची असं मी ठरवून टाकलं.

रात्री जेवताना फारसं कोणी कोणाशी बोलत नव्हतं. बन्सी जेवण वाढताना माझ्याकडं उगाच रोखून पाहतो आहे असं मला वाटू लागलं. पण मी माझं त्याच्याकडं लक्ष नसल्यासारखं दाखवीत राह्यलो. स्मितादेवी फारच थोडं जेवल्या आणि कोपऱ्यातल्या बेसिनवर हात धुऊन सरळ आपल्या खोलीकडं माडीवर निघून गेल्या.

त्या गेल्यानंतर पिताजी किंचित् हसले आणि म्हणाले,

"संजय, तुला या घरातल्या माणसांबद्दल काय वाटतं ?"

"काय वाटणार ?" पुडिंगचा चमचा तसाच क्षणभर अधांतरी धरून मी म्हणालो.

"सर्वसाधारण गृहस्थाच्या घरी असं इथल्यासारखं वातावरण असतं असं वाटतं तुला ?"

"पिताजी, घर म्हटलं की 'प्रॉब्लेम्स' हे आलेच ! मी स्वत: घर सोडलं ते देखील घरच्या कटकटींना वैतागून !"

"पण त्यापेक्षा या घरात अधिक आहेत असं नाही वाटत तुला ?"

"कुठंही दुनियेत गेलो तरी कटकटी या असणारच पिताजी. त्या टाळायच्या असतील तर बैरागी व्हावं लागेल !"

"तेच माझ्या मनात बरेच दिवस घोळतंय बघ ! फकीर होऊन परागंदा व्हावं !"

जेवण झाल्यानंतर मी पिताजींच्या समवेत थोडा वेळ बोलत बसलो

आणि साडेनऊच्या सुमारास बन्सीच्या खोलीशेजारी झोपायला जाण्यासाठी निघालो तेव्हा पिताजी म्हणाले,

"तिकडं कशाला जातोस ? तिसऱ्या मजल्यावरची खोली रिकामीच आहे."

"नको. तिथं बन्सीशेजारीच बरं आहे, बन्सीशी गप्पा मारायला मिळतात."

"संजय, आता तू आमच्या घरच्या माणसांपैकी एक झालास. तिकडं नोकरलोकांच्या खोलीत तुला झोपायला पाठवणं बरं नाही वाटत !"

"तसं काही समजू नका पिताजी. मी जरी तिथं राह्यलो तरीही तुमच्यापैकीच आहे !"

"छेऽऽऽ ! मनाला बरं नाही वाटत ते ! आमच्यासोबत डायनिंग टेबलावर बसून जेवायचं, गाडीतून आमच्यासोबत फिरायचं आणि झोपायला मात्र तिकडं नोकरांच्या खोलीकडं जायचं हे काही ठीक नाही. बन्सी ऽऽऽ, ए बन्सीऽऽऽ, बाबूजींची झोपायची व्यवस्था तिसऱ्या मजल्यावरच्या खोलीत करून दे !"

"जी सरकार !" पुन्हा बन्सी माझ्याकडं अर्थपूर्ण असा पाहून गेला.

पिताजींना डॉक्टरनी फार चढउतार करू नका असा सल्ला दिल्यानं ते खालीच व्हरांड्याशेजारच्या खोलीत झोपत. वरती दुसऱ्या मजल्यावर बीना आणि भूप यांच्या दोन स्वतंत्र खोल्या होत्या. एका बाजूला देवीजींची खोली होती.

तिसऱ्या मजल्यावरची खोली छोटीशीच, पण हवेशीर होती. समोर लहान गच्ची होती. गच्चीत येऊन उभा राह्यलो. बिलासपुरातल्या उंच इमारती, त्यातले झगझगणारे दिवे दिसू लागले. गादीवर बेडशीट अंथरून झाल्यानंतर बन्सी माझ्याजवळ आला आणि म्हणाला,

"बाबूजी, आज तुम्ही खरेखुरे या घरचे झालात !"

"का ?"

"आजपर्यंत इतके इस्टेट मॅनेजर झाले, पण इथं वाड्यात या खोलीत कोणाला प्रवेश नव्हता !"

"पण बन्सी, मला काही हे पसंत नाही ! मी आपला खाली तुझ्याशी गप्पा मारता मारता झोपत होतो तेच ठीक होतं !"

"हे बघा, दोघांचा विश्वास तुमच्यावर ! एकमेकांवर कधी विश्वास दाखवणार

नाहीत, पण तुमच्यावर मात्र दोघांचा विश्वास ! तुम्ही तरी काय करणार ?''

"पण मला हे असलं मोठेपण नको आहे. मी या लोकांचा नोकर आहे. तुझ्यात नि माझ्यात तसा फारसा फरक नाहीच. एवढंच, माझी जबाबदारी थोडी मोठी आहे आणि तिचं स्वरूपही थोडं निराळं आहे !''

"बाबूजी.'' बन्सी माझ्या कानाशी लागून म्हणाला, "या घरात आलेला माणूस एक संपूर्ण बरबाद तरी होतो किंवा जन्माचं कल्याण तरी होतं त्याच्या ! एवढं एक लक्षात असू द्या माझं गरिबाचं !''

"कशावरून म्हणतोस ?''

स्वत:च्या पिकलेल्या केसांवरून हात फिरवीत बन्सी म्हणाला,

"या घरातच काळ्याचे पांढरे झाले माझे बाबूजी ! जातो. अजून खालची कामं आवरायची आहेत.''

पायजमा आणि बनियन घालून मी थोडा वेळ गच्चीत उभा राह्यलो. मला संध्याकाळचा तो प्रसंग काही केल्या विसरता येत नव्हता. मी आत कॉटवर येऊन आडवा झालो. बन्सीचे ते बोल आठवले : "या घरात येणारा माणूस संपूर्ण बरबाद तरी होतो किंवा त्याच्या जन्माचं कल्याण तरी होतं !'' - यापैकी माझं काय होणार आहे ? मी बरबाद होण्यासाठी इथं आलेलो नाही हे नक्कीच ! माझ्या बरबादीची लक्षणं दिसायला लागली की इथून पळ काढलेला बरा ! पण मी जन्माचं कल्याण करून घेण्यासाठी तरी इथं आलो आहे का ? तेही नाही ! मला महिना शेचारशे रुपये मिळावेत, मला माझा एल्. एल्. बी., चा अभ्यास इथं राहून पूर्ण करता यावा, याच हेतूनं मी ही जबाबदारी स्वीकारलेली आहे ना ?

दिवा चालूच होता. दिवा बंद केल्याशिवाय झोप येणार नाही म्हणून मी उठून दिवा बंद केला. पण डोळ्यासमोरचा प्रकाश नाहीसा झाला म्हणून डोक्यातले विचार जायला मुळीच तयार नव्हते.

माळावरचा तो प्रसंग ! देवीजींची समजूत करावी म्हणून नकळत मी माझा हात त्यांच्या पाठीवर ठेवला आणि त्या माझ्या छातीवर डोकं टेकवून धाय धाय रडल्या. दु:खावेग ओसरल्यावर त्या म्हणाल्या,

"संजय, आयुष्यात ऐश्वर्याची हाव धरण्यासारखा दुसरा दरिद्रीपणा कोणताच नाही ! सुस्वरूप होते, तरुण होते, कुणाही समंजस, गरीब अशा

माणसाचा संसार मी फुलवला असता. पण या सरदारसाहेबांच्या जमीन-जुमल्याला, बंगल्याला, मोटारींना आणि त्यांच्या खानदानीला मी भाळले आणि जवळजवळ माझ्यापेक्षा वीस वर्षांनी मोठ्या अशा विधुराच्या गळ्यात माळ घातली !''

"हळूहळू मला सत्य उमगलं. हा खानदानी डामडौल पोकळ आहे. या घरात सख्खे चुलत बहीणभाऊ एकमेकांशी व्यभिचार करतात. इथं पैशाची बेसुमार उधळपट्टी चाललेली आहे. भूपसारखा नादान, नालायक मुलगा या घराचा वारसदार आहे. बीना या घरातून कधीच बाहेर जाणार नाही. भूपचं लग्न होणार नाही, ना बीनाचं. सरदार घराण्याचा डामडौल टिकवण्यासाठी यांनी उतारवयात माझ्याशी लग्न केलं त्यात चूक त्यांची नव्हती; चूक होती माझीच ! एक वेळ मी हा सारा पोकळ डामडौल सहन केलाही असता संजय, पण मी माझ्या मनाचा कोंडमारा मात्र आता सहन करू शकत नाही !''

"गेली पाच वर्षं मी माझ्या मनाची समजूत घालते आहे, जगात सगळ्यांना मुलं होतातच कुठं ? एखाददुसरं मूल झालं असतं तर त्याच्या आशेवर मी उरलेलं आयुष्य कंठलं असतं. पण ते आता यांच्याकडून अशक्य आहे ! हे गृहस्थ तसे मनानं फार चांगले आहेत संजय, पण मला मातृत्व द्यायला असमर्थ असलेलं हे पतित्व माझ्या दृष्टीनं कवडीमोलाचं आहे ! मी खूप खूप विचार केला संजय यावर ! कल्पना कर, एक माणूस उपाशी आहे, दुसरे त्याच्यासमोर बसून पंचपक्वान्नाचं ताट खात आहेत; त्या उपाशी माणसानं फक्त पाहातच राहावं ? काय करावं त्यानं ?''

मला देवीजींची दया येत होती. घसा साफ करून मी म्हणालो,

"पंचपक्वान्नाचं खाणाऱ्यानंच आपल्या ताटातले चार घास त्या उपाशी माणसाला देणं भाग आहे !''

"अगदी बरोबर बोललास ! माझीही तीच विचारसरणी झालेली आहे. नीति-अनीतीच्या विचारांत फारसं बुडून जाऊ नये ! स्वत: जगणं आणि दुसऱ्याला जगवणं हेच सर्वांत श्रेष्ठ तत्त्वज्ञान आहे ! या तत्त्वाच्या विरुद्ध जाणारी इतर तत्त्वं भले नैतिकदृष्ट्या कितीही थोर असली तरी ती कवडीमोल आहेत !''

स्मितादेवींच्या बोलण्यातला आशय न समजण्याइतका मी दुधखुळा

नव्हतो ! त्यांची इच्छा स्पष्ट होती. त्यांना मातृत्व हवं होतं आणि ते माझ्याकडूनच हवं होतं ! काही क्षण मी पुतळ्यासारखा बसून होतो. आयुष्यात असला विलक्षण प्रसंग माझ्यावर ओढवेल असं स्वप्नातही आलं नव्हतं. मी पिताजींना 'पिताजी' म्हणून संबोधल्याचं देवीजींना का आवडलं नाही याचा त्या वेळी उलगडा झाला होता. मी प्रथम देवीजींना भेटायला गेलो तेव्हा त्यांच्या पायावरची साडी वर गेली होती ती तशीच राहू देण्याचा त्यांचा हेतू आता मला स्पष्ट जाणवला होता. त्यांची ती धुंद करणारी नजर मला स्पष्ट कळली होती. पण माझ्या मनावरचे संस्कार मला लगेच कोणत्याही मोहाला बळी पडायला प्रवृत्त करणारे नव्हते. मी सरदारसाहेबांचं अन्न खातो आहे. मी त्यांचा आश्रित आहे. माझ्यावर त्यांचा नितांत विश्वास आहे. मी जर स्मितादेवींच्या इच्छेला प्रतिसाद दिला तर काय होईल ?

या विचारानं माझं डोकं सुन्न होऊन गेलं !

आज उगाच इकडं आलो असंही वाटलं. पण आज जरी आलो नसतो तरी केव्हा ना केव्हा देवीजींनी माझ्यासमोर आपलं अंतरंग उघडं केलंच असतं.

अस्वस्थ होऊन मी या कुशीवरून त्या कुशीवर होत राह्यलो. परत अंथरुणावर उठून बसलो. काय करावं समजेना. मनाची अवस्था मोठी विचित्र झाली होती. थोडा वेळ गॅलरीत पडावं म्हणून मी कॉटखालची सतरंजी काढून घेतली, उशीही घेतली आणि बाहेर गॅलरीत येऊन सतरंजी पसरली अन् आडवा झालो. आकाश तार्‍यांनी फुललं होतं. आकाशगंगेचा धूसर पट्टा या कडेपासून त्या कडेपर्यंत पसरलेला होता. शाळेत असताना भूगोलाच्या मास्तरांनी खगोलशास्त्राचा पाठ घेताना सहज गमतीनं एक गोष्ट सांगितली होती; माणसाचं चित्त जेव्हा विचलित होतं, माणूस जेव्हा दु:खी होतो तेव्हा त्यानं रात्री आकाशाकडं पाहत झोपावं आणि विचार करावा. या अंतराळात आपल्या हे लुकलुकणारे लहानसे ग्रह-तारे दिसतात; त्यातले लक्षावधी ग्रह पृथ्वीपेक्षाही प्रचंड आहेत. आपल्यासारख्या अनेक सूर्यमाला आहेत. चंद्र आहेत. ते आपल्यापासून कोट्यवधी मैल दूर आहेत. आपली पृथ्वी ही त्यातली एक. त्या पृथ्वीला आठ खंड. त्या आठ खंडातला आशिया हा एक. त्या आशियातला भारत हा एक छोटासा देश. त्या भारतातला मुंबई हा एक प्रांत. त्या प्रांतातला पुणे जिल्हा आणि पुण्यातलं चिंचवड हे एक गाव आणि त्या गावातला मी एक. अशी कल्पना

करत राह्यल्यास माणसाला आपण किती क्षुद्र आहोत याची जाणीव होते अन् मग त्याला ग्रासणारी दु:खं आपोआपच विरून जातात.

त्या विचारानं मग थोडंसं हलकं झाल्यासारखं वाटतं. डोळे मिटून मी पडून होतो आणि हळूहळू मला झोप येऊ लागली. पण निद्रा आणि जागृतावस्था यातल्या एका नाजूक अवस्थेत मी असतानाच मला कोणाचा तरी उबदार स्पर्श जाणवला. मी ताडकन् डोळे उघडले. स्मितादेवी माझ्या शेजारी येऊन झोपल्या होत्या आणि त्यांनी चक्क मला आपल्या मिठीत घट्ट धरून ठेवलं होतं. मला काही समजण्याच्या आत त्यांनी माझी चुंबनं घ्यायला सुरुवात केली. आजपर्यंतचे माझ्या मनावरचे सारे संस्कार, नीती-अनीतीच्या कल्पना केव्हाच ढासळून पडल्या. त्यांच्या तप्त ओठांचा मादक स्पर्श, त्यांचे उसासे आणि हुंकार यांनी माझ्यातला पुरुष जागृत केला होता...

पहाटे मी जागा झालो तो थंडी वाजू लागली म्हणून. पण माझ्या शेजारी देवीजी नव्हत्या. मी उठून आत आलो. अंगावर रजई घेऊन परत कॉटवर झोपलो. रात्रीचा तो प्रसंग आठवला. ते स्वप्न तर नसावं ? स्वप्न असतं तर बरं झालं असतं ! कॉलेजात असताना वर्गातल्या सुंदर पोरी अशाच माझ्या स्वप्नात यायच्या. मला बिलगायच्या. जे व्हायला नको ते व्हायचं ! सुरुवातीला मी घाबरून जायचो. अशा स्वप्नांचा परिणाम शरीराला घातक असतो की काय हे जाणून घेण्यासाठी मी डॉक्टरांचा सल्लाही विचारला. तेव्हा डॉक्टर हसून म्हणाले, "अशी स्वप्नं पडणं हे नैसर्गिक आहे संजयराव ! अशी स्वप्नं ज्याला पडत नाहीत त्याच्यात काहीतरी दोष आहे असं समजतो आम्ही !" तेव्हापासून तसल्या स्वप्नाबद्दलची भीती मनातून कायमची नाहीशी झाली.

पण काल रात्रीचा तो प्रकार स्वप्न ठरावा असं मला मनापासून वाटत होतं.

पण ते स्वप्न नव्हतं ! यापुढं पिताजींना तोंड दाखवायचं तरी कसं याची मला लाज वाटू लागली. मी तसाच पडून होतो इतक्यात बन्सीनं हाक मारली.

"बाबूजी, आज फार वेळ झोपलात ! उठा. चहा आणलाय."

उठून दाराचा बोल्ट काढला. बन्सी माझ्याकडं न पाहताच म्हणाला,

"आज तुम्हाला फार वेळ झोप लागली. इतका वेळ कधी झोपत नाही तुम्ही ?"

"खरंच ! बन्सी, माझ्या चेहऱ्यावर तुला काही बदल जाणवतोय ?"

बन्सी माझ्याकडं पाहून हसला आणि म्हणाला,

"काही नाही ! असं का विचारलंत ?"

"सहज !" बेसिनकडं तोंड धुवायला जाता जाता मी म्हणालो.

बन्सी खोलीतून बाहेर गच्चीत गेला आणि परत आला. तोंड पुसून मी किटलीतला चहा कपात ओतून घेत होतो तोच बन्सी मला म्हणाला,

"समजलं मला, असा प्रश्न का विचारलात तो !" दोन्ही हात मागे धरून बन्सी बोलला.

"काय समजलं तुला ?"

बन्सीनं मागे दडवलेलं सुकून गेलेलं गुलाबाचं फूल माझ्यासमोर धरलं आणि तो म्हणाला,

"यामुळं तुम्ही तो प्रश्न मला विचारलात !"

मी त्या फुलाकडं रोखून पाहत विचारलं,

"म्हणजे ?"

"हे फूल काल रात्री देवीजींच्या केसांत होतं !"

"छट् ! काहीतरी बरळू नकोस ! काल पिताजींनी मला खाली गार्डनमधे दिलं होतं ते !"

त्यावर बन्सी वाकून माझ्याजवळ येत म्हणाला,

"बाबूजी, हे केव्हा ना केव्हा घडणार हे जाणून होतो मी ! निदान माझ्याशी तरी नाटक करू नका !"

चहाचा मोकळा कप टेबलावर ठेवून मी म्हणालो,

"बन्सी, माझं काय होणार आहे समजत नाही !"

त्यावर बन्सी चटकन् म्हणाला,

"झालं तर जन्माचं कल्याण नाहीतर बरबादी !"

चहाचा ट्रे उचलून घेऊन तो खाली निघून गेला. पण जाताना तो ते सुकलेलं गुलाबाचं फूल माझ्या कॉटवर तसंच ठेवून गेला. रात्रीचा प्रकार कोणालाही समजणार नाही ही माझी समजूत बन्सीनं फोल ठरवली. पण बन्सीबद्दल मला आदर होता, जिव्हाळा वाटत होता. कारण त्यानंच मला इथं आल्यानंतर इथल्या व्यक्तींचे स्वभाव कसे आहेत हे सांगितलं होतं. पिताजींच्याबद्दल

त्याच्या मनात नितांत आदर होता. जोपर्यंत पिताजी जिवंत आहेत तोपर्यंत त्यानं ते घर न सोडण्याचा आपला निर्धार मला अनेक वेळा बोलून दाखविलेला होता. देवीजींच्या स्वभावाचाही त्याला पूर्ण अभ्यास होता. भूप आणि बीना यांच्यातले संबंध त्यानंच मला सांगितले होते. तेव्हा मनात एक शंका येऊन गेली; ज्या घरचं हा अन्न खातो त्यांच्याबद्दलची सर्व माहिती त्यानं माझ्यासारख्या अल्पपरिचिताला दिली तेव्हा हा माझा अन् देवीजींचा असा जो संबंध आला त्याची वाच्यता इतरांसमोर करणार नाही कशावरून!

अंघोळ करून, कपडे बदलून मी खाली आलो. पिताजी दिवाणखान्यात पेपर वाचत बसले होते. मला पाहून ते म्हणाले,

"कशी काय झोप लागली?"

"फारच छान! बन्सीनं येऊन उठवलं नसतं तर आणखीन तासभर झोपलो असतो!"

"तिसऱ्या मजल्यावरची ती खोली आहेच तशी! ज्याला निद्रानाशाचा विकार आहे त्याला तिथं ठेवला तर कुंभकर्णासारखा झोपेल! वारं फार छान येतं तिथं. मी तिथंच झोपायचो. फार आवडायचं मला तिथं झोपायला. पण डॉक्टरनी जिने चढ-उतार करू नका म्हणून सांगितल्यापासून मी तिथं झोपायचं बंद केलं."

मी माझी अपराधी मुद्रा लपवण्याचा आटोकाट प्रयत्न करीत हसलो आणि म्हणालो,

"पिताजी, पण माझ्यासारखा कामाच्या माणसानं असं इतका वेळ झोपणं बरं नव्हे! फार्मवर मला पाच वाजताच जाग येते. पहाडच्या खोपीसमोरचा कोंबडा बरोबर साडेचारलाच बांग द्यायला सुरुवात करतो!"

"तो पहाड एक अफलातून माणूस होता! मोठा धाडसी! त्या वेळी ललिता तिथं बंगल्यात राहत होती. फार्महाऊसवर एकदा दरोडेखोरांनी डाका घातला. बारा-चौदा जण होते. पण या पहाडनं एकट्यानं तो दरोडा परतवून लावला!"

"ते कसं काय?"

"अरे, बंदुकीच्या गोळ्या चुकतील एक वेळ, पण त्यानं गोफणीतून मारलेला दगड चुकणार नाही. ऐन पौर्णिमेची रात्र होती. मीही बंगल्यातच होतो.

ललितेला जाग आली म्हणून ती उठली. पाहते तर बंगल्याभोवती बाराचौदाजण तोंडाला कापड बांधून आत कसं घुसायचं या तयारीत होते. ती मोठ्यानं ओरडली. मीही उठलो. दरोडेखोरांनी आम्हाला भिवविण्यासाठी हवेत एक बंदुकीचा बार काढला -''

"तुमच्याजवळ बंदूक नव्हती ?''

"होती ना, पण त्या बंदुकीची काडतुसं इतकी जुनी झाली होती की, एकही काडतूस उडालं नाही !''

"मग काय केलंत ?''

"करणार काय ! रामनामाचा जप करीत बसलो ! - पण खाली असलेले दरोडेखोर विव्हळू लागल्याचं ऐकू येऊ लागलं !''

"कशामुळं ?''

"पहाड, ललितेच्या ओरडण्यानं जागा झाला होता. झोपताना उशाला पाच-पन्नास गोटे आणि गोफण घेऊनच झोपायचा. त्या वेळी त्या भागात धान्याच्या भुरट्या चोऱ्या करणारी टोळी आली होती. पण ललितेचा आरडाओरडा ऐकून पहाड बंगल्याकडं धावत आला नाही. बंगल्याच्या डाव्या बाजूला आंब्याचं झाड आहे बघ. त्या आंब्याच्या झाडाखाली अंधारात उभं राहून त्यानं चांदण्यात दिसणाऱ्या दरोडेखोरांच्यावर गोफणीचा असा अचूक मारा सुरू केला म्हणतोस ! दोघातिघांना अक्षरश: लोळवलं त्यानं !''

"पण त्यांनी दगड येणाऱ्या दिशेनं गोळी नाही झाडली ?''

"अरे, याचे दगड कुठून येतात याचाच त्यांना पत्ता लागला नाही ! शेवटी पळून गेले. जाताना जखमी झालेल्यांना उचलून घेऊन गेले.''

"पिताजी, फार्मवर मला एक बंदूक हवी. यापुढं मी तिथं बागाईत पिकं करणार, तेव्हा हत्यार हवं !''

"काल कलेक्टरना भेटायला गेलो होतो तिथंच आठवण नाही का करायची ? अर्ज दिला नसता का ? असेना का, नंतर दे पाठवून. बंदुका काय, आपल्याकडं चार-पाच आहेत.''

इतक्यात बन्सी पिताजींना दुसऱ्यांदा चहा घेऊन आला. पिताजींनी त्याला विचारलं,

"उठल्या का नाही राणीसरकार ?''

"आत्ता मघाशी उठल्या."

"आज जो तो इतक्या उशिरा उठतोय, काय झालंय समजत नाही !" पिताजी माझ्याकडं पाहत म्हणाले. मी खोटंखोटं हसून दुसरीकडं पाह्यलं.

आम्ही चहा घेत असताना फोनची रिंग खणखणली. बन्सीनं धावत जाऊन रिसीव्हर उचलला. त्यानं क्षणभर तो तसाच कानाशी धरला आणि पिताजींना हाक मारून म्हणाला,

"सरकार, रायगडवरून ट्रंककॉल आहे आपणाला."

पिताजी उठले आणि फोनजवळ गेले. रिसीव्हर कानाला लावला.

"काय ? भूप आणि बीना दोघंही अटकेत आहेत ? कशाबद्दल ? माय गॉड ! आलो, निघालोच !"

पिताजींनी रिसीव्हर स्टँडवर ठेवला आणि ते चिंताग्रस्त होऊन मला म्हणाले,

"बघ, या कार्ट्यानं मला सरळ काही जगू द्यायचं नाही असं ठरवलंय !"

"काय झालं तरी काय पिताजी ?"

"काल संध्याकाळी बीना दारू पिऊन ड्रायव्हिंग करीत असताना एक माणूस मारला तिनं ! पोलिसांनी दोघांनाही ताब्यात घेतलं आहे ! निदान जामिनावर तरी सोडवून आणायला हवं ! त्या बिचाऱ्या माणसाला मारण्यापेक्षा हीच दोघं का नाही मेली, समजत नाही !"

खाली चाललेला आवाज ऐकून देवीजी जिन्यावरून खाली आल्या. त्यांनी माझ्याकडं पाहून न पाह्यल्यासारखं केलं आणि बन्सीला विचारलं,

"काय झालं रे ?"

"छोटे सरकार आणि दीदीला पोलिसांनी पकडलं, ॲक्सिडेंट झालाय, माणूस मेलाय !"

"छान ! आता त्यांच्या पिताजींना म्हणावं, जा त्यांना सोडवून आणायला !"

पण पिताजी समोरच होते. ते शांत चित्तानं बन्सीला म्हणाले,

"ड्रायव्हर बोलाव. संजय, तूही चल तिथं धावपळ करायला माझ्या अंगात बळ नाही."

प्रकरण ९

भूपच्या डोक्यातून हॉटेलचं वेड काही गेलेलं नव्हतं. पिताजी हॉटेल काढण्यासाठी कर्ज काढून भांडवल द्यायला राजी नाहीत असं पाहून तो बीनाच्या मावशीकडं कर्जाऊ पैसे मागायला सवती या गावी गेला होता. बीनाची मावशी विधवा होती. तिला दोन मुलं होती. तिच्याजवळ पैसाही होता. पण बीना आणि भूप यांचं ते नातं तिच्या कानावर आल्यामुळं तिनं भूपला पैसे द्यायचं नाकारलं. रीतभात म्हणून दोन दिवस त्यांना ठेवून घेतलं आणि परत पाठवलं.

तिथून येताना ही दोघंही चिक्कार प्यायली. बीना गाडी चालवायला बसली आणि भूप तिच्या शेजारी. संध्याकाळच्या गार वाऱ्यानं बीनाच्या मस्तकात मद्य भिनलं आणि तिनं रस्त्याच्या बाजूनं चाललेल्या एका पादचाऱ्याला उडवलं. आपल्या गाडीमुळं एक माणूस ठोकरला गेला आहे याची खबर नजीकच्या पोलिसस्टेशनला द्यायला हवी होती. उलट भूपनं बीनाकडून स्टेअरिंग स्वत:कडे घेतलं आणि गाडी साठ-सत्तर स्पीडनं सोडली.

पण त्यांच्यामागून येणाऱ्या एका मोटारसायकल-वाल्यानं तो प्रकार पाह्यला होता. गाडीचा नंबरही त्यानं वाचला आणि सवती या गावच्या पोलिसस्टेशनला फोननं खबर दिली.

पुढं चेकपोस्टला मेसेज मिळताच भूपची गाडी अडवण्यात आली. पोलिसांनी गाडीची तपासणी केली त्यात ठोकरलेल्या माणसाच्या धोतराचा एक तुकडा बॉनेटजवळच्या क्लीपमध्ये अडकलेला सापडला. गाडी ठोकरली तेव्हा बीना ड्रायव्हिंग करीत होती, पण अपघात झाल्यानंतर तिथं न थांबता पळून जायला भूपनं सहाय्य केलं म्हणून त्या दोघांनाही पोलिसांनी डांबून टाकलं होतं. त्या दोघांची मेडिकल तपासणी केली त्यात दोघंही मद्य प्यायल्याचं डॉक्टरांनी सर्टिफिकेटमध्ये नमूद केलं होतं. शेवटी त्या दोघांना रायगडच्या मॅजिस्ट्रेटपुढं उभं केल्यानंतर मॅजिस्ट्रेट कस्टडीत घेण्याचा आदेश दिला आणि तिथूनच पिताजींना ट्रंककॉल आला होता.

मला आणि पिताजींना पाहून बीना रडू लागली. बीना आणि भूप या दोघांना दोन वेगवेगळ्या लॉकअप्मधे ठेवण्यात आलं होतं.

"रडतेस कशाला ? खानदानाची इज्जत चांगली वेशीवर टांगायची प्रतिज्ञा घेतलेली आहेस ना ?" पिताजी तिला म्हणाले.

मी पिताजींना समजावून म्हणालो,

"आता इथं काही बोलू नका पिताजी. यांना इथून जामिनावर खुलं करून न्यायला हवं."

"तो कुठं आहे ?"

"त्या कोपऱ्यातल्या लॉकअप्मध्ये !" बीना अश्रू पुसत म्हणाली.

आम्ही दोघं भूपकडं गेलो. तो शांत सिगारेट फुंकत बसला होता. पिताजींना पाहून त्यानं सिगारेट विझवली. ते पाहून पिताजी म्हणाले,

"दारू पिऊन माणसं मारताना लाज वाटत नाही, सिगारेट कशाला विझवतोस ? ओढ माझ्यासमोर !"

सारे केस पिंजलेले. दाढी वाढलेली. कोठडीत खाली बसल्यामुळे कपडे धुळीनं माखलेले. भूप उठून पुढं आला आणि मला म्हणाला,

"संजय, आम्हांला बेलवर सोडवून घ्यायला हवं !"

"त्यासाठीच आलो आहोत आम्ही भूपबाबू ! पण इतक्या झटपट अशी सुटका होणार नाही. मॅजिस्ट्रेटला जामिनासाठी अर्ज करावा लागेल. तो मंजूर झाला की मग होईल सुटका."

"तिला गाडी चालवायला का दिलीस ?" पिताजींनी विचारलं.

"ती काय आजकाल चालवते डॅडी ? सिमल्यापासून चालवते आहे ती !"

"शाळेत असल्यापासून ?" मी विचारलं.

"अरे संजय, शाळेत त्यांनी अभ्यास केलाय कधी ? हेच उद्योग केलेत ! बरं, चल ! "

मी पिताजींच्या समवेत निघालो तेव्हा मला भूपनं खूण करून मागं बोलावलं आणि म्हणाला,

"एक दहा रुपये असले तर दे ! साला सिगारेटलाही पैसा नाही खिशात !"

मला त्याची दया आली. मी त्याला खिशातून दहाची नोट काढून देऊ लागलो तोच पहाऱ्यावरचा शिपाई म्हणाला,

"काय करता ?"

"काही नाही. यांना खर्चासाठी पैसे देतो आहे."

"इथं द्यायची परवानगी नाही. तिकडं जेलरसाहेबांकडं जमा करा !"

"अरे भाई, जेलरको कायको बीच में लाते ? तुम्हारे पास रख लो !" भूप सहजगत्या बोलला.

मी ती दहाची नोट पहारेकऱ्याजवळ दिली आणि तिथून निघालो. पिताजी माझी वाट पाहत थांबले होते.

वकीलपत्र घालून, जामिनाचा अर्ज तयार करून त्या दोघांना सोडवून घ्यायला संध्याकाळ झाली. रात्री त्या दोघांना घेऊन बंगल्यावर आलो तेव्हा देवीजी बागेत हिरवळीवर बसल्या होत्या. त्यांनी कुठूनसे पांढरे दोन ससे आणले होते. पण बंगल्यातल्या अल्सेशियन कुत्र्याला ते काही सहन झालेलं नव्हतं. तो बांधलेल्या साखळीला एकसारखे हिसके मारत होता आणि जोरजोरानं भुंकत होता.

आम्ही आल्याचं पाहून देवीजी काहीएक बोलल्या नाहीत. पिताजींनी पाईप भरला आणि ते व्हरांड्यातल्या आरामखुर्चीवर विसावले. मी त्यांच्या बाजूला बसलो होतो. इतक्यात बन्सी म्हणाला,

"फार्मवरचा निरोप आहे तुम्हाला बाबूजी."

"कोणाचा ?"

"लखम येऊन गेला."

"का ?"

"तुम्हाला शोधायला कोणीतरी आलंय."

"मला शोधायला ?"

"हो, मला त्यातलं अधिक काही माहिती नाही. देवीजींना ठाऊक आहे बघा, त्यांना विचारा."

मी पिताजींच्या जवळून देवीजींच्या जवळ गेलो आणि त्यांना म्हणालो,

"काय भानगड आहे ? कोण आलं होतं मला शोधायला ?"

"अरे, ते स्टेशनमास्तर नाहीत का, ते म्हणे परवा चार दिवसांच्या किरकोळ रजेवर गेले होते पुण्याला. तिथं त्यांना तुझा मधला भाऊ भेटला. काय त्याचं नाव-सोमनाथ का कायसं आहे."

"सोमनाथ नव्हे, एकनाथ !"

"हां ऽऽऽ, एकनाथ. तर तू घर सोडल्यापासून चिठ्ठी नाही, चपाटी नाही म्हणून सारे चिंता करीत होते. तुझा पत्ता मास्तरांच्याकडून समजला त्यांना. तेव्हा भेटायला आले आहेत. त्यात विशेष असं काही नाही."

"एकनाथ आलाय होय ? बरं, बरं. जायला हवं मग."

"परत कधी येणार ?" खाली पाहा देवीजींनी मला विचारलं.

"येईन सवडीनं."

रात्रीच्या गाडीनं मी नारंगपूरला जायला निघालो तोच पिताजी मला म्हणाले,

"हे बघ संजय, तू जातो आहेस, पण चार दिवसांत परत ये. त्या केसचं काहीतरी बघायला हवंय !"

"पिताजी, ते मला जमणार नाही ! भूपबाबू आणि बीनादीदी कस्टडीत होती म्हणून आलो. मला माझी शेतावरची कामं अर्ध्यावर टाकून कुठंही जायला आवडणार नाही !"

पिताजी माझ्याकडं पाहतच राह्यले.

बन्सी मला स्टेशनपर्यंत पोहचवायला आला. बराच वेळ तो माझ्याशी बोलला नाही, म्हणून मीच त्याला म्हणालो,

"आज गप्प का ?"

"काय बोलू बाबूजी ?"

"काहीतरी बोल ना !"

"या भूपबाबूंचं काय होणार ?"

"केस चालेल. त्यात दोष शाबीत झाला तर दंड, शिक्षा होईल !"

"पण त्या वेळी दीदी गाडी चालवत होत्या. बाईमाणूस म्हणून काही सवलत नाही मिळणार ?"

"अरे बन्सी, मध्यंतरी मुंबईच्या काही नट्यांनी अशाच बेफाम गाड्या चालवून अपघात केले. पण त्यांनाही कोर्टानं दंड, शिक्षा ठोठवल्याच. कायद्यासमोर स्त्री-पुरुष असा भेद नसतो. शिवाय त्या वेळी तुझी दीदी दारू प्यायलेली होती. म्हणजे न्यायाधीशाला स्त्री म्हणून थोडीशी दया येण्याची शक्यता निर्माण झाली असती, तर तेही या कामी शक्य नाही ! पण खरं सांगू, या दोघांना जरा अद्दल घडायलाच हवी !"

"गावात तोंड दाखवायला लाज वाटते बाबूजी !"

"का वाटावी ? तू काय केलं आहेस ?"

"मी काही केलं नाही, पण या घरात मी राहतो ना, त्यामुळं मीही काहीतरी गुन्हा केल्यासारखं वाटतं मला !"

"मलाही तुझ्यासारखंच वाटायला लागलंय बन्सी !"

"कधीपासून ?"

"परवा रात्रीपासून !"

त्यावर या हातातली पिशवी त्या हातात घेत बन्सी म्हणाला,

"ते मी त्याच दिवशी ओळखलं होतं बाबूजी !"

"म्हणजे ?"

"काय असेल ते असो ! तुम्ही आलात आणि तुमचं फार्मवर नोकरीला राहायचं ठरलं तेव्हाच मी ओळखलं की आज ना उद्या हे होणारच !"

"मग मला का बोलला नाहीस ?"

"कशाला बोलू ? आजवर जे जे इथं आले ते या लोकांना आणखीन जरा खड्ड्यात घालून गेले. तुम्ही निदान प्रामाणिकपणानं तरी राहाल अशी खात्री वाटली मला ! तुम्ही इथून जावंसं वाटत नाही मला !"

"पण बन्सी, देवीजींनी मला संकटात टाकलं रे !"

“छे ! छे ! तसं काय समजू नका बाबूजी ! कधी ना कधी ही बाई घर टाकून, कुणाचाही हात धरून पळून गेली असती ! त्यापेक्षा निदान घरात तरी राह्यली ! आता ती हवा पालटायला फार्मवर येऊन राहणार म्हणत होती दुपारी !”

“नाही नाही, बन्सी, देवीजींनी फार्मवर राहायला येऊ नये ! अशानं ती बाई मला तिथं काम करू द्यायची नाही ! जगभर बोंब उठेल !”

“बाबूजी, आता बोंब उठायची काय शिल्लक राह्यलीय ती या गोष्टीनं आणखीन भर पडणार आहे ? तुम्ही काही चिंता करू नका !”

“अरे, पण पिताजींना काय वाटेल ?”

“म्हातारपणी तरुण बायको करून घेतानाच हा विचार त्यांनी करायला नको होता ?”

“पण भलती गुंतागुंत होतेय बन्सी !”

“त्याला मार्ग एकच आहे बाबूजी !”

“काय ?”

“तुम्ही स्वत: लग्न करून घ्या !”

“अरे, पण अजून माझं कशात काही नाही आणि लग्न करून आणखीन एक जबाबदारी कशाला वाढवून घेऊ ?”

“लग्न करून घेतलं तरच देवीजी जरा विचारानं वागतील ! तुम्ही सडे आहात तोपर्यंत काही खरं नाही !”

डोक्यात नाना तऱ्हेचे विचार घेऊन मी गाडीत चढलो. बन्सीनं माझ्या हातात पिशवी दिली. त्यात काय दिलं आहे हेसुद्धा मला ठाऊक नव्हतं.

एकनाथला मास्तरांनी आपल्याकडंच ठेवून घेतला होता. मला पाहताच त्यानं कडकडून मिठी मारली, माझे दंड चाचपून तो म्हणाला,

“गृहस्था, माणूस आहेस की कोण आहेस ? इथं आहे म्हणून साधी चिठ्ठीचपाटीसुद्धा नाही पाठवलीस ?”

“वहिनी कशी आहे ? दादा कसा आहे ? मुलं ?”

“सगळी मजेत आहेत. परवा या मास्तरांची सहज पुण्यात भेट झाली आणि तुझा पत्ता मिळाला. चार दिवस रजा काढूनच आलो आणि काय रे,

घरची जमीन सोडून इथं भाडोत्री म्हणून राबायला आलास ?"

"एकनाथ, त्या विषयावर आपण नंतर बोलू ! प्रथम मला सांग, भाभी कशी आहे ? बाळंत झाली का ?"

"हो ऽऽऽ ! मुलगा झालाय ! परवा बारशाच्या वेळी तुझी सर्वांनी आठवण काढली ! तुला सोबत न्यायलाच आलोय मी !"

"एकनाथ, मी आता परत पुण्याला येणार नाही ! पिताजींनी आपलं फार्म माझ्यावर सोपवलंय !"

"ते काही चालायचं नाही ! मी तुला घेतल्याशिवाय इथून जाणार नाही !"

"हे बघ एकनाथ, पिताजींनी पंचवीस हजारांची इन्व्हेस्टमेंट करायची तयारी दाखवली. आतापर्यंत जवळजवळ दहा-बारा हजार रुपये खर्च केले आहेत मी !"

"तू माझ्यासोबत प्रथम पुण्याला चल. मग इकडं यावंसं वाटलं तर परत ये. तुझ्यासाठी असं एक फक्कड स्थळ काढलंय की, तू ते नाकारूच शकत नाहीस ! एकुलती एक ग्रॅज्युएट मुलगी आहे. तिच्या बापाची बारा एकर जमीन आहे सासवडला. तुला शेतीत काय प्रयोग करायचे आहेत ते तिथं करत बस खुश्शाल !"

"मला लग्न जरूर करायचं आहे, पण शिरावर घेतलेलं हे काम अर्ध्यात टाकून मी येऊ शकत नाही ! बारा एकर नव्हे, एकशेवीस एकर जमीन जरी मला कोणी देऊ केली, तरी मला आता इथून बाहेर पडता येणार नाही !"

"अशी कोणी तुला इथं राहायची भुरळ पाडलीय ?"

"तसं काही नाही ! तू मुलगी पाहायला लाग. प्रथम फोटो पाठव. फोटो पसंत पडला तर प्रत्यक्ष पाहायला येईन. पण मला इथून चार-पाच वर्षं हालता येत नाही !"

"अरे भल्या माणसा, आपला गाव, भाऊबंद सोडून कुठल्या परमुलखात येऊन पडला आहेस, जरा विचार कर ! हे लोक तुला राब राब राबवून घेतील आणि एक दिवस इथून जा म्हणतील !"

"हे बघ, आल्यासारखा एकदोन दिवस माझ्याकडं राहा. चल पाहू !" त्यावर मास्तरही म्हणाले,

"अहो, बघा तरी तुमच्या भावाची किमया ! वीस-बावीस वर्षं ज्या जमिनीकडं कोणाच लक्ष नव्हतं त्या जमिनीची अशी मशागत केलीय यांनी की आजुबाजूचे लोक आश्चर्यचकित झालेत ! सरदारजींचाही यांच्यावर नितांत विश्वास आहे. मला वाटतं, तुम्ही यांना परत नेण्याचा अट्टाहास करू नये !'' मास्तर मध्यस्थी करण्याच्या इराद्यानं म्हणाले.

एकनाथ फार्मवर चार दिवस राहिला. मी त्याला माझे सर्व प्लॅन्स दाखवले आणि म्हणालो,

"हे बघ, मला माझा एल्. एल्. बी. चा अभ्यास पुरा करायला हे ठिकाण अतिशय सुरेख आहे ! चार-पाच वर्षांत यांची घडी बसवून दिली, की जमीन त्यांच्या स्वाधीन करून परत येईन मी पुण्याला.''

"आणि लग्न !''

"लग्नाला मी आजही तयार आहे ! पण बायकोनं इथं येऊन राहायला हवं ! काय कमी आहे इथं मला सांग ! हवेशीर बंगला आहे. दोन विहिरी आहेत. पडलेला शब्द वरच्यावर झेलतील अशी बंगा, सोरज, लखमसारखी माणसं आहेत आणि पाच वर्षं मी इथं राबलो तर मला नाही वाटत, पिताजी मला रिक्त हस्तानं इथून परत पाठवतील !''

"पण मास्तर म्हणत होते, त्यांचा मुलगा - तो भूप - वाह्यात आहे म्हणून !''

"आपल्याला काय करायचंय त्याच्याशी ? त्याच्या मरणानं तो मरेल !''

"पण तुझ्या त्या सरदारसाहेबांची दुसरी बायको फारच तरुण आहे म्हणे !''

आता मात्र मला एकनाथला काय सांगावं हा प्रश्न पडला ! क्षणभर विचार करून मी म्हणालो,

"असेल तरुण, आपल्या काय करायचं आहे ? शिवाय मी लग्न करून इथं बिऱ्हाड थाटलं की तुला वाटते ती भीतीही शिल्लक राहणार नाही !''

"संजय, तुझं काय आहे, तू कसा आहेस हे तुला अजून ठाऊक नाही !'' कुणाही परस्त्रीला तुझ्याबद्दल एकदम आपुलकी वाटायला लागते. त्यातूनच काहीतरी उद्‌भवण्याची शक्यता असते रे !

"तुझी शंका रास्त आहे, पण मला माझी जबाबदारी नाही का समजत ?''

"बघ बाबा, मी तरी काय सांगणार ! भाऊ म्हणून जे वाटलं ते स्पष्ट बोललो ! मग मुली पाहायला सुरुवात करू म्हणतोस ?"

"हो, जरूर !"

एकनाथ परत गेला.

एकनाथ गेल्याच्या दुसऱ्या दिवशी सकाळी मी उठलो, माताजींच्या फोटोला अभिवादन करून मी बाहेर व्हरांड्यात आलो, तर मला स्टेशनवरून येणारा ट्रक दिसू लागला. मी लखमला बोलावून घेतलं.

"लखम, हा ट्रक इकडं माळात कुठं निघालाय ?"

"बाबूजी, तुम्हाला ठाऊक नाही ? विजेची लाईन आपल्या शेतापर्यंत येणार आहे ! काल रात्रीच मला नारंगपुरात समजलं !"

"काय सांगतोस लखम !"

"लच्छीशपथ !"

"तिची शपथ कशाला घेतोस ! आमची विनंती मंजूर झालेली दिसते. चला, ठीक झालं. आता इलेक्ट्रिक मोटर्स आणायला आजच बिलासपूरला जायला हवं."

"बाबजूी, एक काम कराल ?"

"बोल."

"लच्छीला साडी आणायची होती. माझे सगळे पैसे संपले. ती रोज रात्री रडते !"

"बरं, बरं. मी येताना नक्की आणीन तिला साडी. अरे, लाईन आली म्हटल्यावर मला इतका आनंद झाला आहे की, काही विचारू नकोस ! एक का, दोन साड्या आणतो लच्छीला !"

बिलासपूरला जाऊन पिताजींना मी ती वार्ता सांगितली. देवीजींनाही मी ते सांगितलं. तेव्हा त्या शांतपणे म्हणाल्या,

"वीज आली ?"

"होय आता फार्मचं सारं स्वरूप पालटून दाखवतो !"

"बंगल्यातली माडीवरची खोली साफ करून ठेवायला सांग पहाडच्या बायकोला. मी येत्या गुरुवारी तिकडं राहायला येणार आहे !"

"तुम्ही येणार ?"

"हो. का ? येऊ नको ?"

"नको म्हणून सांगणारा मी कोण ? पण मला वाटतं, शेतात पीक आलं की बरं वाटेल राहायला !"

"हे बघ संजय, मला इथं कंटाळा आला आहे !"

मला बन्सीनं सांगितलेलं सत्य होतं तर ! त्या रात्री घडला, त्या प्रकाराची पुनरावृत्ती होऊ नये अशी माझी इच्छा होती. पण देवीजी फार्मवर राहायला आल्या की त्या प्रकाराची पुनरावृत्ती होणार हे निश्चित होतं. लोकांना चर्चेला एक विषय मिळणार होता. हे सर्व टाळायचं असेल तर देवीजींनी फार्मवर राहायला नको होतं. पिताजींना सांगून त्यांना रोखून ठेवावं या हेतूनं मी पिताजींना सांगायचं ठरवलं.

पिताजींच्या खोलीत गेलो तेव्हा त्यांनी मला विचारलं,

"संजय, तू रोमाला मनीऑर्डर पाठवलीस का ?"

"हो. अगदी आठवणीनं पाठवली."

"छान ! मोटारी, पंपिंग सेटस् घेतलेत ?"

"उद्या घेणार. दोन विहिरींवर दोन पंपिंग सेटस् बसवणार. पण पिताजी, एक अडचण आहे !"

"कसली ?"

"देवीजी फार्मवरच्या बंगल्यावर राहायला यायचं म्हणतात !"

"येऊ दे ना तिला. ती काय तुला काम करून देणार नाहीय का ?"

"तसं नाही, पण मला वाटतं, शेतात पीक आल्यानंतर त्या आल्या तर बरं होईल !"

"शेतात पीक कसं येतं हेच तिला पाहायचं असेल तर ?"

"मग आपणही चलावं !"

"या भूपच्या खटल्याचं काय होतंय ते पाहून मीही येईन. तूर्तास तिला येऊ द्या. इथं रोज बीनाची आणि तिची धुसफूस चालते. त्यापेक्षा चार दिवस माझ्या डोक्याचा ताप तरी वाचेल !"

ठरल्याप्रमाणे देवीजी आल्याच ! मी जी गोष्ट टाळण्याचा प्रयत्न करीत होतो ती टाळणं मला अशक्य झालं. फार्महाऊसवर इतरांसमोर माझ्याशी एक शब्ददेखील देवीजी बोलत नसत. एखादी वावगी गोष्ट हातून घडली की,

सुरुवातीला थोडं खटकतं, पण रोज उठून ती घडू लागली की, त्यात काही वावगं आहे असं वाटतच नाही. तसंच झालं माझंही !

फार्मवर गव्हाची पेरणी झाली. बारा एकर जमिनीत हिरवे रेशमी कोंबाचे धागे दिसू लागले - आणि त्याच सुमारास देवीजींच्या शरीरावर झालेला बदल मला जाणवू लागला.

ती गोष्ट पिताजींना समजल्यावर त्यांना काय वाटेल ही चिंता मला एकसारखी भेडसावत होती. पण त्याही जिज्ञासेचा अंत लागला !

पिताजींना मला बिलासपूरला बोलावून घेतलं. मला वाटलं त्यांना ते सर्व समजलेलं असेल आणि ते माझी कानउघाडणी करणार. कृतघ्नपणाचा आरोप माझ्यावर करणार आणि माझी हकालपट्टी होणार ! मी मनाची तयारी करूनच त्यांच्याकडं गेलो. तेव्हा मला आपल्या समोर बसायला सांगून ते म्हणाले,

"संजय, स्मिताला चार-पाच महिने दिल्लीला भावाकडं पाठवायला हवंय !"

"का ?"

"का ? हे तू मला विचारावंस ? अरे बाळंतपणासाठी ?"

"पिताजी, मी अपराधी आहे !" खाली मान घालून मी म्हणालो.

"छट् ! अरे अगदी पहिल्या दिवसापासून हे असं होणार आहे याची मला कल्पना होती ! पण मी तुला आजपर्यंत तसं स्पष्ट बोललो नव्हतो एवढंच ! आता तूच तिला पटवून सांग, तिनं चार-पाच महिने दिल्लीला जाऊन राहावं !"

"पण दिल्लीला कशासाठी ? इथं डिलिव्हरी होऊ शकत नाही ?"

"हा भूप रात्री दारू पिऊन आला आणि म्हणाला, 'डॅडी, तुम्ही माझा वारसाहक्क डावलण्यासाठी हे कारस्थान रचलेलं आहे ! स्मिताचा आणि संजयचा बेकायदेशीर संबंध मी चव्हाट्यावर आणणार आहे. तुमची उरलीसुरली अब्रू धुळीला मिळवणार आहे !" मला भीती वाटते, हा तुझ्या आणि स्मिताच्या जिवालादेखील दगा करायला मागंपुढं पाहणार नाही !"

क्षणभर काय बोलावं हेच मला समजेना. टेबलावरच्या ग्लासातलं पाणी पिऊन मी म्हणालो,

"पिताजी, मी काय करावं अशी आपली अपेक्षा आहे ?"

"प्रथम तू तिला दिल्लीला जायला भाग पाड. नंतर तुझ्याबाबत काय करायचं ते ठरवू! परवा त्याची ती अपघाताची केस चौकशीला लागलेली आहे. तो रायगडला गेला आहे."

"आपण नाही जाणार ?"

"मी नाही जाणार ! मी दिलेला वकिलही त्यानं बदलून टाकला आहे ! मरू दे तो आणि त्याची केस !"

"का ?"

"म्हणे मी त्याला शिक्षा होईल असं करण्यासाठी त्या वकिलाला सूचना दिल्या असतील ! अरे, माझ्या प्रत्येक कृतीबद्दल शंका घेतोय तो ! आता म्हातारपणी लग्न करून मी एक गाढवपणा केला ! स्मिताच्या आणि माझ्या वयात जवळजवळ वीस वर्षांचं अंतर. मनापासून तिला अपत्य होणं अशक्य होतं. पण तरीही तिला अपत्यसुखाविना राहणं भाग पाडावं हे पाप ठरलं असतं ! शेवटी पापपुण्य तरी काय, सारं मानण्यावर अवलंबून असतं ना ?"

"पिताजी, माझ्या हातून चूक घडली असं नाही वाटत आपणाला ?"

पिताजी माझ्याकडं पाहत म्हणाले,

"संजय, त्या गोष्टीची आता अधिक चर्चा करण्यात अर्थ नाही ! झालं ते ठीक झालं. तिला अपत्य हवं होतं. ते मिळतं आहे. जग काय म्हणेल याची मला चिंता नाही ! पण यातून तुझ्या आयुष्याची बरबादी न होईल असा काहीतरी मार्ग मला शोधायलाच हवा ! तुझ्या जीविताचं काही भलंबुरं न होईल याचीही मला दक्षता घ्यायला हवी."

"मला वाटलं होतं..."

"आता त्या विषयावर चर्चा नको म्हणून सांगितलं ना तुला संजय ! तू जा परत आणि तिला एक चार-पाच महिने दिल्लीला महेशकडं पाठव !"

पिताजींनी खरोखरच माझा अपेक्षाभंग केला होता. माझ्या हातून देवीजींच्या बाबतीत जे घडलं त्याबाबत पिताजींनी एका दृष्टीनं शिक्कामोर्तबच केलं होतं.

मी नारंगपूरला परतलो. मी समोर नसलो की देवीजी आताशी अस्वस्थ होत होत्या. मी आल्यानंतर त्यांनी मला विचारलं,

"का बोलावलं होतं ?"

"सहज !"

"खोटं सांगू नकोस ! का बोलावलं होतं सांग !"

"भूप आपल्या दोघांवर चिडलेला आहे ! तो केवळ आपली बदनामी करून थांबणार नाही, तर आपल्या दोघांच्या जीविताला धोका करील असं सांगण्यासाठी पिताजींनी मला मुद्दाम बोलावलं होतं !"

सचिंत होऊन देवीजी म्हणाल्या,

"मग काय करायला हवंय म्हणाले ?"

"तुम्ही बाळंतपणाला दिल्लीला जायचं !"

"मी तुला सोडून कुठंही जाणार नाही !"

"तुला जायला हवं !"

नकळत मी देवीजींना एकेरी शब्दात संबोधलं !

"तुला ?" त्या हसून म्हणाल्या, "संजय, मी तुला सोडून जाऊ इच्छित नाही ! तो नालायक भूप तुझं नक्कीच काहीतरी भलंबुरं करणार ! मोठा कारस्थानी आहे तो !"

"असू दे ! मीही त्याच्यापासून सावधानतेनं राहीन !"

"तूही चल माझ्यासोबत !"

"हा सारा पसारा सोडून !"

"तू नाही आलास तर मीही जाणार नाही ! काय व्हायचं असेल ते आपल्या दोघांचं होईल !"

"स्मिता, तू अधिक गुंतागुंत निर्माण करून ठेवते आहेस ! माझं ऐक, चार-पाच महिने तिकडं जाऊन राहा. प्रथम डिलिव्हरी होतेय तुझी. असं वाढत्या वयात मूल होताना खूप त्रास होतो, तिथं दिल्लीत मोठमोठी हॉस्पिटल्स आहेत, महेशबाबू आहेत, देखरेखीला राणी आहे. सारं काही व्यवस्थित होईल. अट्टाहासानं इथं राह्यलीस तर तुलाच त्रास होईल !"

"माझी तयारी आहे तो त्रास सहन करायची ! तुला इथं मागं टाकून जायला मन तयार नाही !"

"कुणी हे ऐकलं तर काय म्हणतील ?"

"आता कोण काय बोलेल हे ऐकण्याच्या पलीकडं गेले आहे मी !"

"तुझं ठीक आहे, पण मला तसं म्हणून कसं चालेल ?"

"का ? माझ्याबद्दल तुला काहीच वाटत नाही ?"

"खूप वाटतं, पण व्यक्त करता येत नाही ! तुझ्या उदरात माझा अंश वाढत असला तरी तुझ्या गळ्यात जे मंगळसूत्र आहे ते पिताजींच्या नावाचं, कुंकू लावतेस त्याचे धनीही तेच ! उद्या तुला होणाऱ्या मुलाच्या नावापुढं नाव लागेल ते पिताजींचं ! कायद्यानं माझा तुझ्यावर आणि तुला होणाऱ्या मुलावर कसलाच अधिकार राहणार नाही !"

स्मिता कॉटवर बसून खिडकीतून बाहेर पाहत होती. तिच्या डोळ्यांतून घळघळ अश्रू वाहू लागले. मी तिच्याजवळ जाऊन तिच्या पाठीवर हात ठेवून म्हणालो,

"सत्य तेच तुला सांगितलं, त्याबद्दल वाईट कशाला वाटून घेतेस ?"

"काही झालं तरी मी तुला सोडून इथून जाणार नाही !" माझ्या गळ्याभोवती हात टाकून ती म्हणाली.

मी स्मिताला जवळ घेतलं. तिनं माझ्या खांद्यावर मान ठेवली. पण बाहेर खिडकीतून मला फार्ममध्ये दहा एकरांत डोलणारं गव्हाचं सुंदर पीक दिसत होतं. बाजूला टोमॅटो, कॉलीफ्लॉवर, कोबी आणि नवलकोलचे वाफे दिसत होते. सोरज आणि बंगा गव्हाच्या वाफ्यांना पाणी पाजत उभे होते. गेल्या चार-पाच महिन्यांत मी फार्मचं सारं स्वरूप पालटून टाकलं होतं. मला माझ्या कर्तबगारीचा सार्थ असा अभिमान वाटत होता. पण त्याचबरोबर या स्मिता-प्रकरणानं माझ्या जीवनात जी गुंतागुंत निर्माण झालेली होती, त्यातून काही सरळपणे सुटका होण्याची लक्षणं दिसत नव्हती. स्मिता काही केल्या दिल्लीला जायला राजी नव्हती. माझ्या आणि पिताजींच्या दृष्टीनं तिनं दिल्लीला जाणं हिताचं ठरणार होतं.

स्मिताला मी जवळ घेऊन म्हणालो,

"जगाच्या दृष्टीनं आपल्या दोघांचं नातं हे अनैतिक स्वरूपाचं आहे. आता पिताजींनी मनाचा मोठेपणा दाखवला ही गोष्ट निराळी. पण म्हणून काही आपण कोणाचीच पर्वा करायची नाही असा त्याचा अर्थ होत नाही ! पाच वर्षांनंतर मला इथून जावं लागणार आहे ! मी अधिक काळ इथं राह्यलो तर मलाही या जमिनीबद्दल प्रेम वाटायला लागेल, स्वार्थ निर्माण होईल ! आणि ते

मला कटाक्षानं टाळायचं आहे ! मी जसा एकटा इथं आलो तसा एकटाच निघून जाणार आहे !''

"असं तुझ्या मनात होतं तर हे कशाला करून ठेवलंस ?'' स्मिता आपल्या उदराकडं बोट दाखवून म्हणाली.

"स्मिता, त्याबद्दल मला पश्चात्ताप नाही वाटत ! माझ्या हातून जे घडलं ते अविवेकामुळं किंवा मोहामुळं असं मी नाही समजत ! पण तसं जरी घडलं असलं तरी मला कशात गुंतून पडायची इच्छा नाही !''

"निर्दय आहेस !'' स्मिता माझ्यापासून दूर होत म्हणाली.

"हे बघ, तुझ्या नि माझ्या वयात चार-पाच वर्षांचं अंतर, माझ्यापेक्षा मोठी तू, शिवाय...''

"बस्स ! बस्स ! जास्त काही बोलू नकोस ! पण काही झालं तरी मी इथून जाणार नाही ! मला परत काही सांगण्याचा प्रयत्न करू नकोस !''

स्मिताला स्वत:पेक्षा माझ्या जीविताची अधिक चिंता होती हे मी समजू शकत होतो. पण ती माझं काहीच ऐकण्याच्या मन:स्थितीत नव्हती.

मी उठून खाली आलो तो लखम विहिरीवर उभा असलेला दिसला. तो माझ्याजवळ येऊन म्हणाला,

"मास्तरसाहेब म्हणत होते, तुम्ही आताशी त्यांना भेटत नाही.''

"कधी भेटले होते ?''

"काल. मी मार्केटला कोबीची गाडी घेऊन गेलो होतो तेव्हा भेटले.''

"किती गाडी कोबी गेला रे लखम ?''

"कालची धरून चाळीस गाड्या गेला. तो रसूल बागवान म्हणाला होता, आपली रक्कम घेऊन जा. वाढते आहे.''

"पण मी ते पैसे कशासाठी खर्च करणार आहे ठाऊक आहे ना तुला ?''

"कशासाठी ?''

"विसरलास ? अरे, आपणाला घोडागाडी घ्यायची आहे. तू काय म्हणाला होतास मागे मला ?''

"मी नव्हे, बन्सी म्हणाला होता बाबूजी.''

"हां ऽऽऽ, तू किंवा बन्सी, दोघांपैकी कोणीतरी एकजण म्हणाला होता

मला, की पूर्वी फार्मवर यायला जायला घोडागाडी होती. तसली घोडागाडी घ्यायची आहे आपल्याला !''

लखम हसला आणि म्हणाला,

''बाबूजी, पूर्वी जे जे होतं ते सगळं तुम्ही आणलं ! पण तुम्ही इथून गेलात की आमचं कसं होईल याची चिंता वाटते आता आम्हाला !''

''तुम्हा लोकांनाही मी इथून जाऊ नयेसं वाटतं ?''

''अहो, तुम्ही येण्यापूर्वी आमचे काय हाल झाले म्हणून सांगू ! अंगाला कपडा नाही, पोटाला अन्न नाही अशी सात सालं आम्ही काढली ! थोरल्या देवीजी गेल्या आणि सरदारांच्या घराला अवकळा आली. देव पावला आणि तुम्ही आला !''

''पण माझं काही इथं राहून भलं होईल अशी लक्षणं दिसत नाहीत लखम ! बन्सी म्हणतो त्याचप्रमाणं बरबादीच माझ्या वाट्याला येण्याची लक्षणं दिसतात !''

अलीकडं बंगा, सोरज, लखम यांच्या चेहऱ्यावर एक प्रकारची तकाकी आली होती. तिघेही दिवसभर फार्मवर राबत. पहाडची दोन पोरं बाहेर कामाला जात होती, त्यांनी परत यावं असं मला वाटत होतं, पण ती नारंगपूरला शिवप्रसादांच्या फ्लोअर मिलमधेच कामाला राह्यली. पहाडच्या बायकोनं नारंगपूरला जाऊन त्या दोघांना परत येण्यासाठी खूप विनवलं. पण शहरी जीवनाला चटावलेली ती पोरं काही परत आली नाहीत. पहाडची बायको मात्र पुरुषाबरोबरनं शेतात राबत होती. स्मिता बंगल्यात आल्यानंतर अधूनमधून ती बंगल्यात येऊन जेवणखाण बनवीत होती. चाळीस वर्षाला गाठ आलेली ही बाई पण तिशीत असल्यासारखी धडधाकट होती.

या चार-सहा महिन्यांत मी बंगल्याचं स्वरूप पालटून टाकलं होतं. कुठे कुठे गिलावा ढासळला होता, तो करून घेतला. बाहेरच्या दर्जा निघाल्या होत्या त्याही भरून घेतल्या. आतूनबाहेरून बंगला रंगवून घेतला. समोर फुलझाडं लावली. बंगल्यात वापरण्यासाठी पाण्याची एक सिमेंटची टाकी बांधून घेतली. बंगल्यातलं फर्निचर मी आलो तेव्हा धुळीनं भरलेलं होतं. चार सुतार लावून त्याला चकचकीत पॉलीश करून घेतलं. गाद्या, उशा फाटल्या होत्या. पिंजारी बोलवून त्याही व्यवस्थित करून घेतल्या. जणू काही मालकीहक्कानंच तो

बंगला आणि फार्म मला मिळालं आहे. अशा समजुतीनं मी त्या सर्व सुधारणा करून घेतल्या होत्या. भाजीपाला विकल्याचे जवळजवळ चार-पाच हजार रुपये आले. त्यात मी दोन घोड्यांचा एक टांगाही बनवून घेतला.

मी या अशा सुधारणा करतो आहे हे पाहून नारंगपूरला परिसरातल्या लोकांना काहीसं आश्चर्य वाटलं. सरदारसाहेबांचं घराणं पार रसातळाला गेलं, आता ते वर येत नाही अशी सर्वांची समजूत झालेली होती. पण मी तिथं आल्यानंतर पालटलेली ती परिस्थिती पाहून अनेकजण आश्चर्यचकित झाले.

शिवप्रसाद शर्मा हा त्या भागातला प्रतिष्ठित असा जमीनदार अन् सावकार, त्याचा या फार्महाऊसवर व शेतीवर बऱ्याच दिवसांपासून डोळा होता. भूपला हाताशी धरून त्याला हॉटेलसाठी कर्ज देऊन ती जमीन बळकावण्याची त्याची इच्छा मी फोल केली, म्हणून आतून तो माझ्यावर जळू लागला. नारंगपूरला मैदा व रवा करण्याचा त्याचा मोठा कारखाना होता. त्या भागात फिरतीसाठी येणाऱ्या शासकीय अधिकाऱ्यांना तो हाताशी धरून होता. कलेक्टर, डी. एस. पी. आले की शिवप्रसाद त्यांचं आदरातिथ्य करीत होता. पार्ट्या होत होत्या. त्यामुळं मामलेदार आणि फौजदार हे शिवप्रसादला वाकून राहत.

शिवप्रसाद पन्नास-बावन्न वर्षांचा, मोठ्या डोळ्यांचा, ओठावर भरघोस मिशा राखलेला असा दांडग्या हाडापेराचा, गोरा, लालबुंद होता. तो बोलू लागला की ढग गडगडल्याचा भास व्हायचा. त्याच्या हाताखाली सावकारीची वसुली करणारी आठ-दहा दांडगट पोरं होती. कर्ज घेणाऱ्यांच्या खळ्यावर जाऊन ती कर्जापोटी शेतकऱ्यांच्या गव्हाची वसुली करायची. कारण त्याच्या मैद्याच्या व रव्याच्या कारखान्याला वर्षभर गव्हाचा पुरवठा होणं जरूरीचं होतं. कारखान्याशेजारीच त्याचं गव्हाचं भलंमोठं गोडाऊन होतं. इतकं मजबूत आणि चिरेबंदी की, तिथं एखादा उंदीरदेखील शोधून मिळाला नसता, मग चोरचिलटांनी प्रवेश करण्याचं तर दूरच !

शिवप्रसाद शर्माला नारंगपूरच्या स्टेशनवर मी एकदा पाह्यला. बंद गळ्याचा गुडघ्याइतका रेशमी कोट, तलम धोतर, डोक्यावरती वेलबुट्टी काढलेली तांबूस रंगाची उभट टोपी आणि कपाळावर गंधाचा टिळा, हातात जाड अशी मुठीजवळ वाकलेली वेताची काठी. बघितल्याबरोबर वाटायचं, की मोठा सात्विक वृत्तीचा माणूस आहे. पण सात्विकतेचं ढोंग करणारी बरीच माणसं मी पुण्याच्या

परिसरात बघितली होती. गळ्यात तुळशीची माळ असूनही जवाहरमधे किंवा सेव्हन स्टारमधे कोंबडी खाताना पाह्यली होती. हा शिवप्रसाद मात्र पूर्ण शाकाहारी होता. लोक म्हणत की, हा दुधावरच पोसलेला आहे आणि तेही गायीच्या. त्याच्या मैदा आणि रवा तयार करायच्या कारखान्यात गव्हाचा कोंडा चिक्कार उरायचा. शिवप्रसादनं दिल्ली, लुधियाना येथून जर्सी गाई आणवल्या होत्या. एका वेळेला घागर घागर दूध देणाऱ्या. हे दूध तो सहसा विकत नसे. या दुधापासून लोणी आणि खवा करून ते तो, ज्या अधिकाऱ्यांची तोंडं बंद करायची आहेत त्यांना धाडून देई. ज्याला आपण 'मस्काफिकेशन' म्हणतो तो प्रकार शिवप्रसाद शर्मा अगदी अक्षरशः आपल्या कृतीनं सार्थ करीत होता. पण जोपर्यंत मला त्याचा कोणत्याही प्रकारचा उपद्रव होत नव्हता. तोपर्यंत मला चिंता करायचं काहीच कारण नव्हतं.

पण हळूहळू माझ्या कानावर निराळ्या बातम्या येऊ लागल्या. पहाडची मुलं परत फार्मवर कामाला यावीत ही माझी इच्छा होती. कारण पहाड हा मूळ राजस्थानातला, रक्ताचा रजपूत. खाल्ल्या अन्नाला जागणारं त्याचं शील होतं. तेव्हा त्याची दोन्ही मुलं परत फार्मवर आणावीत म्हणून मी पहाडच्या बायकोला सुचवलं. तिनंही मुलांना फार्मवर येण्याबद्दल विनवलं. पण शिवप्रसाद शर्मानं त्यांना प्रलोभनं दाखवून आपल्या कारखान्यातून जाऊ दिलं नाही. त्या दोघांविना माझं काही काम अडत होतं अशातला प्रकार नव्हता. पण ती पोरं फार्मवर परत आली असती तर माझं मनुष्यबळ वाढणार होतं.

लखमनंही त्या दोघांना नारंगपुरात भेटून फार्मचा कायापालट झाल्याचं सांगितलं आणि त्यांनी परत यावं असं सुचवलं. पण शहरी वातावरणाची त्यांना गोडी लागली होती. शिवप्रसादच्या गोडाऊनवर पहाडचा मोठा मुलगा धीरज वॉचमन होता आणि धाकटा जय फॅक्टरीत होता. धीरज वीस वर्षांचा आणि जय अठरा वर्षांचा, पण पहाडची ही दोन पोरं बापासारखी उंचीपुरी आणि भरदार देहयष्टीची होती. शिवप्रसाद काही जरुरीच्या कामानिमित्त बाहेरगावी निघाला की त्या दोघांना आपल्या दैनंदिन कामातून मुक्त करून आपले बॉडीगार्ड म्हणून सोबत घ्यायचा. मला जेव्हा हे लखमनं सांगितलं तेव्हा मी म्हणालो,

"शिवप्रसादला बॉडीगार्ड ठेवायची पाळी येणं म्हणजे नामुष्कीची गोष्ट आहे ! माणसाला जेव्हा आपल्या जीविताला दुसऱ्यापासून भय आहे असं

वाटतं तेव्हा खुशाल समजावं की, त्या माणसाचे जगण्याचे मार्ग नीतीकारक नाहीत !''

मी काय म्हणालो ते लखमला समजलं की नाही मला कळलं नाही, पण त्यावर तो म्हणाला,

''एवढा मोठा पैसेवाला माणूस आहे तो बाबूजी, या मध्यप्रदेशात दरोडेखोर आणि लुटारू यांचा सुळसुळाट असल्यामुळं स्वत:च्या संरक्षणासाठी त्याला अशी नेटकी पोरं आपल्याभोवताली ठेवावी लागतात.''

मी तो विषय सोडून दिला. पण जेव्हा मला समजलं की, शिवप्रसादला माझं फार्मवरचं वास्तव्य खुपतं आहे तेव्हा मात्र मला थोडा गंभीर विचार करण्याची पाळी आली. मी कोणाचं नुकसान करण्याचं स्वप्नात जरी आणत नसलो तरी माझ्याबद्दल ज्या कोणाच्या मनात वैरभाव निर्माण होतो आहे, त्यांची दखल घेणं मला भाग होतं.

त्या दिवशी मी नवीन घेतलेल्या दोन घोड्यांच्या टांग्यातून नारंगपूरला काही खरेदीसाठी चाललो होतो. जाता जाता स्टेशनवर मास्तरांच्या घरी गेलो. मास्तर नव्हते. सुरेखा वहिनींनी मला आत बोलावलं.

''अहो, तुम्ही आहात कुठे ?''

''इथंच आहे की, मालकीणबाई शेतावर वास्तव्य करून आहेत.''

''मालकीणबाई ?'' वहिनी तो शब्द उच्चारून हसल्या आणि म्हणाल्या,

''मग बरोबर आहे ! तुम्हाला बाहेर पडणं थोडं कठीणच होत असेल !''

वहिनींच्या बोलण्याचा रोख मला समजला होता. पण तो समजला नाही असं भासवून मी म्हणालो,

''तुम्हा दोघांना निमंत्रण द्यायला आलो आहे. आता एकदा फार्मवर या. दहा एकर गहू पिकवलाय. लोक म्हणतात, आसपासच्या भागात असं भरघोस गव्हाचं पीक कधी आल्याचं पाह्यलं नव्हतं ! गव्हाचा हुरडा कधी खाल्ला आहे का वहिनी तुम्ही ?''

''आपल्या पुण्याकडं जोंधळ्याचा हुरडा खूप वेळा खाल्ला आहे, पण गव्हाचा हुरडा करता येतो हे मात्र मला ठाऊक नव्हतं.''

''या एकदा दोघंही. जेवणाचाही कार्यक्रम करू !''

''पण आम्ही आलेलं मालकीणबाईंना आवडेल का ?''

"स्मिताला म्हणता ?" लगेच माझ्या लक्षात आलं की, वहिनींच्या समोर मी स्मिताचा 'देवीजी' असा यापूर्वी उल्लेख करीत होतो तो तसाच करायला हवा होता. पण आता एकदा तोंडातून गेल्यानंतर काही फायदा नव्हता. "अहो, तिचा स्वभाव इतका चांगला आहे, तुम्ही एकदा येऊन तर पहा ! तुम्हाला दोन दिवस सोडायची नाही ती !"

"पण संजयराव, मालकिणीला तुम्ही एकेरी नावानं कसं काय संबोधता ?" वहिनींना न राहावल्यानं त्यांनी विचारलंच.

"त्याचं काय आहे वहिनी, मी तिला देवीजी असंच म्हणत होतो. पण ते तिला आवडत नव्हतं. ती मला संजय म्हणते अन् मी तिला स्मिता म्हणतो. शेवटी जिव्हाळा निर्माण झाला की औपचारिकपणा आपोआपच गळून पडतो ! बरं, मी निघतो. गावात थोडी कामं आहेत. मग तुम्ही केव्हा येता सांगा पाहू. लखमकडून टांगा पाठवून देतो."

वहिनींनी चहा घेऊन जायचा आग्रह केला तरीही त्या दिवशी मला थांबता आलं नाही. स्मिताच्या उल्लेखानं गिल्टी वाटायला लागलं.

पुन्हा आठ दिवसांनी असाच प्रसंग आला. तहसीलदारांनी अल्पबचत योजनेसाठी नारंगपूरच्या परिसरातल्या शेतकऱ्यांचा मेळावा बोलावला होता. पिताजींच्या वतीनं मी हजर राहण्यासाठी निघालो. फार्मवरून नारंगपूर गावात जाताना वाटेवरच स्टेशन लागायचं. तेव्हा तिथं पाच मिनिटं थांबून मास्तरांना भेटून जावं म्हणून मी त्यांच्या घरी गेलो, तर त्याही वेळेस मास्तर नव्हते. वहिनींनी पोर्टरच्या मुलाकडून मी आल्याचा निरोप धाडला. पण तो मुलगा सांगत आला की, मास्तर कामात आहेत. मला थोडंसं विचित्र वाटलं. कारण ज्या वेळी मास्तर कामात असतील तेव्हा ते मलाच स्टेशनकडं बोलावून घ्यायचे. कँटीनमधून चहा मागवायचे. आमच्या गप्पा व्हायच्या. पण आताशी मला मास्तरांच्या वागण्यात काही बदल जाणवू लागला होता. ते माझ्याशी पूर्वीप्रमाणं मोकळेपणानं बोलत नव्हते. मी गेलो की केवळ नाईलाज म्हणून तुटक असे चार शब्द बोलायचे.

दुसऱ्या वेळी जेव्हा मी वहिनींना भेटून गेलो आणि मास्तरांनी तसा निरोप पाठवला तेव्हा मीही थोडासा दुखावलो. मास्तरांना माझ्याबद्दल असं का वाटतं याबद्दल विचारायचं मी मनाशी ठरवलं.

पण त्या दिवशी लखमनं मला एक चिठ्ठी आणून दिली आणि त्यावरून सर्व खुलासा झाला. चिठ्ठी सुरेखा वहिनींनी लिहिली होती. चिठ्ठी वाचल्यानंतर माझ्या डोक्यात लख्ख प्रकाश पडला - मास्तर आताशी माझ्याशी असं का वागतात याचा !

प्रकरण १०

भूप आणि बीना या दोघांनाही दहा महिन्यांची शिक्षा झाली. हयगयीनं आणि निष्काळजीपणानं एका वाटसरूच्या मृत्यूला कारणीभूत झाल्याबद्दल रायगडच्या मॅजिस्ट्रेटनी त्या दोघांना दहा महिन्यांची सक्तमजुरी आणि प्रत्येकी हजार रुपये दंड, दंड न दिल्यास पुन्हा दोन महिने सक्तमजुरी अशी शिक्षा सुनावली होती. भूप आणि बीना एक वर्षभर जेलची हवा खाणार होती. मॅजिस्ट्रेटच्या निकालावर सेशन कोर्टाकडे अपील होण्यासारखं होतं. पण अपील कोण करणार ? पिताजींना पोटचा पोर तुरुंगात जातो म्हणून क्षणभर वाईट वाटलं, पण भूपनं अलीकडं जे बेताल वर्तन सुरू केलं होतं त्याला थोडा आळा बसेल या हेतूनं त्यांनी अपील करायचं नाही असा निर्णय घेतला. मला हा निकाल समजल्यानंतर मी पिताजींना भेटायला गेलो, तेव्हा ते दीर्घ निःश्वास सोडून म्हणाले,

"संजय, झालं ते योग्यच झालं ! त्या निरपराध माणसाच्या मृत्यूस कारणीभूत झाल्याबद्दल त्या दोघांना सजा झाली, यात काही वावगं झालं नाही."

"पण पिताजी अपघात घडला तेव्हा दीदी गाडी चालवत होत्या. त्यांना एकट्यांनाच शिक्षा व्हायला हवी होती. भूपबाबूंना कशी काय झाली ?"

“अपघात झाल्यानंतर त्यानं स्वत: गाडी चालवली आणि पळून जायचा प्रयत्न केला म्हणून तोही अपराधी ठरतो संजय ! तू कायद्याचा अभ्यास करतोस आणि मला शंका विचारतोस ?”

“गेले पाच-सहा महिने पुस्तकाला हात लावलेला नाही. रोज काही ना काही नवीन समस्या माझ्यासमोर उभ्या ठाकतात, लक्षच लागत नाही अभ्यासात !”

“स्मिताला म्हणावं, आता दिल्लीला अगदी निश्चिंतपणे जा ! तिच्या पश्चात् भूप तुला उपद्रव देईल अशी तिला भीती वाटत होती ना ? पण आता वर्षभर तो काही बाहेर येऊ शकत नाही म्हणून सांग तिला !”

“जरूर सांगतो. परवा कलेक्टर शेतावर येऊन गेले.”

“खरंच ? का ?”

“अल्पबचत मोहिमेला लोकांनी पाठिंबा द्यावा म्हणून मी शेतकऱ्यांच्या मेळाव्यात भाषण केलं. कलेक्टरसाहेब माझ्या भाषणानं प्रभावित झाले आणि त्यांनी मला आपल्या फार्मबद्दल विचारलं. तेव्हा मी त्यांना प्रत्यक्षच फार्म पाहायला यावं अशी विनंती केली. अन् ते आले !”

“शिवप्रसादनं काही आडकाठी नाही आणली ?”

“त्यांना थोडं खटकलं. कलेक्टरना त्यांनी काहीतरी सांगण्याचा प्रयत्न केला, पण त्यांनी ऐकलं मात्र नाही काही.”

“आत्ताचे हे आय. ए. एस्. अधिकारी तसे चांगले आहेत, पण होतं काय संजय, आहे ठाऊक ? त्यांना कोण माणूस कसा आहे हे ओळखण्याची पात्रता नसते. म्हणून नुसती भुतावळ त्यांच्याभोवती गोळा होते. पण मला समाधान वाटतं, तू त्यांना फार्म आणून दाखवलंस. कापणीला केव्हा सुरुवात करतोस ?”

“अजून एक पंधरवडा जावा लागेल. अजून कुठंकुठं ओला आहे गहू. पण उंदरांचा भयंकर ताप आहे पिताजी.”

“त्या भागात आहेतच उंदीर.”

“तरी मी विषारी गोळ्या घालून खूपच मारले. आता एक नवीन कल्पना सुचली आहे !”

“आणि कसली कल्पना काढलीस ? तुझं काहीतरी चमत्कारिक असतं बघ !”

"मी मांजरांचे आवाज असलेल्या रेकॉर्डस् मागवल्या आहेत. फार्ममधे जागोजागी स्पीकर्स लावून अर्ध्यापाऊण तासानं मांजरांचा आवाज स्पीकरमधून काढला जाईल. उंदरांनी तो ऐकला की ते बिळातून बाहेर पडणार नाहीत !"

"डोक्यातून काहीतरी रोज एक नवीन कल्पना काढत असतोस खरा ! घोडागाडी घेतलीस म्हणे !"

"हो. तुम्ही कधी येणार ते सांगा. नाही, पण पिताजी, आपण आणखी पंधरा दिवसांनंतरच या. त्यावेळी कापणीला सुरुवात करायची ती तुमच्या उपस्थितीतच करू !"

"मला ते टेकडीवर चढउतार करणं कुठलं जमतं संजय ?"

"चढउतार करायची गरजच नाही पिताजी. स्टेशनवर आपण उतरलात की आपल्या टांग्यात बसायचं ते सरळ बंगल्याच्या व्हरांड्याजवळच उतरायचं !"

"बाकी संजय, आमच्या या फार्मला माझ्या आयुष्यात पुन्हा कधी अशी ऊर्जितावस्था येईल असं वाटलं नव्हतं !"

"ही फक्त सुरुवात आहे ! आता कुठं फक्त दहा एकर जमीन लागवडीखाली आलेली आहे. पन्नास एकरांपैकी किमान तीस एकर बागायती करण्याची मनीषा बाळगून आहे मी ! आणि हो, सांगायचं विसरलो, आपल्या शेतापासून अर्ध्या मैलावरून तो ओढा वाहतो पाहा, त्याचं पाणी 'डायव्हर्ट' करून शेतीला घ्यायची योजना मी कलेक्टरना बोलून दाखवली. तेव्हा त्यांनी मला तसा परवानगीसाठी अर्ज द्यायला सांगितलं आहे."

"तू तर त्या कलेक्टरवर भलतंच इंप्रेशन मारलेलं दिसतंय ! पण आता गेल्यावर एक कर, तिला तेवढं दिल्लीला पाठव."

"चार-दोन दिवसांतच पाठवण्याची व्यवस्था करतो. पण पिताजी, मला उभं पीक टाकून कुठं जाता येत नाही. एखाद वेळेस दिल्लीपर्यंत सोबत म्हणून त्या मला चल म्हणतील. तर आपण बन्सीला फार्मवर पाठवून द्या. त्यालाच सोबत देऊन पाठवतो. मला काही त्यांच्यासोबत दिल्लीपर्यंत जाता येईलसं वाटत नाही."

"अरे, घेऊन जा ना बन्सीला आजच. आता इथं तरी कुठं कामं आहेत. ती दोघं वर्षभर काही येत नाहीत. त्या दोघांचीच उसाभर करावी लागत होती बन्सीला !"

बन्सीला सोबत घेऊन मी फार्मकडं जायला निघालो. रेल्वेमधे बसल्यावर बन्सी मला म्हणाला,

"बाबूजी, तुम्ही या घराचा कायापालट केला !"

"मी ? तसं म्हणशील तर बरंचसं काही केलं आहे, नाही असं नाही. पण ती गोष्ट तेवढी माझ्या हातून घडायला नको होती ! कधी कधी खूप पश्चात्ताप वाटतो ! स्मितानं माझी फारच कुचंबणा करून टाकलीय बन्सी !"

"बाबूजी, शंभर चांगल्या गोष्टी करणाऱ्याच्या हातून अशी एखादी वाईट गोष्ट घडली तर ती माफ करायची असते ! आणि शिवाय तुम्ही एकटेच कसे त्याला जबाबदार आहात ? देवीजीसुद्धा नाहीत का ?"

"पण बन्सी, मला पिताजींचं मोठं आश्चर्य वाटतं ! हे सर्व होऊनही त्यांचा माझ्यावर इतका नितांत विश्वास कसा काय ?"

बन्सी हसला आणि म्हणाला,

"सोन्याच्या पिंजऱ्यात ठेवलेला पोपट बागेतला पेरू खातो म्हणून कोणी त्या पेरूला दोष देईल ?"

"तुझी ती गोष्ट नाही का ? आठवली. पण काय रे बन्सी, तुला स्वतःला या प्रकाराबद्दल काय वाटतं ? खरं सांग !"

"जे झालं ते अगदी योग्य झालं बाबूजी ! देवीजींना जर मूल झालं नसतं तर या बाईनं काय केलं असतं याचा अंदाजच करता येण्यासारखा नाही !"

"काय केलं असतं ?"

"एक तर त्या कुणाही परपुरुषाचा हात धरून पळून गेल्या असत्या किंवा त्यांचं डोकं तरी बिघडलं असतं !"

"कशावरून म्हणतोस ?"

"हे भूपबाबू आणि दीदी यांचे चाळे रोज डोळ्यांसमोर चालायचे, त्यामुळं देवीजींची वासना उफाळून यायची. बडेसरकार हे असे औषधगोळ्यांवर जगलेले, त्यांच्याशी लग्न केल्याबद्दल त्या रात्रंदिवस पस्तावत होत्या. अलीकडं तुम्ही इथं येण्याच्या अगोदर या देवीजींचं लक्षण फार भीतिदायक झालं होतं !"

"काय होत होतं ?"

"आता माझ्यासारख्या वडीलधाऱ्या माणसानं ते कसं सांगावं याची

लाज वाटते बाबूजी ! पण त्यांनाही दोष देता येत नव्हता. खायला-प्यायला काही कमतरता नव्हती, पण पाच वर्षं या बाईंच्या मनाचा कोंडमारा होत होता. खानदान, इज्जत या सगळ्या गोष्टी कामवासना पूर्ण न झालेल्या बाईच्या बाबतीत फोल आहेत बाबूजी !''

"माझ्या हातून घडलं त्याचं समर्थन करतोस तू ?''

"समर्थन करण्याचा हेतू नाही बाबूजी, पण झालं ते अगदी बरोबर झालं आहे ! जग काय वाट्टेल ते म्हणो !''

"पण माझी काय वाट ? लोक मला नावं ठेवायला लागले आहेत. चांगली माणसं मला टाळायला लागली आहेत. कुलकर्णी मास्तरांच्या बायकोची परवा मला चिठ्ठी आलीय.''

"काय म्हणून ?''

"तुम्ही यापुढं आमच्या घरी येऊ नका म्हणून स्पष्ट लिहिलंय तिनं ! मालकिणीशी व्यभिचार करणारा माणूस घरात घेण्याच्या लायकीचा नाही म्हणून मास्तरांनी आपल्या बायकोला ताकीद दिलीय !''

"बाबूजी, तो स्टेशन मास्तरच ! कोणती गाडी आली आणि कोणती गाडी सुटली, पार्सलं किती आली, किती गेली याच्याशिवाय त्याच्या डोक्यात दुसरं काही असतं का ? माणसाच्या स्वभावाच्या गुंतागुंती त्याला कशा कळतील ?''

"अगदी बरोब्बर बोललास बन्सी ! पण ते आमच्या पुण्याकडचे म्हणून मला फार आधार वाटत होता त्यांचा. सुरेखा वहिनीही स्वभावानं चांगली बाई आहे ! बिचारीनं धाडस करून मला चिठ्ठी पाठवली नसती तर मी मास्तरांनाच विचारायचं ठरवलं होतं की, माझ्या हातून काय चूक झाली सांगा !''

"काही कुणाला विचारायच्या फंदात पडू नका बाबूजी ! प्रत्यक्ष बडेसरकार तुम्हांला त्याबद्दल काही विचारत नाहीत, मग अलबत्यागलबत्यांची तुम्ही फिकीर कशाला करता ? पण आता एक करा !''

"काय करू ?''

"लवकर लग्न करून घ्या !''

"पण माझे आणि स्मिताचे हे संबंध समजल्यावर कोण शहाण्या मुलीचा बाप मला मुलगी देईल असं वाटतं तुला ?''

"तुमच्याकडच्या भागातील करून घ्यायची. कोण येतो एवढ्या लांब

चौकशी करायला ?''

"अरे बन्सी, आमच्याकडं मुली देताना सात पिढ्यांचा इतिहास बघतात, नको इतकी चिकित्सा करतात ! माझे देवीजींशी तसे संबंध आहेत अशी जरी शंका आली तरी कोणी माझ्याशी लग्नाला तयार होणार नाही. आता तुला त्या माझ्या संबंधात काही वावगं वाटत नाही ही गोष्ट वेगळी, पण हे जग इतक्या समजूतदारपणानं त्या गोष्टीकडं पाहिलच असं नाही ! शिवाय कुणा मुलीला फसवावं असं मला वाटत नाही. जरी कोणी माझ्या प्रेमात पडली तरी मी तिला हे सगळं सांगून टाकणारच आणि तरीही ती तयार झालीच तर मग मात्र हरकत नाही !''

नारंगपूर स्टेशन केव्हा आलं याचा पत्ताच लागला नाही. लखम टांगा घेऊन आला होता. बन्सीनं अद्याप टांगा बघितलेला नव्हता. त्याला तो बघून खूप समाधान वाटलं.

दिवस मावळला होता. संधिप्रकाशात मला फार्महाऊसच्या बंगल्याचं टोक दिसत होतं. हवेत किंचित् गारवा होता. लखमच्या हातातून माझ्या हातात लगाम घेत मी म्हणालो,

"काय कमीजास्त शेतावर ?''

"पहाडची पोरं आली होती.''

"का ?''

"गिरिजाला म्हणत होती, इथं राहू नको !''

"मग ती काय म्हणाली ?''

"तिनं त्यांना सांगितलं की, आपण मरेपर्यंत इथून बाहेर जाणार नाही ! उलट त्या दोघांनाच परत शेतावर कामाला येण्याचा तिनं आग्रह धरला ! पण ती कसली येतात बाबूजी ? सिगारेट ओढायला, पान खायला शिकलेली पोरं ती !''

"मग झालं काय पुढं ?''

"पहाडची बायको म्हणाली, माझे हातपाय धड आहेत तोवर इथंच राबणार ! जेव्हा ते थांबतील तेव्हा काही न करताही दोन वेळचं अन्न मिळेल मला इथं !''

"ती बाई खरोखरच शहाणी आहे !''

"पण बाबूजी, ही पोरं स्वत:च्या अकलेनं गिरिजेला बोलवायला आली नव्हती !''

"मग ?''

"सावकाराचं कारस्थान आहे हे !''

"कोणाचं ? शिवप्रसादचं ? त्याचा काय संबंध ?''

"त्या पोरांच्या तोंडात जे शब्द होते त्यावरून म्हणतो !''

"काय शब्द होते ?''

"ती बिचारी म्हणाली, 'मी मालकाचं मीठ खाल्लंय आजवर, त्याला जागणार !' तर ते थोरलं कार्ट म्हणालं, 'मालक राह्यला बिलासपुरात; इथं नवीनच मालक उपटलाय ! मालकाचं कौतुक कशाला करतेस ? स्वत:ची बायको दुसऱ्याच्या हवाली करून आपण स्वस्थ बसला आहे बिलासपुरात. पोटचा पोर तुरुंगात गेल्याचं दु:ख नाही ! अशा माणसाला मालक म्हणायला लाज वाटायला हवी !''

"बन्सी, बघितलंस ? लोकांची मजल कुठपर्यंत जाते ती ? हा कारस्थानी माणूस शांत चित्तानं जगू देणार नाही असं मलाही वाटू लागलंय आताशी !''

"बाबूजी, तो माणूस कारस्थानी आहे हे खरंच, पण आपण त्याला घाबरायचं कारण नाही !''

"ते खरं आहे लखम, पण लोकांत रोज एक अफवा उठवत बसणार आहे तो !''

"सोरज आणि बंगा इतके चिडले होते ! त्या दोघांना बांधून घालून झोडपतो म्हणत होते, पण मीच मध्ये पडलो.''

"देवीजींना हे सारं समजलं ?''

"हो तर ! जोरजोरानं चाललेलं बोलणं त्या माडीवरून ऐकतच होत्या की ! शिवाय ते गेल्यावर पहाडची बायको रडत त्यांच्याकडं गेली होती !''

"बन्सी, बघितलंस ! एकेक नवीन गुंतागुंत निर्माण होतेय ! तो मास्तर तुटला, आज ही पोरं अशी बरळून गेली ! हे प्रकरण आता इतक्यावर थांबेल असं काही वाटत नाही !''

"बाबूजी, देवीजींनी इथं राहायला यायला नको होतं !'' लखम म्हणाला.

बन्सी म्हणाला, "ते तू कोणाला सांगणार ? त्या मालकीण आहेत.

मनाला वाटेल तिथं राहतील !''

"पण जग बोंबलतंय त्याची काय वाट ?'' लखम म्हणाला.

"खुशाल बोंब मारू देत ! बाबूजी इथं आल्यापासून सरदार घराण्याची शान वाढते आहे हे कित्येकांना बघवत नाही !'' बन्सी म्हणाला.

टांगा टेकडी चढताना मी त्या दोघांना म्हणालो,

"लोकांची काहीएक चूक नाही. लोकांना जे दिसतं त्यावर ते बोलतात ! देवीजींनी इथं येऊन राहण्याचा अट्टाहास धरला नसता तर थोडं बरं झालं असतं. पण बन्सी, सत्य आहे ते आज ना उद्या सर्वांना समजलं असतंच की रे !''

"बाबूजी, तुम्ही फिकीर नका करू ! हा साला शिवप्रसाद तसा भ्याडच आहे ! एकटादुकटा बाहेर फिरत नाही !''

"माझं त्याच्याशी वैर नाही बन्सी. मी त्याचं काय नुकसान केलं आहे ?''

"वा ऽऽऽ ! तुम्ही नुकसान केलं नाही असं कसं म्हणता ? भूपबाबूंना हॉटेल काढण्यासाठी पंचवीस हजाराचं कर्ज देऊन तो ही जमीन कबजेगहाण घेणार होता. त्याला ठाऊक होतं, एकदा या जमिनीत आपला शिरकाव झाला की जमीन कायमची आपल्या पदरात पडणार आहे; भूपबाबूंचं हॉटेल काही चालणार नाही, आणि शिवप्रसादचं कर्ज कधी फिटणार नाही ! पण तुम्ही येऊन त्याचा सगळाच डाव उधळून नाही का लावला ?''

"बन्सी, हे मात्र माझ्या लक्षात नव्हतं आलं हं ! पण इतका कारस्थानी आहे का रे तो ?''

"आता काय सांगावं बाबूजी !''

"दिसायला काय सात्विक दिसतो !''

"मुंहमें राम, बगलमे छुरी, असल्या जातीचा आहे तो !'' लखम म्हणाला.

तरारून पिकलेलं दहा एकर फार्म पाहताना माझ्या अंगावर आनंदानं रोमांच उभे राहायचे. सोरज, बंगा, लखम यांच्या गालावरची हाडं मी आलो तेव्हा वर आलेली होती. त्यांच्या पोरांच्या अंगावर धड कपडा नव्हता. पण या गरिबांचे संसार सुरळीत चालू झाले. ओसाड पडलेल्या विहिरींना पुन्हा पाझर

फुटले. बंगल्याचं अंतर्बाह्य स्वरूप पालटलं. इतकं करूनही शेवटी माझ्यामागं काही ना काही व्यथा निर्माण व्हावी याचं आश्चर्य वाटत होतं. माझ्या दृष्टीनं स्मिताचा अन् माझा तो संबंध यायला नको होता असं एकसारखं वाटू लागलं. त्यामुळंच आपलं नैतिक धैर्य कुठंतरी हरपलंय अशी रुखरुख लागून राह्यली.

बंगल्याजवळ टांगा वाजताच स्मिता आतून बाहेर आली. मला पाहून म्हणाली,

"इतका वेळ का केलास ? मला किती चिंता लागून राहते !"

"तुला चिंता लागायचं काहीएक कारण नाही ! तुझा-माझा काहीएक संबंध नाही ! उद्या तू इथून गेलीस तर ठीक, नाहीतर मलाच इथून जावं लागेल !" बूट सोडता सोडता मी वैतागून म्हणालो. स्टेशनवरून येताना मला झालेल्या मनस्तापाची स्मिताला काहीएक कल्पना नव्हती. नेहमी अगदी जरुरीपुरतं बोलणारा मी असा अचानक भडकलेला पाहून तीही आश्चर्यचकित झाली. माझ्या समोरच्या खुर्चीवर बसत ती म्हणाली,

"संजय ! तुला कोणी काही बोललं का ? तुझ्या मनाला लागेल असं काहीतरी घडलेलं दिसतंय !" मी जितका उसळून संतापानं तिच्यावर ओरडलो तितक्याच शांत चित्तानं ती मला हळुवारपणे विचारत होती, "सांग बरं, कोण तुला बोललं ?"

"स्मिता, आता उगाच वैताग आणू नकोस ! प्लीज, आत जा आणि उद्या सकाळी नऊच्या गाडीला निघायची तयारी कर !"

स्मिता, काही क्षण माझ्याकडं पाहत राह्यली. मधेच हसली आणि म्हणाली,

"शांत स्वभावाची माणसं जेव्हा रागावतात ना तेव्हा त्यांचं रागावणंदेखील खोटं खोटं अन् नाटकी वाटतं !"

"प्लीज, गो इनसाईड !"

स्मिता हसत हसत उठली आणि आत गेली. खरं म्हणजे ती या शेतीची, घराची मालकीण होती. मी नोकर होतो. पण तिच्यावर अधिकार गाजवत होतो; आणि ती तो निमूटपणानं चालवून घेत होती. अन् तेही अगदी हसत हसत !

प्रकरण ११

भूप आणि बीना एक वर्षभर जेलमधून बाहेर पडू शकणार नाहीत हे जेव्हा स्मिताला मी समजावून सांगितलं तेव्हा मात्र ती दिल्लीला जायला तयार झाली. तरीही तिनं मला एक अट घातलीच. महिन्या-दोन महिन्यांतून मी तिच्या भेटीला जायचं !

ती गेल्यानंतर एक-दोन दिवस मला सुनं सुनं वाटू लागलं. पण मी विचार केला, स्मिताचं अन् माझं नातं काय ? पिताजींच्या अप्रत्यक्ष प्रोत्साहनानं मी तिला गर्भदान केलं हे जरी सत्य होतं, तरी अर्थाअर्थी तिचा अन् माझा तसा काय संबंध होता ? ती माझ्यावर जिवापाड प्रेम करू लागली होती यात वाद नव्हता. पण मी मात्र तिच्या प्रेमाला तितक्याच तीव्रतेनं प्रतिसाद देत नव्हतो हेही तितकंच खरं. वास्तवतेपासून दूर जायला माझं मन तयार नव्हतं. त्या कुटुंबावर कोणत्याही प्रकारचं वर्चस्व प्रस्थापित करण्याचा हेतूही नव्हता.

पिताजींना या माझ्या भूमिकेची पूर्ण जाणीव होती. त्यांचा माझ्यावरचा विश्वास अचल होता. असं असूनही स्मिता गेल्यानंतर मला काहीसं अस्वस्थ वाटू लागलं. ती इथं आल्यापासून माझ्या वागण्यात आमूलाग्र बदल घडला होता. प्रथम ती पिताजींची पत्नी म्हणून मी तिच्याशी अदबीनं वागत होतो.

त्यानंतर मला जेव्हा तिच्या नजरेतला तो हेतू दिसला तेव्हा तिच्याविषयीचा आदर किंचित् कमी झाला. तिनं मला चंदाला भेटायला म्हणून बाहेर नेऊन स्वत:ची केविलवाणी मन:स्थिती व्यक्त केली तेव्हा तिरस्कार विरला आणि त्याची जागा सहानुभूतीनं घेतली; आणि ही सहानुभूती निर्माण झालेल्या दिवशीच रात्री स्मितानं तिसऱ्या मजल्यावर येऊन माझ्यावर नको तो प्रसंग आणला. मी केलं ते बरोबर की चूक या संभ्रमात असतानाच मला कळून आलं की, पिताजींची अप्रत्यक्ष संमतीच होती त्या प्रकाराला ! बन्सीलादेखील त्यात काही वावगं दिसलं नाही. पण भूपनं मात्र त्या प्रकाराची गंभीर दखल घेतली. त्यानं त्या प्रकाराचा अर्थच निराळा लावला. ज्या इस्टेटीवर त्याची एकट्याची मालकी होती त्यात हिस्सेदार निर्माण करण्याचं हे दुष्ट कारस्थान आहे, अशी त्यानं ओरड सुरू केली. स्वत:च्या सख्ख्या चुलत बहिणीशी अनैतिक वर्तन करणाऱ्या भूपला अशी ओरड करण्याचा अधिकार नव्हता. स्मिता तरुण होती. सुंदर होती. पिताजींच्या उतारवयात त्यांच्या खानदानीला, इस्टेटीला, जमीनजुमल्याला भाळून तिनं त्यांना वरलं ही तिची चूक झाली असेल. पण याचा अर्थ असा नाही की, त्या चुकीसाठी तिनं जन्मभर अपत्यसुखाला मुकावं !

बन्सी म्हणाला, त्याप्रमाणं स्मिताचे अन् माझे संबंध आले नसते तर कदाचित् ती कोणाही फालतू माणसाचा हात धरून पळून गेली असती किंवा तिला हिस्टेरियासारखी एखादी मानसिक विकृती जडली असती. तिच्या वासना दडपल्यामुळं कदाचित् तिच्या हातून एखादा भारी स्वरूपाचा गुन्हादेखील घडला असता. हा गुन्हा म्हणजे दुसरंतिसरं काहीनाही, ज्या माणसामुळं आपण बरबाद झालो, त्या पिताजींच्या जिवाचं तिनं काही तरी कमीजास्ती केलं असतं ! तिनं नक्की काय केलं असतं याचा अंदाज करीत बसण्याचं प्रयोजन उरलेलं नव्हतं. आता माझ्यापुढं खरा प्रश्न होता : पुढं काय ?

बराच वेळ मी व्हरांड्यात खुर्चीवर बसलो होतो. इतक्यात लच्छी तिथं आली. मी तिला आणलेली साडी नेसून ती मोठ्या बाईसारखी पदर सावरीत माझ्याजवळ येऊन उभी राह्यली आणि म्हणाली,

"बाबूजी, गिरिजाकाकूला ताप आलाय !"

"कशानं ?"

"काय माहीत नाही."

“मी आलो थांब.”

असं म्हणून मी खुर्चीवरून उठलो आणि पहाडच्या बायकोला पाहायला गेलो. आश्चर्याची गोष्ट अशी होती की, तिथं येऊन जवळजवळ सहा महिने होऊन गेले होते, पण मी एकदाही तिचा चेहरा पाह्यलेला नव्हता. माझ्याशी बोलताना ती छातीपर्यंत पदर ओढून बोलायची. तिचे गोरे हात आणि पाय इतकेच मी पाह्यले होते, पण मला कधी तिचा चेहरा बघावा अशी उत्सुकताही वाटली नव्हती. कदाचित् वैधव्यामुळं भकास झालेलं आपलं कपाळ दुसऱ्याला दिसू नये यासाठी ती तोंडावर पदर ओढून घेत असावी. आज तिला बरं नाही म्हणून लच्छी सांगत आल्यावर मी उठलो, पायात चपला सरकवल्या आणि गिरिजाला पाहायला निघालो. लखम, सोरज, बंगा या तिघांची घरं एकमेकाला लागून होती; पण पहाडचं घर-घर कसलं, जरा बऱ्यापैकी झोपडी - थोडं अंतरावर होतं.

तिथं गेलो तेव्हा लखम आणि सोरज या दोघांच्या बायका तिच्या अंथरुणाशेजारी बसल्या होत्या. लखम कोपऱ्यातून बसून कसलासा पाला कुटत होता.

“हे काय करतोस ?”

“बाबूजी, तिला तुळशीच्या पानांचा रस काढून देतो. थंडीतापावर हे फार चांगलं औषध आहे.”

“दे, पण नारंगपूरला तो डॉक्टर आहे ना आपल्या रसूल बागवानाच्या दुकानाशेजारी, त्याला घेऊन ये टांग्यातून. तपासून औषध, इंजेक्शन देईल.”

“मला औषध नको !” गिरिजा तसल्या तापातही तोंडावर पदर ओढून म्हणाली.

“का नको ?”

“कुणासाठी जगू मी ? माझं कोण आहे ?”

मला तिच्या त्या निराशाजनक उद्‌गाराचा अर्थ समजला. किंचित् गंभीर होऊन मी म्हणालो,

“गिरिजा, आम्ही नाही तुला ? ही लच्छी, तो तोलाजी, मनू, पोपट्या ही तुझीच समज सारी ?” लखम, बंगा आणि सोरज यांच्या पोरांची नावं घेऊन मी म्हणालो.

मी बोलताना ती फक्त हुंदके देत रडत राह्यली. समोर आडदाणीवर स्मितानं तिला जाताना दिलेल्या दोन साड्या होत्या. मी त्याकडं पाहत म्हणालो,

"देवीजींनी मला इथून जाताना मुद्दाम तुझ्याकडं लक्ष द्यायला सांगितलं आहे. पण माझंच एक चुकलं बघ लखम !"

लखम तुळशीची पानं कुटता कुटता थांबला आणि म्हणाला,

"काय चुकलं ?"

"मी त्या गिरिजाला देवीजींच्या सोबत दिल्लीला पाठवायला हवं होतं."

"हां ऽऽऽ, चाललं असतं ! त्यांचं-हिचं फार जमायचं."

"माझ्या लक्षात कसं काय आलं नाही कुणास ठाऊक. आता मला देवीजींनी बोलावलंच आहे; जाताना मी जाईन घेऊन हिला सोबत."

"कुठं जायाची नाही मी !" ताडकन् गिरिजा उद्गारली.

तेव्हा लखम हसून म्हणाला,

"बाबूजी, तुम्ही दुनियेत लाख माणसं बघितली असतील, पण असली चमत्कारिक बाई चुकून पाहायला मिळाली नसेल ! कुणाच्या बापाचं ऐकायची नाही ! पहाड एवढा जबरदस्त माणूस होता, पण या गिरिजासमोर शेळी व्हायचा शेळी !"

"असेल बाबा. पण गिरिजा, डॉक्टरांना आणू दे ना ?" मी उठता उठता विचारलं.

"मी काय त्यांचा अंगाला हात लावून घ्यायची नाही !"

"ऐकलं ?" चेचलेल्या पानांचा रस वाटीत पिळता पिळता लखम म्हणाला, "जन्मात हिनं कधी औषधांची गोळी खाल्लेली नाही बाबूजी ! टोचून घ्यायचं तर सोडूनच द्या !"

"मग चालू द्या तुमची देशी औषधच ! ऐकत नाही त्याला सांगून काय उपयोग ?"

गव्हाचे वाफे सकाळच्या मंद वाऱ्यावर डोलत होते. त्यांमधून चालताना मला लोंब्यांचा स्पर्श होत होता. हळुवारपणे हात फिरवीत मी चाललो होतो.

तोवर समोर मास्तर दिसले, प्रथम मला खरंच वाटलं नाही. पण टेकडी चढून वर आल्यामुळं घामेघूम झालेले मास्तर माझी वाट पाहत बंगल्यासमोर उभे होते.

माझा स्वभाव तसा फार विचित्र ! माझ्याशी कुणी कितीही अबोला धरला आणि तो माणूस समोर दिसला तर मलाच त्याच्याशी बोलावंसं वाटतं. जीवनाची क्षणभंगुरता अनेक वेळा मी अनुभवलेली आहे. कित्येक परिचित आणि अपरिचित माणसं नित्यनियमानं मृत्यूच्या या अगम्य अशा दारातून आत चाललेली मी पाहत आलो आहे. इतकंच कशाला, सहा महिन्यांपूर्वी माझी आई गेली तेव्हा कसं वाटलं मला ? या आयुष्याला काडीचा अर्थ नाही ! आई आणि मरण ही कल्पनाच मला सहन होत नव्हती. आईला मरण आलं. त्या वेळी मी जवळ होतो, दादा होता, एकनाथ होता. पण तिनं फक्त माझ्या एकट्याचाच हात हातात धरला होता. दादानं आपल्या मांडीवर तिचं डोकं ठेवलं होतं. एकनाथ एका हातानं अश्रू पुसत दुसऱ्या हातानं तिचे पाय धरून बसला होता. दादा आणि एकनाथ दोघेही रडत होते, पण माझ्या डोळ्यात अश्रूचा थेंब नव्हता. आतून दाह निर्माण झाला होता. डोळ्यांतून अश्रू फुटत नव्हते. आई आणि मरण या दोन परस्परविरोधी कल्पना, असं आजवर मला वाटलं होतं पण आता तीच आई मृत्यूची वाटचाल करीत असलेली मी पाहत होतो. तोंडानं फक्त ''माझा संजय - दाद्या, त्याला सांभाळ रे ! एकना ऽऽऽथ, संजाला सांभाळ रे... !'' असं म्हणत तिनं शेवटचा नि:श्वास सोडला. माझा हात धरलेली बोटं निर्जीव होऊन गळून पडली. दादानं आणि एकनाथनं टाहो फोडला. पण मी मात्र आईच्या निर्जीव चेहऱ्याकडं डोळे फाडून पाहत होतो. शेवटी मानवी जन्माची इतिश्री याच प्रकारानं होणार आहे याची खूणगाठ मी मनाशी बांधली, त्या दिवसापासून जगाकडं पाहायची माझी दृष्टीच पालटली. मला दिसणारा, भेटणारा प्रत्येक माणूस एक ना एक दिवस मरणार आहे किंवा मी त्याच्या अगोदर मरणार आहे - मग हे वैर, हा अबोला कशासाठी ? कुणी एका थोर इंग्रज तत्त्ववेत्त्यानं काढलेले ते उद्गार किती सार्थ आहेत. "Life is too short to take it seriously !"

तेव्हा मास्तरांना पाहताच मी हसून हात जोडले आणि म्हणालो,

''इकडे कसे काय ?'' मास्तर रुमालानं वारा घेत म्हणाले,

''आलो तुमच्याच भेटीसाठी !''

''या, या, लखम ए ऽऽऽ लखम !''

मी जोरानं एक मारली, लखम पहाडच्या झोपडीबाहेर येऊन उभा

राह्यला.

“औषध देऊन झालं असलं तर इकडं ये. मास्तर आले आहेत. चहा करायचा आहे.”

“आलोच.” लखम धोतराचा सोगा सावरीत बंगल्याकडं येऊ लागला.

मास्तरांच्या समवेत मी व्हरांड्यात बसलो आणि त्यांना म्हणालो,

“पीक पाह्यलंत ? पलीकडं फ्लॉवर, कोबी, नवलकोल, टोमॅटोही लावले आहेत.”

“तुमचं अफाट काम आहे सारं !”

इतक्यात लखम झपझप पावलं उचलत आला. चहा करण्यासाठी तो आत गेला. तो गेल्यानंतर मास्तर घसा साफ करीत म्हणाले,

“मी आपणाशी एका महत्त्वाच्या बाबतीत बोलू इच्छितो. आपणाला ते आवडेल का ?”

“बोला तर बघू. आवडेल की नाही ते मी नंतर ठरवीन !”

मास्तर कोणत्या संदर्भात बोलणार आहेत याचा अंदाज मला अगोदरच होता.

“वास्तविक पाहता तुमच्या खासगी बाबतीत हस्तक्षेप करण्याचं मला काहीएक कारण नाही. पण तुम्ही आणि मी एकाच भागातले म्हणून राहवत नाही झालं !”

मास्तर मूळ मुद्याचं न बोलता उगाचच झुडपं बडवत राह्यल्याचं पाहून मी म्हणालो,

“मास्तर, तुम्ही इथपर्यंत आलात, ते माझ्याबद्दल आत्मीयता वाटली म्हणून. पण तुम्ही ज्या बाबतीत माझ्याशी बोलायचं म्हणता, त्या बाबतीत आता बोलून फारसा उपयोग होईल असं वाटत नाही ! ज्या गोष्टी व्हायला नको, त्या होऊन गेल्या आहेत !”

“पण त्यांची पुनरावृत्ती तरी टाळता येईल ?”

“हां ऽऽऽऽ, हे मात्र विचार करण्यासारखं आहे.”

“संजयराव, अजून तुमचं वय कोवळं आहे. नुकतीच कुठं आयुष्याला सुरुवात होते आहे. तेव्हा तुम्ही ज्या चक्रव्यूहात सापडले जात आहात त्यातून तुमची सुटका व्हावी असा प्रामाणिक हेतू मनाशी बाळगून मी इथपर्यंत आलो

आहे. तुम्ही इथून बाहेर पडावं हे बरं ! जितके दिवस इथं अधिक राहाल तितके दिवस अधिकच गुंतागुंत वाढत जाणार आहे ! लोक म्हणतात, भूपबाबूंना शिक्षा व्हावी यासाठी तुम्ही प्रयत्न केलेत !''

"हो पाहा मास्तर, मी इथं आल्यानंतर अनेक कटकटी माझ्यामागं लागल्या आहेत हे उघडच आहे. पण पिताजींनी माझ्यावर विसंबून पंचवीस हजारांचं कर्ज काढलेलं आहे. आत्तापर्यंत दहा-बारा हजार रुपये मी या शेतीवर खर्च केले आहेत. अजून खूप करायचं आहे. तेव्हा माझ्यामागं आणखीन कितीही कटकटी निर्माण झाल्या, तरीही मी इथून जाऊ शकत नाही !''

"पण....''

"बोला, बोला. कसलाच संकोच ठेवू नका. तुम्ही मला माझ्या एकनाथसारखे आहात. तुम्ही काहीही बोललात तरी मला राग येणार नाही !''

"स्मितादेवींच्या प्रकरणामुळं लोक तुमच्याबद्दल नको ते बोलतात !''

"नको ते कसं ?'' हसून मी म्हणालो, "अहो, जे सत्य आहे तेच बोलतात ! त्यात खोटं काय आहे ? मी स्वतःच्या कृतीचं समर्थन करतो आहे असं नका समजू, पण आहे ती वस्तुस्थिती सत्य आहे !''

"त्यामुळं चांगल्या लोकांना तुमचा सहवास टाळण्याची इच्छा होतेय !''

"मास्तर, तुम्ही या बाबतीत प्रथमपासून जर मनमोकळेपणानं माझ्याशी चर्चा केली असती, तर मी सत्य तुमच्यासमोर सांगितलं असतं ! पण गेला महिनाभर ज्या तऱ्हेनं तुम्ही माझ्याशी वागलात ते पाहून, ज्या परिस्थितीत माझ्या हातून तसं वर्तन घडलं, ती परिस्थिती तुम्हाला सांगावीशी मला वाटत नाही !''

"नका सांगू, पण अजून वेळ गेलेली नाही !''

"जाणूनबुजून मी जी जबाबदारी स्वीकारलेली आहे ती मधेच टाकून मी इथून जाऊ शकत नाही ! फार फार तर काय होईल ? इथं मरण येईल ना ? ते केव्हा ना केव्हा यायचंच आहे !''

"इतकी मनाची तयारी असल्यावर मग तुम्हाला सल्ला देण्यात काय अर्थ आहे ?''

"न मागता कोणाला सल्ला देण्यानं आपलीच किंमत कमी होते मास्तरसाहेब ! पण काही झालं तरी वहिनींच्या प्रेमळ सहवासाला मुकल्यामुळं

मला खूप दु:ख झालं ! माझं तुमच्या बाबतीत काही चुकलं नसताना तुम्ही मला तुमच्या घराचे दरवाजे बंद करून टाकलेत याचं वाईट वाटलं !''

भावनातिशयानं माझे डोळे पाणावले. रुमालानं डोळे टिपत मी म्हणालो,

''इथं आल्यानंतर वाटलं, मला बहीण नव्हती ती वहिनींच्या रूपानं मला मिळाली. पण तुम्ही तुमच्या घराचे दरवाजेच मला बंद करून टाकलेत ! काही हरकत नाही. एक ना एक दिवस मास्तर, तुम्हालाही समजून चुकेल की, आपण संजयला ओळखलं नाही !''

मास्तर खाली मान घालून बसले होते. ते म्हणाले,

''संजयराव, मला तुमच्याविषयी खात्री आहे, पण मी स्टेशनमधे असताना तुम्ही माझ्या घरी परस्पर जाऊन बसत होता हे पाहून लोक नको ते बोलायला लागले !''

''लोकांना लाख बोलू द्या ! तुम्हाला माझ्या नजरेत, कृतीत पाप दिसलं होतं ?''

''तसं मी म्हणालो का ?''

''म्हणण्याचं कारणच नाही मास्तर ! कृतीवरूनच ते कळतं ! पण लक्षात ठेवा, जी माणसं आपल्या कर्तृत्त्वावर विश्वास ठेवतात ती कधीही संशयी नसतात. तुम्हाला संशयानं पछाडलं. वाटलं, हा सरदारसाहेबांच्या पत्नीशी संबंध ठेवून आहे. आपल्याही घरात काही लफडं निर्माण करील ! आणि असं वाटणंही थोडंसं स्वाभाविक आहे. पण तुमची स्वत:ची तशी खात्री झाल्याशिवाय माझ्याशी तुम्ही असं वागायला नको होतं !''

''तुम्ही आता येत चला. मी घरी असो वा नसो. मला तुमचा स्पष्टवक्तेपणा आवडला.''

''मी आता तुमच्या घरी कधीच एकटा जाणार नाही ! तुम्ही असाल तरच येईन !''

''लखमनं ट्रेमधून चहा-बिास्कटं आणली. त्याच्याकडं पाहत मास्तर म्हणाले ?''

''लखम, बाबूजी येत नाहीत म्हणून तुम्ही लोकांनीही यायचं बंद केलंत ?''

लखम उगाच स्मित करून दुसरीकडं पाहू लागला आणि म्हणाला,

"मास्तरबाबू, आमचे बाबूजी जिथं जात नाहीत तिथं आम्ही मेलो तरी जाणार नाही ! हां ऽऽऽ !"

विषय बदलण्याच्या हेतूनं मी म्हणालो,

"ते जाऊ दे ! लखम, मास्तर इथपर्यंत आले आहेत, त्यांना मोकळ्या हातानं कसं पाठवतोस ? थोडी भाजी दे ना काढून."

मास्तर ओठाचा कप काढून "कशाला, कशाला ?" म्हणाले.

"असू द्या. आता आम्हांला त्या झऱ्याचं पाणी मिळालं की जवळजवळ दहा महिने बागायती पिकं करता येतील." मी म्हणालो.

"बाकी इथं तुम्ही नंदनवन फुलवणार असं दिसतंय !"

मास्तर काहीतरी बोलायचं म्हणून बोलले, पण मी लगेच त्यांना म्हणालो,

"आणि इथून त्वरित निघून जायचा सल्ला तुम्हीच देता आहात !"

मास्तर किंचित ओशाळून म्हणाले,

"संजयराव, वयानं जरी मी तुमच्यापेक्षा चार-दोन वर्षानं मोठा असलो तरी तुमचा अनुभव मोठा आहे हे मला मान्यच करावं लागेल !"

"काही असो, आपण इथंपर्यंत आलात, मला आनंद वाटला मास्तर ! इथं जवळपास वेळीप्रसंगी धावत येतील अशी कोणीतरी माणसं आहेत, ही कल्पनाच मोठी सुखद असते मास्तरसाहेब !"

लखम सहा फ्लॉवरचे, सहा कोबीचे आणि दहा-बारा नवलकोलचे गड्डे घेऊन आला तेव्हा त्याला मास्तर म्हणाले,

"अरे, एवढे कशाला आणलेस ? आम्ही तर दोघं."

"ही भाजी खा म्हणजे दोघांची तिघं व्हाल !" लखम हसत हसत म्हणाला.

मी थोडासा हसलो.

ऊन बरंच झालं होतं. मास्तर पायीच परत जायला निघाले म्हणून मी त्यांना थांबवून लखमला टांगा जोडायला सांगितलं.

लखमसोबत टांग्यातून मास्तर गेल्यानंतर मी विचार करू लागलो : 'हा गृहस्थ कोणत्या उद्देशानं मला भेटायला आला होता ? मी इथून निघून जावं असा सल्ला याला देण्याचं कारणच काय ? माझ्याविषयी जिव्हाळा वाटतो म्हणून ? छट् ! ते शक्य नाही. जिव्हाळा वाटणारा माणूस आपल्या बायकोकडून

मला 'घरी येणं बंद करा' अशी चिठ्ठी पाठवण्याचं धाडस करील ?'

काही असो, मास्तरांच्या आगमनाबद्दल आणि इथं येण्याच्या त्यांच्या हेतूबद्दल मला शंका येऊ लागली.

टांग्यातून परत येताना लखम चिठ्ठी घेऊन आला. मी त्याच्या हातून ती घेऊन म्हटलं,

"ही आणि कोणाची चिठ्ठी आणलीस ?"

"स्टेशनवरचा हॉटेलवाला बिलासपुरला गेला होता. त्याच्याजवळ बड्या सरकारांनी ही चिठ्ठी तुम्हाला देण्यासाठी दिलीय."

उभ्या उभ्याच मी ती वाचली अन् कपाळावर हात मारून घेतला !

"हे आणि काय पिताजी करून बसले ? एक एक निस्तरता नाकी नऊ येत आहेत !"

"काय झालं बाबूजी ?" टांग्यापासून घोडे अलग करीत लखमनं मला विचारलं.

"अरे, रोमा आपल्या चार मैत्रिणींसह एक आठवडा इथं फार्मवर राहायला येते आहे !"

"येऊ द्या, येऊ द्या." लखम म्हणाला.

"काय येऊ द्या ? अगोदरच माझं नाव कानफाट्या पडलेलं, त्यात ह्या पाच पोरी इथं यायच्या ! आता मलाच कुठंतरी पळून जायची वेळ येणार आहे !"

लखम घोडे तबेल्याकडं बांधायला घेऊन निघाला. मला अंघोळ करायचं देखील भान राह्यलं नाही. ते पत्र मी वाचू लागलो;

"प्रिय संजय,

"गेल्या चार वर्षांत रोमा बिलासपूरला आली नाही किंवा तिनं यावं असं मलाही वाटलं नाही. पण आता अनायसे बीनाची ब्याद एक वर्ष तरी सरकारी पाहुणी म्हणून गेलीय, भूपदेखील वर्षभर बाहेर पडत नाही. स्मिता इथून गेल्यानंतर मला एकट्याला बंगल्यात करमेनासं झालंय ! मी रोमाला इथल्या घटना पत्रानं कळवल्या. मलाही तिला पाहून चार वर्षं झाली होती. 'चार दिवस ये' म्हणून मी तिला पत्र टाकलं होतं. संजय, मला या जगात जगावंसं वाटतं ते केवळ या पोरीसाठी - रोमासाठी ! फार सुलक्षणी पोर आहे !

"माझं पत्र रोमाला मिळताच ती इथं बिलासपूरला आली आहे. येताना सोबत तिच्या चार मैत्रिणीही आल्या आहेत - रिटा, फातिमा, लीना आणि गीता. एक आहे ख्रिश्चन, दुसरी मुस्लीम, तिसरी बंगाली आणि चौथी पंजाबी ! या पोरी तिच्या जीवश्चकंठश्च मैत्रिणी आहेत. इथं बिलासपुरात त्यांना दोन दिवस ठेवून घेतलं, पण त्यांना कुठंतरी शांत अशा खेड्यात राहायची इच्छा आहे. शिवाय रोमानं तू फार्मचं पालटून टाकलेलं स्वरूप पाहावं असं मला वाटल्यानं आजच संध्याकाळी पाचच्या ट्रेननं त्यांना नारंगपूरला पाठवत आहे. त्यांची देखभाल करताना तुझी थोडी तरी तारांबळ उडणार आहे, पण माझ्यासाठी तू ती सारी करशील अशी आशा आहे !

तुझाच,

पिताजी."

बराच वेळ मला काय करावं सुचेना. शेतीची कापणी झाल्यानंतर या पोरी आल्या असत्या तर फार बरं झालं असतं असं वाटलं, पण पिताजींनी सर्व काही अगोदरच ठरवून टाकलेलं ! आता काय करायचं ?

लखम घोडी बांधून परत आला, त्याला मी सोरज आणि बंगालाही बोलवायला धाडलं. ते तिघे माझ्या समोर येऊन उभे राह्यले तेव्हा मी म्हणालो,

"रोमा आपल्या चार मैत्रिणींसह सुट्टीसाठी इथं येत आहे. पिताजींचं तिच्यावर किती प्रेम आहे - ते तुम्हाला ठाऊकच आहे."

त्या तिघांनीही माना डोलावल्या.

"त्या इथं चार दिवस राहतील. त्यांना इथं कोणत्याही गोष्टीची कमतरता पडता कामा नये ! बंगा, तू इथं बंगल्यातच थांबायचं. त्यांना काय हवं नको ते तू पाहायचं. सोरज, तू बाजारातून जे जे लागेल ते टांगा घेऊन आणून टाकायचं. लखमकडं जेवणाचं सोपवणार आहे मी. ही गिरिजा अधे न् मधेच आजारी पडली ? ती धडशी असती तर त्यांच्या जेवणाची मला चिंताच पडली नसती ! त्यांना काय हवं ते देणं हे आपलं कर्तव्य आहे. लखम, तुझी गाय किती दूध देते ?"

"देते तीन शेर."

"पण काहीजणांना गायीचं दूध आवडत नाही चहात. असं कर, खाली त्या वस्तीवर तो भोला राहतो, त्याच्याकडं दूध खूप आहे म्हशीचं. त्याला

सांग, सकाळी आणि संध्याकाळी दोन शेर दूध हवं म्हणून.''

"अंडी आहेत आपल्याकडं.'' बंगा म्हणाला.

"ए, तुझी कोंबडी महिन्यातून एकदा अंडं घालते ! गप्प बस उगीच !'' सोरज त्याला दटावून म्हणाला. "बाबूजी, स्टेशनजवळ त्या पोर्टरच्या कोंबड्या आहेत, त्याच्याकडून आणू अंडी.''

"हां ऽऽऽ आणि ब्रेडही सांगायला हवेत. त्यांना सकाळी ब्रेकफास्ट घ्यायची सवय असेल. लोणीही एकदोन किलो हवं.''

एक लिस्टच तयार केली मी. रोमाला आणि तिच्या मैत्रिणींना इथं फार्मवर कोणत्याच गोष्टींची कमतरता पडणार नाही याची जय्यत तयारी करून ठेवली. बंगल्यातल्या खोल्या साफसूफ करण्यात आल्या. पाच कॉट्स्, भट्टीच्या चादरी आणि अभ्रे घालून तयार ठेवल्या. व्हरांड्यात पाणी मारलं. आतल्या हॉलमधे फ्लॉवरपॉट रचला.

मी सकाळपासून अंघोळ केली नव्हती. दाढीही केली नव्हती. तेव्हा दाढीवरून हात फिरवीत विचार केला : 'आपण असेच गबाळे आहोत असं रोमाला भासवलं तर ? छे ! शक्य नाही !' माझ्यातला माणूस जागा झाला. झटपट मी दाढी घोटली. अंघोळी उरकली. परीटघडीचा मलमली झब्बा आणि विजार चढवली. पायात सपाता अडकवून मी व्हरांड्यात फेऱ्या काढू लागलो. तेव्हा सव्वाचार वाजले होते. लखमला टांगा जोडून स्टेशनला पाठवण्याच्या इराद्यात होतो, तोच लखम म्हणाला,

"बाबूजी, तुम्ही येत नाही स्टेशनवर ?''

"मी यायला हवं ?''

"आता ते तुमचं तुम्हीच ठरवा !'' हात हवेत उडवून लखम म्हणाला.

"अरे, पण त्या पाचजणी आणि आपण दोघे - एकूण सातजण त्या टांग्यांत बसणार कसे ! घोडी जिवंत राहतील का ?''

"मग मी येत नाही. तुम्ही जा की टांगा घेऊन.'' लखम पटकन् म्हणाला.

"मी ?'' छातीवर हात ठेवून म्हणाला.

"हो ऽऽऽ. इथून बाजारात जात नाही तुम्ही एकटे ?''

"ते एकटं जाणं निराळं लखम ! त्या पाचजणी आहेत आणि त्याही

शहरवासी !''

"तुम्हीच जायला पाह्यजे ! इथं एवढी तयारी केलीत त्यांच्यासाठी आणि स्टेशनवर त्यांना आणायला गेला नाहीत तर बरं दिसेल ?''

"तू तर मला कोड्यात टाकलंस गड्या !''

पावणेसहाला टांग्यातून मी एकटाच स्टेशनकडं निघालो. रोमाला मी कधीच पाह्यली नव्हती. फक्त बिलासपुरला आल्बममधे तिचे लहानपणीचे फोटो पाह्यले होते. पण आता ती खूप मोठी झाली असेल. तिला ओळखता येईल का मला ? नक्कीच येईल. बिलासपूरहून येणाऱ्या गाडीतून पाच पोरी एकत्र उतरल्या की त्यांत रोमा असणारच ! जाताना मी ठरवलं, उतरल्या उतरल्या त्यांचं स्वागत करताना त्यांच्या हातात एकेक गुलाबाचं फूल द्यायचं ! पण पाच फुलं मिळायची कुठं ? विचार करीत मी लगाम हातात धरून टांगा टाकीत होतो. तोच मला आठवलं, स्टेशनमास्तरांच्या दारात गुलाबाची खूप झाडं आहेत. पण त्यांच्याकडं मागायची कशी ? 'सकाळी तू त्यांनी न मागता कोबी, फ्लॉवर दिले नाहीस ? पाच फुलं मागायला संकोच कसला ?'

मी स्टेशनवर आल्याचं पाहून मास्तर म्हणाले,

"काय, बिलासपूरला जाणार आहात काय ?''

"नाही. बिलासपूरहून रोमा आणि तिच्या चार मैत्रिणी यायच्या आहेत.''

"आय सी ऽऽऽ, सो यू हॅव कम् टू रिसीव्ह देम.''

"हां ऽऽऽ, तसं म्हटलं तर चालेल. पण मास्तरसाहेब, माझी एक रिक्वेस्ट आहे !''

"सांगा की.''

"मला पाच गुलाबाची फुलं हवीत.''

"एवढंच ?''

मास्तरांनी पोर्टरला आपल्या क्वार्टरकडं फुलं आणायला धाडलं. इतक्यात मास्तर मला म्हणाले,

"गुलछडीची फुलं हवीत का आणखी ?''

"ती कुठून देणार ?''

"ती पार्सल जाते रोज आमच्याकडून. त्यातली पाचपंचवीस काढली तर काही समजत नाही !''

"नको हो ! मला बरं नाही वाटत ते !"

"संजयराव, मला तुमच्या स्वभावाचा काही अंदाजच करता येत नाही. काही बाबतीत तुम्ही इतके बेडर वृत्तीचे वाटता, तर कधीकधी अतिशय हळवे. असं कसं काय हे ?"

"ते माझं मलाच कधीकधी समजत नाही मास्तरसाहेब !"

इतक्यात मास्तरांच्या ऑफिसातला फोन खणखणला. आमच्या बोलण्यात फोननं व्यत्यय आणल्याबद्दल मास्तरांनी त्रासिक मुद्रा करून रिसीव्हर उचलला.

"घ्या ! गाडी अर्धा तास लेट !"

"आता आलो आहे खरा. अर्धा तास काय आणि तास काय, त्यांना घेऊनच जायला हवं."

"मग चला घरी. चहा घेऊन येऊ."

"संध्याकाळी चहा घेतला की मला झोप येत नाही म्हणून कितीतरी वेळा मी तुम्हाला सांगितलं आहे."

"चहा राह्यला, कॉफी घ्या."

"काहीच नको. मी यायचं टाळतो आहे असं तुम्हाला वाटायला नको म्हणून येतो मात्र !"

त्यांच्या घरी जातानाच फुलं घेऊन येणारा पोर्टर भेटला. त्याला थांबवून मास्तर म्हणाले,

"हे बघ, तो कँटीनमध्ये बच्चू आहे ना, त्याला म्हणावं, पार्सल ऑफिसमधल्या त्या गुलछडीतल्या करंडीतली थोडी फुलं घे आणि त्यांत ही गुलाबाची फुलं घालून पाच गुच्छ बनव. हातात फूल देण्यापेक्षा गुच्च दिलेला अधिक बरं दिसेल नाही ?"

मी मानेनंच हो म्हणालो.

ज्या घरी मला येण्याची मना करण्यात आली होती त्याच घरी मी मास्तरांच्या सोबत सारा मान-अपमान विसरून चाललो होतो.

सुरेखा वहिनी मला पहिल्याइतकी आनंदी दिसली नाही. ती हसली, पण ते हास्य बळेबळेच आणल्यासारखं मला वाटलं. पण काही झालं तरी तुटलेले संबंध परत जोडले जात आहेत हे पाहून मला आनंदच वाटत होता.

वहिनींनी लिंबाचं सरबत दिलं. आम्ही दोघे सरबत घेऊन स्टेशनवर पोहोचतो तोच औटर सिग्नल वाकला. गाडी अगदी समोरच दिसू लागली. इतक्यात पोर्टरनं माझ्या हातात पाच सुरेख गुच्छ आणून दिले आणि खेचलेला औटर सिग्नल परत ढिला सोडण्यासाठी तो निघून गेला.

इंजिन स्टेशनात शिरताना माझ्या छातीचे ठोके जोरात पडू लागले !

प्रकरण १२

गाडी स्टेशनवरून येऊन स्थिरावताच रोमा आणि तिच्या मैत्रिणींना मी शोधू लागलो. तोच माझ्या समोरच्याच डब्यातून पाच पोरी उतरल्या. गाडीतून उतरताना त्या मोठ्यानं हसत एकमेकींची चेष्टामस्करी करीत होत्या. मी पुढं झालो. साधारण बीनाच्या चेहऱ्याची, पण गोरी आणि तेजस्वी डोळ्यांची रोमा शोधून काढणं मला फारसं कठीण गेलं नाही.

"मी संजय देवकुळे. सरदारसाहेबांचा इस्टेट मॅनेजर." रोमाला नमस्कार करून, तिच्या हातात फुलांचा गुच्छ देत मी म्हणालो.

"थँक्यू ! रिटा, फातिमा कम हिअर, ही हॅज कम् !"

"ओ ऽऽऽह !" रिटा तोंडाचा चंबू करून, मोठे डोळे करून मला शेकहँड द्यायला पुढं सरसावली.

आयुष्यात मला मुलीशी शेकहँड करण्याचा प्रसंग कधी आला नव्हता. तेव्हा मी काहीसा संकोचून तिच्या हातात हात दिला. तिच्या पाठोपाठ फातिमा, लीना आणि गीता यांनीही पुढं येऊन मला शेकहँड दिला. त्या सर्वांना मी एक एक गुच्छ दिला. पण एक गोष्ट मात्र मला विचित्र वाटली. रोमानं मला शेकहँड केलं नाही, तिनं फक्त माझ्या नमस्काराचा नमस्कारानंच स्वीकार केला होता.

“जायची व्यवस्था काय ?” रोमानं विचारलं.

“टांगा आणलेला आहे मी.”

“पण आम्ही पाचजणी आहोत.” फातिमानं म्हटलं.

“आमची लखम कोबीची आणि फ्लॉवरची चार-चार पोती भरून नारंगपूरच्या मार्केटमधे घेऊन जातो !” गेटमधून बाहेर पडताना मी म्हणालो.

“माय गॉड !” लीना तोंडावर हात ठेवून म्हणाली.

“रोमा, अगं आम्ही म्हणजे काय भाजीच्या गोण्या आहोत की काय ?”

“तसं नाही,” मी म्हणालो, “म्हणजे इतकं वजन या टांग्यातून जाऊ शकतं, दोन घोडे आहेत याला.”

“पण आम्ही पाच घोड्या आहोत !” गीता हसत हसत म्हणाली.

आल्या क्षणापासून त्या पोरींनी माझी टिंगल करायला सुरुवात केली. पण मला त्यांचा राग मात्र येत नव्हता. एक तर त्या सर्व सुशिक्षित होत्या आणि इथं फार्मवर हसतखेळत चार दिवस सुट्टी घालवण्यासाठी आलेल्या होत्या. टांग्यात मी त्यांच्या बॅगा, सूटकेसेस व्यवस्थित ठेवल्या. पण शेवटी माझ्याशेजारी पुढं कोणी बसायचं हा प्रश्न निर्माण झाला तेव्हा रिटा म्हणाली,

“मीच टांगा हाकते. परवा एका सिनेमात हेमामालिनी नव्हती का हाकत ?”

“तो सिनेमा होता रिटा ! इथं तुझ्या हातात रेन्स दिल्या तर आम्हाला खड्ड्यात घालशील !”

“हो, अजून आमची लग्नं व्हायची आहेत ! नाक तुटलं किंवा डोळा फुटला तर आम्हांला कोणी पसंत करणार नाही !”

रोमा किंचित् रागानं म्हणाली,

“व्हॉट नॉन्सेन्स ! फातिमा, तू बस पुढं. उशीर होतोय पोहचायला.”

फातिमा फार आढेवेढे न घेता माझ्याशेजारी बसली. तिच्या पलीकडं गीता. मागं रोमा, रिटा आणि लीना बसल्या. पण त्यांपैकी रिटा आणि लीना फातिमाची टिंगल करू लागल्या. टांगा स्टेशनची हद्द ओलांडून थोडा पुढं आल्यानंतर गीता म्हणाली,

“इस्टेट मॅनेजर म्हणजे जाड पोटाचा, ओठावर मिशांचा झुबका असणारा असा माणूस असेल असं आम्हांला वाटलं होतं !”

"मग आता यांना बघून काय वाटलं ?" रिटानं खोचून विचारलं.

"यू सिली गर्ल ! किप क्वाएट !" गीता रिटाला म्हणाली.

"ऑन्टी दिल्लीला जाऊन किती दिवस झाले ?" रोमानं मला विचारलं.

"दहा दिवस झाले. बन्सी सोबत गेला आहे. तो अद्याप आलेला नाही !"

"तो असता आमच्या तैनातीला, तर बरं झालं असतं !"

"तो नसला तरी आपली काही गैरसोय होऊ देणार नाही मी !" किंचित् मागं वळून मी म्हणालो.

"तसं नका समजू हं. या माझ्या चार मैत्रिणी म्हणजे अगदी अर्क आहेत ! वेळ पडली तर स्वतः सारं करतील !"

"हो, आणि तुम्हाला ही ब्याद इथून केव्हा एकदा जाते असं होऊन जाईल !" रिटा म्हणाली,

"तसं काही वाटणार नाही !" मी चाबूक हवेत फिरवीत म्हणालो.

रोमा सोडून बाकी सर्वजणींनी ट्राउझर्स आणि शर्टस् घातले होते. रोमा फक्त साडीत होती. तिनं ओठाला लिपस्टिकदेखील लावलेली नव्हती.

"अहो इस्टेट मॅनेजर," रिटा म्हणाली, "तुमचं लग्नबिग्न झालंय की नाही ?"

मलाही जरा त्यांची मजा करायची खुमखुमी आली होती. मी म्हणालो,

"हो तर ! दोन मुलंसुद्धा आहेत मला !"

"कुठं आहेत ?"

"तिकडं घरी चिंचवडला."

"मग बायकोमुलांना नाही आणलंत इकडं ?"

"आता कुठं फक्त सहा महिने झाले आहेत मला येऊन. आता गव्हाची कापणी झाली की आणावी म्हणतो."

माझ्या शेजारी बसलेली फातिमा हातातला गुच्छ हुंगत म्हणाली,

"सहा महिने घरी गेला नाहीत ?"

"नाही गेलो. इथून जायचं म्हणजे शंभर रुपये तिकिटाला पडतात. तेवढे कुठून आणणार ?"

"अगं रोमा, आम्ही चौघी यांना पंचवीस-पंचवीस रुपये मदत देतो !

बिचाऱ्याला जाऊन एकदा भेटू दे बायकोमुलांना !''

टांगा टेकडीच्या पायथ्याला आला तेव्हा त्याची गती मंदावली. तेव्हा मी टांग्यातून खाली उतरलो आणि घोड्याचे लगाम हातात धरून चालू लागलो तेव्हा फातिमा म्हणाली,

''रोमा, लेट अस गेट डाउन. ही इज वॉकिंग अलोन, आय फील ऑकवर्ड !''

त्या सगळ्याजणी एकदम मला ओरडून म्हणाल्या,

''थांबवा. आम्हीही चालत येणार !''

चालता चालता रिटा म्हणाली,

''काय हो, चार-चार पोती भाजी टांग्यातून नेतो म्हणता, मग हे असं का झालं ?''

''फार्मवरून येताना चढती कुठंच नाही. शिवाय परत येताना टांगा मोकळा असतो. चढायला अडचण नाही पडत.''

''बाकी बोलायला हुशार आहेत हं रोमा हे तुझे इस्टेट मॅनेजर ! वकील-बिकील आहात काय हो ?'' बीनानं चढता चढता विचारलं.

''वकील नाही, पण वकील होण्याच्या मार्गावर मात्र आहे ! एल्. एल्. बी. चा अभ्यास करतो आहे मी.''

''माय गॉड ! लग्नानंतर अभ्यास !'' रिटा म्हणाली.

मी हसलो आणि म्हणालो,

''लग्नानंतर अभ्यास करू नये, असं कुठल्या शास्त्रात सांगितलंय ?''

''पण ते शक्य होत नाही !''

रोमा त्यांचं बोलणं ऐकत बराच वेळ चालत होती. ती त्या सर्वांना उद्देशून म्हणाली,

''आय टोल्ड यू नॉट टू गो इनटु पर्सनल डीटेल्स ऑफ एनीबडी !''

''ए तू गप्प ग ! आलीय मोठी आजीबाई ! काय हो इस्टेट मॅनेजर आम्ही तुमच्या खासगी बाबतीत बोललेलं तुम्हाला आवडत नाही का ?''

''असं मी म्हणालो का ?''

''मग आम्ही तुमच्याशी बोलणार ! ही रोमा थोडी शिष्टच आहे !''

बंगला समोर येताच त्या चौघीजणी हाश्शहुश्श करीत वाटेवरच बसल्या

आणि रोमाला म्हणाल्या,

"बाई, आम्हाला तू काय एव्हरेस्टवर चढाई करण्याचा सराव करायला इथं घेऊन आलीस काय ?"

"ए, उठा. अंधार पडतोय. इथं सापांची फार भीती आहे !" रोमा बंगल्याकडं जाता जाता म्हणाली.

बंगल्यासमोर लखम, बंगा, सोरज, त्यांची मुलं, बायका रोमाच्या स्वागताला जमली होती. त्या सर्वांनी रोमाच्या पायाला स्पर्शून नमस्कार केला. रोमाला इतक्या वर्षांनी पाहून लखमच्या डोळ्यांत पाणी तरळलं. त्यानं लच्छीला व आपल्या इतर मुलांनाही रोमाच्या पायाला स्पर्श करून नमस्कार करायला सांगितलं तेव्हा रोमा म्हणाली,

"लखम, अरे तू अजून आहे तिथंच आहेस ! पायाला स्पर्श करून नमस्कार करण्याचा जमाना संपला आता !"

"जगाला संपला असेल छोट्या दीदी, पण आम्ही आमचा रिवाज सोडणार नाही !"

इकडं नमस्काराचा प्रकार चालू असताना त्या चौघीजणी बंगल्याच्या मागं विहिरीजवळ गेल्या आणि त्यांनी मला हाक मारली,

"अहो इस्टेट मॅनेजर, या विहिरीत पाणी किती खोल आहे ?"

"का ?"

"आम्हाला उद्या पोहायचं आहे !"

"पण तुम्हाला पोहता येतं का ?"

"ते उद्या बघालच ! खरंच किती खोल आहे पाणी ?"

"यंदाच विहिरीतला गाळ उपसला आहे. जवळजवळ चार पुरुष पाणी खोल आहे."

"वंडरफुल ! रिटा, उद्या मज्जा करायची ! खूप पोहायचं !"

या पाव्हण्या माझ्या डोक्याला खरोखरच काहीतरी उपद्रव निर्माण करणार अशी मात्र आता दाट शंका येऊ लागली.

"बरं, आत चला, उद्याचं उद्या पाहू !" रोमा म्हणाली.

त्या माझ्या मागोमाग बंगल्यात आल्या. बंगल्याचं बांधकाम, आतलं फर्निचर पाहून त्या आश्चर्य करू लागल्या.

"रोमा, काय सुंदर मेन्टेन केलाय ग हा बंगला तुम्ही !" रिटा म्हणाली.

"आम्ही नाही; यांनी, या संजयनी इथं आल्यापासून या साऱ्या सुधारणा केल्या आहेत. हे मागं दिसतं हे गव्हाचं शेत, हे आल्यामुळंच इथं दिसतं आहे ! यापूर्वी सगळं उजाड होतं. हे लखम, सोरज, बंगा काहीतरी पिकवायचे आणि या अगोदरचे मॅनेजर मधल्या मधे गडप करून निघून जायचे !"

लखम, सोरज, बंगानं त्या पाव्हण्यांच्या बॅग्ज टांग्यातून काढून आत आणल्या. तेव्हा त्यांची खोली दाखवण्यासाठी मी पुढं झालो. रोमाही मागोमाग माडीवर आली. स्वच्छ पांढऱ्याशुभ्र परीटघडीच्या बेडशीटस् घातलेल्या पाच कॉट्स् बघून रिटा म्हणाली,

"अय्या ! पाच कशाला कॉट्स् ?"

"आपण पाच जणी नाही का ?" गीता म्हणाली.

"आहोत, पण मला फातिमाच्या अंगावर पाय टाकून झोपायची सवय आहे !"

त्यावर सर्वजणी माझ्याकडं पाहून हसल्या. मी काहीसा ओशाळल्यासारखा झालो. ते पाहून रोमा म्हणाली,

"नॉनसेन्स ! डोंट नो व्हेअर टु कट् जोक्स !"

"ए रोमा. तुला बजावून ठेवते हं ! तू शाळामास्तरणीसारखी एकसारखी आम्हाला दटावत जाऊ नकोस ! नाहीतर आम्ही सरळ निघून जाऊ ! काय ग लीना ?"

"मी येणार नाही बाई ! माझ्या पायात गोळे आलेले आहेत !" कॉटवर बसून हातांनी पाय धरून ती म्हणाली.

"तू ग फातिमा ?"

"अम्मा गे ऽऽऽ ! अगं खाली किचनमधून मुर्गी शिजल्याचा मस्त वास येतोय ! मी नाही बाई कुठं जायची !" ओठांवरून जीभ फिरवीत फातिमा म्हणाली.

"साल्या तुम्ही दोघी शेळपट ! गीता तू गं ?"

ते विचारताच गीता कॉटवर पडली आणि झोप लागल्यासारखी खोटं खोटं घोरू लागली. ते पाहून रोमा म्हणाली,

"रिटा, यू अलोन कॅन गो. जा तू एकटी. संजय, हिला सोडून या हो

स्टेशनवर !''

"माय गॉड !'' रिटा गळ्यातल्या क्रॉसला स्पर्श करीत म्हणाली, ''या अंधारात मी एकटी 'यांच्याबरोबर टांग्यातून जाणार ? मला नेतील का हे सरळ ! त्या धोक्यापेक्षा इथं राह्यलेलंच बरं !''

मी लाजून खिडकीतून बाहेर पाहत राह्यलो. हास्याचा लोट उसळला.

मी रोमाला म्हणालो,

"जेवणाला अद्याप बराच उशीर आहे. पहाडची बायको आजारी पडून घोटाळा झाला, नाहीतर एव्हाना तिनं जेवणदेखील तयार करून ठेवलं असतं.''

"असं ? काय झालंय तिला ?''

"किरकोळ थंडीताप आहे. ती बाई कमालीची हट्टी आहे ! औषधच घेत नाही !''

"चला, तिला पाहायला जायला हवं मला. चारपाच वर्षं झाली तिला पाहून !'' रोमा म्हणाली.

"आता अंधारात कशाला ? उद्या सकाळी जाता येईल.'' लखम म्हणाला.

"छे ! अरे ऑन्टीचं काय प्रेम होतं त्या बाईवर, तिच्याशिवाय एक मिनिटभर ती राहत नव्हती ! चल, मला तिला भेटल्याशिवाय चैन नाही पडायचं !''

रोमासोबत मीही निघालो तेव्हा रोमा मला म्हणाली,

"तुम्ही कशाला येता ? थांबा इथंच; यांना काही हवं नको लागलं तर पाहा.''

मी रोमासोबत बाहेरच्या दारापर्यंत आलो होतो तेव्हा रोमा मला म्हणाली,

"या चौघी मेडिकल कॉलेजच्या स्टुडंट्स् आहेत. थोड्या चेष्टेखोर आहेत. त्या काही बोलल्या तरी मनाला नका लावून घेऊ !''

मी हसून म्हणालो,

"त्यांच्या स्वभावाची चुणूक लागलीय मला दीदी ! मला काही नाही वाटणार !''

"हो, काही जणांना इन्सल्टिंग वाटतं, इतक्या मोकळेपणानं बोललेलं !''

"माझी खात्री बाळगा आपण !''

"अंकल म्हणालेच होते मला तुमच्याबद्दल !''

"काय ?"

"फार काय काय म्हणत होते. पण मला आनंद वाटला. अंकलना उतारवयात का होईना, पण तुमच्यासारखा निःस्पृह आणि हुशार इस्टेट मॅनेजर लाभला !"

"माझी निःस्पृह आणि हुशारी अद्याप ठरायची आहे ! आत्ताच कुठं फक्त सहा महिने झाले आहेत."

गिरिजाच्या घराकडं जाताना रोमा म्हणाली. नाही म्हटलं तरी रोमाच्या त्या उद्‌गारांनी मी थोडासा सुखावलो होतो. रोमा गेल्यानंतर मी किचनमधे आलो. बंगा आणि सोरज जेवणाच्या तयारीला लागले होते. सोरजची बायको पराठे बनवत होती. बंगा मला तिथं आल्याचं पाहून म्हणाला,

"यांच्यात शाकाहारी कोण आहे का विचारायला हवं. नंतर गोंधळ उडायला नको, तसे मी थोडे आलू, मटार आणले आहेत. फ्लॉवरची भाजीही बनवतो."

"त्यातलं कोणी शाकाहारी असेल असं त्यांच्या वागण्याबोलण्यावरून वाटत नाही मला ! तरीही एकदा खात्री करून घेण्यासाठी विचारून येतो."

मी माडीवर आलो. त्या चौघी ज्या खोलीत होत्या त्या खोलीच्या दाराबाहेर उभं राहून मी दारावरची कडी वाजवून म्हटलं,

"मे आय कम इन् ?"

"ओ ऽऽऽ ह, बाय ऑल मीन्स." रिटा ओरडून म्हणाली.

"मी तुम्हालाच बोलवायच्या विचारात होते ! बरं झालं, तुम्हीच आलात !"

लीना, गीता आणि फातिमा कॉटवर 'रिलॅक्स्‌ड्' मूडमधे पडल्या होत्या. त्या मला पाहून बिलकुल हलल्या नाहीत. रिटानं चक्क सिगारेट पेटवलेली. होती. बेधडक झुरके घेत मला खुर्चीवर बसायची सूचना करून ती म्हणाली,

"मिस्टर संजय, का आला होता तुम्ही ?"

खरं म्हणजे तिच्या तोंडात सिगारेट पाहून मी वर का आलो होतो याचंदेखील मला विस्मरण झालं होतं. ते आठवून मी विचारलं,

"तुमच्यापैकी कोणी व्हेजिटेरियन आहे का ?"

"वॉट ए फंटॅस्टिक क्वेश्चन ? वुई ऑल आर कॅनिबॉल्स ! कॅनिबॉल्स म्हणजे काय ते ठाऊक आहे ना ?"

"होऽऽऽ ! नरभक्षक !"

"दॅटस् इट ! मग चिकन्, बकरा याबद्दल विचारायचं कारणच नाही !" लीना म्हणाली.

मी हसत हसत उठलो, तेव्हा मला परत तिथं बसायची सूचना करीत रिटा म्हणाली,

"मिस्टर, इथं काही 'सोय' आहे की नाही ?"

"सोय ? कसली ?" ती कोणत्या अर्थानं 'सोय' विचारते आहे ते मला न कळल्यानं मी भांबावून विचारलं.

स्वत:चा अंगठा ओठाजवळ नेत रिटा म्हणाली,

"बाटली ! एवढंही समजत नाही ? बाकी तुम्ही भलतेच भोळे दिसता हं !"

रिटाच्या त्या उद्‌गारांनी माझ्या अंगावर कोणीतरी अचानक बादलीभर बर्फाचं पाणी ओतावं असं मला झालं ! या पोरी मनमोकळ्या आहेत, शहरी वातावरणात वाढलेल्या आहेत. शिवाय त्या मेडिकल कॉलेजच्या विद्यार्थिनी आहेत, तेव्हा त्या तशा बोलण्यात, वागण्यात फारच 'फॉरवर्ड' आहेत हे मी समजू शकत होतो. पण हे त्यांचं अंग मला अगदीच अनपेक्षित होतं. स्वत:ला सावरून खोटं खोटं हसत म्हणालो,

"माझी किती चेष्टा करणार आहात ?"

"ओ मिस्टर, ही चेष्टा नव्हे, खरं सांगते आहे. विचारा यांना हवं तर ! काय ग गीता ?"

"आम्ही अगदी स्वच्छंदीपणानं आठ दिवस बाहेर काढायचे म्हणून इकडं आलो आहोत. तिथं बिलासपूरला पिताजींच्या समोर हे काही करता येणं शक्य नव्हतं म्हणून तर आम्ही इकडं फार्मवर आलो." लीना कॉटवर बसून मांडीवर उशी ठेवून, त्यावर हाताचे कोपरे टेकवून मला म्हणाली.

"पण मला खरंच याची कल्पना नव्हती. मी त्यातला नाही !" मी परत उठण्याचा प्रयत्न करीत म्हणालो.

"तुम्ही त्यातले नसाल हो, म्हणून आम्ही ते करू नये असं कुठं आहे काय ? का तुमची हरकत आहे इथं ड्रिंक्स घ्यायला ?"

"माझी हरकत असायचं काय कारण ? पण रोमादीदींना हे ठाऊक

आहे ?'' भीत भीत मी विचारलं.

"साली थोडी ऑर्थोडॉक्स आहे ! पण आम्ही तिचीही आज मजा उडवणार आहोत !''

"पण तुम्ही म्हणता ती चीज इथं कुठून मिळणार ?''

"नारंगपूरला ?''

"तिथं फक्त मोहाच्या फुलांची दारू मिळते.''

"ओ, वॉट अ वंडरफुल थिंग ! फातिमा, हॅव यू टेस्टेड मोहा फ्लॉवर वाइन ?''

"नो ऽऽऽ. आय हॅव हर्ड ऑफ इट.''

"पण काय हो,'' त्या तिघींच्याकडं पाहून डोळे मिचकावत लीनानं मला विचारलं, "तुम्ही जर त्यातले नाही तर तुम्हाला मी माहिती कशी काय ?''

"मागं एकदा लखम बाजारात गेला होता, त्याचा त्या दिवशी बोलताना मला वास आला म्हणून मी विचारलं. त्यानंही प्रामाणिकपणानं त्या दिवशी मोहाची दारू प्यायल्याचं मला सांगितलं !''

"तुम्ही त्यातले नाही, मग त्यानं प्यायल्याचं पाहून तुम्ही चिडला असाल !'' खांदे उडवून फातिमा म्हणाली.

"चिडायचं काय कारण ? तो कष्ट करतो, पैसे कमावतो; मजा म्हणून कधीतरी प्यायला तर त्याबद्दल मला आक्षेप घ्यायचं काय कारण ? हां ऽऽऽ, आता रोजच तो गुत्त्यावर जाऊन पिऊ लागला तर मात्र मी नक्कीच आक्षेप घेईन !''

"दॅटस् इट् ! हे आम्हांला तुमच्याकडून हवं होतं. कोणी कधीतरी मजा म्हणून, गंमत म्हणून ड्रिंक्स घ्यायला तुम्ही हरकत घेत नाही किंवा ते निषिद्ध मानत नाही !'' रिटा म्हणाली.

"हो, तसं समजायला हरकत नाही, पण...''

"पण काय ? बोला, बोला. सगळं एकदा क्लिअर होऊन जाऊ द्या ! नंतर मिस् अंडरस्टँडिंग नको, काय ग गीता ?''

"यस्, ऑफकोर्स !''

"पण बायकांनी मद्य घेतल्याचं आजवर मी कधी पाह्यलेलं नाही...?''

भीत भीत मी म्हणालो.

"लो ऽऽऽ !" फातिमा कॉटवरून उठून बसत म्हणाली, "मिस्टर मॅनेजर, पुरुषांनी कधीतरी मजेखातर घेतल्याचं चालतं, मग बायकांनीच असं कोणतं पाप केलंय ?"

"आपली संस्कृती..." चाचपडत मी म्हणालो.

"बायकांना एक कायदा आणि पुरुषांना दुसरा ? मिस्टर मॅनेजर, जग फार पुढं गेलं, व्हॅलेंटिना अंतराळात फिरून आली आणि हे आंतरराष्ट्रीय महिला वर्ष चालू आहे ! युरोप-अमेरिकेत वुइमेन्स लिब मूव्हमेन्ट जोरात सुरू आहे. ठाऊक आहे ना ?"

मी काहीशा त्रासिक स्वरात म्हणालो,

"तुम्ही प्यायची असली तर प्या खुश्शाल, पण ही भली भली विधानं कशाला करता त्यासाठी ?"

"रिटा, व्हाय लेट नाऊ ?" असं म्हणत लीनानं कॉटखाली ठेवलेली आपली सूटकेस उघडून त्यातून 'क्वीन ऑफ क्वीन्स'ची व्हिस्कीची सीलबंद बाटली बाहेर काढली अन् मधल्या टेबलावर ठेवली.

"तुम्ही इथं नन्नाचा पाढा वाचणार हे आम्हांला ठाऊक होतं मिस्टर, म्हणून आम्ही तयारीनिशी आलो ! पण उद्या मात्र मोहा फ्लॉवर वाईन हवी बरं का !" -लीना.

सारंच काही अकल्पित आणि अतर्क्य असं घडत होतं. पण मी काहीही करू शकत नव्हतो. एकीपेक्षा एक तयारीची होती. मी जरी विरोध केला असता तरी त्यांनी मानला नसता हे अगदी उघडच होतं.

"वुई वॉन्ट ग्लासेस !" गीता म्हणाली.

"मॅनेजर, सोडा मिळेल का हो !" लीनानं विचारलं.

"सोडा ? इथं कुठं मिळणार ? स्टेशनवर जायला हवं." केविलवाणा चेहरा करून मी म्हणालो.

"लीना, उगाच किती त्या बिचाऱ्यांची मस्करी करतेस ? मॅनेजर, पाणी तरी भरपूर आहे ना ?"

"मघा तुम्ही पाह्यलीतच की विहीर !"

"मग आम्ही काय आमचे ग्लास घेऊन विहिरीत उतरू म्हणता ?" -

फातिमा.

"तसं नाही, पाणी भरपूर आहे हे सांगण्यासाठी म्हणालो."

"अहो, मग आणायला सांगा ना."

" नो, नो; लीना, वुइ वुईल ब्रिंग इट. त्या शेतकऱ्यांच्या बायकांना आपण ड्रिंक्स घेतलं हे कळायला नको. मीच खाली जाऊन घेऊन येते."

"ग्लास त्या समोरच्या कपाटात आहेत." बोट दाखवून मी म्हणालो.

"अहो मिस्टर, तुम्ही जायची गडबड कसली करता ? हे औट ऑफ मॅनर्स आहे !"

कपाटातले सहा ग्लास गीतानं आणले आणि टेबलावर ठेवले. ते मोजून मी म्हणालो,

"तुम्ही चौघी, मग सहा ग्लास कशाला ?"

"पाचवा रोमासाठी आणि सहावा कुणासाठी ओळखा ?"

"मला नाही ओळखत !"

"अहो, सहावा तुमच्यासाठी मॅनेजर !"

मी तात्काळ खुर्चीवरून उठलो आणि त्या चौघींना हात जोडून म्हणालो,

"माफ करा हं, आयुष्यात मी कधी मद्याला स्पर्श केलेला नाही आणि करणारही नाही ! अनेक मद्यप्यांची दुर्दशा मी अगदी जवळून पाह्यलेली आहे !"

"हां ऽऽऽ ! परवा तुमच्या घरातच उदाहरण घडलं की बिलासपूरला ! बीनानं दारू पिऊन गाडी चालवली आणि माणूस मारला; भूपनं तिला वाचवण्याचा प्रयत्न केला, पण दोघांनाही शिक्षा झाली, नाही का ?" फातिमा म्हणाली.

"ते सर्व ठाऊक असूनही तुम्ही हे...!"

"पण आम्ही दारू प्याल्यानंतर स्वत: मरायला अगर दुसऱ्याला मारायला गाडी चालवायला का जाणार आहोत ! इट इज जस्ट फॉर द सेक ऑफ फन !"

इतक्यात रोमा गिरिजाच्या घराकडून परत आली. वर आमचं मोठ्यानं चाललेलं बोलणं बहुधा तिनं ऐकलेलं असावं, म्हणून आल्या आल्या ती म्हणाली,

"वॉट नॉनसेन्स इज गोइंग ऑन हिअर !"

"ए, अजून नॉनसेन्सला सुरुवात व्हायची आहे ! एकदोन पेग्ज पोटात

गेले की होईल !''

"रिटा ऽऽऽऽ !'' रोमा तिच्यावर किंचित् रागावून म्हणाली, "तुम्ही इथं काय गोंधळ घालाल तो सर्व अंकलना बिलासपूरला समजणार आहे, लक्षात ठेवा !''

"तो कसा समजणार !'' गीतानं विचारलं.

"हे इस्टेट मॅनेजर सांगितल्याशिवाय राहतील ?'' रोमा म्हणाली.

"छे ऽऽऽ ! हे सज्जन गृहस्थ आहेत !'' टेबलावरच्या ग्लासांत व्हिस्की ओतता ओतता रिटा म्हणाली.

सहाच्या सहा ग्लासांमधे व्हिस्की ओतलेली पाहून मी रोमाला म्हणालो,

"छोट्या दीदी, मी आयुष्यात मद्याला स्पर्श केलेला नाही. कृपा करून त्यांना सांगा, माझ्यावर जबरदस्ती नको !''

रिटानं व्हिस्की ओतल्यानंतर जगमधून लीनानं आणलेलं पाणी ओतलं आणि त्यातला एक एक ग्लास प्रत्येकीजवळ दिला. मला वाटलं, रोमा घ्यायची नाही किंवा आढेवेढे तरी घेईल. पण तिनं निमूटपणानं ग्लास आपल्या हातात घेतला. शेवटी रिटा सहावा ग्लास घेऊन माझ्यासमोर येऊन उभी राह्यली अन् म्हणाली,

"इस्टेट मॅनेजर, प्लीज होल्ड ऑन द ग्लास.''

"मी पिणार नाही !'' मी हात मागं घेऊन म्हणालो.

"रोमा, यू प्लीज टेल हिम.'' रिटा म्हणाली.

"अगं, पण ते नाही म्हणतात तर जबरदस्ती कशाला ?''

"ही वुईल हॅव टू ड्रिंक टुडे ! नाही म्हणजे काय ? बायकांसारख्या बायका पितात आणि पुरुषानं पाहत बसायचं ? धिस इज व्हेरी स्ट्रेंज !''

"मिस्टर संजय, या सर्वांचा आग्रह आहे तर घ्या.'' गीता आणि लीना एकदम म्हणाल्या.

"काही झालं तरी मी पिणार नाही ! हा माझ्या तत्त्वांचा प्रश्न आहे !''

"तत्त्व गेलं ढगात !'' रिटा म्हणाली, "आज तुम्ही जर घेतलं नाही तर आमच्यापैकी कोणीही घेणार नाही ! तुम्हाला लोकांनी मजेखातर एखाद्या दिवशी घेतलेलं मंजूर असतं, तर मग आज तसंच स्वत:च्या बाबतीत का नाही समजत ?''

माझी स्थिती मोठी विचित्र करून टाकली होती त्या पोरींनी. सर्वजणी हातात ग्लासेस धरून तशाच बसून होत्या. शेवटी मला शरण गेल्याशिवाय गत्यंतर नव्हतं. मी ग्लास उचलला आणि म्हणालो,

"केवळ तुमच्या हट्टाखातर घेतो, पण एकदाच ! पुन्हा हा असा दबाव माझ्यावर चालणार नाही ! मी इथून पळून जाईन !"

पळून जाईन म्हणताना सगळ्याजणी मोठ्यानं हसल्या आणि त्यांनी 'चिअर्स' करून आपले ग्लास ओठांना भिडवले. मी मात्र भीत भीत एक घोट घेतला. पण मला त्यात फारसं काही विचित्र असं जाणवलं नाही.

संपत आलेल्या सिगारेटवर रिटानं दुसरी सिगारेट शिलगावली आणि ती मला म्हणाली,

"संजयराव, तुम्ही कधी प्रेमबीम केलंय की नाही पोरीवर ?"

त्या पोरींनी आज माझा अक्षरश: 'मामा' करायाचा ठरवलं होतं याची मला खात्रीच झाली होती. तेव्हा मी म्हणालो,

"अद्याप कोणावर केलेलं नाही !"

"बायकोवर तरी ?"

"बायकोच नाही, तर प्रेम कसं करणार ?"

"माय गॉड ! रोमा, अगं मघा यांनी चक्क थाप मारली मग ? दोन मुलं आहेत म्हणून ? पण मला शंका होतीच, लग्न झालेला माणूस असा चिकणा असू शकत नाही ! सिगारेट ?"

रिटानं सिगारेटची डबी माझ्यासमोर केली, तेव्हा मी म्हणालो,

"एक दीक्षा दिलीत तेवढ्यावर समाधान होत नाही वाटतं ?"

"मिस्टर, ड्रिंक्सबरोबर स्मोकिंग करावं, मजा येते !"

"माफ करा !" सिगारेटची डबी नाकारत मी म्हणालो.

गीता, लीना आणि फातिमा एकमेकी आपापसात कानात काहीतरी कुजबुजून हसत होत्या. बहुधा ते माझ्याच संदर्भात असावं ! पण मी त्यांच्याकडं माझं लक्ष नसल्याचा बहाणा करीत म्हणालो,

"छोटी दीदी, मी जेवणाचं कुठपर्यंत आलं आहे ते पाहून येतो."

हातात ग्लास घेऊन मी उठल्याचं पाहून रिटा म्हणाली,

"मिस्टर मॅनेजर, तुम्हाला काय वाटलं, आपण सहजासहजी आम्हाला

फसवू शकाल ? तो ग्लास ठेवा इथं आणि बेशक जा खाली !''

"तुम्हाला शंका आली मी टाकीन म्हणून ?''

"अर्थात्. यू फिनिश इट अँड देन गो.''

मी रागानं तो ग्लास तोंडाला लावला अन् एका दमात संपवला आणि उठलो. तेव्हा फातिमा म्हणाली,

"खाली अंडी उकडायला सांगा थोडी. मघाशी मी किचनमधल्या जाळीच्या कपाटात बरीचशी बघितलेली आहेत.''

खाली आलो, सोरजला एक डझन अंडी उकडायला सांगितली आणि पाच मिनिटं व्हरांड्यात जाऊन उभा राह्यलो वाऱ्याला. इथून रोज निश्चल असे दिसणारे स्टेशनवरचे दिवे आज मला हवेत तरंगल्यासारखे दिसू लागले. या पोरींनी आज मला बाटवलं म्हणून त्यांचा राग येत होता आणि त्याचबरोबर माझ्याशी इतक्या मनमोकळेपणानं त्या वागत आहेत हे पाहून मला त्यांचं कौतुकही वाटत होतं. पुण्यात असताना कॉलेजमधल्या काही पोरी चोरून बीअर पितात हे मी ऐकून होतो. मुंबईमधे काही कॉलेजकन्या अधूनमधून मद्यप्राशन आणि धूम्रपान करतात हेही मला ठाऊक होतं, पण त्या प्रत्यक्ष पिताना कधी पाहण्याचा प्रसंग माझ्यावर आला नव्हता.

खिडकीतून त्या पोरी मला हाक मारू लागल्या,

"अहो मॅनेजर, कुठं गायब झालात ? वर या बघू.''

माझं डोकं किंचित् जड झाल्यासारखं वाटत होतं. मला वर जायची इच्छा नव्हती. पण मी त्यांचा 'होस्ट' होतो, काही झालं तरी वरती जाणं भाग होतं. वर गेलो तेव्हा गीता म्हणाली,

"मॅनेजर तुमचं लग्न झालेलं नाही तर आमचं एक प्रपोजल आहे !''

"कोणतं ?''

"आम्ही पाचीही जणी एकदम तुमच्याशी लग्न करायला तयार आहोत !''

मला त्या पोरींचं बोलणं ऐकून हसावं की रडावं हे समजेना. मी रोमाकडं पाहत म्हणालो,

"दीदी, अशी माझी किती चेष्टा करणार आहेत या ?''

"तुम्ही मनावर घेऊ नका म्हणून मी मघाशी सांगितलं नाही का ? त्यांचं हे असंच चालायचं. मुलखाच्या वात्रट आहेत साल्या ह्या ! कोणाची

किती मस्करी करावी याचं भानच राहत नाही यांना !''

"का हो ?'' फातिमा म्हणाली, ''यात आश्चर्य करण्यासारखं काय आहे ?''

"एका वेळेला पाच बायका कोणी करून घेईल असं कधी झालंय का ?'' मी विचारलं.

त्यावर गीता एक घोट घेऊन म्हणाली,

"पाच पांडवांत एक द्रौपदी चालते, मग आम्हा पाचजणींना एक नवरा का चालू नये !''

सगळ्याजणी पुन्हा मोठमोठ्यानं हसू लागल्या.

रिटानं माझ्या ग्लासात आणखीन एक पेग ओतला. पण आता मात्र मला त्या पोरींची चेष्टामस्करी आणि व्हिस्की, दोन्हीही आणखी हवं असंच वाटू लागलं. मी फारसा विरोध केला नाही. सोरज उकडलेली अंडी, मीठ, मिरेपूड घेऊन वर आला आणि त्या साऱ्याजणी त्या प्लेटवर तुटून पडल्या. एकेकीनं दोन-तीन अंडी घेतली. रोमानं त्यातलं एक अंडं माझ्यापुढं केलं, तेव्हा मी म्हणालो,

"तुम्ही घ्या दीदी, मी घेईन नंतर.''

"अगं, त्यांना कशाला देतेस अंडं ? त्यांना कोंबडी दे अख्खी कोंबडी !'' लीना हसत हसत म्हणाली.

तेव्हा फातिमानं मला विचारलं,

"इस्टेट मॅनेजर, प्रथम अंडं निर्माण झालं की कोंबडी ?''

मी म्हणालो,

"प्रथम कोंबडीही नाही आणि अंडंही नाही !''

"मग ?''

"प्रथम निर्माण झाली ती 'फातिमा' !''

त्यावर हास्याचा जल्लोष उसळला

प्रकरण १३

या पाव्हण्यांनी चार दिवस दंगाधुडगूस केला. विहिरीत पोहल्या. धडाधड कठड्यावरून उड्या घेत होत्या. त्या वेळी मी बंगल्याच्या व्हरांड्यात अस्वस्थ होऊन फेऱ्या काढत होतो. या काहीतरी घोटाळा करून ठेवणार अशी मला शंका येत होती. पण सुदैवानं तसा काही प्रकार घडला नाही. त्यांना जे जे हवं ते ते मी आणून दिलं. त्यांच्या आदरातिथ्यात कसलीही कमतरता पडू दिली नाही आणि मी हे सारं करीत असताना त्या माझी चेष्टामस्करी करण्याचा एकही प्रसंग वाया जाऊ देत नव्हत्या.

शेवटी त्यांचा निघण्याचा दिवस उजाडला आणि त्या एकाएकी गंभीर झाल्या. चेष्टा, विनोद सारं बंद झालं. मी त्यांना पोहचवण्यासाठी स्टेशनवर गेलो. गाडी यायला अवघी पाच मिनिटं उरली. रिटा माझा हात हातात घेऊन म्हणाली,

"संजय, चार दिवसांत तू आमचं जे आदरातिथ्य केलंस, ते या जन्मीदेखील मी विसरू शकणार नाही ! माझ्या स्वभावानुसार मी तुझी थट्टा केली, मस्करी केली, पण तू कधी चिडला नाहीस, रागावला नाहीस ! मे गॉड ब्लेस यू !"

रिटानं आपल्या गळ्यातल्या क्रॉसला स्पर्श केला अन् नेमकं त्या वेळी टचकन् तिच्या डोळ्यांत पाणी तरळलं !

गीता, लीना आणि फातिमा या तिघींनीही अशाच भावभरल्या शब्दांत माझा निरोप घेतला. त्या तिघी कमालीच्या भावनाविवश झाल्या होत्या, गीताला माझा निरोप घेताना आलेला हुंदका आवरता आला नाही. पण चौघींनी माझा निरोप घेताना जी प्रतिक्रिया व्यक्त केली त्याप्रमाणं रोमानं मात्र व्यक्त केली नाही. रोमानं माझ्याशी हस्तांदोलनदेखील केलं नाही. तेव्हा मला वाटलं की, मालक आणि नोकर याची जाणीव तिच्या मनात असावी.

गाडी आली. त्या चौघी गाडीत चढल्या. रोमा सर्वात शेवटी डब्यात चढली. पण ती डब्यात चढण्यापूर्वी मला म्हणाली,

"संजय, आय हॅव नो वर्डस् टु थँक यू !"

इतक्यात गार्डनं शिट्टी दिली. रोमाला माझ्याशी खरोखरच आणखी काहीतरी बोलायचं होतं असं तिच्या ओठांच्या हालचालीवरून मला स्पष्ट दिसत होतं. पण तिच्या तोंडून शब्द उमटत नव्हते !

गाडी सुटली. डब्यातून पाच हात हलत होते. गाडी बरंच अंतर जाईपर्यंत मीही हात हलवीत फलाटावर उभा होतो. सारा फलाट शांत झाला तरीही मी वेड्यासारखा तसाच उभा होतो. काय करावं समजत नव्हतं. मनात एक प्रचंड पोकळी निर्माण झालेली होती. मन अस्वस्थ झालं होतं. या मनमोकळ्या पाच पोरींनी गेले चार दिवस मला कश्शाकश्शाचा विचार करायची संधी दिलेली नव्हती. काय तोंडाला येईल ते शब्द उच्चारून त्या माझी भंबेरी उडवून देत होत्या. पण मला राग येत नव्हता. कारण मला पक्कं ठाऊक होतं की, त्या निष्पाप आहेत, खिलाडू आहेत, मनमोकळ्या आहेत !

"काय हो संजयराव, किती वेळ असे प्लॅटफॉर्मवर उभे राहणार ?" मागून येऊन माझ्या पाठीवर हात ठेवून मास्तरांनी मला विचारलं तेव्हा मी भानावर आलो.

प्रथम खिशातला रुमाल काढून डोळे पुसले आणि म्हणालो,

"छोट्या दीदी आणि त्यांच्या मैत्रिणी आल्या होत्या सुट्टीवर, त्या गेल्या आत्ता !"

"ते मला कळलं होतं. गेले चार दिवस तुम्ही नारंगपूरला अजिबात

फिरकला नाहीत, तेव्हाच आम्ही चौकशी केली होती. बाकी तुम्ही खरोखरच लकी आहात हं !"

"कशाच्या संदर्भात म्हणता ?" मी मास्तरांच्याकडं रोखून पाहत विचारलं.

"अं ऽऽऽ ! तसं काही नाही ! तुमचा स्वभावच असा खेळकर आहे की, कुणाही नवख्या माणसाला तुमच्याविषयी आपुलकी, जिव्हाळा वाटायला लागतो !"

मास्तर काहीतरी निराळंच बोलायच्या बेतात होते, पण माझ्या डोळ्यांकडं पाह्यल्यानंतर त्यांनी तो विचार सोडून दिला.

"बाकी या छोट्या दीदी बऱ्याच वर्षांनी इकडं आल्या, नाही ?" मास्तर म्हणाले.

"मी इथं आल्यानंतर प्रथमच आल्या."

"पण दोघी बहिणी-बहिणींच्या स्वभावात किती फरक आहे नाही ?"

"होय !" तुटकपणानं मी म्हणालो.

"नाही, म्हणजे बीनाताईंचं वागणं आणि रोमाचं वागणं यात तुम्हाला फरक नाही जाणवला ?"

"मास्तरसाहेब, त्या दोघींच्या स्वभावाची तुलना करण्याचं मला प्रयोजन नाही ! जितक्या व्यक्ती तितक्या प्रकृती !"

"घरी येणार ?"

"आता नको, पुन्हा कधीतरी येईन. उद्या सकाळपासून गव्हाच्या कापणीला सुरुवात व्हायची आहे. त्याची थोडी पूर्वतयारी सुरू करायला हवी. लखम, बंगा माणसं सांगायला गेले आहेत. या पाव्हण्यांच्यामुळं चार दिवस मला या शेतीचा विचार करायलादेखील सवड मिळाली नाही !"

मास्तर पुन्हा एकदा अर्थपूर्ण हसले.

तसा मी स्वभावानं तुसडा नाही. पण एखादा माणूस मनातून उतरला की पुन्हा त्याच्याशी माझं सहसा जमत नाही. त्याच्याशी बिनसल्यानंतर मी व्यवहार म्हणून बोलेन, गप्पा मारीन, पण तो माझ्या अंतःकरणाला स्पर्श करू शकणार नाही. मास्तरांच्या बाबतीत नेमकं तेच घडलं होतं. कारण नसताना त्यांनी माझ्याविषयी गैरसमज करून घेतला होता, परत फार्मवर येऊन मला सल्ला देण्याचा प्रयत्न केला. पण ते गृहस्थ माझ्या मनातून कायमचे उतरले.

स्टेशनवरून मी परत फार्मकडं आलो, सोरज, बंगा अद्याप आले नव्हते, लखमही नव्हता. मी टांगा सोडला. बाजूच्या छोट्या बेश्रामच्या झाडाला घोडी बांधली आणि बंगल्यात आलो. बंगला मला खायला उठल्यासारखा भासला. मी माडीवर आलो - पाचही कॉटस् रिकाम्या होत्या. चार दिवस या खोलीत एक चैतन्य निर्माण झालेलं होतं. ते सारं आता लोप पावलेलं होतं. त्या पाच जणी आल्या त्या दिवशीच मला ठाऊक होतं की, चार दिवसांनंतर या परत जाणार आहेत. पण ही जाणीव असूनही मला सारं रितं, ओकं ओकं वाटायला लागलं. रिटानं ओढून टाकलेली सिगारेटची थोटकं अॅश-ट्रेमधे भरलेली होती. बाजूला कॉटखाली 'क्वीन ऑफ क्वीन्स' व्हिस्कीची मोकळी बाटली पडलेली होती. ती मी उचलून घेतली. त्यात फातिमानं शेवटी पेटवून टाकलेली जळकी काडी तशीच होती, पोरी दारू पितात हे पाहून मला विचित्र वाटलं. थोडासा रागही आला. पण माझ्या रागालोभाची पर्वा न करता त्यांनी मलाही बाटवलं. मद्य घ्यायला लावलं. त्यांच्या सहवासातले क्षण आठवू लागले...

त्या आलेल्या दुसऱ्या दिवशी मी लखमला जेव्हा मोहाच्या फुलांची दारू आणण्यासाठी पैसे देऊ लागलो तेव्हा तिथं रिटा आली आणि मला तिनं विचारलं.

"काय करतोस संजय ?"

"काल तुम्ही सांगितलेली बाटली मागवतो गावातून."

"थांब. खरंच तू बिनडोक आहेस ! अरे, आम्हांला तू काय दारूड्या समजलास ? सहज गंमत म्हणून आम्ही म्हणालो, तर तुला खरंच वाटलं ? कमाल आहे तुझ्या बुद्दुपणाची !"

मी अवाक् होऊन रिटाकडं प्रश्नार्थक नजरेनं पाहत उभा होतो. तोच फातिमा आपली ओढणी सावरीत खाली आली आणि म्हणाली,

"आज किचन आमच्या ताब्यात ! आम्ही जेवण बनवणार आहोत. रिटा, तू केक करणार आहेस ना ?"

"सर्टन्ली ! लखम, एक डझन अंडी, एक किलो मैदा आणि अर्धा किलो उत्तम लोणी हवंय."

रिटा आणखीन काहीतरी आठवण्याचा प्रयत्न करू लागली.

त्या दिवशी पोरींनी किचनमधे आमच्यापैकी कोणालाही येऊ दिलं नाही. प्रत्येकीनं एक एक पदार्थ बनवला. रोमा स्टुलावर बसून होती. तिनं मात्र कोणताच पदार्थ बनवला नव्हता. ती कसल्यातरी विचारात गढून गेल्यासारखी दिसत होती. दुपारी जेवायला दोन वाजले. मी किचनच्या दाराशी येऊन त्यांची आपसातली थट्टामस्करी ऐकत उभा होतो. तेव्हा मला गीता म्हणाली होती,

"बघ संजय, तुला आमच्यासारख्या बायका जगात शोधून मिळणार नाहीत ! आजच ठरवून टाक, यातली कोणती पसंत आहे ती !"

लग्नासारखा विषय त्या पोरी इतक्या सहजतेनं आणि मनमोकळेपणानं बोलत होत्या आणि मला मात्र लाजल्यासारखं, शरमल्यासारखं होत होतं. मेडिकल कॉलेजमधे प्रेतांची चिरफाड करून त्यांची मनं 'मॅच्युअर' झाली होती. सर्वसामान्य माणसाला त्यांच्या बोलण्याचं, वागण्याचं आश्चर्य वाटलं असतं. पण मी मात्र त्यांना आलेल्या क्षणातून ओळखत होतो. या पोरी पोचलेल्या आहेत. त्यांपैकी एकहीजण लाजत नव्हती, मुरडत नव्हती. माझ्यासारखा एक अनोळखी तरुण समोर आहे याची त्यांना फिकीर नव्हती. सारंच काही अजब होतं. ती सारी शिक्षणाची किमया होती. त्या पोरींच्यात जातिधर्माची जळमटं शोधून सापडत नव्हती.

मला हे सारं बंगल्यात परतल्यानंतर आठवू लागलं. मन अस्वस्थ झालं. गव्हाच्या कापणीसाठी लोकांना सांगायला गेलेले लखम, सोरज, बंगा अद्याप परतले नव्हते. मी माडीवरून खाली आलो आणि अस्वस्थपणे व्हरांड्यात फेऱ्या काढू लागलो, तोच लच्छी बंगल्याच्या मागून आली आणि तिनं माझ्या हातात एक पाकीट दिलं.

"हे काय ? कोणी दिलं हे !"

"छोट्या दीदींनी."

"कुणी ? रोमानं ?" मी आश्चर्यचकित होऊन विचारलं.

"हं ऽऽऽ." मान हलवून लच्छी म्हणाली आणि पळून गेली. मी अधीर होऊन वाचायला सुरुवात केली :

"प्रिय संजय,

'गेले चार दिवस तू माझं आणि माझ्या मैत्रिणींचं जे आदरातिथ्य केलंस त्याबद्दल तुझे आभार मानायला माझ्याजवळ शब्द नाहीत ! मी हे पत्र लिहिण्याचा

उपद्‌व्याप का केला अशी कदाचित्‌ तुला शंका येण्याची शक्यताही आहे. पण काही वेळा माणसाला जितक्या स्पष्टपणे लिहिता येतं तितक्या स्पष्टपणे बोलता येत नाही ! म्हणूनच हे पत्र लिहीत आहे.'

'गेली पाच वर्षं मी बिलासपूरला आले नव्हते. कारण तुला कळलं आहेच ! बीना आण भूप यांचं जगावेगळं हे नातं अर्थातच मला पसंत नव्हतं. ईश्वरानं ही पृथ्वी इतकी अफाट निर्माण केलेली आहे ती अशी नाती घरातल्या घरात निर्माण न व्हावीत म्हणून ! वैद्यकशास्त्रातदेखील एका रक्ताच्या नात्यात लैंगिक संबंध निर्माण व्हावेत हे निषिद्ध मानलं आहे. अशा संबंधातून निर्माण होणारी प्रजा मानसिक अन्‌ शारीरिकदृष्ट्या दुबळी निपजते असं मानलं आहे. मला भूप आणि बीनाचं ते नातं बिलकुल पसंत नव्हतं !

'हे एक कारण झालं. दुसरं म्हणजे अंकलनी उतारवयात लग्न करून महाभयंकर अशी चूक केली आहे ! ऑन्टीच्या अन्‌ त्यांच्या वयांत जवळजवळ पंचवीस वर्षांचं अंतर ! अंकलना आपण चूक केली हे कळलं, पण फार उशीरा ! ऑन्टीचे अन्‌ त्यांचे रोज खटके उडत होते. ती बेपवाईनं वागत होती. माझ्यासमोर त्यांचा पदोपदी अपमान करीत होती. मला ते खटकत होतं; कारण अंकलनी जशी उतारवयात लग्न करून चूक केली, तशीच तिनंही केली होती. आमचं खानदान, पैसाआडका, जमीनजुमला, दोन मोटारी हे ऐश्वर्य पाहून तिलाही वृद्ध पतीच्या गळ्यात माळ घालताना भविष्यातल्या वास्तवतेचं भान राह्यलं नव्हतं ! शेवटी व्हायचं तेच झालं !''

'अंकलनी तिला खूष करण्याचे खूप प्रयत्न केले. डॉ. गौतमांच्याकडं जाऊन ते गुपचूप 'हार्मोन्स'ची इंजेक्शन्स घेऊन यायचे, पण असं कृत्रिम पौरुषत्व किती दिवस साहाय्य देणार ? शेवटी निसर्गाच्या विरुद्ध केलेली कोणतीही गोष्ट अपायकारक ठरल्याविना राहत नाहीच ! ऑन्टीचं समाधान त्यामुळं झालं नाही ते नाहीच, उलट अंकल त्या सर्व गोष्टी उसन्या अवसानावर करतात हे तिला ठाऊक झाल्यानंतर तिला होती - नव्हती तीही त्यांच्याबद्दलची भीती नष्ट झाली.

'ऑन्टी घटस्फोट घेते की काय अशी अंकलना शंका येऊ लागली. शेवटी ते तिला संपूर्णतः शरण आले आणि म्हणाले, ''स्मिता, तुला जसं जगायचं तसं खुश्शाल जग, पण कृपा करून घटस्फोटाची भाषा करू नकोस !

या खानदानाची इज्जत चव्हाट्यावर येईल ! म्हातारपणी लग्नं केलं याचा पश्चात्ताप वाटतो ! पण तूच आता मला यातून वाचव !''

"स्मिता, ऑन्टी तशी हुशार आणि समजूतदार आहे. तिनंही ओळखलं की, घटस्फोट घेऊन दुसरं लग्न करण्यापेक्षा प्राप्त परिस्थितीतच काहीतरी मार्ग काढायला हवा. पण निश्चित कोणता मार्ग काढावा हे तिला समजत नव्हतं. आजूबाजूला प्रतिष्ठेचं आणि खानदानीचं काटेरी कुंपण उभं होतं. ते ओलांडून जाताना ओरबाडून सर्वांग रक्तबंबाळ होण्याची शक्यता होती. पण असा धोका पत्करण्याची वेळ सुदैवानं तिच्यावर आली नाही हे आमचं भाग्य !''

"अंकलनी तुला इस्टेट मॅनेजर म्हणून नेमला आणि स्मिता ऑन्टीचाही प्रश्न मिटला !''

"संजय, तुझ्यापासून स्मिता ऑन्टीला दिवस गेलेत हे मला समजलेलं आहे !''

ती ओळ वाचताना माझ्या सर्वांगातून विजेचा करंट गेल्यासारखं वाटलं. रोमाला ही गोष्ट ठाऊक असूनही ती माझ्याशी इतक्या समंजसपणे वागली याचं आश्चर्य वाटू लागलं, इतकंच नव्हे, तर ते तिला समजल्यानंतर तिनं त्यातलं अवाक्षरही आपल्या मैत्रिणींना सांगितलेलं नव्हतं ! घराण्याची प्रतिष्ठा राखावी म्हणून, की माझ्याबद्दल सहानुभूती वाटली म्हणून ? - मला काहीच बोध होईना ! मी ते पत्र पुढं वाचायला सुरुवात केली :

"पण तरीही मला तुझा राग आला नाही किंवा तू इथून निघून जावंस असं वाटलं नाही. त्यात चूक कोणाचीच नव्हती. ना तुझी, ना ऑन्टीची. पण ही गुंतागुंत इथं संपलेली नाहीय संजय ! ही तर नुसतीच सुरुवात आहे ! भूपनं या सर्व प्रकरणाचा एक वेगळाच अर्थ लावलेला आहे ! त्याच्या दृष्टीनं स्मिता ऑन्टीला मूल होणं ही घटना हानिकारक आहे. कारण स्मिता ऑन्टीला होणाऱ्या मुलाचा बाप जरी प्रत्यक्षात तूच असलास, तरी कायद्यानं आणि लौकिकदृष्ट्या त्याचं पितृत्व अंकलकडंच जातं. उधळमाधळ करून जी काही इस्टेट आज शिल्लक आहे त्यात स्मिताला होणाऱ्या मुलाला उद्या अर्धा हिस्सा मिळेल. भूपच्या दृष्टीनं ही अत्यंत हानिकारक घटना आहे. तेव्हा भूप आज जरी तुरुंगात असला तरी उद्या वर्षानं सुटल्यानंतर तो तुझ्यामागं हात धुऊन लागल्याशिवाय राहणार नाही ! नीती-अनीती ही घरातल्या फडताळात फेकून

दिलेल्या भूपला तुझा नायनाट करावा असं वाटल्याशिवाय राहणार नाही !''

''आमच्या घराण्याच्या या कोलाहलात तुझ्यासारख्या निरपराध अशा तरुणाचा बळी पडू नये असं मला अगदी मनापासून वाटतं. तुला सावध करावं म्हणून मी हे पत्र लिहिते आहे, पण त्याचबरोबर मला असंही वाटतं की, तू अविश्रांत परिश्रम करून इथं फार्मवर जे नंदनवन फुलवलंस ते इतर कोणाच्याही हातून शक्य झालं नसतं ! तू इथून गेलास की पुन्ही हे सारं ओस पडणार आहे, उजाड होणार आहे ! तू राह्यलास तर तुझ्या जिवास धोका निश्चितच आहे, पण तू गेलास तर आमच्या घराण्याची धूळधाण व्हायलाही फारसा विलंब लागणार नाही ! तेव्हा तुला कोणता सल्ला द्यावा हे माझं मलाच समजत नाही ! पण एक गोष्ट मात्र मला कबूल करावीशी वाटते संजय, यू आर ए लव्हेबल चॅप !''

''कोणता निर्णय घ्यायचा हे तुझं तूच ठरव. अशा परिस्थितीत तुला कोणता मार्ग दाखवावा हे निदान आज तरी मला समजेनासं झालं आहे !''

''माझं आणि माझ्या मैत्रिणींचं तू जे आदरातिथ्य केलंस, त्याबद्दल आणखी एक वेळ धन्यवाद ! वाचून हे पत्र फाडून टाक.

रोमा.''

रोमाचं ते अनपेक्षित आणि धक्का देणारं पत्र वाचून वावटळीत सापडून उंच आकाशात गिरक्या घेत उडालेल्या कागदाच्या कपट्यासारखी माझी स्थिती झाली. रोमाला हे सर्व कळालं कसं आणि कोणाकडून ? आणि हे कळल्यानंतरदेखील तिला माझ्याविषयी इतकी आत्मीयता वाटावी ?

ते पत्र घडी करून मी पँटच्या खिशात ठेवलं. ते फाडून टाकायचा मला धीर होईना !

बाहेर अंधार दाटला होता. दूर स्टेशनवरचे दिवे लुकलुकत होते. थंड हवा सुटली होती. मागं वस्तीवरची दोन कुत्री जोरजोरानं भुंकत होती. गव्हाला पाणी देणाऱ्या पाटाभोवताली वातलेली हरळी आणि नागरमोत्याचे तण खाण्यासाठी डोंगरातून ससे येत आणि त्यांच्या वासानं कुत्री या वेळी रोज जोरजोरानं भुंकत.

फिरून फिरून मी खुर्चीवर बसलो. दिवा लावायचंदेखील मला भान नव्हतं. इतक्यात टेकडी चढून येणाऱ्या लखम आणि बंगाचा आवाज माझ्या

कानावर आला. तसा मी उठून दिवा लावला. एका हातात धोतराचा सोगा आणि दुसऱ्या हातात सोटा घेतलेला लखम पुढं आणि बंगा चार पावलं त्याच्या मागं.

मी काही बोलण्याच्या अगोदरच लखम मला म्हणाला,

"बाबूजी, काहीतरी घोटाळा आहे !"

"कसला घोटाळा ?"

"शिवप्रसादच्या बंगल्यात दीदी आणि छोटे सरकार आलेत !"

"को ऽऽऽ ण ? भूप आणि बीना ? कसं शक्य आहे ? दुसऱ्या कोणाला तरी बघितलं असशील ! भूपला दोन वर्षांची शिक्षा झालीय. नुकताच एक महिना झालाय. अजून एक वर्ष, अकरा महिने तो बाहेर येऊच शकत नाही. खालच्या कोर्टाचा निकाल सेशन कोर्टातदेखील कायमचा झाला आहे. भूपसारखा दुसरा कोणीतरी तू बघितला असशील !"

"नाही बाबूजी," गळ्याला हात लावून लखम म्हणाला, "इतकं मला ओळखत नाही काय ? छोटे सरकार आणि बड्या दीदी - दोघांनाही पाह्यलं !"

"कसं शक्य आहे हे ?" डाव्या तळहातावर उजव्या हाताची मूठ आपटत मी विचारलं.

"काय ठाऊक नाही बाबूजी, पण ही दोघं आज नारंगपुरात शिवप्रसाद शर्माच्या वाड्यात बघितली !"

अगोदरच त्या पत्रानं मी काहीसा अस्वस्थ झालो होतो. त्यात लखमनं ही बातमी मला सांगितल्यानं मी अधिकच अस्वस्थ झालो. मॅजिस्ट्रेट कोर्टात भूप आणि बीनाला झालेली दोन वर्षांची शिक्षा सेशन कोर्टात कायम झालेली मला ठाऊक होती. भूपला पिताजींनी साहाय्य न केल्यामुळं त्यानं जेलमधून 'मर्सी अपील' गुदरलं होतं. त्यातच त्याची शिक्षा कायम झाल्याचा निर्णय देण्यात आला होता. मग भूप आणि बीना सुटली कशी ? काहीतरी गौडबंगाल निश्चितच होतं. पण बरीच रात्र झाली होती, तेव्हा त्या बाबतीत दुसऱ्या दिवशीच चौकशी करणं भाग होतं.

दुसऱ्या दिवशी भल्या पहाटे गव्हाच्या कापणीला सुरुवात झाली. पुरुषांच्या बरोबरीनं बायकाही कापणीला आल्याचं पाहून मला थोडं आश्चर्य वाटलं. पण नंतर लखमनं मला जेव्हा सांगितलं की, "इथले पुरुष कामाला

अळंटळं करतील, पण बायका मात्र अगदी प्रामाणिकपणे दिवस बुडेपर्यंत काम करतात'' तेव्हा प्रथम मला ते खरं वाटलं नाही. पण दुपारपर्यंत मी शेतीवर थांबून पाह्यलं. खरोखरच मजुरीनं आलेल्या बायका पुरुषांइतक्याच झपाट्यानं गव्हाची कापणी करीत होत्या.

मी फार्मवर हजर राहून देखरेख करीत होतो, पण माझं सगळं लक्ष शिवप्रसाद शर्माच्या घराभोवती घुटमळत होतं. भूप आणि बीना कशी काय तुरुंगातून सुटली हे मला अद्याप कळलेलं नव्हतं.

दुपारी मात्र मला राहावेना. मी टांगा जोडला आणि नारंगपूरच्या रस्त्याला लागलो. गावात जाण्यापूर्वी रूळ ओलांडावे लागत होते. रेल्वेचं फाटक बंद होतं. पोर्टर फाटक बंद करून आपल्या खोलीसमोर शांत चित्तानं बिडीचे झुरके घेत बसला होता. स्टेशनात जाणारी गाडी नव्हती, बरं, येणारी गाडी असेल म्हटलं तर धूरही कोठे दिसत नव्हता. तेव्हा मी त्या पोर्टरला म्हटलं,

''उगाच फाटक बंद करून का बसलास ?''

''लाडीस येणार आहे सायेब.''

''कोण येणार म्हणालास ?''

''लाडीस सायेब.''

''रूळ तपासणारे साहेब ?''

''हां ऽऽऽ, आम्ही त्याला लाडीस सायेब म्हणतो.''

''पण मला गावात जायचं आहे रे अर्जंट.''

त्यानं इकडंतिकडं पाहिलं आणि उठून दार उघडलं. मी त्याला सहज विचारलं,

''मास्तर कुठं आहेत ?''

''स्टेशनवर. आत्ताच शिवप्रसादांच्या बंगल्यावरनं आले.''

''शिवप्रसादांच्या बंगल्यावरून ?''

''हां ऽऽऽ. सकाळी मेल गेल्यावर तिकडं गेले होते.''

मी टांगा फाटकातून बाहेर काढला आणि परत विचारमान झालो : मास्तर शिवप्रसादच्या बंगल्यावर का गेले ?

नारंगपुरात आताशी माझ्या बऱ्याच ओळखी झालेल्या होत्या. आमचा भाजीपाला एकदम खंडून घेणारा रसूल बागवान याचा स्वभाव मला फार

आवडायचा. माझ्याच वयाचा किंवा थोडा मोठा, गोरा, अंगापिंडानं जवळजवळ माझ्यासारखाच. रसूल हसू लागला की थांबता थांबत नसे. हसता हसता त्याच्या डोळ्यांतून पाणी यायचं.

रसूलच्या दुकानाशेजारच्या बोळात टांगा सोडून मी रसूलकडं येऊन म्हणालो,

"रसूलभाई, जरा तुझ्या घरी चल. मला तुझ्याशी थोडं महत्त्वाचं बोलायचं आहे !"

रसूलनं आपल्या लहान भावाला गल्ल्यावर बसवलं आणि तो मला घेऊन त्याच्या घरी आला. गडद हिरव्या रंगानं रंगवलेलं रसूलचं घर जुनाट पण स्वच्छ होतं. भिंतीवर काही तसबिरी होत्या. बऱ्याच उर्दू लिपी लिहिलेल्या. मला त्यानं गादीवर बसवलं. टेकायला मागं लोड दिला आणि अदबीनं विचारलं,

"बाबूजी, मैं आपकी क्या सेवा कर सकता हूँ ?"

"रसूलभाई, एक काम कर ! भूप आणि बीना तुरुंगातून कशी काय सुटून आलेली आहेत याची चौकशी कर आणि शिवप्रसादच्या घरी त्यांनी येण्याचं कारण काय हेही समजायला हवं. स्टेशनमास्तर आज सकाळी त्यांच्याकडे गेले होते ते कशासाठी, याचीही जाता जाता चौकशी लागली तर बघ."

"आप फिकर मत करो मैं सब तलाश करके आता हूँ आप इधरही ठहरिए"

रसूल मला आपल्या घरी बसवून निघून गेला, तो एका तासाने परत आला. तो काहीसा गंभीर दिसत होता.

कपाळावर जमलेला घाम रुमालानं टिपून रसूलनं मला सांगायला सुरुवात केली आणि ते ऐकत असताना रोमानं जी भीती आपल्या पत्रातून व्यक्त केली होती ती सत्य ठरणार असं वाटू लागलं !

भूप आणि बीना यांची सेशन कोर्टात शिक्षा कायम झाल्यानंतर जेलमधून भूपनं शिवप्रसादला पत्र पाठवलं. त्यानं आपणाला हायकोर्टाला अपील करायचं आहे व त्यासाठी येणारा खर्च शिवप्रसादनं कर्जरूपानं द्यावा, अशी विनंती केली होती. नारंगपूरचं फार्म यंदा कसं पिकलं आहे ते शिवप्रसादला ठाऊक होतंच; शिवाय भूपला अपिलाच्या कामी साहाय्य केल्यास, आज ना उद्या भूपच्याकरवी मला हुसकावून लावणं शिवप्रसादला शक्य होणार होतं. भूप

हायकोर्टात सुटला काय अन् न सुटला काय, शिवप्रसादला त्याचं सोयरसुतक नव्हतं. काही झालं तरी त्यामुळं भूपची सहानुभूती तो मिळवणार होता. स्टेशनमास्तर शिवप्रसादला फार्मातल्या बातम्या पुरवीत होते. शिवप्रसादच्या डेअरीचं दूध मास्तरांना पुरवलं जात होतं, तेव्हा ते आपलाल्या विनामूल्य मिळणाऱ्या दुधाला जागत होते ! या चौकडीत पहाडची दोन तगडी पोरंही सामील होती; नव्हे, ती शिवप्रसादनं मुद्दामच पोसलेली होती.

शिवप्रसादनं पैसे घालून, भोपाळला जाऊन हायकोर्टात भूपच्या बाजूनं सेकंड अपील गुदरलं आणि आश्चर्य असं की ते सेकंड अपील असूनही तात्काळ ॲड्मिट झाल्याबरोबर शिवप्रसादनं त्या दोघांना जमिनावर खुलं करून आणलं. अपिलात काय निर्णय लागायचा तो लागो, पण निदान तोपर्यंत तरी मला उपद्रव द्यायला भूप मोकळा झालेला होता. तो त्रास देणार म्हणजे निश्चितच काय करणार याचा अंदाज आत्ताच मला करता येण्यासारखा नव्हता.

मला निरोप देताना रसूल म्हणाला,

"बाबूजी, जरा सम्हालके रहो ! ये साला शर्मा खतरनाक आदमी है !" मी हसून म्हटलं.

"ते मला ठाऊक आहे रसूल, पण आता त्यांची पावलं कशी पडतात हेच मला पाहायचं आहे !"

ज्या वेळी मी फार्मवर पोहोचलो तेव्हा त्या दिवसाचं कापणीचं काम संपलं होतं. फार्मवर जागोजागी कापलेल्या गव्हाचे ढीग रचून ठेवण्यात आले होते, लखम, सोरज, बंगा शेकोटी करून खळ्याजवळ गप्पा मारत बसले होते. घोड्याच्या गळ्यातले घुंगरू वाजताच ते तिघेही पुढं आले. लखम म्हणाला,

"बाबूजी, तुम्ही कुठे गेला होता ?"

"नारंगपूरला. दुसरं कुठं जाणार ?"

"छोटी दीदी येऊन गेल्यापासून तुम्ही नाराज दिसता !" बंगा म्हणाला.

"ते कारण मुळीच नाही बंगा ! भूपबाबू नारंगपूरला येऊन राह्यले आहेत. तुमची बडी दीदीही तिथं आहे. काहीतरी कारस्थान शिजलं जात आहे. यापुढं आपण फार जपून राहायला हवंय !"

"तुम्ही आता एकटे टांग्यातून गेला, पण आम्हांला कसंतरीच वाटू लागलं !" सोरज म्हणाला.

"तसं मलाही वाटलं खरं येताना ! यापुढं तुमच्यापैकी एकदोघे सोबत असल्याशिवाय मी जाणं काही खरं नव्हे ! बरं, किती कापणी झाली ?"

"दोन एकर संपलं. पाच दिवसांत सगळं काम आटपेल."

"ठीक आहे. मळणीसाठी ट्रॅक्टर सांगून ठेवलेला आहे. दोन दिवसांत. सगळी मळणी उरकून घ्या."

एकीकडं या फार्मच्या उजाड माळातून मी सोनं पिकवल्याचा आनंद वाटत होता आणि त्याच वेळी भूप आणि शिवप्रसाद दोघे मिळून माझ्याविरुद्ध काहीतरी कारस्थान रचत आहेत याची चिंता लागून राह्यली होती !

प्रकरण १४

नागरंगपुरातल्या घटना पिताजींना सांगण्यासाठी मी बिलासपूरला गेलो. पिताजींची प्रकृती बरी नव्हती. ते झोपून होते. मी अनपेक्षितरित्या आल्याचं पाहून काहीसं आश्चर्य वाटलं. कॉटवर उठून बसत त्यांनी मला विचारलं,

"अचानक कसा काय आलास ?"

"पिताजी, नारंगपुरात काहीतरी शिजू घातलंय ! भूपबाबू आणि बीनादीदी जामिनावर सुटली आहेत. शिवप्रसादच्या घरी मुक्काम टाकून आहेत."

"काय सांगतोस ? जामिनावर कशी काय सुटली ?"

"हायकोर्टात अपील केलंय. शिवप्रसादांनी पुढाकार घेतला आहे !"

"आता या मार्गानं चाललाय काय तो ? ठीक आहे. आता यापुढं तू थोडा जपून राहा !"

"म्हणजे कसा राहू ?"

"एकटादुकटा कुठं फिरत जाऊ नकोस ! कुठं परक्या ठिकाणी काही खाऊ नकोस !"

"ते तर मी अगदी कटाक्षानं पाळतो आहे. पण हे लोक काही निराळंच कारस्थान रचण्याच्या खटपटीत आहेत अशी शंका येतेय् मला !"

"असं करू..."

"कसं !"

"मीच तिथं थोडे दिवस राहायला येतो !"

इतक्यात बन्सी आत आला आणि म्हणाला,

"सरकार, डॉक्टरांनी तुम्हाला हालचाल करायला मनाई केली आहे. तुम्ही कसे जाणार ?"

"बन्सी, या पोराला ती कारस्थानी माणसं काहीतरी दगाफटका करतील !"

"मग हेच इथं राहू देत की." बन्सीनं मार्ग सुचवला.

"छे छे ऽऽऽ !" मी म्हणाले, "माझी गव्हाची मळणी सुरू आहे. पोती भरून मार्केटला गेल्याशिवाय मी तिथून हलणार नाही."

पिताजी क्षीण आवाजात हसले आणि म्हणाले,

"तू असं म्हणणार हे मला ठाऊक होतं !"

"करून करून हे लोक माझं काय करतील ? मला मारूनच टाकतील ना ? केव्हातरी एकदा मरायचंच आहे. त्यांच्या हातून जर माझं मरण घडायचं असेल तर ते मला टाळता येणार आहे थोडंच ? मी फार्म सोडून इकडं येऊन राह्यलो की भूपबाबू जमिनीत घुसणार, शिवप्रसाद त्यांच्याकडून ती जमीन लिहून घेणार यात शंका नाही !"

"बन्सी," पिताजी काहीसे गंभीर होऊन म्हणाले, "तू थोडे दिवस संजयसोबत तिथं जाऊन राहा !"

"तुम्हांला अशा स्थितीत सोडून जाऊ ?"

"माझी फारशी चिंता नको करू ! या पोराच्या जिवाचं काहीतरी भलंबुरं झालेलं बघण्यापेक्षा..."

पिताजींच्या त्या अर्धवट उद्‌गारांनी मी सद्‌गदित होऊन म्हणालो,

"नाही, नाही, पिताजी, तुमचं मरण पाहण्यासाठी मी ही जबाबदारी पत्करलेली नाही ! त्यापेक्षा मीच इथून निघून जाईन !"

त्यावर पिताजी माझ्याकडं न पाहता म्हणाले,

"आता इथून निघून जायची भाषा सोडून दे ! या घराण्याशी तू आता इतका एकरूप झालेला आहेस की तू इथून निघून जाण्यानं अनेक गुंतागुंती निर्माण होतील ? फार्म तर हातचं निघून जाईलंच जाईल, पण स्मिता, तिला

होणारं मूल यांच्या जीविताचीसुद्धा शाश्वती राहणार नाही !''

काय बोलावं हे मला सुचेना. मान खाली घालून बसलो. इतक्यात दुसऱ्या नोकरानं पिताजींच्या नावे आलेलं एक टपाल आणून दिलं. पिताजींनी टेबलावरचा चष्मा डोळ्यांवर चढवला आणि ते पाकीट फोडून ते पत्र वाचू लागले. वाचता वाचता त्यांची चर्या खुलली. ते हसू लागले. काही क्षणांपूर्वी मृत्यूची भाषा करणारे पिताजी त्या पत्रामुळं हसू लागल्याचं पाहून मलाही त्या पत्राबद्दल उत्सुक निर्माण झालं, पत्र वाचून झाल्यानंतर पिताजी समोर उभ्या असलेल्या बन्सीला म्हणाले,

''जा. थोडी मिठाई घेऊन ये ! फार आनंदाची बातमी आहे !''

मला राहवेना. मी अधीर होऊन पिताजींना विचारलं,

''कोणाचं पत्र आहे पिताजी ?''

''अंदाज काय आहे ?''

''देवीजींचं ?''

''चूक ! अरे, पत्र आहे रोमाचं ! बन्सी, ऊठ, लवकर मिठाई आण !''

बन्सी बशीतून मिठाई घेऊन आला. प्लेटमधला बर्फीचा एक तुकडा उचलून पिताजींनी माझ्या तोंडात घातला आणि म्हणाले,

''हं, हे घे. वाच आता !''

मी ते रोमाचं पत्र वाचू लागलो :

'प्रिय पिताजी,

''बिलासपूरला दोन दिवस आणि नंतर नारंगपूरच्या फार्मवर चार दिवस राहून मी व माझ्या मैत्रिणी इकडं जबलपूरला सुखरूप येऊन पोहोचलो. फार्मवर संजयनं आमची इतकी उत्तम बडदास्त ठेवली होती की तेथून जावंसंच वाटत नव्हतं. त्यानं आम्हांला कोणत्याही गोष्टीची करतरता पडू दिली नाही. इतक्या वर्षांनंतर मी स्वत:च्या घरी आल्याचं सार्थक वाटलं !''

''पिताजी, संजयनं फार्मचं अक्षरश: नंदनवन केलं आहे ! दहा एकरांत पिकलेलं ते गव्हाचं पीक वाऱ्यावर डोलताना मला वाटत होतं की, आता परत जाऊ नये ! गाळ उपसून स्वच्छ केलेल्या विहिरी, गव्हाच्या बाजूनं लावलेले कोबी फ्लॉवरचे वाफे, सारं सारं डोळ्यांपुढून अजून हलत नाही !''

'पाच वर्षांपूर्वी मी बंगला पाह्यला होता. मोडकळीला आलेला. ठिकठिकाणी

गिलावा ढासळलेला. पण या वेळी मी बंगला पाहताच प्रसन्न झाले. इतकी वर्षं धूळ खात पडलेलं फर्निचरदेखील संजयनं कसं चकचकीत अन् स्वच्छ ठेवलं आहे, आपल्या घराण्याच्या उर्जितावस्थेसाठीच या संयजचा जन्म होता की काय, असं मला वाटू लागलं आहे !''

अंकल, नारंगपूर स्टेशनवरून आमची गाडी सुटली अन् आम्ही जवळ जवळ दोन तास संजयविषयी बोलत होतो. माझ्या मैत्रिणींनी त्याची खूपच तारीफ केली अन् शेवटी त्यांनी मला सुचवलं की, मी संजयशी लग्न करावं ! त्या असं काही सुचवतील याची मला मुळीच कल्पना नव्हती ! मी विचार करून पाहते असं त्यांना मोघम सांगितलं. अंकल, पण खरं सांगते, मला देखील संजय हवाहवासा वाटू लागला आहे. पण...!

'या 'पण' चा अर्थ आपण समजू शकता ! ऑन्टीनं त्यांच्या बाबतीत जो प्रकार केला ते पाहून मला चटकन् निर्णय घेता येत नाही. कोणत्याही परिस्थितीत का असेना, पण ऑन्टीचा अन् त्याचा संबंध आला ही गोष्टी मी दृष्टीआड करू शकत नाही. प्रत्येक पतीला जशी आपली पत्नी लग्नापूर्वी 'व्हर्जिन' असावी असं वाटतं, तसं मलादेखील वाटतं. माझा पती हा देखील तसाच असायला हवा, कोणाही दुसऱ्या स्त्रीच्या सहवासात न आलेला चारित्र्यसंपन्न ! अर्थात् जी गोष्ट मला तिथं बिलासपुरात आल्यानंतर समजली, ती मी मैत्रिणींना बोलले नव्हते. निष्कारण आपल्या खानदानीची अन् त्याचबरोबर संजयची बेइज्जत व्हावी असं मला वाटत नव्हतं. माझ्या मैत्रिणींनी मी संजयशी विवाहबद्ध व्हावं असा आग्रहच धरलेला आहे, पण अंकल, माझ्या मनाची तयारी होत नाही ! मन द्विधा झालं आहे. एक मन म्हणतं, संजयचा अन् ऑन्टीचा जो संबंध आला त्यात त्याची चूक नव्हती. केवळ ऑन्टीच्या प्रोत्साहनामुळं त्याला तिच्याशी संबंध ठेवावा लागला असेल. पण म्हणून काही ऑन्टी त्याची जन्माची सोबत करणार आहे थोडीच ? वयानं त्याच्यापेक्षा पाचसात वर्षांनी मोठी, तुमच्या नावाचं मंगळसूत्र अद्याप तिच्या गळ्यात आहे ! असहाय्य अवस्थेत त्याच्या हातून जे घडलं त्यासाठी तो कलंकित आहे असं मानायलादेखील मन तयार होत नाही. खरंच अंकल, माझी अवस्था मोठी केविलवाणी झालेली आहे ! होकार द्यायला मन तयार नाही अन् नकार द्यावा असं देखील वाटत नाही. या बाबतीत आपली भूमिका काय आहे हे कृपया मला कळवावं.'

'वास्तविक लग्न ही बाब इतकी नाजूक आहे की, ती स्पष्टपणे वडीलधाऱ्या माणसांसमोर बोलायला संकोच वाटतो. पण मला तुमच्याशिवाय जवळचं असं दुसरं कोण आहे ? तुमच्याशिवाय कोणाजवळ मी मनमोकळेपणानं माझं मनोगत व्यक्त करू ?'

'तेव्हा अंकल, मी आपल्या निर्णयाची वाट पाहत आहे. रिटा, लीना, गीता आणि फातिमा यांची तुम्हांला चरणवंदना !'

आपलीच,
रोमा.''

ते पत्र वाचून मी सर्दच झालो. रोमा आणि तिच्या मैत्रिणींनी नारंगपूर सोडल्यानंतर त्यांच्यात असं काही शिजलं असेल याची मला तीळमात्र कल्पना नव्हती. उलट माझी भंबेरी उडवणाऱ्या, टिंगल करणाऱ्या त्या पोरींना माझ्याबद्दल इतकी आत्मीयता वाटली असेल असं स्वप्नातदेखील आलं नव्हतं. पण ते पत्र वाचल्यानंतर पिताजींनी बन्सीला मिठाई आणायला सांगून माझं तोंड गोड करावं असं काय होतं ? रोमानं त्यात फक्त आपलं मनोगत व्यक्त केलं होतं. त्यात तिनं स्वत: कोणताच निर्णय घेतलेला नव्हता. उलट निर्णयाची जबाबदारी पिताजींच्यावर सोपवलेली होती.

मी ते पत्र घडी करून पिताजींच्याकडे देताना ते म्हणाले,

''मग ? बोल ! तुझं तोंड गोड करण्यासारखा मजकूर आहे की नाही यात ?''

''पिताजी,'' मी काहीसा गंभीर होऊन म्हणालो, ''मला समजत नाही मी कोण आहे अन् कुठं चाललो आहे, अन् माझं काय होणार आहे !''

''काही वाईट होणार नाही ! तू कोणाचं वाईट केलं आहेस का आजपर्यंत ?''

''वाईट करण्याचा प्रश्न नाही पिताजी, पण सरळ मार्गानं जगणाऱ्याच्या आयुष्यात झंजावात उठतात !''

''ते खरं आहे काही अंशी, पण म्हणून का माणसानं आपली सचोटी सोडावी ? ही पोर रोमा किती हुशार आहे पाह्यलंस ना ? सर्व वस्तुस्थिती तिनं माझ्यासमोर मांडलेली आहे, कोणताही आडपडदा न ठेवता !''

“मला त्यांनी जाताना पत्र ठेवलं होतं. त्यातही या पत्रातला बराचसा मजकूर आहे. पण त्यात त्यांनी मला फक्त जपून राहायचा सल्ला दिलेला आहे !”

“तेच, तेच ! एखादा माणूस जेव्हा आपल्याविषयी चिंता करू लागतो ना, तेव्हाच ओळखायचं असतं की त्याच्या मनात आपल्याबद्दल प्रेम निर्माण झालेलं आहे ! नाहीतर या जगात कोण कोणाची फिकीर करतो ?”

“पण पिताजी, मला काही ही युती योग्य आहे असं वाटत नाही !”

‘का ? तुला रोमापेक्षा अधिक सुंदर अशी मुलगी हवीय काय ?”

“सौंदर्य म्हणाल तर छोट्या दीदीच्या सौंदर्यात कसलीच कमतरता नाही. पण मीच त्यांना शोभेन की नाही याची शंका वाटते !”

“अरे मूर्खा, तू कसा आहेस हे तू ठरवणारा कोण ? शिवाय रोमानं मागचापुढचा सगळा विचार करून हे पत्र पाठवलं आहे हे विसरू नकोस ! चला, आजच तिला उत्तर लिहून टाकतो !”

“पिताजी...”

“काय ?” किंचित आवाज चढवून पिताजी म्हणाले.

“थोडं थांबा. तिकडं नारंगपुरात भूपबाबू आणि बीनादीदी मुक्काम ठोकून आहेत. त्यांची हालचाल काय होते आहे हे पाहायला हवंय ! आपण इतक्यात या बाबतीत निर्णय कळवू नये छोट्या दीदींना.”

“अरे, त्यांनाही हे एकदा कळू दे ना, रोमाचं अन् तुझं लग्न होणार आहे म्हणून ! तू कोणीतरी त्रयस्थ आहेस ही जाणीवच मग उरणार नाही !”

“पिताजी, तसं होण्यापेक्षा यातून ते निराळाच अर्थ काढणार नाहीत कशावरून ?”

“कसला अर्थ काढणार आहेत ?”

“मी माझे पाय रोवण्यासाठी हे कारस्थान करतो आहे असा !”

“त्यांना काय अर्थ काढायचेत ते खुश्शाल काढोत ! पण रोमाला मात्र मी आज कळवणार आहे की...”

पिताजी बोलत असतानाच तिथं सोरज आला आणि म्हणाला,

“बाबूजी, पहाडच्या पोरांनी गिरिजाला जबरदस्तीनं नारंगपूरला ओढून नेलं ! लखम आणि मी दोघांनी त्यांना अडवायचा प्रयत्न केला तेव्हा त्यांनी

लखमच्या डोक्यात काठी घातली. तो बेशुद्ध पडला आहे !''

"तू कसा आलास ?''

"मास्तरांना मी सगळं सांगितलं, त्यांनी मालगाडीतून पाठवलं !''

"पिताजी, मला जायला हवं ! माझ्या अपरोक्ष तिथं असा काहीतरी प्रकार घडणार अशी एकसारखी शंका माझ्या मनात डोकावत होतीच ! मी जातो. आपण इतक्यात काही कळवू नका छोट्या दीदींना.''

"ते माझं मी बघतो. बन्सी, तू जातोस ना याच्या सोबत ?''

"पिताजी, काही गरज नाही बन्सीची. मी नारंगपूरच्या पोलीसठाण्यावर झाल्या प्रकाराबद्दल वर्दी देतो. जरूर तर पोलिसांचा पहारा ठेवण्याची तजवीज करतो. बन्सी, तू इथं पिताजींच्या जवळ थांब.''

गिरिजाला जबरदस्तीनं ओढून नेल्याचं ऐकून माझं डोकं तापलं होतं. पहाडची ती पोरं आडदांड आणि मवाली होती हे मला ठाऊक होतं. शिवप्रसाद त्यांना हाताशी धरून आम्हाला उपद्रव देण्याचं काहीतरी कारस्थान करणार ही शंका होतीच. पण लखमला त्यांनी बेशुद्ध पडेपर्यंत मारहाण केल्याचं ऐकताच माझा संताप अनावर झाला होता.

स्टेशनवर आलो तर गाडी नव्हती. पण मला तात्काळ फार्मवर पोहचणं आवश्यक होतं. तिथं तीन टॅक्स्या उभ्या होत्या. त्यातली एक टॅक्सी ठरवून मी सोरजसहित नारंगपूरला निघालो. जाताना मी सोरजला विचारलं,

"काय रे, काय काय घडलं ? आणखी एकदा सांग पाहू.''

"ते दोघे तुम्ही गेल्यावर फार्मवर आले.''

"बरं, मग ?''

"गिरिजाला म्हणाले, इथं राहायचं नाही !''

"का ?''

सोरज काही क्षण बोललाच नाही म्हणून मी त्याला परत विचारलं,

"काय म्हणाले ते सांग ना ?''

"बाबूजी, तुम्हांला काय नक्की ते म्हणाले !''

"अस्सं !'' ते माझ्याबद्दल काय म्हणाले असतील याचा अंदाज करता करता मी सोरजला पुढं विचारलं, "गिरिजा काय म्हणाली ?''

"ती येणार नाही म्हणत होती. तेव्हा पहाडचा मोठा मुलगा म्हणाला,

'मॅनेजरनं इथं आल्यापासून मालकाची बायकोदेखील सोडली नाही. तो तुझ्याशी चांगला वागेल कशावरून ?' छोट्या दीदींच्या त्या मैत्रिणी आल्या होत्या, त्यांच्याबद्दल देखील खूप वाईट वाईट बोलले ते दोघे ?''

"अस्सं ! सोरज, ही अक्कल मात्र त्यांची नव्हे हं ! त्यांचा बोलविता धनी आहे शिवप्रसाद शर्मा !''

"आणि त्यात छोटे सरकार आणि बड्या दीदी तिथं येऊन राह्यली आहेत !''

"ही फक्त सुरुवात आहे सोरज ! अजून खूप व्हायचं आहे !''

टॅक्सीनं सात मैलांचं अंतर केव्हाच गाठलं. टॅक्सी बंगल्यासमोर येऊन थांबताच मी लखमच्या छपराकडं धावलो. लखमच्या डोक्याला जबर दुखापत झालेली होती, पण सुदैवानं तो शुद्धीवर होता. मला पाहताच त्याच्या डोळ्यांतून अश्रू वाहू लागले. त्याची बायको, मुलगी लच्छी रडत बसल्या होत्या. मी लखमचा हात हातात घेऊन म्हटलं,

"गिरिजाला तिची मुलं न्यायला आली होती तर तू पुढं कशाला आडवा गेलास ?''

"बाबूजी, मी आडवा गेलो नसतो, पण ते दोघे तुम्हांला वाट्टेल ते बोलायला लागले म्हणून मी मधे पडलो !''

"सोरज, याला दवाखान्यात न्यायला हवा.''

"नको बाबूजी, मी इथंच राहतो !''

"हे बघ लखम, या प्रकाराबद्दल मी पोलीस-कंप्लेंट देणार आहे. पोलीस यादीसोबत तुला दवाखान्यात पाठवतील. त्या दोघांवर रीतसर खटला दाखल केला जाईल !''

मी सोबत आणलेल्या टॅक्सीतूनच लखमला नारंगपूरच्या पोलीसठाण्यावर घेऊन गेलो. फिर्याद दाखल केली. लखमला हॉस्पिटलकडं पाठवण्यात आलं. डॉक्टरांनी त्याचा एक्सरे काढला आणि त्याच्या कवटीला क्रॅक फ्रॅक्चर झालं असल्याबद्दल सर्टिफिकेट दिलं. पोलिसांनी पहाडच्या दोन्ही पोरांना अटक करून त्यांची रिमांड घेतली.

ती रात्र मी हॉस्पिटलवरच राह्यलो. बंगा आणि सोरज फार्मवर परतले. मळणी केलेला गहू खळ्यावर पडला होता. तिथं त्यांना मुक्कामाला राहणं

आवश्यक होतं.

रात्री नऊच्या सुमारास हॉस्पिटलमधे शिवप्रसाद आणि भूप अगदी अनपेक्षित असे आले. मी लखमच्या कॉटशेजारी बसून होतो. खरं म्हणजे शिवप्रसादला तिथं आल्याचं पाहून माझं डोकं भडकलेलं होतं. अगदी ओठावर शब्द आले होते, 'काय साधलंस या गरिबावर हल्ला करून ?' पण मोठ्या प्रयासानं मी ते शब्द आवरले.

भूप लखमच्या जवळ आला आणि म्हणाला,

"फार वाईट वाटतं मला लखम !"

लखमच्या कपाळावर डॉक्टरांनी बँडेज बांधलेलं होतं. त्याला झोप येण्यासाठी गुंगीचं औषध दिलं होतं. तरीही भूपला पाहताच 'छोटे सरकार' असं म्हणून त्यानं आपला उजवा हात कपाळापर्यंत नेला.

लखमच्या डोळ्यांतून एकसारखे अश्रू वाहत होते. इतकी वर्षं पिताजींच्या शेतावर त्यानं आपलं रक्त आटवलं होतं. पोटापुरती मजुरीदेखील मिळत नव्हती. तिथं येणारे सारे इस्टेट मॅनेजर त्यांना फुकट राबवून घेत होते. मी आल्यापासून त्यांच्यात नवचैतन्य निर्माण झालेलं होतं. आता कुठं सुखानं चार घास खाता येतील हा आशावाद तिथल्या नोकरांत निर्माण झालेला होता आणि अशातच हा प्रकार घडल्यानं त्याला अतोनात दु:ख होत होतं. गेला महिनाभर तो मला सांगत होता, "आता लच्छीचं लग्न करून टाकतो म्हणजे माझी एक मोठी जबाबदारी संपून जाईल !" पण मी त्याला म्हणत होतो, "अजून लच्छी लहान आहे. वर्ष दोन वर्ष थांब. इतक्या कोवळ्या वयात तिच्यावर संसाराची जबाबदारी टाकू नको !"

भूप माझ्याकडं पाहून म्हणाला,

"डॉक्टर काय म्हणतात ?"

खरं म्हणजे भूपशी काही बोलू नये असं मला वाटत होतं. पण एखादा माणूस कितीही दुष्ट असला तरी आपण आपला चांगुलपणा सोडावा हे माझ्या स्वभावातच नव्हतं.

"क्रॅक फ्रॅक्चर झालं आहे. काळजी घ्यायला हवी म्हणतात !" लखमकडं पाहत मी म्हणालो. त्यावर शिवप्रसाद आगंतुकपणे म्हणाला,

"ती पोरं आपल्या आईला परत न्यायला आली होती, त्यानं त्यांना

अडवायला जायचं काय कारण होतं ? ते होते, त्यांची आई होती, त्यांचं त्यांनी पाहून घेतलं असतं !''

''पण तिच्या इच्छेविरुद्ध जबरदस्तीनं तिथून ओढून नेणं त्यांना शोभलं का ? तिच्या जीविताला तिथं काय धोका होता आमच्यापासून ?'' मी तडकलो.

त्यावर शिवप्रसाद छद्मीपणानं हसून म्हणाला,

''तिथं तिचं जीवित सुरक्षित राह्यलं असतं, पण शीलाचा काही भरवसा नव्हता !''

''काय म्हणालात ?'' मी ओरडून शिवप्रसादला विचारलं. त्यावर शिवप्रसाद भलत्याच थंडपणे म्हणाला,

''हळू, हळू बोला ! हॉस्पिटल आहे, फार्म नव्हे ! तिथं येणाऱ्या मालकिणीचं शीलदेखील भ्रष्ट होतं, तिथं गिरिजासारख्या सुस्वरूप बाईच्या शीलाचा भरवसा कोणी द्यावा ?''

''शोभत नाही असं बोलणं तुम्हांला !''

''रोमाच्या मैत्रिणींसोबत दारू पिऊन तुम्ही चार दिवस किती धुडगूस घातलेला आहे हे अख्ख्या नारंगपूरला ठाऊक झालंय संजयबाबू ! उगाच निष्पाप असल्याचा बहाणा नका करू माझ्यासमोर ! तुमच्यापेक्षा वीस पावसाळे अधिक बघितले आहेत मी !''

उठून दोन थोबाडात द्याव्यात असं मला वाटलं ! पण हॉस्पिटलमध्ये अधिक तमाशा नको म्हणून मी मनाला आवर घातला.

शिवप्रसादनं आपल्या गुडघ्याइतक्या रेशमी कोटाच्या बाजूच्या खिशातून पाचशे रुपयांच्या नोटा काढल्या आणि त्या लखमकडे देत म्हणाला, ''त्या पोरांनी माथेफिरूपणा करायला नको होता तो केला, वाईट झालं ! पण हे पैसे ठेव तुझ्याजवळ, औषधाला लागतील.''

लखमनं ते पैसे नको अशो हातानं खूण केली.

''अरे घे ऽऽऽऽ ! ती पोरं माझ्याकडं नोकरीला आहेत. त्यांचा मालक या नात्यानं तुझी देखभाल करणं हे कर्तव्य आहे माझं !''.

पण लखमनं ते पैसे स्वीकारले नाहीत. शिवप्रसाद त्या नोटा माझ्यासमोर धरून म्हणाला,

''संजयबाबू, तुमच्या स्वभावात तो दोष असला तरी तुमचा प्रामाणिकपणा

मशहूर आहे ! तुमच्याजवळ ठेवून द्या हे पैसे !''

"तुमच्याकडून पैसे घेऊन याला जगवण्यापेक्षा तो मेला तरी चालेल !''

"बघा भूपबाबू, तुम्हांला सांगत होतो ते पटलं आता ? इस्टेट मॅनेजर म्हणजे आपणच त्या फार्मचे मालक आहेत असं यांना वाटायला लागलं आहे !''

भूप मला म्हणाला,

"संजय, ते पैसे ठेवून घे !''

"मला गरज नाही त्या पैशांची !''

"मी सांगतो म्हणून घे !''

"तुम्हीच काय, पण कोणी गव्हर्नरनं सांगितलं तरी मी हे पैसे स्वीकारणार नाही !''

"ही मालकाची किंमत !'' शिवप्रसाद म्हणाला.

थोड्या वेळानं ते दोघे निघून गेले.

रात्री राऊंड घेण्यासाठी डॉक्टर आले. ते माझ्याकडं पाहून स्मित करून म्हणाले,

"किती वेळ जागत बसणार ? आता झोपून टाका.''

"झोप उडलीय माझी डॉक्टर !''

डॉक्टर हसले. त्यांनी लखमची पल्स आणि टेंपरेचर पाह्यलं, केसपेपरवर ते लिहून ठेवलं आणि मला म्हणाले,

"बाहेर रसूल बागवान आला आहे. तुम्हाला भेटायचं म्हणतो आहे.''

"त्याला आत येता येणार नाही ?''

"नाही. रात्री दहानंतर आतून बाहेर किंवा बाहेरून आत कोणाला येऊ दिलं जात नाही. कंपाऊंडजवळ जाऊन तुम्ही बोलू शकता.

रसूल माझ्यासाठी जेवण घेऊन आला होता. पण तो येईपर्यंत मी जेवायचा आहे याची मला जाणीवच राह्यलेली नव्हती.

"कसं आहे लखमचं ?''

"आता थोडी झोप लागतेय असं वाटतं.''

"त्याची बायको आलीय. तिच्याकडून समजलं. तुम्ही आल्या आल्या इकडं घेऊन आलात, म्हटलं थोडं जेवण घेऊन जावं.''

"दे इकडं. तिला रात्रीला तुझ्या घरीच राहू दे. आज मुद्दामच तिला हॉस्पिटलमध्ये आणली नाही. रात्रभर याच्या उशाशेजारी रडत बसली असती !"

"बाबूजी, मी उद्या सकाळी येतो परत. अंघोळीला, चहाला माझ्याकडंच या."

"जरूर."

रसूलनं आणलेले चार घास खाल्ले आणि मी लखमच्या कॉटशेजारी खाली जमिनीवर सतरंजीवर आडवा झालो. नाकात औषधांचे दर्प दरवळत असताना झोप लागणं अशक्य होतं. पण माझी खरी झोप उडाली होती ती शिवप्रसादच्या वक्तव्यानं ! त्यानं माझ्यावर केलेले आरोप भयानक होते ! स्मिताचा अन् माझा संबंध आला होता हे मी नाकारूच शकत नव्हतो. पण ते सर्व प्रकरण कोणत्या पार्श्वभूमीवर घडलं आहे हे पिताजी अन् रोमाशिवाय दुसऱ्या कोणालाही ठाऊक नव्हतं. म्हणूनच त्या दोघांची माझ्याकडं पाहण्याची दृष्टी सहानुभूतीची आणि आपुलकीची होती. पण शिवप्रसादनं त्या परिस्थितीचं भांडवल करून माझ्यावर स्त्रीलंपटत्वाचा जो आरोप केला होता, तो मात्र मला मुळीच मान्य होण्यासारखा नव्हता.

मध्यरात्र टळली तरी माझा डोळ्याला डोळा लागला नाही. गुंगीचं औषध दिलेला लखम, औषधाचा अंमल उतरल्यानंतर हळूहळू कण्हू लागला. डॉक्टरांनी त्याला रात्री त्रास होऊ लागला तर देण्यासाठी दिलेली गोळी त्याच्या तोंडात सोडून मी त्याला थोडं पाणी पाजावयाला गेलो, तर त्याचं अंग तापानं रसरसत होतं असं मला आढळून आलं. मी बाहेर आलो. रात्रपाळीची नर्स कोपऱ्यात टेबलावर डोकं टेकवून झोपली होती.

"सिस्टर, सिस्ट ऽऽऽऽ र ! प्लीज़ गेट अप् !"

सिस्टरनं डोळे उघडून माझ्याकडं पाह्यलं.

"वॉट्स् द मॅटर ?"

"द पेशंट इज हॅविंग टेंपरेचर !'

"डोंट वरी, आय ॲम् कमिंग."

सिस्टर माझ्यासोबत आली. तिनं लखमचं टेंपरेचर पाह्यलं. साडेचार ताप होता लखमला ! त्याच्या तोंडाला कोरड पडली होती. एकसारखा पाण्यासाठी तो टाळा पसरत होता. मी घाबरलो. पण सिस्टर निर्विकार होती. रोज असे

असंख्य पेशंट तिच्या डोळ्यांसमोर येत होते. चेहऱ्यावर कसलीच प्रतिक्रिया व्यक्त न करता ती म्हणाली,

"जबर दुखापत झालेल्या पेशंटला असं टेंपरेचर चढतं, पण म्हणून काही भिण्याचं कारण नाही !"

"पण डॉक्टरांना बोलावलं तर बरं होईल !"

"अहो, आता तीन वाजले आहेत. पाच वाजता डॉक्टर राऊंडला येतात. दोन तासांत काय होणार आहे ?"

"पण मला भीती वाटते आहे सिस्टर !"

सिस्टर हसली आणि म्हणाली,

"तुमच्यासारख्या सुशिक्षित माणसांनी असं केल्यावर कसं व्हायचं ? अं ?"

मी बेचैन झालो होतो. पण त्या सिस्टरवर त्याचा काही एक परिणाम होत नव्हता. पहाटे बरोबर सव्वा पाचला डॉक्टर आले. त्यांनी लखमला पाह्यलं. आणि माझ्याकडं वळून ते म्हणाले,

"मॅनेजरसाहेब, याच्या घरच्या माणसांना बोलवायला हवंय !"

"का ?" कातरलेल्या स्वरात मी विचारलं.

"पेशंटला धनुर्वात झालेला आहे !"

"पण काल रात्री तुम्ही टिटॅनसचं इंजेक्शन दिलं होतं ना ?"

"दिलं होतं, पण त्याचा काही उपयोग झालेला दिसत नाही. याची कंडिशन सीरियस आहे !"

अजून बाहेर अंधार होता. नारंगपुरातले रस्ते मला परिचित होते. मी तडक रसूलचं घर गाठलं. लखमची बायको रात्री मुक्कामाला तिथंच राह्यली होती.

रसूलला मी बाजूला बोलावून म्हटलं,

"तुझ्या बायकोबरोबर लखमच्या बायकोला हॉस्पिटलला पाठव. लखमची तब्येत फार बिघडली आहे !"

रसूलनं माझा हात घट्ट पकडला आणि तो म्हणाला,

"बाबूजी ऽऽऽ ! क्या होगा !"

"समजत नाही !" दीर्घ निःश्वास सोडून मी म्हणालो.

रात्रभर झोप नव्हतीच. पण सकाळी लखमची ती अवस्था पाहिल्यापासून अस्वस्थता मात्र वाढली होती. ती रसूलच्यात कसंबसं तोंड धुऊन चहा घेतला आणि रसूलला घेऊन परत हॉस्पिटलकडं आलो. बाहेरचं ते दृश्य पाहून माझ्या हातपायातलं त्राण नाहीसं झालं. लखमची बायको ऊर पिटून रडत होती आणि रसूलची बायको तिला समजावीत होती. खोलीत गेलो तो लखमच्या देहावर पांढरीशुभ्र चादर नखशिखांत अंथरली होती. डॉक्टर आणि नर्सेस बाजूला उभ्या होत्या. डॉक्टर माझ्याजवळ येऊन म्हणाले,

"मिस्टर मॅनेजर, वुई आर व्हेरी सॉरी ! ही इज डेड !"

फार्मवर निरोप धाडला, सोरज, बंगा, त्यांच्या बायका, लच्छी सारीजणं दवाखान्याच्या आवारात जमली. लखमचं पोस्टमॉर्टम करण्यात आलं. ठाऊक असूनदेखील त्याच्या मृत्यूच्या कारणाचं अचूक निदान होणं अत्यावश्यक होतं. फौजदार, पोलीस आले. शिवप्रसाद आणि भूपबाबूही आले. ते फौजदारांना बाजूला बोलावून काहीतरी सांगण्याच्या प्रयत्नात होते, पण मी समोर असल्यामुळं त्यांची कुचंबणा होत होती. त्यांना काय सांगायचं आहे याची मला कल्पना होती. पण फौजदार आता पहाडच्या त्या दोन मुलांना कोणत्याही प्रकारे वाचवू शकणार नव्हते. लखमच्या मृत्यूला कारणीभूत झाल्याबद्दल त्या दोघांवर खुनाचा आरोप ठेवणंच पोलिसांना भाग होतं.

पोस्टात जाऊन मी पिताजींना फोन लावला. पण त्यांची प्रकृती ठीक नव्हती म्हणून मी त्यांना नारंगपुरला येऊ नका असं कळवलं. बन्सीला मात्र ताबडतोब पाठवायला सांगितलं.

लखमचं पोस्टमॉर्टम झाल्यानंतर प्रेत आमच्या ताब्यात देण्यात आलं. नारंगपूरला स्मशानभूमीत त्याचा दहनविधी उरकला आणि सर्वजण फार्मवर परतलो. फार्मवर पोहोचायला आम्हाला दिवस मावळून गेला होता.

लखम ! पिताजींचा एक एकनिष्ठ आणि विश्वासू सेवक, बघता बघता निघून गेला ! मी आलो तेव्हा सोरज आणि बंगा मजुरी मिळत नाही म्हणून इथून निघून जायच्या तयारीत होते, पण केवळ लखमच्या आग्रहानं ते तिथं राह्यले.

अंगावर जागोजागी चिंध्या झालेला शर्ट घातलेला, मळकट धोतर आणि जीर्ण झालेले चढाव घातलेला लखम अलीकडे फार बदलला होता. मी

आल्यापासून वेळच्या वेळी मजुरीचे पैसे त्याच्या पदरात पडत होते. शिवाय अधूनमधून माझ्यासोबत त्याला जेवायला मी बोलावत होतो. स्वत:चं सुखदु:ख तो काही आडपडदा न ठेवता माझ्यासमोर व्यक्त करीत होता. लच्छीवर त्याचं अतोनात प्रेम होतं. लच्छीही साडी नेसायला लागल्यापासून थोराड दिसत होती. होती तशी ती वयानं लहानच, पण लखमला तिला उजवायची घाई लागलेली होती. आत्ता कुठं सुखानं जगण्याचे दिवस डाळ्यासमोर दिसत होते, तोवर काळानं त्यावर झडप घातली होती !

त्या संध्याकाळी पहाडची बायको गिरिजा रडतओरडत परत फार्मवर आली. लखम मेल्यानंतर तिच्या दोन्ही मुलांना परत अटक झाली होती. आता तिला फार्मवर राहू नको अशी सक्ती करणारं कोणी उरलेलं नव्हतं.

लखमच्या बायकोला गळ्याशी धरून गिरिजा टाहो फोडून रडत होती. रसूलचा आणि लखमचा दहा-पंधरा वर्षांचा परिचय आणि घसट होती. तोही त्या दिवशी आपलं भाजीपाल्याचं दुकान बंद करून आमच्यासोबत होता. लखमच्या लहान मुलांना बाजूला घेऊन बसला होता.

रात्र भलतीच भयाण आणि भकास वाटू लागली. तिथं आल्यापासून आम्ही सारे एका कुटुंबातल्यासारखे वागत होतो. लखमचं वयही तसं फारसं नव्हतं. असेल साधारण चाळीसबेचाळीसच्या सुमाराचा. पण मोठा व्यवहारी आणि समजूतदार ! सोरज आणि बंगा त्याच्या अर्ध्या वचनात असायचे. तिघांच्या झोपड्या निरनिराळ्या होत्या. बायकाबायकांची अधूनमधून कुरबूर होई, पण लखम, सोरज आणि बंगा तिघेही एकदिलानं वागत असल्यामुळं बायकांची भांडणं पुरुषांच्या डोक्यात कधीच शिरत नसत, ती हवेतल्या हवेतच विरून जात.

लखमनं मला आल्यापासून इथल्या चालीरीती शिकवल्या होत्या. आजूबाजच्या माणसांचे स्वभावविशेष सांगितले होते. माझ्या अगोदर येऊन गेलेल्या इस्टेट मॅनेजरांच्या खाबूपणाबद्दल तिरस्कार व्यक्त केला होता. लखम सोबत असला की मला कोणाची गरज लागत नसे. निष्पाप, निरागस, पण त्याचबरोबर अत्यंत व्यवहारचतुर म्हणून मला तो फार प्रिय झाला होता. त्याच्या या अचानक मरणामुळे माझ्यासमोर अंध:कार पसरला. जनतेत माझ्याविरुद्ध पसरलेला गैरसमज, भूपबाबू आणि शिवप्रसाद यांची युती या सर्वांना मी

लखमच्याच आधारावर टक्कर देणार होतो. पण अचानक माझा हा असा आधार तुटला होता.

पहिली रात्र लखमच्या शेजारी हॉस्पिटलमध्ये जागून काढली होती. डोळे कचकचत होते. झोपेची नितांत गरज होती. पण समोर आपल्या कच्च्या-बच्च्यांना सोडून गेल्यामुळं संसार उद्ध्वस्त झालेल्या लखमच्या बायकोचं दुःख पाहून मला झोप येणं शक्य नव्हतं ?

व्हरांड्यात रसूल माझ्याशेजारी खुर्चीवर बसल्या बसल्या डोळे मिटून डुलकी घेत होता. व्हरांड्यातल्या आरामखुर्चीवर पडून मी दूर स्टेशनात दिसणाऱ्या दिव्यांकडं पाहत होतो. रसूल तसा अवघडलेल्या स्थितीत बसलेला पाहून मला त्याची दया आली. मी त्याला उठवून म्हटलं,

"रसूल, तिथं माझ्या अंथरुणावर जाऊन झोप बघू."

"नहीं बाबूजी, नहीं. आप सो जाव."

"अरे मला झोप येणार नाही ! तू थोडा वेळ झोप बघू."

रसूलला मी बळेबळेच माझ्या कॉटजवळ नेऊन झोपायला लावलं. मी परत व्हरांड्यात फेऱ्या काढू लागलो. बारा वाजून गेले तरी मला झोप येण्याची काही लक्षणं दिसेनात. लखमच्या आठवणी माझी पाठ सोडायला काही तयार नव्हत्या. पलीकडं टांग्याचे घोडे मधूनच खिंकाळत होते. वस्तीवरची कुत्री भेसूर आवाजात ओरडत होती. मी स्वतःभोवती जाणूनबुजून संकटाचे दोरखंड आवळून घेत आहे अशी सुप्त जाणीव मला ग्रासत होती !

प्रकरण १५

मला ओरडता येत नव्हतं. कारण माझ्या तोंडात कापसाचा बोळा कोंबला होता. ज्या आरामखुर्चीवर मी डोळे मिटून पडलो होतो, त्या आरामखुर्चीसकट मला दोरखंडानं जखडून टाकलं होतं. तोंडाला फेटे गुंडाळलेले पंधरावीस दरोडेखोर फार्मच्या बंगल्यात शिरले होते. फार्मभोवती रात्रभर फिरणारं कुत्रं जेव्हा जोरजोरानं भुंकू लागलं तेव्हा त्या दरोडेखोरांपैकी एकानं त्याच्यावर बंदुकीची गोळी उडवली. मागं सोरज, बंगा यांच्या वस्तीवर त्यांच्या घरांची दारं बाहेरून कड्या लावून बंद करण्यात आली होती. त्यांनी बाहेर पडायची धडपड करू नये म्हणून दहशतीसाठी हवेत वायबार काढले होते. खळ्यावर गव्हाची पोती भरलेली होती, ती उचलून ट्रकमधे लादली जात होती. हे सारं माझ्या डोळ्यांदेखत घडत होतं. पण मला जागचं हलता येत नव्हतं. लखमच्या मृत्यूनं आम्ही हवालदिल झालेल्या रात्री दरोडेखोरांनी हा केलेला हल्ला पूर्वनियोजित होता यात वाद नव्हता.

पाचच्या सुमारास फार्मच्या तळाचे काही शेतकरी भाले, काठ्या, कुऱ्हाडी घेऊन फार्मवर आले. त्यांनी दिव्याच्या प्रकाशात खुर्चीशी बांधून घातलेल्या स्थितीत मला पाह्यलं आणि माझी सुटका केली. मी प्रथम धावलो तो माझ्या खोलीत,

जिथं रसूलला झोपायला सांगितलं होतं तिकडं. पण अंथरुणावर रसूल नव्हता. सोरज, बंगा, गिरिजा यांच्या घरांना बाहेरून लावलेल्या कड्या काढल्या तेव्हा ती सर्व माणसं आक्रोश करीत बाहेर आली. सात-आठ महिने खपून आम्ही जो गहू पिकवला होता, त्यातली दहा-वीस पोती दरोडेखोरांनी ट्रकमधे भरून नेली होती. दरोडेखोरांनी आजवर खळ्यावरचं धान्य नेल्याचं कधी ऐकिवात नव्हतं. पण इथं फार्मवरची गव्हाची पोती घेऊन जाण्यामागं दरोडेखोरांचा काहीतरी विशिष्ट हेतू होता हे मी तात्काळ ओळखलं. खळ्यावर जी पोती भरलेली होती तेवढीच त्यांनी ट्रकमधून नेली होती. बाकीचा पोत्यांत न भरलेला गहू तसाच खळ्यावर इतस्ततः विस्कटला होता. पण मला त्या नुकसानीची चिंता नव्हती. माझ्या कॉटवर झोपलेल्या रसूलला त्यांनी तो मी समजून उचलून नेलं होतं, त्याच्या जीविताची मात्र मला चिंता लागून राह्यली.

पहाडची बायको गिरिजा आजपर्यंत कधी आपल्या कपाळावरचा पदर मागं घेऊन माझ्यासमोर आलेली नव्हती, ती माझ्यासमोर येऊन शिवप्रसादला लाखोली वाहू लागली, "बाबूजी, हे सगळा कारस्थान त्येचाच हाय !" ती म्हणाली.

आमच्या सुटकेला धावलेल्या लोकांना सोबत घेऊन आम्ही नारंगपूर गाठलं. फौजदारांना ती हकिगत सांगताना त्यांनी कपाळावर हात मारून घेतला अन् म्हणाले,

"मॅनेजरसाहेब, आज एक तप मी पोलिसखात्यात काम करतो आहे. पण ट्रक घेऊन खळ्यावरचं धान्य भरून नेल्याचा गुन्हा कधी तपास करण्याची वेळ माझ्यावर आलेली नव्हती !"

"धान्याचं सोडून द्या साहेब, रसूलच्या जीविताचं काहीतरी बरंवाईट होण्याची दाट शक्यता आहे. तो बिचारा माझ्या कॉटवर झोपला होता, तो मीच समजून गुन्हेगारांनी त्याला उचलून ट्रकमधे घालून नेलेला आहे, त्याच्या सुरक्षिततेची मला चिंता वाटते !"

नारंगपूर गावात मुस्लीम वस्ती बरीच होती फळ, भाजीपाला यांचा व्यापार मुस्लिमांच्याकडंच होता. एरव्ही कुणा जातभाईची फारशी वास्तपुस्त न करणारी ही जमात, आपल्या जातभाईवर एखादं संकट आल्यानंतर कशी संघटित होते याचं प्रत्यंतर नारंगपूरच्या मुस्लिमांनी घडवलं. त्या दिवशी दुपारच्या

नमाजाच्या वेळी, रसूलच्या जीविताचं काही भलंबुरं घडलं तर ती गोष्ट सहन केली जाणार नाही, असं त्यांच्या काही पुढारी लोकांनी समक्ष पोलिसठाण्यावर कळवलं ! प्रकरण अधिकच चिघळत होतं.

वरिष्ठ पोलिसअधिकारी नारंगपूरला येऊन दाखल झाले. तपासाची सूत्रं जोरानं हलू लागली. हा प्रकार कोणी करवला हे उघड असूनदेखील मी संयम राखून होतो. पण रसूलच्या चिंतेमुळं मला डि. वाय. एस्. पी. समोर स्पष्ट सांगावं लागलं.

"मी फार्मवर राहू नये असं शिवप्रसाद शर्मा यांना अगदी प्रथमपासून वाटत होतं. कारण सरदारसाहेबांकडून फार्म विकत घेण्याची त्यांची इच्छा माझ्या येण्यानं तृप्त होऊ शकली नाही. परवा लखमवर पहाडच्या मुलांनी जो हल्ला केला, त्यातच लखमचा अंत झाला. त्याच्या मुलांना चिथावणी दिली ती शिवप्रसाद शर्मांनीच ! फार्मवर राहिल्यानं त्यांची आई शीलभ्रष्ट होईल असं सांगून शर्मांनीच पहाडच्या त्या पोरांना बिथरवलं होतं. याही प्रकरणात शिवप्रसाद शर्मांचाच हात आहे !"

डि. वाय. एस्. पी. अनुभवी होते. त्यांनी मला खोलीतून बाहेर जायला सांगितलं आणि अटक केलेल्या पहाडच्या त्या दोन्ही मुलांना बोलावून घेतलं. काही झालं तरी ती पोरं अजून कोवळ्या वयाचीच होती. लखम मेल्यानंतर त्यांच्यांवर खुनाचा आरोप ठेवल्याचं जेव्हा त्यांना समजलं तेव्हा ती दोघंही गर्भगळित झाली होती. खून करणाऱ्याला फाशी होते एवढंच त्यांना ठाऊक होतं. आपलं आयुष्य धोक्यात आहे या जाणिवेनं त्यांच्यात शिवप्रसाद शर्मानं चिथावणी देऊन निर्माण केलेलं उसनं चैतन्य लोप पावलेलं होतं. डि. वाय. एस्. पी. साहेबांच्या समोर उभं करताच धाकट्या मुलानं रडायला सुरुवात केली. त्यानं आपल्या हातून अक्षम्य अपराध घडल्याची कबुलीही दिली आणि आपल्याला मालकानं म्हणजे शिवप्रसादनं चिथावणी दिल्याचं कबूल केलं. पण एवढ्यावरून रात्री जो सशस्त्र हल्ला फार्मवर झाला त्यामागे शिवप्रसाद शर्मा आहे असं प्रस्थापित होऊ शकत नव्हतं.

डि. वाय. एस्. पी. नी मला परत बोलावून घेतलं आणि विचारलं,

"मिस्टर मॅनेजर, मॉरल्ली आय एम् कनव्हिन्स्ड. माझी खात्री आहे की, तोच बदमाष या लुटालुटीच्या बुडाशी असावा. पण तसा काहीतरी पुरावा

हवा ना ?''

"ते तर खरंच आहे, पण साहेब, मी समजून त्यांनी रसूलला उचलून नेला आहे. त्याच्या जीविताचं काहीतरी भलंबुरं होण्याआधी त्याची सुटका होणं आवश्यक आहे.''

"अहो, पण तो ट्रक कुठला, तो कोणाच्या मालकीचा, हे तरी नको का समजायला ?''

आम्ही बोलत असताना तिथं बंगा आला आणि मला म्हणाला,

"बाबूजी, स्टेशनमास्तरांच्या बायकोनं तुम्हाला जरा येऊन जायला सांगितलं आहे.''

"कोणी ? सुरेखा वहिनीनं ?''

"हां ऽऽऽ.'' मान हलवून बंगा म्हणाला.

"साहेब, मी जाऊन येतो. काहीतरी महत्त्वाचं असल्याशिवाय वहिनींचा असा निरोप नाही यायचा !''

"माझी गाडी घेऊनच जा ना.''

साहेबांच्या जीपमधून मी स्टेशनमास्तरांच्या क्वार्टर्सवर पोहोचलो. मास्तर घरी नव्हते. ते चार दिवसांच्या रजेवर पुण्याला गेले होते.

सुरेखा वहिनींनी औपचारिकपणा न करता मला विचारलं,

"संजयराव, रात्री जो प्रकार घडला त्याचा काही तपास लागत नाही असं ऐकतेय मी, खरंय ते ?''

"होय !'' मी उभ्याउभ्याच म्हणालो.

"त्यासाठीच मी तुम्हाला बोलावणं धाडलं आहे ! मी पहाटे उठले होते. तेव्हा त्या ट्रकचा नंबर पाह्यला आहे. 'एम्. पी. आर. ३२५६' असा नंबर आहे.''

"वहिनी, तुम्ही कसा काय पाह्यला ?''

"इकडून रूळ ओलांडून पलीकडं फारशी वाहनं जात नाहीत. पण रात्रीच्या वेळी हा ट्रक तिकडं चालल्याचं पाहून उगाच शंका आली. गेटजवळ ट्रक थांबला तेव्हा सहज नंबरकडं लक्ष गेलं. सकाळी हा प्रकार समजला. मग म्हटलं, निदान तुमच्या कानावर तरी घालावं !''

"ठीक आहे, वहिनी, तुम्ही फार मोलाची माहिती सांगितलीत !''

हात जोडून मी वहिनींचा निरोप घेतला तेव्हा त्या मला म्हणाल्या,

"पण माझं नाव मात्र कुणाला कळू नये बरं का !"

"कोणालाही कळणार नाही ! आय प्रॉमिस !"

घाईघाईनं मी ती माहिती डि. वाय. एस्. पीं. ना सांगितली. डि. वाय. एस्. पीं. नी बिलासपूरला आर. टी. ओ. ऑफिसला फोन जोडला आणि आश्चर्य असं की, अर्ध्या तासाच्या आत तो ट्रक कोणाच्या मालकीचा अन् त्यावर ड्रायव्हर कोण होता, इत्यादी महत्त्वाची बातमी डि. वाय. एस्. पीं. ना मिळाली. त्या ट्रकचा मालक होता शीख-रावेरसिंग अलुवालिया. पूर्वी याला चोरीच्या प्रकरणात तीन-चार वेळा शिक्षा झालेल्या होत्या. पण अलीकडं त्यानं चोरी सोडली होती. पंजाब नॅशनल बँकेकडून त्यानं कर्ज घेऊन लेलँड ट्रक खरीदला होता. त्याचं नेहमीचं राहण्याचं ठिकाण होतं सवती रायगड !

रायगड म्हणताच मला भूपचाही संशय येऊ लागला. कारण हॉटेल काढण्यासाठी भूप वारंवार रायगडाला जात होता. ज्या मोटार ॲक्सिडेंट प्रकरणी त्याला शिक्षा झाली होती ती सवती रायगडाच्या हमरस्त्यावरच, पण आता पोलीस त्या ट्रकसंबंधाने कसा तपास करतात हे फक्त मला पाहायचं होतं. भूपचं नाव मधेच निष्पन्न करून त्यांच्या डोक्यात काही घोळ निर्माण करण्याची माझी इच्छा नव्हती.

रायगडच्या पोलिसस्टेशनला बिनतारी संदेश धाडण्यात आले आणि रावेरसिंग अलुवालियाला असेल तिथं अटक करून त्याचा ट्रक अडवून ठेवण्याच्या सूचना देण्यात आल्या. मध्यप्रदेशात हायवेवर ज्या ज्या ठिकाणी चेकपोस्ट्स् होती त्यांनाही तशा सूचना देण्यात आल्या.

डि.वाय.एस.पी. मला म्हणाले,

"मिस्टर मॅनेजर, ही सारी गुंतागुंत तुम्ही या फार्मवर आल्यामुळंच निर्माण झालेली आहे असं नाही वाटत तुम्हाला ?"

"अगदी बरोबर बोललात ! पण आता मीही निग्रह केला आहे, मी तसा इथून जाणार नाही !"

"पण कालच्या प्रकरणाचा अर्थ तुम्ही समजू शकता ना ?"

"हो ऽऽऽ ! मलाच उचलून न्यायचा हेतू होता त्यांचा ! जाता जाता

पोती दिसली म्हणून भरली ट्रकमधे. पण धान्यचोरीचा हेतूच नव्हता त्यांचा !''

डि.वाय.एस्.पी. क्षणभर विचार करून मला म्हणाले,

''मिस्टर मॅनेजर, इथं राहण्यात तुमचा मोठा इंटरेस्ट दिसतो !''

''इंटरेस्ट असं नाही साहेब, मी ही जबाबदारी स्वीकारलेली आहे ! सरदारसाहेबांनी जी इन्व्हेस्टमेंट केलेली आहे ती केवळ माझ्यावर विसंबून तेव्हा मी आता माझ्या जीविताच्या भयानं हे सर्व सोडून निघून जाणं मला पटत नाही ! न जाणो, यात माझा अंतही होईल ! शेवटी काहीही न घडलं तरी माणूस एक ना एक दिवस मरतोच ना ?''

डि. वाय. एस्. पी. मान हलवून म्हणाले,

''तुम्ही तुमचं इथं राहाण्याचं जे कारण सांगता सांगता आहात, त्यात आणि मला देण्यात आलेल्या माहितीत थोडी तफावत आढळते आहे !''

''तुम्हाला काय माहिती मिळालेली आहे याचा मीही अंदाज करू शकतो, पण माझ्यावर जर आपणाला विश्वास ठेवायचा असेल तर मी सांगतो हेच सत्य आहे !''

''एक्स्क्यूज मी मॅनेजर, कोणाच्याही खाजगी बाबतीत नाक खुपसावं असा माझा हेतू मुळीच नाही. पण मला वाटतं, तुमच्या मालकीणबाई फार्मवर काही दिवस राहायला आल्यामुळंच तुमचे आणि धाकट्या मालकांचे संबंध अधिक चिघळले !''

''ते तर एक कारण आहेच साहेब, पण ते जरी निर्माण झालं नसतं, तरीही माझं इथलं वास्तव्य फारसं कुणाला रुचलं नसतं !''

''दॅटस् ऑल् ! तो तुमचा खाजगी प्रश्न आहे. पण यापुढंदेखील तुम्ही फार जागरूक राहायला हवंय असं मला वाटतं !''

''हो. घ्यायची तितकी काळजी मी घेतोच आहे, पण मला उचलून न्यायला ट्रक घेऊन येतील ही मात्र कल्पना नव्हती !''

''पण काय हो, तुम्ही म्हणता, रात्रभर आपणाला झोप लागली नाही, मग फार्मकडे स्टेशनकडून येणाऱ्या ट्रकची चाहूल तुम्हाला कशी काय लागली नाही ?''

''साहेब, मी सांगतो, ऐका. रसूल माझ्या कॉटवर झोपला. आरामखुर्चीत बसल्या जागीच माझा डोळा लागला होता, हल्लेखोरांनी आपली चाहूल आम्हाला

न लागू देता अगोदर आम्हाला बांधून टाकलं आणि नंतर टेकडीवरून इशारा करताच ट्रक आला. सुरुवातीलाच जर ट्रकची चाहूल लागली असती तर आम्ही सावध झालो असतो.''

"तुमच्याजवळ प्रतिकार करायला काय होतं ? त्यांच्याजवळ बंदुका होत्या !''

"तेही खरंच ! पण साहेब, यापुढं मात्र आम्हांला आत्मसंरक्षणासाठी बंदुका हव्यात ! माणसांच्या चांगुलपणाची अपेक्षा करायची माझी मर्यादा आता संपली आहे !''

"अर्ज द्या. अशा स्थितीत अर्ज दिलात तर लगेच मंजूर करतील डिस्ट्रिक्ट मॅजिस्ट्रेट.''

त्या दिवशी संध्याकाळपर्यंत रसूलचा काही पत्ता लागला नाही. पोलिसांनी फार्मवर येऊन सर्वांचे जाबजबाब घेतले. पण गुन्हेगारांपैकी एकालाही आम्ही ओळखलेलं नव्हतं. गुन्ह्याच्या जागी कसलाही ट्रेस गुन्हेगारांनी मागं ठेवलेला नव्हता. ट्रकच्या चाकांचे रबरी मार्क्स जिथं जिथं. होते तिथं मात्र पोलिसांनी सभोवताली लाकडी डांब रोवून ती जागा सुरक्षित ठेवलेली होती.

चौथा दिवस उजाडला. मी व्हरांड्यात चहा घेत बसलो होतो. तोच नारंगपुराहून पोलिसांची जीप येत असलेली दिसली. हा प्रकार घडल्यापासून जीप, पोलीसगाड्या यांची वर्दळ इतकी वाढलेली होती की त्यात काही अपूर्वाई वाटत नव्हती. मी माझ्याजवळ बसलेल्या बन्सीला म्हणालो,

"पोलिस प्रयत्नांची शिकस्त करीत आहेत, पण अद्याप गुन्हेगार सापडण्याची काही लक्षणं नाहीत !''

"रसूल अजून जिवंत असेल ?'' बन्सीनं मला विचारलं.

"अरे, तो मी नव्हे हे समजलं त्याला तर जिवंत ठेवतील. न समजलं तर तो अजून जिवंत असेल की नाही याबद्दल काहीच सांगता येण्यासारखं नाही !''

जीप टेकडीची नागमोडी वळणं चढून बगल्यापुढं येऊन थांबली - अन् माझ्या डोळ्यांवर विश्वासच बसेना. त्या जीपमधून रोमा उतरली आणि तिनं धावत येऊन मला सर्वांसमक्ष चक्क मिठी मारली.

बन्सीच्या डोळ्यांत अश्रू चमकले.

रोमाच्या पाठोपाठ गाडीतून उतरून आलेले डि.वाय.एस्.पी. त्या अवस्थेत मला पाहून म्हणाले.

"मॅनेजर, देअर इज अनदर गुड न्यूज फॉर यू !"

"काय ?" रोमाला बाजूला करीत मी विचारलं.

"रसूल जिवंत आहे. कटनीच्या पोलीसस्टेशनमधून वायरलेस आलेला आहे."

"पण तुम्हांला ही रोमा कुठं भेटली ?"

"आम्ही स्टेशनवर आलो होतो. तेव्हा या मघाच्या एक्सप्रेसला उतरल्या. स्टेशनमास्तरांनी मला सांगितलं की, या तुमच्या मालकीणबाई."

"मालकीणबाई ?" हसत हसत मी म्हणालो, "मालकीणबाई याचा अर्थ निराळा होतो साहेब; मालकांची मुलगी म्हणायला हवं होतं ! पण रोमा, तू कशी काय आलीस इतक्या तातडीनं ?"

पर्समध्ये घडी करून ठेवलेला 'इव्हिनिंग न्यूज' चा कागद बाहेर काढून त्यावरची अक्षरं दाखवत ती म्हणाली,

"हे वाचून ! वाचल्या वाचल्या स्टेशन गाठलं !"

'Chain of offences at farm near Narangpur.'

या थळ्याखाली फार्मवर घडलेल्या दोन्ही गुह्यांचा सविस्तर वृत्तांत दिला होता. 'इस्टेट मॅनेजरला पळवून नेण्याचा प्रयत्न फोल झाला !' हे वाचल्यानंतर रोमाला तातडीनं निघून यावंसं वाटलं होतं. ज्या रोमानं इथून जाताना माझ्याशी हस्तांदोलनदेखील केलं नव्हतं. त्याच रोमाला मला सुखरूप पाहताच स्वत:ला आवरता आलं नाही. तिनं मला चक्क मिठीच मारली होती.

रसूल सुरक्षित मिळाल्याचं समजल्यानं डि.वाय.एस्.पी. ना समाधान झालं होतं, कारण आता त्या दुसऱ्या गुन्ह्यावर प्रकाश पडण्याची शक्यता निर्माण झालेली होती.

रोमा मला भेटल्यानंतर सरळ लखमच्या बायकोला भेटायला तिच्या खोपीकडे गेली. रोमाला पाहताच लखमच्या बायकोला दु:खाचा उमाळा आवरता येईना.

लखमच्या बायकोला समजावताना रोमा स्वत:चं दु:ख आवरू शकत

नव्हती. लच्छीला जवळ घेऊन तिच्या पाठीवरून हात फिरवीत रोमा म्हणाली,

"लच्छी, रडू नको. लखमच्या पाठीमागं संजय आहे, मी आहे! कश्शाकश्शाची चिंता करू नका!"

पहाडची बायको दाराजवळ येऊन उभी राह्यली होती. रोमानं तिच्याकडं पाह्यलं आणि ती म्हणाली,

"गिरिजा, काय काय प्रकार घडले इथून मी गेल्यानंतर ? चार दिवस होते तेव्हा कसं सारं आनंदात चाललं होतं!"

"हे सगळं कारस्थान त्या शिवप्रसादचं छोटी दीदी! तो उलथल्याशिवाय कुणाला सुख नाही लागायचं! माझ्या पोरांनाही त्यानंच भरवलं! आता ती फासावर गेली तर याला काय सोयरसुतक लागणार आहे! या पोरांचा बाप जर आज जिवंत असता तर त्या गोऱ्या माकडाला कच्चा फाडून खाल्ला असता!"

"तो असता तर काहीच घडलं नसतं गिरिजा!"

डि.वाय.एस्.पी. साहेब एकटेच बंगल्यात बसले होते म्हणून मी परत बंगल्यावर निघालो. रोमा त्या बायकांजवळच थांबली. गेल्या दोनचार दिवसांपासून मनावर आलेलं दडपण काहीसं उतरलं होतं. सोरज आणि बंगा खळ्यावर विस्कटलेला गहू एकत्र करून पोत्यांत भरत होते. शेत उजाड दिसत होते. मी मधल्या पायवाटेनं बंगल्याकडं विचार करत चाललो होतो 'रोमानं पिताजींच्या सल्ल्याची वाट पाह्यलीच नाही! पण आता पुढं ? ती इथं अशी तातडीनं आल्याचं भूपला आणि बीनाला समजणार! त्यांची प्रतिक्रिया काय होते कुणास ठाऊक ? काय व्हायचं ते होऊ दे! त्या दोघांचं आव्हान स्वीकारलेलं आहे खरं!'

डि.वाय.एस्.पी. साहेब खुर्चीवर बसून सिगारेट ओढत होते. वाळूत माझी पावलं वाजलेली पाहून त्यांनी मान वळवली आणि मला म्हणाले,

"आम्हांला जरा चहा पाजाल का ?"

"जरूर! रोमासहित मी मुद्दाम तिकडं गेलो होतो. मी समोर असलो की फारशी रडारड होऊ देत नाही! लखमची बायको खूप रडते हो साहेब!'

"साहजिक आहे मॅनेजरसाहेब. नाहक प्राणाला मुकला बिचारा! मरणालासुद्धा योग्य कारण असलं की फारशी हळहळ किंवा दुःख वाटत नाही.

असा चालताबोलता, धडधाकट माणूस प्राणाला मुकला की आमच्यासारख्या त्रयस्थालादेखील दु:ख होतं; ती तर त्याची जन्माची जोडीदारीण !''

''बरं, रसूल जिवंत आहे हे केव्हा कळलं आपणाला ?''

''मघा पहाटे ट्रंककॉल आला. तो रावेरसिंग आणि त्याचा ट्रक कटनीच्या चेकपोस्टवर पकडलेला आहे. मी दुपारीच निघणार होतो. पण कटनीचे पोलीस रसूलला घेऊन यायला निघालेले आहेत. प्रथम त्यांच्याकडं विचारपूस करून मगच तो ट्रक जप्त करून घेण्यासाठी जायचं ठरवलं आहे. ट्रक अद्याप सोडलेला नाही पोलिसांनी.''

''बाकी मी मात्र रसूलची आशा सोडली होती बरं का साहेब !''

''आम्हाला तरी कुठं होती त्याची आशा ?''

बन्सीला हाक मारून मी चहा करायला सांगितलं आणि साहेबांच्याजवळ येऊन विचारलं,

''तुम्हांला त्या स्टेशनमास्तरबद्दल काय वाटतं ?''

''तो माणूस मला जरा डेंजरस वाटतो ! तो इथं येत होता का ?''

''हो तर.''

''त्यानंच तुमच्या हालाचालींची बित्तंबातमी या गुन्हेगारांना पुरवलेली असली पाह्यजे ! पण त्याची बायको मात्र सालस वाटली.''

''अहो, त्या बिचारीनंच ट्रकचा नंबर सांगितला; नाहीतर आपण अजूनही अंधारात चाचपडत राह्यलो असतो ! पण तुम्हांला स्टेशनमास्तर 'डेंजरस' कशावरून वाटले ?''

''त्या गृहस्थाचं सारंच काही चमत्कारिक आहे. तो बोलतो एक आणि करतो एक ! मी शिवप्रसादकडं नेहमी जाणाऱ्यांची एक लिस्ट मिळवलेली आहे. त्यात या मास्तराचं नाव अगदी पहिल्या क्रमांकाला आहे !''

''शिवप्रसादची आणि मास्तरची दोस्ती जमायचं कारण आपणाला ठाऊक आहे ?'' मी विचारलं.

''नाही, मला काही त्याची कल्पना नाही.'' साहेब म्हणाले.

''अहो, शिवप्रसादची रवा आणि मैदा बनविण्याची फॅक्टरी आहे ना, तर त्या फॅक्टरीत तयार होणार माल ताबडतोब रवाना होण्यासाठी वॅगन्स लागतात. रूटीन कोर्समधे इथल्या व्यापाऱ्यांना वॅगन्स मिळायला दोन-दोन

महिने लागतात, पण या शिवप्रसादनं फोन केला की संध्याकाळपर्यंत त्याला मास्तरांच्याकडून वॅगन मिळते ! असे एकमेकांचे संबंध गुंतलेले आहेत गेल्या तीनचार वर्षांपासून !"

"पण आता तो मास्तर फार काळ इथं राहणार नाही. कालच मी त्याची इथून तात्काळ बदली होण्याबद्दल रेल्वेखात्याला कॉन्फिडेन्शियल लेटर पाठवलं आहे !"

"काय एक एक माणसं असतात पाहा ! मला आपल्या घरी जेवायला बोलावलं, विश्वासात घेतलं, आणि माझ्याबद्दलची सारी रेघ नि रेघ त्या शिवप्रसादला जाऊन सांगत होता हा सद्‌गृहस्थ !"

"चला, आता रसूल आल्यानंतर आपल्याला निश्चित कळणार आहे, काय काय घडलं ते."

"मी येऊ नारंगपूरला ?"

"ओ, नो, नो" साहेब सिगारेटची राख झाडत म्हणाले, "प्लीज, डोंट कम नाऊ. रसूल आल्यानंतर मी तुम्हांला बोलावणं पाठवतो आहे ! तिथं पोलीसठाण्यातदेखील काही फंदफितुरी करणारी माणसं असतील ! माझी इन्व्हेस्टिगेशन कोणत्या मार्गानं चाललेली आहे याची कोणाला कल्पनादेखील येता कामा नये !"

बन्सी चहा घेऊन आला. ट्रेमधल्या केटलीतून कपात चहा ओतताना मी म्हणालो,

"बन्सी, रोमाला बोलव. दिवसभर बसली तरी त्यांचं बोलणं थांबणार नाही. तिला अंघोळ करून चहा घे म्हणावं."

साहेब चहाचा घोट घेता घेता माझ्याकडं पाहून गालातल्या गालात हसले. तेव्हा मी विचारलं,

"का हसलात ?"

"मॅनेजरसाहेब, तुम्हीही काही कच्च्या गुरुचे चेले नव्हेत !"

"कशावरून म्हणता ?"

"तुमच्या जागी दुसरा एखादा असता तर दोन मिनिटं इथ ठरला नसता ! पण तुम्ही इथून जायची भाषा तर सोडाच, पण इथं रक्ताचं नातं जमवण्याच्या तयारीत आहात हे स्पष्ट दिसतं आहे मला !"

"खरं सांगू साहेब, मी जेव्हा प्रथम इथं आलो तेव्हा अशा काही घटना घडतील याची यत्किंचितही कल्पना मला नव्हती ! हळूहळू माझी पावलं इथं रुतत गेली. आता यातून मी बाहेर पडूच शकत नाही, मग पळून जायचं तर सोडाच !"

"भूप आणि बीना शिवप्रसादांच्यात बरेच दिवस आहेत !"

"हां ऽऽऽऽ ! पण दोन दुष्ट प्रवृत्तीची माणसं फार काळ एकदिलानं वागू शकत नाहीत साहेब ! त्यांच्यात जर मतभेद निर्माण झाले तर ते काही क्षणांतच विकोपाला जातात !"

"हे मात्र अगदी बरोबर बोललात. पाच वर्षांपूर्वी मी मोरेना डिस्ट्रिक्टमधे होतो. दरोडेखोरांच्या हालचालींचं निरीक्षण करण्याची मला संधी मिळाली होती. जे दरोडेखोर एकमेकांशी अगदी सख्ख्या भावासारखे प्रेम करीत त्यांच्यात मतभेद झाले की एक दुसऱ्याचा खून केव्हा करतील याचा भरवसा नसे ! दोन दुष्टांची युती ही अशीच जीवघेणी ठरते !"

बन्सी मोकळे कप घेऊन निघाला, त्या वेळी रोमा परतली. केसांवरून हात फिरवीत ती म्हणाली,

"तू थोड्या दिवसांसाठी जबलपूरला चल."

"मी ?" हसत हसत मी विचारलं, "इथं कोण ?"

"बन्सी राहील. सोरज, बंगा आहेत. हवी तर पोलीसपार्टी खर्च भरून ठेवता येईल. पण तू थोडे दिवस इथं राहायला नको आहेस !"

"रोमा, मी इथून एकदा गेलो की मला परत इथं येणं मुष्कील होईल ! भूपबाबू मला टेकडीच्या पायथ्यालादेखील उभं राहू देणार नाहीत !"

"हे मात्र अगदी खरं आहे !" बसल्या जागेवरून उठता उठता साहेब म्हणाले.

"पण उघडउघड तुझ्या जीविताला धोका दिसत असताना तू अट्टाहासानं इथं राहावं, हा काही शहाणपणा नव्हे !"

"तुम्हांला राहायचंच असेल मॅनेजरसाहेब, तर पुरेसं संरक्षण असल्याशिवाय इथं राहणं धोक्याचं आहे यात काही शंका नाही ! इथं फार्मवर तुमच्याजवळ एकही बंदूक नसावी ?"

"बंदूक मात्र मी नक्कीच घेणार आहे !"

डि.वाय.एस.पी. निघून गेल्यानंतर मी विचार करत बसलो : 'खरंच इथं यापुढं जर टिकून राहायचं असेल तर पुरेसं संरक्षण नक्कीच हवं ! मागं पिताजीदेखील मला म्हणाले होते की, तुझ्या नावावर लायसेन्स घे; घरातली एखादी बंदूक तुझ्या नावावर करता येईल. पण मी त्या वेळी ते हसण्यावारी घालवून म्हणालो होतो, "बंदुकीच्या बळावर जगणं काही खरं नाही !" पण आता मात्र मला वाटू लागलं की, माणूस उच्च तत्त्वप्रणालींना हृदयाशी कवटाळून सुरक्षितपणं जगणं अशक्य आहे ! आपल्या जीवितावर जर कोण उठला तर त्याच्याशी मुकाबला करणं हेच योग्य ! परवा जे लुटारू फार्मवर आले, त्यांना इथं हत्यारं आहेत याची कल्पना असती तर इतक्या बिनधोकपणे त्यांनी हल्ला करून रसूलला पळवून नेण्याचं धाडस केलंच नसतं !'

रोमा अंघोळीला गेली होती. ती अंघोळ करून बाहेर आली. डोक्यावरून न्हाल्यामुळं तिनं सुकण्यासाठी केस मोकळे सोडले आणि बंगल्यासमोर खुर्चीवर ती किरणांकडं पाठमोरी बसली. मीही तिच्याजवळ खुर्ची घालून बसलो.

रोमाचे डोळे लाल दिसत होते म्हणून मी म्हटलं,

"डोळ्यांत साबण गेला की काय ?"

"नाही रे ! रात्रभर झोप नाही. बसायला जागाच नव्हती. अख्खी रात्र उभं राहून प्रवास केला."

"इतक्या तातडीनं यायचं काय कारण होतं ?"

"हं ऽऽऽ !" तुच्छता दर्शवीत ती म्हणाली, "मूर्ख आहेस ! हा प्रश्न काय विचारण्यासारखा आहे ?"

हसून मी म्हणालो,

"बाकी तुझी लेखणी मात्र छान चालते हं ! तितकं चांगलं तुला बोलता मात्र येत नाही !"

"कशावरून ठरवलंस हे ?"

"तू इथं ठेवून गेलेलं पत्र; दुसरं पिताजींना पाठवलेलं ते प्रदीर्घ पत्र यावरून म्हणतो !"

"पिताजींचं पत्र तू कसं वाचलंस ?"

"गेलो होतो तिकडं, तेव्हा पिताजींनीच वाचायला दिलं."

"अंकलनी मला अद्याप त्याचं उत्तर नाही पाठवलं ! तुला काय म्हणाले

त्याबद्दल ?'' पाठीमागचे केस पुढं घेऊन त्यातलं पाणी झटकीत रोमानं मला विचारलं.

मला या वेळी मात्र रोमाची गंमत करायची लहर आली. मी म्हणालो,

"पिताजींना ते बिलकूल आवडलेलं नाही !''

"काय म्हणाले ते ?'' रोमानं अधीर होऊन विचारलं.

मी चेहऱ्यावर गंभीर भाव आणून म्हटलं,

"ते म्हणाले, आजकालच्या या पोरींना काडीचा व्यवहार समजत नाही प्रेम करायचं तर आपल्या बरोबरीच्या, दर्जा असलेल्या तरुणावर करावं; नोकरावर प्रेम करणं हे काही शहाणपणाचं लक्षण नव्हे !''

"असं म्हणाले अंकल ?'' कपाळावर आठ्या चढवून तिनं विचारलं.

इतक्यात बन्सी तिथं आला आणि रोमाला म्हणाला,

"बाबूजी खोटं सांगतात दीदी ! ते पत्र वाचून सरदारजींनी बाबूजींच्या तोंडात आपल्या हातानं मिठाई घातली.''

रोमानं माझ्याकडं रोखून पाहत म्हटलं,

"खोटंसुद्धा अगदी सफाईदारपणे बोलू शकतोस तर ?''

"रोमा, तुला माझ्याबद्दल काय वाटलं हे मी तू इथून जातानाच ओळखलं होतं !''

"कशावरून ?''

"रिटा, लीना, गीता आणि फातिमा या चौघींनी माझा हात हातात घेऊन माझे आभार मानले स्टेशनवर, पण तू माझ्या हातात हात दिला नाहीस !''

"त्यावरून तू निराळाच अर्थ काढायला हवा होतास !''

"निराळा ?'' हसत हसत मी म्हणालो, "प्रेम हे लाजरं असतं रोमा ! सार्वजनिक ठिकाणी हातात हात घालून हिंडणारी जोडपी बऱ्याच वेळा खोट्या प्रेमाचं प्रदर्शन करीत असतात ! आमच्या मामाकडं मुंबईला मी जायचो ना तेव्हा समोरच्या फ्लॅटवर एक 'सोफिस्टिकेटेड' जोडपं राहात होतं. तो गृहस्थ गच्चीत बसून आपल्या बायकोच्या मांडीवर पाय टाकून सिगारेट ओढत बसायचा. आम्हाला वाटायचं, काय विलक्षण प्रेमी युगुल आहे. पण तो ऑफिसला गेला की तिचा खरा प्रियकर मागच्या जिन्यानं वर यायचा. मग मात्र त्या फ्लॅटच्या दारंखिडक्या बंद व्हायच्या ! तेव्हापासून मला पटलं आहे, खरं

प्रेम हे नेहमी छुपं असतं, लाजरं असतं, त्याला प्रदर्शनाचं वावडं असतं !''

रोमा हसली आणि म्हणाली,

"संजय, पण मला भीती वाटते रे !''

"कशाची ?''

"तुझ्या जीविताचं काही वाईट तर घडणार नाही ना ?''

"हे बघ रोमा, इथं आल्यानंतर मी देखील काही दिवस साशंक होतो. भूपबाबू आणि बीना यांचा तो अनैसर्गिक जिव्हाळा, स्मिताचं ते वागणं...!

"बस, बस्स ! मला समजलं तुला काय म्हणायचं आहे ते ! ऑन्टीनं तुझा बळी घेतलेला आहे हे ठाऊक आहे मला, पण त्यामुळं तुझं जीवित काही धोक्यात आलेलं नाही पण आता हा भूप आणि शिवप्रसाद यांनी तुझ्याविरुद्ध घेतलेला पवित्रा भयानक आहे ! त्या रात्री तुझ्या कॉटवर तो रसूल झोपला, म्हणूनच तू बचावलास !''

"एवढं मात्र खरं हं रोमा ! माझ्या जिवावरचं संकट निभावण्यासाठीच तो त्या रात्री इथं आला होता असं वाटतंय !''

"पण इतकं होऊनही तो जिवंत राह्यला याचं आश्चर्य वाटतं ! कसा काय चमत्कार झाला रे हा ?''

"तो प्रत्यक्ष भेटल्याशिवाय काही समजणार नाही.''

"संजय, काही झालं तरी तू थोडे दिवस इथं राहू नकोस ! माझ्यासोबत चल. हवं तर मी अंकलना समजावून सांगते.''

"असं का करीत नाहीस !''

"कसं ?''

"तूच का इथं राहत नाहीस ?''

"अरे, माझी परीक्षा अगदी तोंडावर आलीय. हे शेवटचं वर्ष आहे. डिग्री तरी घेऊ दे मला !''

"प्रियकर आणि डिग्री यामधे तुला डिग्री अधिक प्रिय आहे तर !''

रोमा खुर्चीवरून उठली आणि सरळ माझ्याजवळ आली आणि तिनं माझ्या दंडाला असा जोरदार चिमटा काढला की माझ्या डोळ्यांतून पाणी आलं !''

"अगं, अगं, हे काय चालवलं आहेस ? बघेल ना कोणीतरी !''

"बेशक बघू देत !"

मी माझ्या दंडावरचा शर्ट वर करून दंड चोळू लागलो आणि रोमा कृतककोपानं बंगल्यात निघून गेली. पाठीवर सोडलेला केशसंभार डुलत होता. चालताना होणारी तिच्या शरीराची हालचाल मोहक दिसत होती.

प्रकरण १६

संध्याकाळी पाचच्या सुमारास डि. वाय. एस. पी. साहेबांनी मला बोलावणं केलं. त्यांनी माझ्यासाठी जीप पाठवली होती. ड्रायव्हरनं मला रसूलला आणण्यात आल्याची खबर दिल्यानं मीही त्याला भेटायला उत्सुक झालो होतो.

एव्हाना नारंगपूरच्या नागरिकांना फार्मवर कोणता प्रकार घडला आहे, वरिष्ठ पोलीसअधिकारी गावात तळ ठोकून कशासाठी राह्यले आहेत याची कल्पना आलेली होती. मी जीपमधून स्टेशन ओलांडून गावात निघालो तेव्हा रस्त्यावरच्या लोकांच्या नजरा माझ्यावर स्थिरावत होत्या.

पोलीसस्टेशनसमोर प्रचंड गर्दी जमली होती. बहुसंख्य रसूलचे भाईबंद होते. रसूलला कोणी पळवून नेलं हे जाणून घेण्यासाठी ते तिथं जमले होते. मी जीपमधून उतरलो, पण त्या गर्दीतून मलाही आत जाता येईना. शेवटी पोलिसांना ती गर्दी हटवावी लागली.

डि. वाय. एस्. पीं. च्या समोर रसूल खुर्चीवर बसला होता. अजूनही त्याचा चेहरा भेदरल्यासारखा दिसत होता. मला पाहताच त्याचे डोळे पाणावले. मी त्याचा हात हातात धरून म्हणालो,

“रसूलभाई, माफ कर! माझ्यामुळं तुला हा त्रास

सहन करावा लागला !''

रसूल अचानक हमसाहमशी रडू लागला. मी त्याच्या पाठीवरून हात फिरवीत राह्यलो. डि. वाय. एस. पी. साहेब शांत चित्ताने सिगारेटचे झुरके घेत माझी आणि रसूलची हालचाल न्याहाळत होते.

इतक्यात पोलीसस्टेशनच्या लॉकअप् रूममधे कोणीतरी मोठमोठ्यानं ओरडल्याचा आवाज आला. डि. वाय. एस. पी. साहेबांनी आपली सिगारेट ॲशट्रेमधे विझवली आणि ते फौजदारांना बोलावून म्हणाले,

''त्या रावेरसिंगला सांगा, शांतपणानं रहा, नाहीतर पाठीची कातडी सोलली जातील !''

''रावेरसिंगला पकडला साहेब ?'' मी विचारलं.

''तो तर मुख्य आरोपी आहे ! हं, रसूलभाई, बोल, त्या रात्री तुला इथून नेल्यानंतर काय काय झालं ते सांग पाहू !'' साहेबांनी दुसरी सिगारेट शिलगावून रसूलकडे पाहत म्हटलं, ''मॅनेजरसाहेब, याला मघाचपासून मी विचारतो आहे, काय काय घडलं ते सांग, पण अजून त्याच्या पोटातली भीती गेलेली नाही. तो बोलण्याचा प्रयत्न करतो पण मधेच त्याची जबान बंद होते ! भयानक स्थितीतून सुटका झालेली माणसं अशी खूप बोलायची इच्छा असूनही भडभड बोलू शकत नाहीत ! अजून त्याच्या मनावरचं दडपण गेलेलं नाही !''

''रसूलभाई, बोल ! काय काय झालं ?'' मी परत त्याचा हात हातात घेत म्हणालो.

''बाबूजी, काय काय झालं हे जर मी कोणाला सांगितलं तर मी जिवंत राहणार नाही ! मला तशी ताकीद देण्यात आली आहे !''

एवढं एका दमात रसूल म्हणाला आणि दम लागल्यासारखा खाली मान घालून धापावत राह्यला.

मी डि.वाय.एस.पी. साहेबांच्याकडं पाहत म्हणालो,

'सर, याला थोडा आराम करू द्या. त्याच्या मनावर अजून दडपण आहे. मी त्याला समजावून सांगतो.''

त्यावर डि.वाय.एस्.पी. हवेत एक धूम्रवलय सोडून म्हणाले,

''मॅनेजरसाहेब, हा गुन्हा अत्यंत भारी स्वरूपाचा आहे ! यानं त्या गुन्ह्याची माहिती तात्काळ देणं तपासाच्या दृष्टीनं अत्यंत महत्त्वाचं आहे. आठ

दिवसांनंतर यानं सांगितलं तर त्याचा काय उपयोग होणार आहे ? जे जे ह्या गुन्ह्याच्या बुडाशी आहेत, त्यांना राऊंड अप् करावं लागेल मला ! तो रावेरसिंग आम्ही पकडून आणला आहे. पण तो एक चकार शब्द बोलणार नाही; अट्टल गुन्हेगार आहे तो ! तेव्हा हा रसूल काय सांगेल याला तपासाच्या दृष्टीनं अत्यंत महत्वाचं आहे !''

"रसूलभाई, बोल !'' मी म्हणालो.

"अरे, तू बोलला नाहीस तर हा गुन्हा करण्यामागं कोण होतं हे आम्हाला समजणार तरी कसं ? आणि तुला स्वत:च्या जीविताच्या भीतीनं गुन्हेगारांची माहिती सांगायची नसेल, तर यापुढंही त्या गुन्हेगारांना असे प्रकार करायला प्रोत्साहन दिल्यासारखं नाही का होणार ?''

"बोल रसूलभाई बोल !''

"काय बोलू बाबूजी ? काय बोलावं हेच मला समजत नाही आणि बोललो तर माझा शेवट काय होणार आहे हे मला स्पष्ट दिसतं आहे !''

"पण तू आम्हांला सारं सत्य सांगितलंस तर तुझ्या जीविताला धोका करणाऱ्यांना आम्ही तसे मोकळे सोडू असं वाटतं तुला ?''

"मला काय वाटतं आणि काय नाही हे कसं सांगू साहेब ?'' छातीवर हात धरून रसूल म्हणाला.

"साहेब, प्रथम याला याच्या बायकामुलांना भेटू द्यावं, म्हणजे याच्या मनावरचं थोडं दडपण कमी होईल.'' मी म्हणालो.

"ओ. के. ऽऽऽ'' साहेबांनी बेल दाबली.

रसूलला आणण्यात आल्याची वार्ता रसूलच्या घरीही होती. त्याची बायको आणि मुलं पोलीसस्टेशनसमोरच्या बोळाच्या तोंडाशी उभी होती. त्यांना आत बोलावण्यात आलं. रसूलनं मुलांना हृदयाशी कवटाळून धरलं. बायको कोपऱ्यात उभी होती. मधून मधून डोळं पुसत ती साहेबांच्या अन् माझ्याकडे पाहत होती. मी तिच्या नजरेतले भाव ओळखले आणि साहेबांना म्हणालो,

"लेट देम मीट इन् ए प्रायव्हसी !''

"का ?''

"आपल्या प्रिय व्यक्तीची संकटातून मुक्तता झाल्याचं पाह्यल्यानंतर त्या माणसांना असं दुरून दाखवणं बरं नाही; त्यांनी खरोखरच एकमेकांना फिजिकली

भेटायला हवं !"

"आय सी ऽऽऽ !" साहेब खुर्चीवरून उठता उठता हसून म्हणाले, "रोमा, तुम्हाला ज्या तऱ्हेनं भेटली, त्या तऱ्हेनं या दोघांनी एकमेकांना भेटणं आवश्यक आहे असं वाटतं तर तुम्हांला !"

मी आणि साहेब बाहेर व्हरांड्यात येऊन थांबलो. तिकडं रावेरसिंग पोलीस लॉकअपमधे जोरजोरात बोंब मारत होता. पहाऱ्यावरचा शिपाई त्याला दटावत होता. मला रावेरसिंगला पाहायची उत्कंठा लागून राहिली होती. माझी उत्कंठा पाहून साहेब म्हणाले,

"थोडं थांबा, हा रसूल आपणाला काय हकिगत सांगतो ती अगोदर ऐकायला हवी, त्यानंतरच मला त्या रावेरसिंगाकडं विचारपूस करायला हवी. तसा सहजासहजी हा रावेरसिंग तोंड खोलणार नाहीय् ?"

पोलिसांनी व्हरांड्यात खुर्च्या आणून ठेवल्या. एव्हाना पोलिसांनी पोलीसस्टेशनसमोरची सर्व गर्दी हटवलेली होती. रसूल सुखरूप आहे हे समजल्यानं त्याचे सर्व भाईबंदही परतले होते. बाहेर नारंगपूरचे फौजदार बाजूला अदबीनं उभे होते. बाहेर ऊन रणरणत होतं. रस्त्यावरचं डांबर जागोजागी वितळून त्याचा वास येत होता. एका कोपऱ्यात कलिंगड विकणारा गाडीवाला लाल रक्तासारख्या कापलेल्या कलिंगडांवरच्या माश्या काठीला बांधलेल्या फडक्यानं हुसकावत होता. साहेबांचं त्याच्याकडं लक्ष जाताच ते फौजदारांना म्हणाले,

"त्या पोराजवळचं एक अख्खं कलिंगड घेऊन या. आत रसूल आणि त्याची बायकोमुलं आहेत, त्यांना कापून द्या !"

मला साहेबांचं ते वागणं थोडंसं विचित्र वाटलं. पण ज्या वेळी शिपायानं त्या खोलीत जाऊन त्या सर्वांना कलिंगड दिलं तेव्हा मात्र आतून मघापेक्षा मोठ्यानं आवाज येऊ लागला. साहेब माझ्याकडं पाहून हसले आणि म्हणाले,

"मॅनेजरसाहेब, या गोष्टी अगदी क्षुल्लक आणि साध्या वाटतात, पण आमच्या पोलीसखात्यात अशा बारीकसारीक गोष्टींना फार महत्त्व असतं !"

"मला नाही समजलं, आपणाला काय नेमकं म्हणायचंय ते ?"

"ही वेळ दुपारची, रसूल मघाशी चार ग्लास पाणी प्यायला आपल्यासमोर, तरीही त्याची मुद्रा तोंडाला कोरड पडल्यासारखीच होती. कलिंगड हे फळ असं

आहे की, तहानलेल्यानं याकडं पाह्यलं तरी त्याची तहान शमते. कधीकधी अशा ट्रिक्स कराव्या लागतात. बघा थोड्या वेळानं रसूलभाई आपली जबान खोलतो की नाही ते !''

नेमकं तेच घडलं ! बायको, मुलं गेल्यानंतर रसूलच्या चेहऱ्यावर समाधान उमटलेलं दिसलं. आम्ही दोघं आत येताच तो म्हणाला,

''साहेब, आता बरं वाटलं थोडं !''

साहेब माझ्याकडं बघून हसले आणि रसूलला म्हणाले,

''आता वेळ नको घालवू. घडघड काय झालं ते सांग. खूप महत्त्वाची कामं अडून राह्यली आहेत. हं, बोल. तू फार्मवर त्या दिवशी मॅनेजरसाहेबांच्या कॉटवर झोपलास, त्यानंतर काय झालं ?''

''मध्यरात्रीनंतर कोणीतरी माझ्या नाकावर कसल्यातरी उग्र वासाचा रुमाल टाकला एवढीच मला जाणीव झाली आणि लगेच मी बेशुद्ध झालो.''

''क्लोरोफॉर्मचा वास होता तो ?''

''तो कसला होता हे मला माहीत नाही. पण एक पाचदहा सेकंदात मला काहीच कळेनासं झालं.''

''शुद्धीवर केव्हा आलास ?''

''साधारण नऊदहा वाजले असतील सकाळचे. ट्रकच्या हौदात एका जाड अशा ताडपत्रीवर मी आडवा पडलो होतो. तोंडात रुमालाचा बोळा कोंबला होता. दुसऱ्या रुमालानं तोंड बांधलं होतं. हात मागं करकचून दोरीनं आवळले होते. मी डोळे किलकिले करून पाह्यलं. माझ्या दोन्ही बाजूला दोघेजण तोंडाला कापड बांधून माझ्या छातीवर बंदुकीच्या नळ्या रोखून बसले होते. ट्रक मुख्य रस्ता सोडून कुठंतरी निर्जन अशा जागी येऊन थांबला. त्या लोकांनी मला उतरून खाली घेतलं आणि एका झाडाला नेऊन बांधलं. माझं तोंड सोडण्यात आलं. ट्रकचा ट्रायव्हर दाढीवाला रावेरसिंग हा खाली उतरून आला आणि त्यानं माझ्या थोबाडीत मारून म्हटलं, 'क्यूँ मॅनेजरसाहाब, अभी कैसा लगता है ?''

''त्याच वेळी माझ्या तोंडातला बोळा काढण्यात आला. मी कंठात प्राण आणून ओरडलो, 'मैं मॅनेजर नहीं हूँ !''

''त्यावर ते सर्वजण हसले आणि म्हणाले, 'तू कौन है फिर ?''

"मैं रसूल बागवान हूँ, नारंगपूरका !"

"रावेरसिंगानं जवळ येऊन माझे कान टोचले आहेत की काय ते पाह्यलं. पण माझे कान टोचलेले नव्हते. त्याला शंका आली आणि त्यानं हिसका मारून माझ्या पायजम्याची नाडी ओढली. मला नग्न केलं तेव्हा मात्र त्या सर्वांची खात्री झाली की, मी खरोखरच मुसलमान आहे !

"माझे हात सोडण्यात आले. त्या लोकांना आपली चूक झाल्याचं कळून आलं; पण माझं पुढं काय करायचं हा प्रश्न त्यांच्यासमोर उभा राह्यला. रावेरसिंग म्हणाला, 'याला जिवंत ठेवला तर हा हरामखोर आपल्याविरुद्ध साक्ष देईल ! याला खलास करून टाकू !"

"पण बाकीचे लोक म्हणाले, 'या निरपराध माणसाला मारणं बरं नाही. आम्ही त्याला मारणार नाही !'

"बरं, मग ?" साहेबांनी विचारलं.

"त्यांच्यात खूप चर्चा झाली शेवटी माझ्याजवळ आले आणि म्हणाले, 'तुला जीवदान देतो. पण हा प्रकार झाल्याबद्दल कोणाजवळ तोंड उघडशील तर तुला केव्हा ना केव्हा ठार केल्याशिवाय राहणार नाही !' रावेरसिंग मात्र शेवटपर्यंत मला सोडण्याच्या विरुद्ध होता."

"पुढं ?"

"मला परत ट्रकमध्ये बसवण्यात आलं. तो प्रकार कोणालाही सांगणार नाही असं मी वचन दिल्यानं त्यांना माझ्याबद्दल विश्वास निर्माण झाला. दोन दिवस त्यांनी मला आपल्यासोबत फिरवलं. तिसऱ्या दिवशी कटनी चेकपोस्ट नाक्याजवळ आमचा ट्रक अडवण्यात आला. त्यावेळी मी जोरानं ओरडलो, आणि रावेसिंगाला बाजूला ढकलून ट्रकमधून बाहेर पडलो. रावेरसिंगाला मी असा काही प्रकार त्या ठिकाणी करीन यांची कल्पना नव्हती. चेकपोस्टच्या लोकांनी ताबडतोब रावेरसिंगला पकडलं."

"आणि त्याचे साथीदार ?"

"ते मागच्या मागं हौदातून उड्या टाकून पसार झाले. ती वेळ रात्री आठची होती."

"बरं, जंगलात तुला झाडाला बांधण्यात आलं तेव्हा तिथं किती माणसं होती !"

"तिथं फक्त तिघेच होते.''

"पण ज्या वेळी फार्मवर लुटालूट झाली, तुला उचलून नेलं तेव्हा दहा-बारा माणसं होती !'' मी म्हणालो.

"ते काय मला ठाऊक नाही !''

तेव्हा डि.वाय.एस.पी. साहेब म्हणाले,

"वाटेत बाकीचे उतरले असणार. काही हरकत नाही. निदान एक तरी आपल्या हातात सापडला आहे ! त्याच्याकडून बाकीच्यांचा ठावठिकाणा नक्कीच मिळेल !''

"मॅनेजर, या आता या, रसूलला थोडा आराम करू द्या.''

"साहेब, मला ते लोक मारून टाकल्याशिवाय राहणार नाहीत !'' रसूल केविलवाणा चेहरा करून म्हणाला.

"तू मुळीसुद्धा चिंता करू नकोस ! ते सगळे दहा-पाच वर्षं गजाआड जातील याची व्यवस्था करतोय मी !''

तेथून आम्ही रावेरसिंगला ठेवलं होतं त्या पोलीस लॉकअप् रूमकडं आलो. रावेरसिंग सहा फूट उंच, गोरा, टोकदार नाकाचा आणि डोळ्यांत विलक्षण चमक असलेला होता. त्याच्या डाव्या हातावर सिंधी भाषेत काहीतरी गोंदलेलं होतं.

साहेबांनी त्याला विचारलं.

"यापूर्वीच्या चार शिक्षा भोगूनही तुला गुन्हे करायची खुमखुमी अद्याप आहे ? थांब, आता तू यापुढं कधीही बाहेर पडणार नाहीस याची तजवीज करून टाकतो !''

"साहेब, यात माझी काही गलती नाही ! शिवप्रसाद शर्मानं मला ट्रक घेऊन फार्मवर जायला सांगितलं. कारखान्यात गव्हाची पोती आणून टाकायची आहेत म्हणून त्यानं माझा ट्रक भाड्यानं घेतला होता. लोकही त्याचेच होते.''

"अस्सं ? मग रसूल हा इस्टेट मॅनेजर नाही ही खात्री झाल्यावर त्याला जिवंत सोडणं बरं नाही असं का म्हणालास ?''

"मी तसं म्हणालो नाही साहेब ! उलट मी होतो म्हणून याला त्या लोकांनी जिवंत ठेवला ?''

"वा ऽऽऽ ! बघा मॅनेजर, आहे की नाही अट्टल ? अरे, आता तरी

खरं बोल !"

"अहो, तुम्ही शिवप्रसादला विचारा हवं तर. मला यातलं काहीसुद्धा ठाऊक नाही साहेब !" रावेरसिंग गयावया करत म्हणाला,

डि.वाय.एस्.पी. साहेबांनी शिवप्रसाद शर्माला बोलावणं धाडलं. शिवप्रसाद शर्मा आपल्या नेहमीच्या वेषात चेहऱ्यावर हास्य उमटवीत पोलीस ठाण्यात आले. रावेरसिंगाला बघताच ते म्हणाले,

"तुला काम सांगितलं एक आणि तू दुसरंच काही करून ठेवलंस ! साहेब, मी याला कारखान्यातला माल बिलासपूरला नेण्यासाठी सांगितलं होतं, तर यानं फार्मवर जाऊन गव्हाची पोती चोरली आणि रसूल बागवानाला उचलून घेऊन गेला !"

डि.वाय.एस.पी. साहेब हसत हसत म्हणाले,

"तुम्ही सूचना दिल्याप्रमाणं याच्या हातून काम झालं नाही, हे मात्र अगदी सत्य घडलं शिवप्रसादजी ! तुम्ही या मॅनेजरसाहेबांना पळवून आणायला सांगितलंत आणि यानं रसूलला पळवून आणलं ! चूक या रावेरसिंगाचीच आहे !"

"काय बोलता आहात आपण साहेब ? मी हो यांना पळवून नेऊन काय करणार ?"

"काय करणार होता ते आम्हाला समजलेलं आहे ! हवालदार, बेड्या ठोका या हरामखोराला ! आतापर्यंत नारंगपुरात पैशाच्या आणि सत्तेच्या बळावर नंगा नाच घातलास, पण आता तुझी घटका भरली आहे !"

"साहेब, तुम्ही चुकता आहात ! माझ्यासारख्या प्रतिष्ठित माणसाला तुम्ही या प्रकरणात गोवण्याचा प्रयत्न कराल, पण फसाल आणि नंतर पस्तावाल !"

"अरे जा ऽऽऽ ! साला मला धमकी देतो ! हवालदार, याला अटक करून पंचनामा करून टाका !"

शिवप्रसादला बेड्या ठोकून पोलीस त्याला दुसऱ्या लॉकअप रूमकडं घेऊन गेल्यानंतर डि.वाय.एस.पी. साहेब रावेरसिंगला म्हणाले.

"रावेरसिंग, अद्याप वेळ गेलेली नाही. जे जे घडलं तसं सांगशील तर तुला माफीचा साक्षीदार करीन. या खटल्यातून तू खरं ते सांगितल्यानं सुटून जाशील, पण जर तुझ्याविरुद्ध ही केस शाबीत झाली, तर तुला जन्मठेपेची

सजा होईल ! माफीचा साक्षीदार झालास तर तुझी निर्दोष म्हणून सुटका होईल ! आजची रात्र तुला विचार करायची संधी देतो आहे ! उद्या सकाळी मी परत येईन तेव्हा तुझा निर्णय व्हायला हवा. परवा म्हणशील तर शक्य नाही !''

डि.वाय.एस.पी. साहेब माझ्याकडं वळून म्हणाले,

''चला, आता जरा फार्मकडं जाऊ ! जरा डोकं थंड होऊ दे !''

मी साहेबांच्या सोबत जीपमधून फार्मकडं निघालो तेव्हा माझ्या डोक्यात असंख्य विचारांचं थैमान चाललं होतं : ''त्या दिवशी रात्री जर रसूल फार्मवर आला नसता तर आज मी जिवंत दिसलो नसतो ! पण या प्रकरणामागे केवळ शिवप्रसादच नाही, आणखी कोणीतरी आहे ! भूप आणि बीना ? पण या दोघांची नावं अद्याप कोणीच घेत नाही ! तेव्हा त्यांचा या प्रकाराशी संबंध आहे असं कसं म्हणता येईल ! पण त्या दोघांच्या चिथावणीशिवाय हे प्रकरण नक्कीच शिजलेलं नाही !''

''सर, मला एक शंका आहे !'' ड्रायव्हिंग करणाऱ्या डि.वाय.एस्.पी. साहेबांना मी म्हणालो.

''बोला !''

''या प्रकरणात आणखी कोणाचा तरी हात असण्याची शक्यता आहे असं नाही वाटत आपणाला ?''

''मॅनेजरसाहेब, ती शंका अगदी पहिल्या दिवसापासून माझ्या डोक्यात घोळते आहे. पण तसा काही पुरावा नको का निष्पन्न व्हायला ? का उगाच आपलं आपण त्या दोघांना यात गुंतवायचं ? तसा थोडा जरी पुरावा मला त्यांच्याविरुद्ध मिळाला असता, तरी मी त्यांना अटक करायला मागंपुढं पाह्यलं नसतं ! पण अजूनही तपासात काय निष्पन्न होईल सांगता येत नाही !'

''काही झालं तरी शिवप्रसाद माझ्या जिवावर उठला तो त्याच्यामागं भूप आणि बिना असल्याशिवाय मुळीच नाही !''

''लेट् अस् वेट अँड सी ! थोडं थांबा, अजून यातून काय काय बाहेर पडतं आहे ते हळूहळू समजेलच आपणाला !''

टेकडीचं वळण चढून आमची जीप बंगल्यासमोर येऊन थांबली अन् मला आश्चर्याचा धक्काच बसला. समोर व्हरांड्यात भूप आणि बीना चहा पीत बसली होती. आम्हा दोघांना पाहून भूप आणि बीना दोघंही उठून पुढं आली.

भूपनं माझा हात हातात घेऊन म्हटलं, "काँग्रॅच्युलेशन्स् !"

बीनाही हसत हसत म्हणाली, "अभिनंदन !"

"पण कशासाठी ?"

"तुझं दैव बलवत्तर आहे संजय ! आम्हांला हे आजच समजलं. आम्ही त्या दिवशी बिलासपूरला शहेनशहा लॉजवर मुक्कामाला होतो. शिवप्रसादही आमच्यासोबत होते."

"या प्रकाराअगोदर शिवप्रसादांच्या घरी होता ना आपण गेले आठपंधरा दिवस ?" डि.वाय.एस्.पी. साहेबांनी त्या दोघांना विचारलं.

"छे ऽऽऽ ! पंधरा दिवसांपूर्वी आम्ही त्यांच्याकडं गेलो होतो ही गोष्ट खरी, पण ते पैशासाठी !"

"कसले पैसे ?" साहेबांनी विचारलं.

"अहो, आमचे पिताजी आम्हांला काही देत नाहीत. ॲक्सिडेंटचा खटला आमच्यावर झाला, आम्हांला शिक्षा झाली, पण आमच्या पिताजींनी एक दमडादेखील खर्च केला नाही ! आम्ही जेलमधून सेकंड अपील केलं; हायकोर्टाला ॲडमिट झालं आहे. आता त्यासाठी जे पैसे लागणार ते मागण्यासाठी आम्ही शिवप्रसादांकडं आलो होतो. त्यांनी आम्हांला साहाय्य केलं, पैसे देऊन. यापेक्षा त्यांचा-आमचा काहीएक संबंध नाही !"

"आणखीनही साहाय्य करण्याचं वचन दिलं असेल !" साहेब खुर्चीवर बसता बसता म्हणाले.

"आणखीन कसलं साहाय्य ?" भूपनं त्यांच्याकडं रोखून पाहत विचारलं.

"या इस्टेट मॅनेजरना खलास करून तुमच्या मार्गातली अडचण कायमची दूर करण्याचं ?"

"वॉट ए वंडरफुल इमॅजिनेशन !" भूप अस्खलित इंग्रजीत म्हणाला.

"ही 'इमॅजिनेशन' नव्हे भूपबाबू ! मॅनेजर पळवून नेण्याचा हा प्रयत्न फसला ते द्या सोडून, पण म्हणून काही शिवप्रसाद या खटल्यातून सहीसलामत सुटेल असं नका समजू !"

"का ऽऽऽ य ? शिवप्रसादांचा या खटल्याशी संबंध आहे ?"

"असा तसा नाही, तोच मुख्य सूत्रधार आहे !"

"आपला काहीतरी गैरसमज होतो आहे साहेब !" साहेबांच्या पेटीतली

सिगारेट घेऊन ती शिलगावीत भूप म्हणाला.

"तो समज आहे की गैरसमज आहे हे कोर्टात ठरेल ! त्याबाबत मी कसलंही विधान या क्षणी करणं उचित नाही !"

भूप आणि बीनाला तिथं पाहून मला जो धक्का बसला होता, त्याचा परिणाम अद्याप उतरलेला नव्हता. व्हरांड्यात आणखीन एक खुर्ची मोकळी असूनही मला तीवर बसायचं भान राह्यलं नाही. इतक्यात बन्सीनं मला हळूच येऊन कानात सांगितलं,

"छोटी दीदी माडीवर बोलावते आहे !"

रोमा फार्मवर आहे याचीदेखील काही क्षण मला विस्मृती झाली होतो. मी माडीवर गेलो.

रोमा खिडकीजवळ चिंताग्रस्त होऊन उभी होती. मला पाहताच ती म्हणाली,

"आता काय करायचं रे ?"

"का ? काय झालं ?"

"भूप आणि बीना इथं राह्यलाच आली आहेत !"

"तसं म्हणाली ती ?"

"होय ! बघ संजय, आता आणखीन काहीतरी गुंतागुंत होण्याआधी आपण इथून बाहेर पडू ! ही दोघं बिलासपूरला होती म्हणून मी बिलासपूर सोडलं होतं. पुन्हा यांच्या सहवासात क्षणभरदेखील राहण्याची इच्छा नाही माझी !"

"अगं, पण आपण इथून निघून जाण्यानं सर्व प्रश्न मिटणार का आहेत ? उलट ती दोघं एकदा इथं घुसली की संपलंच ! भूपबाबू तुझ्याशी काय बोलले ?"

"बोलला की !"

"काय बोलले ?"

"सांगण्यासारखं नाही ते !"

"माझ्यापासून लपवण्यासारखं काय आहे ?"

"लपवण्याचा प्रश्न नाही संजय, पण या दोघांचा हेतू काहीतरी निराळाच दिसतो आहे मला !"

"कसला हेतू ?"

"इथून जायचा विचार दिसत नाही त्यांचा !"

इतक्यात बन्सी वर आला आणि म्हणाला,

"बाबूजी, छोटे सरकार तुम्हाला खाली बोलवताहेत."

"का ?"

"कुणास ठाऊक !"

मी खाली आलो तेव्हा डि.वाय.एस्.पी. साहेबांशी बोलता बोलता मधेच थांबून भूप माझ्याकडं पाहत म्हणाला,

"अरे संजय, वर जाऊन काय बसलास ? ती रोमा आता तुझीच आहे नं ? बोल नंतर तिच्याशी ! पण मला प्रथम सांग, शिवप्रसादांनी तुझ्याशी कधी हेवा दावा केला होता काय ?"

"ते मला ठाऊक नाही !" मी तुटकपणे उत्तरलो.

तसा भूप लगेच साहेबांना उद्देशून म्हणाला,

"बघा ! अहो, या नारंगपुरातला एक प्रतिष्ठित माणूस आहे शिवप्रसाद ! इथं फार्मवर ज्या दरोडेखोरांनी येऊन धुमाकूळ घातला, रसूलला पळवून नेलं त्याचा शिवप्रसादशी कसलाही संबंध नसावा ! काय संजय, तुझं काय म्हणणं आहे ?"

"माझं काहीच म्हणणं नाही ! त्या गुन्ह्याचा तपास करताहेत साहेब, त्यांनाच काय सांगायचं ते सांगा !"

डि.वाय्.एस्.पी. साहेबांनी संपत आलेली सिगारेट दूर फेकून देत म्हटलं,

"भूपबाबू, शिवप्रसादांनीच हा प्रकार घडवला आहे याची खात्री झाल्यानंतरच मी त्यांना अटक केलेली आहे ! शिवाय आणखीही काही व्यक्तींना अटक होण्याची शक्यता आहे ! या कटात आणखीन काही माणसं सामील होती असं मला खात्रीशीररीत्या कळालं आहे; पण मी घाईघाईनं कोणताही निर्णय घेत नसतो ! शिवाय मला माझ्या कामात कोणी ढवळाढवळ केल्याचं मुळीच खपत नाही ! गुन्ह्याच्या दिवशी तुम्ही लोक मुद्दाम दुसरीकडं मुक्कामाला होता ! पण लक्षात ठेवा ! पोलिसांचे हात फार लांब असतात !

साहेबांच्या या वक्तव्यानं भूप थोडासा चपापला आणि बीनाकडं पाहत म्हणाला,

"आपण सांगितलंत ते एक बरं केलंत. आम्हांला तुमच्या कामात ढवळाढवळ करायची मुळीच इच्छा नाही. पण काय असतं साहेब, कधीकधी विचारांची दिशा चुकते. तेव्हा सर्व बाजूंनी विचार व्हायला हवाय ! खरोखरच

आम्हांला यातलं काही ठाऊक नाही !''

भूप बोलत असताना बीना माझ्याकडं टक लावून पाहत होती. तिच्या मनात काय चाललं होतं याचा मला अंदाज नव्हता, पण तरीही तिच्या त्या तशा बघण्यात माझ्याविषयी तिला सहानुभूती वाटत असल्याचा मला भास झाला. पण तिच्या त्या नजरेचं अधिक विश्लेषण करण्याच्या मनःस्थितीत मी मुळीच नव्हतो.

डि.वाय.एस.पी. साहेब उठले आणि मला म्हणाले,

''मी येतो आता. उद्या सकाळी मी कटनीला चाललो आहे. इथं रावेरसिंगाच्या ट्रक-मार्क्सचे जे मोल्ड्स् घेतलेले आहेत, ते त्याच्याच ट्रकचे आहे की नाही याची खात्री करून घ्यायची आहे.''

''पण मघा रावेरसिंगानं आपलाच ट्रक इथं आल्याचं कबूल केलं आहे ना ?'' मी म्हणालो.

''आरोपीनं पोलिसांपुढं दिलेल्या कबुलीला काडीचं महत्त्व नसतं मॅनेजरसाहेब. पोलिसांना स्वतंत्ररीत्या पुरावा मिळवावा लागतो. अद्याप 'इव्हिडन्स ॲक्ट' चा अभ्यास सुरू केला नाही वाटतं आपण ?''

''कसला अभ्यास करतो आहे मी साहेब ? इथं आल्यापासून रोज नवीनच अभ्यास सुरू आहे !''

त्या उद्गारांवर भूप मोठ्यानं हसला आणि म्हणाला,

''हे मात्र अगदी खरं बोललास संजय ! रोज एक नवीन विषय आणि रोज एक नवीन अभ्यासक्रम !''

त्याच्या बोलण्याचा रोख मला समजला.

डि.वाय.एस्.पी. गेल्यानंतर बीना उठून आत गेली. मी भूपसमोर बसून होतो. माझी मानसिक अवस्था मोठी चमत्कारिक झालेली होती. उघडउघड ज्यानं माझ्याशी वैर पुकारलं होतं तो भूप माझ्यासमोर बसून होता. त्यात रोमा तिथं आलेली. विलक्षण गुंतागुंत !

इतक्यात तिथं लच्छी आली. मी बसलो होतो त्या खुर्चीमागं उभी राहून ती मला अदबीनं म्हणाली,

''बाबूजी, माझा मामा आला आहे. आईला आणि मला चार दिवस आपल्या गावाकडं राह्यला चला म्हणतो आहे.''

भूप लच्छीकडं रोखून पाहत म्हणाला,

"संजय, अरे ही लखमची बेटी ? किती मोठी झाली ?" लच्छीवरची आपली नजर न ढळवता भूप म्हणाला, "बाकी पोरींच्या जातीला वाढ भलतीच असते नाही ! दोन वर्षांमागं लखमबरोबर ही बिलासपूरला आली होती तेव्हा किती लहान होती ! मी हिला ओळखलीच नाही ! दिसते मात्र सुरेख हं !"

"लच्छी, जायला सांगितलंय म्हणावं !" मी भूपच्या त्या उद्‌गारांकडं दुर्लक्ष करून म्हणालो,

माझ्या उद्‌गारांतला अन्वय भूपनं अचूक ओळखला आणि तो मला म्हणाला,

"संजय, तुला आपण मानलं बुवा !"

"कशाबद्दल ?"

"ते तूच ओळखायला हवंस !" खुर्चीच्या हातावर तबल्यासारखा ठेका धरून भूप म्हणाला.

"भूपबाबू, तुमची नजर कलुषित आहे, तुम्हांला जगात बहीणभावाचं देखील नातं समजलं नाही, ते इतर बायापोरींच्या बाबतीत काय समजणार आहे ?"

"ओ हो हो ऽऽऽ ! वंडरफुल ! संजय, अरे, तू हे मला शिकवावंस ? तुला म्हातारीपासून ते अगदी लच्छीसारखा कोवळ्या पोरीपर्यंत कोणीही चालतं ! आणि तू मला हे सांगतोस ?"

माझा संताप अनावर होत होता. पण तरीही संयम राखून मी म्हणालो, "भूपबाबू, तुम्ही या विषयावर काही बोलू नये हे बरं !"

"का बोलू नये ?" खुर्चीत आरामशीर लेटून पडलेला भूप पुढं होऊन म्हणाला, "संजय, तू आँटीला गरोदर केलंस, रोमाला नादी लावलंस ! ती पहाडची बायको, तिच्या मुलांनी तिला इथून नारंगपूरला नेलं, पण तिलादेखील तुझी अशी विचित्र ओढ की, पोरं अटकेत गेल्याबरोबर ती इकडं धावत आली ! आणि आत्ता आलेली ही लच्छी ! तुझ्या परवानगीची काय गरज होती तिला मामाकडं जायला ? तुला वाटतं, आपण करतो ते सारं अगदी नैतिक आहे ! कोणी त्यात दोष पाहू नये ! अरे, बीनाचं आणि माझं प्रेम हे अगदी नैसर्गिक आहे. मला त्यात लाज वाटत नाही. पण तू मात्र वरून संभाविताचा बुरखा पांघरून हे जे 'वूमनायझिंग' चाललेलं आहेस, त्याबद्दल कोणी चकार

शब्द उच्चारू नये असं मात्र तुला वाटतं ? हा खासा न्याय आहे !''

"तुमचं बोलून झालं ना ?''

"खूप बोलायचं आहे अजून. तू बस असा माझ्यासमोर. तू कोण आहेस हे तुला कोणी स्पष्ट शब्दांत सांगितलेलं नाही म्हणून मी आज सांगणार आहे ! घरात इतके प्रकार करूनही तुझी हौस भागत नाही म्हणून त्या स्टेशनमास्तरच्या बायकोशी संधान जोडण्याचा प्रयत्न केलास ! तरी बरं, तो बिचारा वेळीच सावध झाला !''

"भूपबाबू, जगातल्या सर्व स्त्रियांशी माझे अनैतिक संबंध जडले आहेत असं समजा, पुढं बोला !''

"म्हणून म्हणतो, दुसऱ्यांच्या असल्या प्रकारांकडं तू डोळेझाक करायला शीक ! बाकी तुझं कसब दुसऱ्या कोणाला येणार नाही ! ऑन्टी तुझ्यापासून गरोदर राह्यली हे समजूनदेखील रोमानं तुझ्यावर भाळावं याचंच आश्चर्य वाटतं आहे मला !''

माझ्या वर्मावर बोट ठेवून भूप मला मुद्दाम छेडत होता. पण मी त्याची फारशी गंभीर दखल घ्यायची नाही असं ठरवून म्हणालो,

"भूपबाबू, आता तुमचं म्हणणं काय आहे सांगा ! का आलात तुम्ही इथं ?''

"का आलात ? अरे सद्‌गृहस्था, हा प्रश्न वास्तविक मीच तुला विचारायला हवा होता ! पिताजींचा माझ्यावर किती जरी रोष असला तरी त्यांचा कायदेशीर वारस मीच आहे ! आता माझ्या या हक्कावर आँटीला गरोदर करून तू गदा आणली आहेस हे तुलाही नाकारता येणार नाही ! पण काही असो, आँटीची बिचारीची चूक नाही ! ती खूप वर्षं अपत्यहीन होती ! तू तिची तृष्णा भागवलीस ! ठीक झालं ! पण तू तेवढ्यावरच समाधान मानायला हवं होतंस ! रोमाला कशाला नादी लावलंस ?''

"मी तिच्या बाबतीत काहीएक केलेलं नाही भूपबाबू ! इथं हा लुटालुटीचा प्रकार झाल्याचं समजताच ती स्वत: होऊन इकडे आलेली आहे !''

"जगात रोज लाख गुन्हे घडतात असले. लुटालूट होते, माणसं पळवली जातात, तिकडं कुठं ही गेली नाही ? इथेच का धावत आली ?''

"ते तिलाच विचारा !''

"संजय, जाऊ दे ! सोड तो विषय ! आता माझा इथं येण्याचा एकच उद्देश आहे आणि तो म्हणजे आँटीला मूल हे बेकायदेशीर संबंधापासून झालेलं आहे याची तू मला लेखी संमती द्यायला सांग आँटीला !"

"का ?"

"ते मूल सुरक्षित राहावं असं वाटत असेल तर !"

"पण अजून ते मूल जन्मायचं आहे !"

"पण ते जन्मण्याअगोदरच मला त्याचा माझ्या खानदानाचा संबंध तोडायचा आहे ! मी असल्या भ्याड मार्गांचा अवलंब करणार नव्हतो, पण बीनाच्या अट्टाहासामुळं मला हा मार्ग स्वीकारावा लागत आहे."

भूप कोणत्या हेतूनं फार्मवर आलेला होता हे मला आता स्पष्ट झालं होतं. पण तरीही तारतम्य ढळू न देता मी त्याला म्हणालो,

"मला ठार मारण्याचा प्रयत्न फसल्यानंतर ही कल्पना तुमच्या डोक्यात शिरलेली दिसते !"

भूप त्यावर विचित्र हसला आणि म्हणाला,

"संजय, खरं म्हणशील तर मला कोणाचा जीव घ्यावा असं वाटत नाही. पण जो कोण आपल्या प्राणावर उठेल त्याची गयही मी मुळीच करणार नाही ! तुला परोपरीनं समजावून सांगितलं की, तू इथून निघून जा ! पण तू हट्टाला पेटलेला आहेस ! अरे, इथं रहायचं तर नोकर म्हणून न राहता ही सारी प्रॉपर्टी बळकावण्याचं तुझं धोरण कोण चालू देईल सांग ?"

माझं मस्तक फिरलं होतं. माझ्या हातून आजपर्यंत जे घडलं ते कोणत्याही दुष्ट वासनेनं किंवा हेतूनं घडलेलं नाही असं मला माझी सदसद्विवेकबुद्धी प्रत्येक क्षणी सांगत होती. पण माझ्या प्रत्येक कृतीचा विपर्यस्त असा अर्थ भूपनं लावलेला होता. जगालाही तो पटण्यासारखा होता. पण मला मात्र पटत नव्हता. भूपनं मला जो 'अल्टिमेटम' दिला होता तो भयानक होता. स्मिताला होणारं मूल हे अनैतिक संबंधापासून झालेलं आहे अशी माझ्याकडून आणि स्मिताकडून भूपला लेखी कबुली हवी होती. यदाकदाचित् मी स्मिताला ती द्यावी असं सुचवलं असतंही; पण भूपनं शिवप्रसादच्या साहाय्यानं माझ्या हत्येचा जो प्रयत्न केला होता त्यामुळं मीही आता ईर्ष्येला पेटलो होतो. मी

खुर्चीवरून उठता उठता म्हणालो,

"विचार करून पाहतो !"

भूपच्या आगमनामुळं माझं स्वास्थ्य बिघडलं होतं, ते त्याच्या वक्तव्यामुळं अधिकच विचलित झालं,

रोमालादेखील काय करावं हे सुचत नव्हतं. भूपनं माझ्यावर भलताच कठीण प्रसंग आणला होता !

प्रकरण १७

रोमा माझ्या खोलीत झोपली. एकाच कॉटवर, अगदी मला बिलगून ! पण ती अजून कायदेशीररीत्या माझी झालेली नव्हती याची जशी मला जाणीव होती, तशीच तिलाही होती. बराच वेळ ती माझ्या छातीवर डोकं टेकवून माझ्या सुरक्षिततेबद्दल चिंता व्यक्त करीत होती. पण मला त्या अवस्थेत तिला दीर्घकाळ जवळ घेऊन राहणं बरं वाटेना. तिच्या गालाचं चुंबन घेऊन मी कॉटवर उठून बसत म्हणालो,

"रोमा, भूपनं आज माझ्यावर अनेक आरोप केले. पण मी खरंच कोणाला फसवलेलं नाही ! माझ्या असहाय्यतेचा फायदा स्मितादेवींनी घेतला. मी स्वत: त्यांना कधीही प्रोत्साहन दिलं नाही. तुझं ते पत्र आलं पिताजींना, तेव्हाच मला तुझ्या प्रेमाचा सुगावा लागला. पण ते पत्र वाचूनदेखील मी हुरळलो नाही. कारण तुझ्या प्रेमाचा स्वीकार केल्यानं कोणता गहजब उठणार आहे याची मला कल्पना होती. मी तुला दोन ओळीचं पत्रदेखील पाठवण्याचं धाडस केलं नाही. तुला इथला प्रकार समजल्यानंतर राहवलं नाही म्हणून तू आलीस. पण आज भूपनं माझ्यावर जे घाणेरडे आरोप केले ते मुकाट्यानं सहन करावे लागले मला ! सोड मला. मी तुझा स्वीकार करण्याचा निर्णय घेतला असला तरीही आज माझ्या हातून तसं काही

घडता कामा नये !''

रोमानं माझा हात पकडून ठेवला होता तो सोडला आणि ती भिंतीकडं तोंड करून झोपली. मी तिच्या उघड्या पाठीवर साडी घातली आणि उठून माझ्या कॉटवर येऊन आडवा झालो.

खाली भूपबाबू आणि बिना यांच्या मोठमोठ्यानं गप्पा चालल्या होत्या. सोरजकडून त्यांनी नारंगपुरातून मोहाच्या दोन बाटल्या आणवून घेतल्या आणि ती दोघं बंगल्यासमोरच्या वाळूवर जमखान टाकून चक्क पीत बसली. त्यांच्या जेवणाची देखभाल करण्यासाठी बन्सी मात्र बराच वेळ ताटकळत राह्यला.

रोमापासून उठून मी माझ्या कॉटवर येऊन आडवा झालो, पण मला अख्खी रात्र झोप लागली नाही. मी फार्मवर आल्यापासून घटना इतक्या वेगात घडत होत्या की, घडलेल्या एका घटनेवर चित्त केंद्रित करून विचार करावा म्हटलं तर तोच दुसरी चित्त विचलित करणारी घटना घडत होती. चक्रव्यूहात सापडल्यासारखी माझी अवस्था झाली होती. बाहेर पडायला मार्ग दिसत नव्हता. एक मार्ग होता, पण तो मला ठाऊक असूनही त्या मार्गानं जायची इच्छा नव्हती.-तो मार्ग होता पलायनाचा ! तेथून निघून जाण्याचा ! प्राण गेला तरी त्या मार्गाचा अवलंब करायचा नाही, असं मी मनाशी ठरवून टाकलेलं होतं !

पहाटेच्या सुमारास माझा जरा कुठं डोळा लागत होता, तोच मोटार वाजल्याचा आवाज आला. इतक्यात बंगल्याभोवती वळण घेऊन गाडी समोर येऊन थांबली.

डि. वाय्. एस्. पी. साहेब आपल्यासोबत आठ पोलीस घेऊन आले होते. मी खिडकीतून पाह्यलं आणि रोमाला उठवत म्हणालो,

''रोमा, ऊठ. डि. वाय्. एस्. पी. आले आहेत पार्टी घेऊन. आणखीन काहीतरी गडबड दिसते !''

बऱ्याच उशिरा झोपी गेलेली भूप आणि बीना खालच्या दालनात होती. डि. वाय. एस्. पीं. ची गाडी येताच व्हरांड्यात झोपलेला बन्सी उठून बसला होता, मीही खाली आलो.

डि. वाय. एस्. पी. आणि फौजदार या दोघांनी भूपला आणि बीनाला अटक केली. फार्मवर घडलेल्या प्रसंगाबद्दल आणखीन काही धरपकडी होण्याची शक्यता आहे, असं कालच साहेब म्हणाले होते; पण त्या प्रकरणी भूप आणि

बीना या दोघांना ते इतक्या तातडीनं अटक करतील याची मला कल्पना नव्हती. कारण काही झालं तरी शिवप्रसाद भूपचं नाव जाहीर करणार नाही असं मला वाटलं होतं.

भूप आणि बीना दोघांचे डोळे तारवटल्यासारखे दिसत होते. भूपची नेहमीची उठायची वेळ होती सकाळी दहाची, पण त्याला आज साहेबांनी पाच तास अगोदर उठवलं होतं !

"भूपबाबू, एक्सक्यूज मी ! मला तुम्हाला आणि बीनाताईंना अटक करावी लागत आहे !" साहेब म्हणाले.

"कशासाठी ?"

"परवा फार्मवर जो हल्ला झाला त्या प्रकरणी शिवप्रसादांना तुम्हीच चिथावणी दिल्याचा पुरावा आम्हांला मिळालेला आहे !"

"कोण म्हणतो असं !" भूपनं भिवया उंचावून विचारलं.

"आपल्याला आश्चर्य वाटेल, तुमचं नाव शिवप्रसादांनीच सांगितलेलं आहे ! तुम्हीच रावेरसिंगला पाचशे रुपये देण्याचं कबूल केलं होतं. फार्मवर जी बारा माणसं त्या रात्री ट्रकमधून हल्ला करण्यासाठी आली होती, त्यांना तुम्हीच इस्टेट मॅनेजरना पळवून न्यायला चिथावणी दिली होती, असं निष्पन्न झालेलं आहे तपासात !"

"शिवप्रसादनं सांगितलं तुम्हांला हे ? खरं नाही वाटत मला !" भूप बीनाकडं पाहत म्हणाला.

तेव्हा डि. वाय. एस्. पी. स्मित करून म्हणाले,

"भूपबाबू, तुम्हांला शिवप्रसाद वाटतात तितके विश्वासू नाहीत याची आता खात्री पटेल ! तुमच्याच हस्ताक्षरातली काही पत्रं त्यांनी आमच्या स्वाधीन केलेली आहेत !" खिशातून पाकिटं काढून भूपसमोर धरून साहेब म्हणाले, "स्वतःवर संकट आलं की रक्ताची नाती जिथं माणूस विसरतो, तिथं शिवप्रसादसारखा धूर्त आणि कारस्थानी माणूस स्वतःची कातडी बचावण्यासाठी काय करील याचा भरवसा का देता ?"

"पण रावेरसिंगाला त्यानंच बोलावणं धाडलं होतं. रावेरसिंगाला मी ओळखत नव्हतो !"

"नसाल ! पण आता शिवप्रसाद स्वतःवर कोणतीच जबाबदारी घ्यायला

तयार नाही. दोन दुष्टांची युती फार काळ एकत्र राहू शकत नाही भूपबाबू ! हं, चला आटपा !''

''मी येतो, पण बीनाची काय आवश्यकता आहे ?''

''त्यांची आवश्यकता काय आहे ते पोलिसस्टेशनवर चला म्हणजे समजेल !''

भूप आणि बीनाला पकडून डि. वाय. एस्. पी. घेऊन गेल्यानंतर मला क्षणभर सुटल्यासारखं वाटलं पण का कुणास ठाऊक, थोडं वाईटही वाटलं. कोणाचा दीर्घ द्वेष करावा असं माझ्या रक्तातच नाही. रोमा पुढं येऊन म्हणाली,

''बघ, मी म्हणत होते तेच झालं की नाही ? हा शिवप्रसाद यांचं नाव सांगितल्याशिवाय कधी राहायचा नाही ! आता चांगलीच जुंपेल त्या दोघांची !''

''पण रोमा, हे काही चांगलं होत नाही !''

टेकडीच्या मागं पूर्व उजळत चालली. मागच्या पिंपळावरची लहान काळी फळं खाण्यासाठी बुलबुलांचे थवेच्या थवे झाडावर येऊन स्थिरावले होते. 'पिटरुट'च्या आलापानं बंगल्याचा परिसर भरून गेला होता. - मी मात्र अस्वस्थ होतो.

लच्छीचा मामा लच्छीला, तिच्या लहान भावंडांना आणि आईला घेऊन निघाला होता. बंगल्यासमोर येऊन त्या लोकांनी मला आणि रोमाला हात जोडले.

''केव्हा आणणार यांना परत ?'' मी विचारलं.

''चार-आठ दिवसांनी पाठवतो.''

''तसं नका करू. त्यांना चांगला. एक महिनाभर ठेवून घ्या. इथलं वातावरण बरंचसं तापलंय; थोडं थंड होऊ द्या. आता इथंही शेतीची विशेष अशी कामं नाहीत.'' मी म्हणालो.

माझी ही सूचना ऐकून लच्छीचा मामा म्हणाला,

''महिनाभर काय ठेवून घेतो मी ?''

''का ? काय हरकत आहे ?''

लच्छीच्या मामाच्या अंगावरचे फाटके कपडे पाहून मी तात्काळ ओळखलं की, या बिचाऱ्याची त्यांना महिनाभर ठेवून घेण्याची ताकद नाही. मी माडीवर गेलो आणि शंभर रुपयाची एक नोट घेऊन खाली आलो. लच्छीच्या मामाकडं

ते पैसे देऊन म्हणालो,

"हे ठेवा खर्चाला आणि एक काम करा. लच्छीचं लग्न करायचं वय अजून झालेलं नाही, तरीही तुमच्या आढळात एखादा चांगला मुलगा असल्यास ठरवून टाका. तिनं इथं अधिक काळ राहणं बरं नाही!"

ते लोक निघून गेल्यानंतर रोमा मला म्हणाली,

"अरे, इतकी घाई का तिच्या लग्नाची ?"

"तुला ठाऊक नाही रोमा, काल रात्री तू माडीवर होतीस! भूपबाबू हिच्यासंबंधानं काय नको ते बरळले ?"

"पण आता तो तर अटकेत गेला ना ?"

"एखाद्याला अटक झाली म्हणजे त्याच्यावर गुन्हा शाबीत झाला असं म्हणता येत नाही रोमा! शिवाय हा खटला इतका गुंतागुंतीचा आहे की, पुढं कोर्टात काय होईल याचा अंदाजच करता येत नाही. कायद्याचे सारे सोपस्कार इतके क्लिष्ट आहेत की, कित्येक वेळा खरे गुन्हेगार तांत्रिक दोषामुळं सहीसलामत सुटूनही जातात! भूपबाबू अडकतील याची शाश्वती काय ?"

"काही असो, पण तुला इथून पळवून नेण्याच्या प्रयत्नात भूपचा हात होता एवढं तरी जगाला समजून येईल!"

"काय फायदा आहे त्याचा! जगाला समजलं काय अन् न समजलं काय! जग दुतोंड्यासारखं आहे. भूपबाबूंना यदाकदाचित् शिक्षा झालीच. तर जग मला म्हणेल, 'बघा, तुमच्यासारख्या सज्जन आणि सालस माणसाच्या जीविताला धोका करण्याचा प्रयत्न केला म्हणून त्यांना शासन घडलं! आणि भूपबाब खटल्यातून सुटलेच तर हेच जग त्यांना म्हणेल, 'काय धादांत खोटा आरोप केला हो तुमच्यावर त्या मॅनेजरनं! तुमचा आश्रित तुमच्या अन्नावर आणि तुम्हाला या असल्या भयंकर खटल्यात गोवण्याची ही त्याची हिंमत ?' तर, रोमा, जग काय म्हणेल याची शहाण्यानं कधी पर्वा करू नये ?"

"पण काही म्हण संजय, तुझ्यासारख्यानं इथं राहण्याचा अट्टाहासही धरू नये! तू चल जबलपूरला माझ्यासोबत. हे फार्म जळू दे!"

"ही एवढी गोष्ट मी कधीच करणार नाही रोमा! या ओसाड जागेत मी राबलो आहे. आठ-आठ दिवस धगधगत्या उन्हात उभं राहून बुलडोझरनं ही जमीन सारखी करून घेतलीय; विहिरींचा गाळ उपसला आहे. इथल्या लोकांच्या

जीवनाशी मी एकरूप झालो आहे. त्यांची सुखदु:खं आता माझी झाली आहेत. लच्छीचं लग्न मलाच पुढं होऊन करायला हवंय. तू जा जबलपूरला आणि तुझी परीक्षा दे. इकडची काहीएक चिंता करू नकोस !''

''माझं लक्ष लागेल असं वाटतं अभ्यासात ?''

''लागायला हवंय ! का लागू नये ?''

''तुला कल्पना नाही यायची !''

''सगळी कल्पना आहे मला ! प्लीज, रोमा, गो बॅक !''

रोमा काही क्षण विचारमग्न झाली आणि म्हणाली,

''पण इकडं काही बरंवाईट झालं तर ?''

''झालं तर झालं ! आपण या आयुष्यात एकत्र यावं अशी नियतीची इच्छा नव्हती असं समजायचं !''

मोठ्या प्रयासानं मी रोमाला जबलपूरला परत पाठवली आणि त्याच संध्याकाळी बिलासपूरला गेलो. सोबत बन्सीलाही घेतलं.

गाडीत बन्सी मला म्हणाला,

''बाबूजी, आयुष्यात इतकी माणसं बघितली, पण तुमच्याइतकं मोठ्ठं काळीज असणारा माणूस नाही पाह्यला !''

हसून मी म्हटलं

''काय मोठेपणा गाजवला मी ?''

''तो काय गाजवला ते मला नाही सांगता येणार पण, खरंच सगळं अजब आहे !''

''बन्सी, अरे माणसाला कोणालाही फसवता येतं, पण स्वत:च्या सदसद्‌विवेकबुद्धीला मात्र काही फसवता येणार नाही ! मी पहिल्यापासून प्रामाणिक राह्यलो आहे ते माझ्या सदसद्‌विवेकबुद्धीशी ! कल्पना कर, स्मिताचा-माझा संबंध जडला हे ठाऊक असूनही रोमानं माझ्यावर प्रेम करावं याला काय म्हणशील तू ? तिचं काळीज केवढं मोठं आहे बघ !''

''बाबूजी, एक शंका आहे, विचारू ?''

''जरूर विचार.''

''समजा, उद्या तुमचं आणि छोट्या दीदीचं लग्न होणार हे देवीजींना समजलं, तर त्यांना काय वाटेल याचा कधी विचार केलात तुम्ही ?''

"या जन्मात परत स्मिताशी माझा तसा संबंध येणार नाही बन्सी ! तिला मूल हवं होतं. ते मिळालं. संपलं !"

"बाबूजी, ज्या माणसानं स्त्रीला मूल दिलं, त्याच्यावरचं तिचं प्रेम कधी संपत नसतं, उलट ते वाढतच जातं !"

"स्मिताला मी तीही जाणीव दिलेली होती !"

"त्याचा काही उपयोग नाही बाबूजी ! देवीजींनी तुम्हांला तसलं वचन दिलं असेलही, पण त्याचं पालन करणं त्यांना अशक्य आहे !"

"तू म्हणतोस, त्या गोष्टीचा मलाही थोडा गंभीररित्या विचार करायला हवाय बन्सी ! पण खरं सांगतो, रोमा माझ्या प्रेमात पडेल असं मला चुकूनही वाटलं नव्हतं ! उलट तिच्या मैत्रिणींसोबत ती फार्मवर आली होती तेव्हा मला ती काहीशी अबोल, थोडी गर्विष्ठ, थोडी व्यवहारी अशी वाटली होती !"

बन्सी त्यावर हसला आणि म्हणाला,

"म्हणूनच म्हणतो की, तुम्ही स्वत: कितीही सज्जन असला तरी बायकांच्याबद्दलचे तुमचे अंदाज साफ चुकतात !"

"बाकी मी आल्यापासून पिताजींच्या या घराण्यात प्रचंड उलथापालथ झाली, नाही ?"

"उलथापालथ कसली बाबूजी ? भूकंप म्हणा, भूकंप !"

पिताजींची तब्येत बरी होती. मी त्यांना नमस्कार करून म्हटलं,

"तिकडच्या वार्ता समजत होत्या ना ?"

पिताजी हसले आणि म्हणाले,

"तुझ्यासारखा खंबीर माणूस तिथं असल्यामुळं त्या वार्तांचं मला फारसं काही वाटलं नाही संजय ! - पण तुला समजलं की नाही ?"

"कशाबद्दल ?"

"स्मिताला मुलगा झाला !" पिताजी काहीसे गंभीर होऊन म्हणाले.

मला ती वार्ता ऐकून खरं तर खूपच आनंद वाटला. पण मी तो पिताजींच्या समोर व्यक्त करू शकत नव्हतो आणि मी तसा आनंद व्यक्त करू शकत नाही याची पिताजींना जाणीव होती. काही क्षण थांबून तेच म्हणाले,

"तू एकदा जाऊन ये दिल्लीला !"

मी काहीच बोललो नाही.

"रोमा आलेली आहे ना ?"

"हो. आली होती. तिला आजच परत पाठवली. तीन आठवड्यांवर तिची परीक्षा येऊन ठेपलेली आहे. ती जायलाच तयार नव्हती !"

पिताजी गालातल्या गालात हसले आणि बन्सीला म्हणाले,

"आत टेबलावर एक पॅकिंग आहे ते घेऊन ये !"

बन्सीनं पिताजींच्या खोलीतून कापडात बांधलेलं एक पॅकिंग आणून टेबलावर ठेवलं.

"सोड ते !" पिताजी मला म्हणाले.

त्यात काय आहे याचा मला पत्ताच नव्हता. कापडाभोवतीची दोरी सोडून मी पाह्यलं. ते 'वेबले अँड स्कॉट' कंपनीचं सहाबारी रिव्हॉल्व्हर होतं !

"मागं तुझ्या सहीनं अर्ज दिला होता कलेक्टरला, आठवतं का ?"

"हो ऽऽऽ लायसेन्स दिलं त्यांनी ?"

"हा ऽऽऽ लायसेन्स दिलं म्हणूनच तुझ्याकडं ही वस्तू आता देतो आहे. यापुढं फार्मवर राहायचं तर तुझ्याजवळ सदैव ही वस्तू हवी !"

"पण पिताजी..."

"आता तुझा शहाणपणा पुरे ! फार झालं ! तो रसूल तुझ्या अंथरुणावर त्या दिवशी न झोपला तर तू आज कुठं असतास ? तेव्हा मूर्खासारखं काहीतरी डोक्यात घेऊ नकोस यापुढं !"

"पण..."

"बोल, बोल, काहीएक मागं ठेवून बोलू नकोस !"

"हे चालवायचं कोणावर ?"

"जो तुझ्या जीवितावर उठेल त्याच्यावर !"

मी हसलो आणि म्हणालो,

"पिताजी, आज माझ्या जीविताला धोका करणारी फक्त एकच व्यक्ती मला दिसते आहे ! आणि ती म्हणजे भूपबाबू !"

"त्याच्यासाठीच तुला मी ही वस्तू देतो आहे."

"पिताजी !"

"हो ऽऽऽ ! तो माझा मुलगा आहे ! पण वैरी होऊन पोटाला जन्मला आहे ! साऱ्या इज्जतीची राखरांगोळी केली त्यानं ! इस्टेट धुळीला मिळवली !

तू इथं आलास आणि मला आशेचा किरण दिसू लागला; पण तुलाही पळवून नेऊन ठार मारायचं कारस्थान रचलं यानं ! वेळ पडली तर बापसुद्धा मुलाची हत्या करू शकतो संजय !''

टेबलावर 'रीडर्स डायजेस्ट' चा ताजा अंक पडलेला होता. त्याकडं बोट दाखवून पिताजी मला म्हणाले,

''वाच ते. पहिलंच आर्टिकल आहे बघ. 'रिची माय सन्, माय एनिमी ! - वेळ आली की बापालासुद्धा मुलाला गोळी घालावी लागते !''

मी बसल्या बसल्या ते आर्टिकल वाचलं. वाह्यात मुलगा शेवटी बापाचा प्राण घेण्यासाठी जंबिया घेऊन धावला, तेव्हा बापानं मन घट्ट करून त्याला गोळी घातल्याची ती विलक्षण सत्यकथा वाचून मी थक्क झालो !

पिताजी मला म्हणाले,

''काही माणसं जगण्याच्या लायकीची नसतात, त्यांना मारणं हेच कर्तव्य ठरतं संजय ! तू कल्पना कर, या भूपचं दारू पिणं, बीनाशी अनैतिक वर्तन हे पाहून मी त्याला चारदोन वर्षांपूर्वी जर मारला असता तर आज त्यानं ही जी परिस्थिती निर्माण करून ठेवलेली आहे ती निर्माणच झाली नसती ! तू, मी स्मिता, रोमा, सारीजणं सुखात जगलो असतो ! आता स्मिताला मूल झालं म्हणून तिच्यावर त्याचा दात, रोमाशी तू लग्न करणार म्हणून रोमाशी त्याचं वैर आणि त्या दोघींच्या जीवनात तू आलास म्हणून तुझ्याशी हाडवैर ! भूपसारखी मुलं जन्मतःच मरावी !''

''पिताजी पण, भूपबाबूंना अटक केली तेव्हा मला वाईट वाटलं !''

''मग त्याच्याऐवजी स्वतःला अटक करा म्हणून सांगायचं होतंस पोलिसांना ! काय मूर्खासारखं बरळतोस संजय ! हा तुझा अति चांगुलपणाच कधीतरी तुझा घात करील लक्षात ठेव ! हा मध्यप्रदेश आहे ! भिंड, मोरेनाकडून वाहणारे वारे आपल्या प्रदेशावरून वाहतात ! पिढीजात दरोडेखोरांचा तो प्रदेश आहे ! नारंगपूरचा तो शिवप्रसाद - तो कोण आहे ? दरोडेखोरच आहे ! पण संभावित ! डाके घालतो, लोकांना लुटतो, आपल्या स्वार्थासाठी कोणाचाही बळी घ्यायला मागंपुढं पाहत नाही; पण सारं कसं कायद्याच्या चौकटीतून ! पण आता या तुझ्या खटल्यात तोही पुरता अडकेल असं वाटतं आहे ! अशा लोकांशी वागताना पुरेसं संरक्षण हवं तुला संजय !''

पिताजींच्या समवेत मी फिरायला बाहेर पडलो. पिताजींच्याबरोबर कित्येक दिवसांनंतर मी फिरायला चाललो होतो. जाताना भूप लहानपणापासून आपल्याशी कसा वागत गेला हे पिताजी सांगत होते. भूप आणि बीनाचं ते अनैसर्गिक नातं निर्दशाला आल्यानंतर पिताजींना मनस्वी दु:खं झालं होतं. त्यांनी त्या दोघांनाही तसं न वागण्याविषयी परोपरीनं विनवलं; पण त्या दोघांनीही पिताजींना जुमानलं नाही. कोवळ्या वयात दारूचं व्यसन लावून घेतल्यानंतरची हकिगत सांगताना पिताजी म्हणाले,

"अरे दारू कोण पीत नाही संजय ? पण त्या पिण्याला काहीतरी मर्यादा हवी, प्रमाण हवं ! ही दोघं संध्याकाळी सात वाजले की प्यायला सुरुवात करायची. ना जेवणाची शुद्ध राहायची, ना अंगावरच्या कपड्यांची ! ही बीना अक्षरश: नग्न होऊन कॉटवर पडलेली असायची ! या बन्सीनं जाऊन तिच्या अंगावर चादर घालायची ! हा बन्सी होता म्हणून कसंतरी आमचं घराणं निभावलं ! मला सांग, गेम करायला यांना सारी दुनिया मोकळी नव्हती ? आपल्या सख्ख्या चुलतबहिणीशी त्यानं असले संबंध ठेवावेत ? छी ऽऽ छी ऽऽऽ ! माझ्या उभ्या आयुष्यात असा बदमाष माणूस मी बघितलेला नाही !"

पिताजींचा भूपविषयीचा तिरस्कार मला यापूर्वीही त्यांच्या बोलण्यातून जाणवला होता, पण आजच्या इतके दाहक असे ते त्याच्याविषयी कधी बोलले नव्हते.

आम्ही परत फिरलो, तेव्हा पिताजी मला म्हणाले,

"संजय, तो शिवप्रसाद आज जरी भूपचं नाव घेत असला तरी मला त्याची शंका आहे हं ! नीच आणि कारस्थानी आहे तो ! भासवेल एक आणि करेल दुसरंच काहीतरी ! तुला त्याचा अंदाज नाही लागायचा ! गेली कित्येक वर्षं मी त्याला ओळखतो आहे !"

"पण पिताजी, त्या गुन्ह्याचा तपास करणारे डि.वाय.एस्.पी. मोठे अनुभवी आहेत. त्यांची दिशाभूल करणं शिवप्रसादला शक्य नाही !"

"ते काही मला सांगू नकोस ! फारच तयारीचा आहे तो ! नारंगपुरात सर्वजण त्याला चांगले ओळखतात ! पण असं आहे, पैसा आणि सत्ता हाती आली की सर्वांचीच तोंडं बंद होतात. त्याच्याविरुद्ध आवाज उठवायला कोणीच धजत नाही !"

आम्ही घरी परतलो तेव्हा साडेसात वाजून गेले होते. त्या रात्री मी तिथंच राह्यलो. तिसऱ्या मजल्यावर झोपायला गेलो तेव्हा स्मिताची आठवण आली. तिला झालेलं मूल कसं असेल हे पाहण्याची उत्कंठा लागली आणि त्याचबरोबर बन्सीनं दिलेली धोक्याची सूचना आठवली : "ज्याच्यापासून मूल निर्माण झालं त्याच्यावर ती स्त्री अधिक प्रेम करू लागते !" पण हे असं व्हायला नको आहे ! रोमाच्या प्रेमाचा मी स्वीकार केलेला आहे. काही झालं तरी मी तिची प्रतारणा करणार नाही ! शिवप्रसाद आणि भूप यांनी माझ्याविरुद्ध जी कारस्थानं रचली होती त्यांना मी समर्थपणे तोंड देऊ शकत होतो; पण स्मिता आणि रोमा या दोघींच्या बाबतीत निर्माण होणारी ही नाजूक गुंतागुंत मला सोडवता येईल का ? या विचारानं मी हैराण झालो होतो.

प्रकरण १८

पिताजींनी जरी मला दिल्लीला जाऊन यायला सांगितलं तरी तिकडं जायचं धाडस होईना. त्या मुलाला बघण्याची तीव्र इच्छा मनात असूनही जायचं धाडस होत नव्हतं. जावं की न जावं याबद्दल काही निर्णयच होत नव्हता. पण दुसऱ्या दिवशी सकाळी पिताजींनी मला पुन्हा विचारलं,

"मग जातोस ना दिल्लीला ?"

"बघतो. अजून काही नक्की ठरवलेलं नाही." तिसरीकडंच पाहत मी म्हणालो.

"तुला जायला हवं !" पिताजी निर्धारानं म्हणाले.

"का ?"

"स्मिताला सूचना द्यायला हवी ! भूप त्या मुलाच्या जीविताला काहीतरी धोका करील अशी शंका आहे मला !"

"पण भूपबाबू तर आता पोलीस कस्टडीत आहेत.

"कारस्थानी माणसं पोलीसकस्टडीत असोत नाहीतर आणखी कुठंतरी असोत, त्यांच्या कारवाया या चालूच असतात ! उलट आपण पोलीस-कस्टडीत आहोत या संधीचा फायदा घेऊन हस्ते-परहस्ते वैर साधायला फार चांगली संधी असते त्यांना ! उद्या काही चौकशी झालीच तर आपण त्या वेळी पोलीस-कस्टडीत होतो म्हणून हात झाडून मोकळे !"

"असं म्हणता ?"

"हां ऽऽऽऽ ! आणखीन एक काम कर !"

"काय ?"

"आमच्या घराण्यात पहिल्यांदा मुलाला पाहायला गेलं की, त्यावरून सोन्याची मोहर उतरवून ती दाईला किंवा सुईणीला दान करण्याची प्रथा आहे. ते काम आता तुलाच करावं लागेल !"

"पिताजी ?"

"अरे, आता त्यात लाजण्यासारखं काय आहे ? चल, मी मोहर आत्ताच तुझ्या ताब्यात देतो."

पिताजी उठले. त्यांनी मला आपल्यामागोमाग यायला खुणावलं. मला जाणंच भाग पडलं. पिताजींनी मला आपल्या दालनात घेतल्यावर आतून दार बंद करून घेतलं. तिजोरीचं कुलूप खोललं. नक्षीचं काम केलेला चांदीचा डबा बाहेर काढला आणि त्यातली सोन्याची मोहर काढून माझ्या हातावर ठेवून म्हटलं,

"हं, ही घे ! आणखीन एक महत्त्वाची जबाबदारी तुझ्यावर टाकणार आहे मी !"

"आणखीन काय ?"

"भूपच्या आईनं मरतेसमयी आपला मोत्याचा कंठा माझ्या स्वाधीन करून म्हटलं होतं की, 'माझी सून घरी येईल तेव्हा हा तिला घालण्यासाठी ठेवून द्या !' ती बिचारी गेली ! पण आता या घरी सून येण्याची शक्यता नाही ! हा कंठा रोमाला दे ! ती मात्र याच घरी राहणार आहे !"

"पिताजी, माझं काय होणार आहे हेच समजेनासं झालंय ! रोमा आणि स्मिता या दोघीही मला आपलाच समजणार, आणि मला त्या दोघींनाही फसवणं जमणार नाही !"

"यात फसवण्याचा प्रश्न येतोच कुठं ! स्मिताशी तू तुझं उर्वरित आयुष्य कंठू शकत नाहीस ! पत्नी म्हणून तुला रोमाचाच स्वीकार करावा लागेल ! आणि तुझं नशीब असं सिकंदर, रोमाला हे सर्व ठाऊक असून तुझ्याशी लग्न करण्याचा निर्णय तिनं घेतलेला आहे ! कोणाच्याही आयुष्यात आजपर्यंत असं घडलं नसेल !"

"मला नेमकी भीती वाटते ती तीच !"

"त्याला एक उपाय आहे संजय !"

"यापुढं तू स्मिताला स्पर्शदेखील करायचा नाही !" पिताजी उठता उठता म्हणाले.

बिलासपूरला दोन दिवस राह्यलो. फार्मवर आता तशी महत्त्वाची काही कामं नव्हतीच. शिवाय तिथल्या त्या घटनांना नाही म्हटलं तरी मी कंटाळलो हातो. त्यापेक्षा चार दिवस दिल्लीला जाऊन आलेलं बरं, असं ठरवून मी ट्रेन पकडली.

स्मिताचा भाऊ, विंग कमांडर महेश, पालम विमानतळावर बंगल्यात राहत होता. स्मितासारखाच देखणा, उंचापुरा महेश स्वभावानं फारच मनमोकळा होता. त्यानं माझं स्वागत करून म्हटलं,

"तुम्हाला एखादं मोठं मानचिन्ह किंवा पदवी द्यायला हवी !"

"ती कशाबद्दल !" दारातून आत येता येता मी म्हटलं.

"इंग्रजी सिनेमात हे गुप्तहेर परदेशात जातात आणि अलौकिक साहस दाखवतात, त्याप्रमाणं तुम्ही त्या फार्महाऊसमध्ये राहून भूप आणि शिवप्रसाद या दोघांविरुद्ध मुकाबला देत राह्यला आहात !"

मी हसून म्हणालो,

"महेशजी, बाकी कथा-कादंबरी किंवा सिनेमात घडतात तशा घटना माझ्या आयुष्यात घडल्या हे मात्र अगदी खरं ! पण तुम्हाला इथं ते सर्व कसं समजत होतं ?"

"तुमचा तो 'नारंगपूर समाचार' पेपर येतो की पोस्टानं. लखमवर झालेला तो हल्ला, त्यात त्याचं निधन झालं, पहाडच्या दोन्ही मुलांना अटक झाली, नंतर फार्मवर तुम्हांला पळवून नेण्यासाठी सशस्त्र हल्लेखोर आले. पण चुकून ते रसूलला पळवून घेऊन गेले - या सर्व बातम्या कळल्या आम्हांला ! पण भूप इतक्या खालच्या थराला जाईल असं कधी वाटलं नव्हतं हं !"

आम्ही बोलत होतो तोच आतून स्मिता बाहेर आली. डोळ्यांत बारीक सुरमा घातलेली स्मिता मला काहीशी पांढरी फटफटीत झाल्यासारखी दिसली. ती माझ्याकडं पाहून हसली. त्या हसण्यात खूप मोठा अर्थ होता तो फक्त मला अन् तिलाच ठाऊक ! मी बसल्या जागेवरून उठलो, पण तिला रिवाजाप्रमाणे

नमस्कार करायचं भानच राह्यलं नाही ! तिनं मात्र अदबीनं मला हात जोडले आणि मग माझ्या लक्षात आलं की, महेश समोर असताना मी तिला नमस्कार करणं आवश्यक होतं !

इतक्यात मनगटातल्या घड्याळाकडं पाहत महेश म्हणाला,

"मॅनेजर, एक्स्क्यूज मी ! मला एक अपॉइंटमेंट आहे. संध्याकाळी येईन. तुम्ही तोवर आराम करा. स्मिता, यांना गेस्ट रूम दाखव."

महेश गेल्यानंतर मी स्मिताला विचारलं,

"राणी कुठं आहे ?"

"ती कॉलेजला गेलीय."

"बरं, बाळ कसं आहे ?"

"सगळ्यांची चौकशी केल्यानंतर आता त्याची आठवण झाली ? चल माडीवर !"

"त्याचं काय आहे स्मिता, आल्या आल्या मला तोच प्रश्न विचारायचा होता; पण महेश समोर दिसल्यानंतर मला तो प्रश्न विचारणं प्रशस्त वाटलं नाही ! त्यांना त्यातलं काही ठाऊक नाही ना ?"

उत्तर न देताच स्मिता हसत हसत पुढं चालली. पाठमोरी ती मला किंचित् स्थूल झाल्यासारखी दिसत होती. पण तिच्या बोलण्यात-चालण्यात कमालीचा फरक पडलेला होता. मी पहिल्यांदा पाह्यलेली स्मिता ती हीच का, असा संभ्रम पडावा इतकी ती बदलली होती. सुरुवातीला गर्विष्ठ, अबोल, तऱ्हेवाईक दिसणारी स्मिता आता हसरी, खेळकर वाटत होती. अपत्यप्राप्ती स्त्रीमध्ये काय किमया करू शकते याचं मूर्तिमंत उदाहरण माझ्या डोळ्यांसमोर उभं होतं !

मूल पाळण्यात झोपलेलं होतं. मी आजपर्यंत अनेकांची लहान मुलं पाह्यली आहेत, पण का कुणास ठाऊक, ती सारी मला एकसारखीच दिसतात. हे पाळण्यातलं मूल पाहताना मात्र मला ते अगदी वेगळं वाटलं ! मी त्याच्या कपाळावरून माझी बोटं हळुवार अशी फिरवली आणि नुकतंच झोपलेलं ते मूल किंचित् हालचाल करून परत झोपी गेलं. स्मिता माझ्याकडं पाहत म्हणाली.

"बिलासपूरला गेला होतास ?"

"हो. तिथं गेलो तेव्हाच समजलं !"

"ते का ? मीही तुला नारंगपूरला पत्र पाठवलं होतं की ?"

"पत्र पाठवलं होतंस ?"

"हो ऽऽ. तारच करणार होते, पण म्हटलं, फार्मवर कोणी तार पोहचती करतो की नाही कुणास ठाऊक म्हणून पत्रच पाठवलं होतं. मिळालं नाही तुला ?"

"नाही मिळालं !"

"मग काहीतरी घोटाळा आहे !"

"तिथं अनेक घोटाळे निर्माण झालेले आहेत, स्मिता, त्यातलाच हा एक ! मला आता त्या घोटाळ्यांचा सराव झाला आहे ! अरेच्या ! एक विसरूनच गेलो ! पिताजींनी ही सुवर्णमुद्रा बाळावरून उतरवून ती दाईला किंवा सुईणीला बक्षीस द्यायला सांगितली आहे !"

स्मिता हसली आणि म्हणाली,

"बरी आठवण ठेवली त्यांनी !

मी बाळावरून ती मोहर उतरवून बाजूच्या टेबलावर ठेवली.

"तब्येत काय म्हणते त्यांची ?"

"बरी आहे."

"बस ना, फार्मवर आणखीन काय विशेष ?"

"मघा महेशजींनी सांगितलं की ! तेच प्रकार ! दुसरं काय ?"

"आणखी कोण आलं होतं ?"

"रोमा आली होती." नकळत मी बोलून गेलो.

"रोमा ऽऽऽऽ ? ती का आली ?"

"सहज !"

"सहज येणं शक्य नाही ! मैत्रिणींना घेऊन आली होती काय परत ?"

"छे, छे ! त्या कशाला येतील वारंवार !"

"मग एकटी रोमाच कशी काय आली ? तिची परीक्षा आली असेल ना आता तोंडावर ?"

स्मिताच्या चेहऱ्यावरचे बदललेले भाव माझ्या नजरेतून सुटू शकले नाहीत. रोमाच्या नावाचा उल्लेख केल्यानंतर तिच्याकडून अशी प्रतिक्रिया व्यक्त होईल याची मला कल्पनाच नव्हती.

इतक्यात बंगल्यावरून एक प्रचंड जेट विमान गगनभेदी आवाज करीत गेलं. मी खिडकीजवळ जाऊन ओणवून पाह्यलं तेव्हा स्मिता म्हणाली,

"विमानाकडं काय बघतोस ? रात्रदिवस ती अशीच डोक्यावरून जातात !"

"पण इतक्या जवळून जाणारं जेट विमान मी कधीच पाह्यलेलं नाही स्मिता !"

स्मिता हसली आणि म्हणाली,

"तू काय घेणार ? चहा की ब्रेकफास्ट ?"

"अगोदर चहा, मग अंघोळ, त्यानंतर ब्रेकफास्ट."

स्मिता बसल्या जागेवरून उठली आणि तिनं जिन्याजवळ जाऊन खाली पाहत सांगितलं,

"सिल्व्हिया, दो कप चाय ले आना."

जिन्याजवळून आत येताना स्मितानं आतून दार बंद केलं आणि मी बसलेल्या कोचावर अगदी माझ्याजवळ बसून चक्क तिनं माझ्या मानेभोवती हात टाकून माझं चुंबन घेतलं ! इतक्या अनपेक्षितरित्या की, मला काय घडतं आहे हे देखील समजलं नाही. नकळत माझा हात तिच्या पाठीवर फिरू लागला. अन् त्याच क्षणी आणखीन एक जेट कानठळ्या बसवणारी गर्जना करीत डोक्यावरून गेलं ! मी स्मितापासून अलग होत म्हणालो,

"स्मिता, यापुढं आपणाला हे असं वागून चालणार नाही !"

ती परत माझ्याजवळ सरकत म्हणाली,

"मी आता काहीही ऐकण्याच्या मन:स्थितीत नाही ! तू असा अचानक आलेला आहेस, मला काय वाटतं म्हणून सांगू...!" स्मिता मला घट्ट बिलगून माझ्या छातीवर डोकं ठेवून म्हणाली,

"संजय, तू माझ्या जीवनाचा सारा सूर पालटून टाकला आहेस ! काही एक बोलू नकोस आणि तू बोललास तरी ते मला ऐकायला येणार नाही ! कोणी काही म्हणालं तरी मी ऐकण्याच्या मन:स्थितीत नाही आता !"

"स्मिता...!"

दारावर टकटक झाली. स्मितानं उठून दार उघडलं. सिल्व्हिया ट्रेमधून चहा घेऊन आली होती. ट्रे खाली स्टुलावर ठेवून ती परत निघून गेली. स्मितानं चहा बनवायला सुरुवात करता करता मला विचारलं,

"फार्मवर इतक्या घडामोडी झाल्या, त्याबद्दल मला एक बोटभर चिठ्ठी देखील पाठवली नाहीत ? विसरलास मला ?"

तिनं पुढं केलेला चहाचा कप हातात घेत मी म्हणालो,

"अद्याप तुला विसरलो नाही, पण यापुढं मात्र नक्कीच आपण एकमेकांना विसरायला शिकलं पाहिजे !"

"नॉनसेन्स !"

"चेष्टा नाही स्मिता, खरंच सीरियसली बोलतो आहे मी ! वुई हॅव टु फर्गेट इच अदर !"

"कसं शक्य आहे ते संजय आता ? हे बघ, हे काय निर्माण केलं आहेस तू ?" पाळण्याकडं बोट दाखवून स्मिता म्हणाली.

"तुला जे हवं होतं, ते मिळालं आहे !"

"अरे, तुझं डोकंबिकं बिघडलंय का ? असं का मूर्खासारखं बरळायला लागला आहेस ?"

पुन्हा कानठळ्या बसवणारा आवाज करीत आणखीन एक जेट पालमच्या धावपट्टीवरून आकाशात झेपावलं. बंगल्याच्या खिडकीशी तावदानं कंप पावली. पण पाळण्यात झोपलेलं ते बालक काही हालचाल करीत नव्हतं. शांत झोपून होतं. हातातला मोकळा कप परत ट्रेमधे ठेवून मी म्हणालो,

"इतका प्रचंड आवाज होतो आहे आणि हे मूल अजिबात डिस्टर्ब होत नाही, हा काय प्रकार आहे ?"

"अरे, तो पोटात असल्यापासून त्याला असल्या आवाजाचा सराव झालेला आहे ! इथं बाजूबाजूला पायलट ऑफिसरांची लहान मुलंसुद्धा अशीच एकदोन तास विमानाचा आवाज नाही ऐकला, तर मात्र रडायला लागतात ! आवाज ऐकला की शांत सगळं !"

"विचित्र आहे सगळं !"

"बरं, ते राहू दे. लखमला का मारलं रे त्या पहाडच्या पोरांनी ? बिच्चारा लखम फार चांगला होता !"

"होता खरा, पण वेळ वाईट आली ! त्या गिरिजाला ती आडदांड पोरं ओढून घेऊन निघाली म्हणून त्यांना अडवण्यासाठी पुढं झाला, तेव्हा त्याच्याच डोक्यात काठी घातली. क्रॅकफ्रॅक्चर झालं. पुढं दवाखान्यात वारला !"

“आणि तो पळवापळवीचा प्रकार काय घडला ?”

“आम्ही लखमला अग्नी देऊन फार्मवर आलो. त्या रात्री रसूल माझ्यासोबत आला होता फार्मवर. त्याला म्हटलं, कॉटवर पड थोडा वेळ माझ्या. मला झोपच नव्हती, पण त्यामुळंच त्या हल्लेखोरांची दिशाभूल झाली. मीच समजून रसूलला उचलून घेऊन गेले.”

“बाकी त्याला जिवंत सोडला हे बरं झालं, नाहीतर...”

“हो ना ! तो मुसलमान आहे ही खात्री झाली म्हणून सुटला !”

“काही असो, तू मात्र यापुढं खूपच जपून राह्यला हवंस ! आणखीन एक महिन्यानं मी इथून निघावं म्हणते. पण मी बिलासपूरला नाही राहणार यापुढं !”

“मग ?”

“फार्मवर ! तुझ्याजवळ राहायचं ठरवलं आहे !”

स्मिताला मी यापुढं स्पर्शदेखील करू नये असं पिताजींनी मला सांगितलं होतं. त्या मुलाच्या जीविताला भूप काहीतरी दगाफटका करण्याची शक्यता आहे, तिनं जपून रहावं हे सांगण्यासाठी केवळ मला इथवर धाडलं होतं.

पण स्मिताचा तो मानस ऐकून मला धक्काच बसला !

“जा, अंघोळ करून घे. ब्रेकफास्ट तयार होतोय.”

मी उठलो. बॅगेतून कपडे घेतले आणि बाथरूमकडं निघालो. स्मिता कोचावर बसून तळहातावर हनुवटी टेकून माझ्याकडं टक लावून पाहत होती. बाथरूमचं दार बंद करताना मला ती पुतळ्यासारखी निश्चल दिसली.

बाथरूमच्या खिडकीतून विमान उतरण्याची धावपट्टी दिसत होती. एका बाजूला प्रचंड अशी विमानं उभी होती. चारदोन हेलिकॉप्टर्सही दिसत होती. कंट्रोल टॉवरमधून सिग्नल न मिळाल्यानं एक विमान हवेतच तरंगत होतं. - मलाही मी जमिनीवर असूनही अंतराळी असल्यासारखं वाटत होतं !

प्रकरण १९

तिकडं फार्मवर असताना माझ्याभोवती जी संकटांची मालिका गुंफली गेली होती, तिच्यातून मी कसाही बाहेर पडू शकलो असतो, पण स्मिताकडं आल्यापासून माझ्यासमोर नवीनच संकट उभं ठाकलं होतं ! स्मितानं यापुढं माझ्यासोबत फार्मवर राहण्याचा व्यक्त केलेला मानस माझ्यादृष्टीनं अत्यंत धोक्याचा होता. रोमाचा स्वीकार करण्याचं मी तिला वचन दिलं होतं. स्मिताचा अन् माझा संबंध असल्याचं समजूनही तिनं आपल्या मनाचा मोठेपणा दाखवला होता. पिताजींना तिनं पत्र पाठवून त्याची कल्पनाही दिली होती. पण आता स्मितानं जर फार्मवर येऊन राहायचं ठरवलं तर पुढं काय होणार आहे हे मला काही समजेना !

अंघोळ करून मी खिडकीशी उभा होतो. विमानतळाच्या धावपट्टीवरून अंतराळात झेपावणारी विमानं न्याहाळत होतो. इतक्यात खाली कॉलेजला गेलेली महेशची मुलगी - राणी - कॉलेजवरून परत आली. मी आल्याचं समजल्यानंतर ती वर आली. बिलासपूरला फक्त एकदाच मी पाह्यलं होतं तिला.

"गुड आफ्टर नून सर !" अदबीनं माझ्या समोर येऊन बसत तिनं मला म्हटलं.

"गुड आफ्टर नून राणी. हाऊ आर यू !"

"फाइन ! मघाशी मला डॅडी भेटले, त्यांनीच तुम्ही आल्याचं सांगितलं. ऑन्टी रोज तुमची आठवण काढते !"

"देवीजी ?"

"हो ऽऽऽ ! एक दिवसही असा जात नाही की ती तुमची आठवण काढत नाही !"

त्यावर मी उगीचच हसलो. पण खरं म्हणजे राणीचे ते बोल ऐकून मी विवंचनेत पडलो होतो.

"डॅडी मला म्हणाले, तुम्हांला दिल्ली बघायची असेल तर घेऊन जा."

"मला आता काहीएक बघायची इच्छा नाही राणी ! आय वॉन्ट टु गो बॅक !"

"का ? आज आला नाहीत तोवर परत जायची भाषा ! पण डॅडी तुम्हांला काही झालं तरी इतक्यात सोडणार नाहीत हं ! करमत नाही इथं ?" हसत हसत राणीनं विचारलं.

"हो ऽऽऽ ! अं, ऽऽऽ ? असंच काही नाही, पण..."

मला राणीशी काय बोलावं हे सुचत नव्हतं. तरीही पण क्षणभर विचार करून मी म्हणालो,

"इथं विमानांच्या आवाजानं मला झोप लागायची नाही !"

"ओ ऽऽऽ ! प्रथम येणाऱ्यांना एखादा दिवसच त्रास होतो, नंतर एकदा सवय झाली की मग मात्र काहीच वाटत नाही."

इतक्यात दुपट्यात मुलाला गुंडाळून घेऊन स्मिता वर आली आणि राणीला म्हणाली,

"काय ग म्हणतात मॅनेजर ?"

"अगं ऑन्टी, हे इथं करमत नाही म्हणून लवकर परतणार म्हणतात !"

"पण इथं विमानतळाभोवती पहारा आहे म्हणावं ! पास असल्याशिवाय बाहेर पडता येत नाही !" हसत हसत स्मिता म्हणाली आणि दुपट्यात गुंडाळलेलं मूल तिनं माझ्यासमोर धरलं मी घ्यावं म्हणून !

खरं म्हणजे मला ती रविवर्म्याच्या चित्रातली विश्वामित्राची पोज घेऊन उठून बाजूला व्हावं असं वाटलं, पण स्मितानं पुढं केलेला तो इवलासा निष्पाप जीव न घेण्याचं धाडस माझ्यात नव्हतं ! मुलाला हलकेच माझ्याजवळ घेतलं.

राणी हसत हसत उठली आणि मला म्हणाली.

"संध्याकाळी फिरायला जावंसं वाटलं तर मला सांग. मी आहे खाली."

राणी खाली गेल्यानंतर मी स्मिताला म्हटलं,

"हे घे ! मला लहान मुलं घेणं जमत नाही !"

स्मिता हसली आणि म्हणाली,

"पण हे दुसऱ्या कोणाचं नाही !"

मी स्मिताच्या बोलण्यातला आशय ओळखून म्हणालो,

"स्मिता, ते जरी खरं असलं, तरी उघडपणे मला या मुलाचा बाप मी आहे असं जगाला दाखवता येणं अशक्यच आहे !"

"जग ओळखायचं ते केव्हाच ओळखून बसलेलं आहे ! तू कसंही वागलास तरी आता तुला कबूल करावंच लागेल !"

"म्हणजे ?"

"म्हणजे काय ?" हसत हसत स्मिता खिडकीजवळ गेली आणि तिथूनच माझ्याकडं पाहत म्हणाली, "संजय, आपण आता इथून मिळूनच फार्मवर जाऊ ! मलाही आता इथं कंटाळा आला आहे !"

"स्मिता, तुझ्या मनात आहे तरी काय ? मला सरळपणानं जगू द्यायचा विचार नाही दिसत तुझा !"

"अरे, तू मला जीवदान दिलंस, तुला सुखानं जगू द्यायचं नाही असं मला वाटेल तरी कसं ? काय मूर्खासारखा बरळतोस ?"

"खरंच स्मिता, आपलं हे नातं गुप्त राहण्यातच आपलं दोघांचंही कल्याण आहे !"

त्यावर स्मिता मोठ्यानं हसली आणि म्हणाली,

"मी तुला खरंच शहाणा समजत होते, पण तू अगदीच वेडा !"

"स्मिता..."

"तुझ्या डोक्यात काहीतरी घोळतं आहे ! तू आल्यापासून मी ते शोधण्याचा प्रयत्न करते आहे ! खरंच, काय आहे ते एकदा बोलून टाक पाहू !"

"स्मिता, याला अगोदर घे, मग सांगतो !"

"का ?"

"हे बघ, माझा बुशशर्ट ओला केला यानं !"

स्मिता हसत हसत पुढे आली आणि माझ्या हातातून मुलाला आपल्याकडं घेता घेता म्हणाली,

"आता मात्र तू पवित्र झालास !"

बुशशर्टचं टोक पिळता पिळता मी म्हणालो,

"तू यापुढं माझं काय करायचं ठरवलं आहेस ते एकदा स्पष्ट सांगून टाक बघू !"

"मी काहीएक ठरवलेलं नाही ! मी फक्त फार्मवर येऊन राहणार आहे ?"

"याचा अर्थ मी फार्म सोडून जावं, एवढाच !"

"ते का ?"

"नाही तर काय ? माझी काहीएक चूक नसताना हा सारा उपद्व्याप तू मला करायला भाग पाडलंस आणि तेवढ्यावरच सारं संपेल असं मला वाटलं होतं, पण तुझा मानस काही निराळाच दिसतो आहे !"

"हे बघ संजय ! तू म्हणत असशील की, आपलं नातं यापुढंही असंच गुप्त राहावं, पण ते अशक्य आहे ! जग काही इतकं दुधखुळं नाही ! ओळखायचं ते त्यांनी ओळखलेलं आहे, मग आपण मुद्दाम नाटक करण्यात काय अर्थ आहे ?"

"नाटक करण्याचा प्रश्न नाही स्मिता ! प्रश्न खरा आहे माझ्या भवितव्याचा !"

"म्हणजे ?"

"मी लग्नाचं वचन दिलंय रोमाला !"

स्मिता काही क्षण माझ्याकडं पाहतच राहिली. तिला त्यावर काय बोलावं हे सुचेनासं झालं. तिच्या चेहऱ्यावर अचानक चिंतेची अन् दुःखाची छटा उमटली. डोळ्यांच्या कडा ओलावल्या. मुलाला छातीशी कवटाळून तिनं माझ्याकडं पाह्यलं. केव्हा ना केव्हा मला हे तिला स्पष्टपणे सांगावंच लागणार होतं. उगाच तिला एका भ्रामक समजुतीत ठेवून नंतर सांगण्यापेक्षा लवकरात लवकर सांगून टाकणं मला हिताचं वाटल्यानं मी बोलून गेलो.

एक आवंढा गिळून स्मिता म्हणाली,

"रोमा ऽऽऽऽऽ ?"

या वेळी आणखीन एक कानठळ्या बसणारं जेट विमान डोक्यावरून

उडत गेलं. स्मिता काही क्षण विवंचनेत पडल्यासारखी दिसली. साडीच्या टोकानं तिनं डोळे टिपले अन् मला म्हणाली,

"मला कल्पना नव्हती ! केलंस ते ठीकच झालं !"

"मी तुला सुरुवातीपासून सांगत होतो की..."

"आता तो विषय दे सोडून ! मी समजायचं ते समजले !"

"पण स्मिता, तू कल्पना कर, माझं उर्वरित आयुष्य कसं जावं हे ठरविण्याचा मला काही अधिकार आहे की नाही'?"

"जरूर ! तो कोण हिरावून घेईल ! पण मला आपलं वाटलं होतं..."

"मी जन्मभर तुझ्याच जवळ राहावं !"

"असंच काही नाही. पण..."

"मी उद्या सकाळी निघणार आहे !"

"हेच सांगण्यासाठी आला होतास ?"

"तसं समज हवं तर !"

"मग त्यासाठी येण्याची गरजच नव्हती ! पत्रानंदेखील मला ते समजू शकलं असतं !"

"मला पक्कं ठाऊक होतं की, तुला मी स्पष्टपणे रोमाचा स्वीकार करणार असल्याचं सांगितलं की तू नाराज होणार ! तू उगाच नसत्या भ्रामक कल्पना उराशी बाळगून राहू नये यासाठी तुला स्पष्टच सांगावंसं मला वाटलं !"

"ठीक झालं !"

"मी तुला स्पर्श करण्यापूर्वीदेखील सर्व कल्पना दिली होती की, तुला फक्त मूल होण्यापर्यंतच तुझा-माझा संबंध !"

"पण मला वाटलं की तू..."

"आणि ते असंच काहीतरी तुला यापुढंही वाटत राहू नये यासाठी सारं स्पष्ट शब्दांत सांगितलं ! समजलं ? मी उद्या निघतोय !"

मला वाटलं, मी स्पष्टवक्तेपणानं बोलल्यामुळं स्मिता माझ्याशी जास्त बोलणारदेखील नाही. पण खिडकीतून बाहेर पाहत म्हणाली,

"काही झालं तरी चार दिवस राहा इथं !"

"मी आलो होतो तुला एक निरोप देण्यासाठी, पिताजींचा !"

"कसला ?"

"भूप तुझ्या बाळाच्या जीविताला काही दगाफटका करायला मागंपुढं पाहणार नाही. तू जरा जपून राहा !"

"त्याची मला पूर्वीपासूनच कल्पना आहे ! केवळ तेवढ्याचसाठी आलास ना तू ?"

"हां ऽ·ऽ ऽ, तसं म्हटलं तर फारसं चुकीचं होणार नाही !"

"ठीक आहे ! तुझा निरोप पोहचलेला आहे !"

"स्मिता, अशी रागावून बोलू नकोस ! या मुलाबद्दल मलाही काहीतरी वाटलं म्हणून आलो !"

"पुरे हा दांभिकपणा ! म्हणे काहीतरी वाटलं ! कल्पना नव्हती इतका क्रूर असशील !"

मी हसलो आणि म्हणालो,

"काय हवं ते म्हण, पण मी माझ्या सद्सद्विवेकबुद्धीशी कधी प्रतारणा केलेली नाही; यापुढं करणार नाही !"

स्मिता बाळाला घेऊन खाली निघून गेल्यानंतर मी कपडे बदलले आणि थोडे पाय मोकळे करावे म्हणून बाहेर पडलो.

पालमचा विमानतळ आणि त्या बाजूचे वैमानिकांचे बैठे बंगले अत्याधुनिक होते. भारताच्या या राजधानीत रोज शेकडो प्रवासी येत होते. त्यामुळं तिथली संस्कृती ही खरीखुरी 'इंटरनॅशनल' वाटत होती. मुलं आणि मुली ओळखता येऊ नयेत इतकी त्यांच्या वेष आणि केशभूषेत साम्यता होती. टोळक्याटोळक्यांनी फिरायला बाहेर पडलेल्या मुलामुलींनी मी परका आहे हे तात्काळ ओळखलं होतं. मी रस्ता झाडत जाणारी बेलबॉटम घातलेली नव्हती आणि हायहिल्सचे बूटही घातले नव्हते !

विमानतळावर हवाई जहाजांची ये जा अव्याहत सुरू होती. प्रथम प्रथम त्यांचं आकर्षण वाटलं, पण नंतर खरोखरच त्याकडं लक्ष जाईना ! विमानतळाच्या बाजूला दिल्लीवरून आलेल्या खाजगी व सरकारी बसेसची एक लांब अशी ओळ लागलेली होती. त्यासमोर खाद्यपेयं विकणाऱ्या ढकल गाड्यांनी गर्दी केली होती. टिकिया, भेळपुरी, सुकं मटण, मासे, आम्लेट खाणाऱ्यांची संख्याही भरपूर होती. पलीकडं मिलिटरी कँप एरिया होता. त्या बाजूस फारसं कोणी दिसत नव्हतं.

दिल्लीकडं जाणाऱ्या रस्त्यानं मैल-दीड मैल जायचं म्हणून मी निघालो होतो. अपरिचित अशा ठिकाणी पायानं फिरण्यात मला नेहमीच आवडतं. चालता चालता मी विचार करत होतो :

"आज मी स्मिताला स्पष्ट सांगून टाकलं ते फार बरं केलं ! तिनं उगाच संभ्रमात राहायला नको ! पण मला त्या मुलाला पाह्यल्यानंतर काहीतरी वाटलं खरं ! काय वाटलं ते शब्दांकित करता येत नाही, पण ज्याला इंग्रजीत 'जॉय ऑफ क्रिएशन' म्हणतात त्याची मात्र नकळत जाणीव झाली. वर वर मी इथून लागलीच परत जाणार असं जरी स्मिताला म्हणालो, तरी मला इथं चारदोन दिवस राहावं असं वाटू लागलं आहे. हे बरं नव्हे ! यात माझ्या मनाचा कमकुवतपणा आहे. काय करू ? मला स्मिताची ओढ नाही, पण त्या बाळाची मात्र ओढ वाटते ! माझ्याच रक्तामांसाचा गोळा आहे तो ! ओढ का नाही वाटणार ? स्मिताशी यापुढं कोणत्याही प्रकारचा संपर्क ठेवायचा नाही असं मी ठरवून टाकलेलं आहे. पिताजी म्हणाले, "भूप त्या मुलाच्या जिवाला काहीतरी दगाफटका करील ! स्मिताला त्याची जाणीव दे !" म्हणूनच मी दिल्लीला यायचं नक्की केलं. स्मिताला मी रोमाचा स्वीकार करणार असल्याचं सांगितलं तेव्हा तिचा चेहरा एकदम पडला. मलादेखील तिची ती अवस्था पाहून वाईट वाटलं, पण काय करू ? नाईलाज होता ! रोमा आणि स्मिता ! I cannot breathe hot & cold in the same breath.

मी बंगल्याकडं परत निघालो तेव्हा मागून एक भरधाव येणारी मोटार माझ्याजवळ येऊन थांबली. मी गाडीकडं पाह्यलं. महेशजी ती मोटार चालवत होते. त्यांच्याशेजारी एक खुबसुरत पंजाबी पोरगी बसलेली होती. मला पाहून ते म्हणाले,

"इतक्या दूर आलात ! चला." गाडीचं दार उघडून देत महेशजी म्हणाले, "काय म्हणते स्मिता ?" त्यांनी परत गाडी सुरू केली.

"ठीक आहे. दिवसभर आमच्या गप्पाच चालल्या होत्या."

"चालणारच ! इतके दिवस झाले, तिकडचं कोणीच इकडं फिरकलं नाही. वाटलं होतं, सरदारसाहेब येतील. पण आताशी त्यांची तब्येतही बरी नसते म्हणे ?"

"हो. त्यांना येता येणं शक्य नव्हतं, म्हणून मीच आलो."

"आणि तसं पाह्यलं तर इकडं यायला तुमच्याइतका दुसरा उचित माणूस कोण आहे ?"

मी महेशजींच्या त्या प्रश्नानं विचारात पडलो. या गृहस्थाला ते सर्व कळलं आहे की काय, हे समजेना. कदाचित् सहजच ते तसे बोलून गेले असतील. पण मला त्या प्रश्नाचा खुलासा विचारायचं धाडस झालं नाही.

महेशजींनी आपली गाडी एका छोट्या, बैठ्या बंगल्यासमोर उभी केली आणि ते त्या मुलीला म्हणाले,

"प्लीज टेल युवर डॅडी दॅट आय एम् कमिंग इन द नाइट फॉर पार्टी. ॲन्ड अलाँग वुइथ माय गेस्ट !" न पाहताच मूठ झाकून अंगठा माझ्याकडं रोखून ते म्हणाले.

ती हसली आणि "ओ. के. ऽ ऽ ऽ, थँक्स" म्हणत बंगल्यात निघून गेली. मी दार उघडून महेशजींच्या शेजारी पुढं जाऊन बसलो. तेव्हा ते म्हणाले,

"ही माझ्या दोस्ताची मुलगी. हिचा वाङ्‌निश्चय आहे, आज इथं पार्टी आहे रात्री."

"महेशजी, अहो हे लोक माझ्या ओळखीचे नाहीत, मी कशाला येऊ ? आपण जा एकटे."

त्यावर महेशजी हसून म्हणाले,

अहो मॅनेजर, तुम्ही तिकडं नारंगपूरला जी माणसं बघता आहात त्यापेक्षा ही एकदम भिन्न आहेत ! पाहा तर खरं ! आणि संकोच बाळगण्याचं कारण नाही. आमच्या इथं अशी प्रथा आहे की, पार्टीला आपल्याकडं आलेल्या गेस्टला सोबत घेऊन जायचं !

"पण..."

रात्री महेशजींच्या सोबत फ्लाइंग ऑफिसर तेजपाल चोप्रा यांच्या बंगल्यावर मी पोहोचलो. बंगल्यासमोर हिरवळीवर टेबलं जोडली होती. भोवताली खुर्च्या मांडल्या होत्या. तेजपाल चोप्रांनी महेशजींना आलिंगन देऊन स्वागत केलं. त्यानंतर महेशजींनी चोप्रांची व माझी ओळख करून दिली. त्यांनी माझ्याशी हस्तांदोलन करून म्हटलं,

"व्हेरी ग्लॅडटु मीट यू मॅनेजर ! हा महेश तुमच्याविषयी मला नेहमी काही ना काही सांगत असतो. तेव्हा आज प्रत्यक्ष तुम्हांला भेटायची संधी

लाभली, आनंद वाटला !''

बाहेर एकामागून एक गाड्या येऊ लागल्या. विंग कमांडर्स, पायलट ऑफिसर्स, फ्लाइंग ऑफिसर्स असे हवाई दलातील अधिकारी सपत्नीक त्या पार्टीत सामील होण्यासाठी दाखल झाले. त्यांपैकी बऱ्याच जणांशी माझी ओळख करून देण्यात आली. पण मी मुखदुर्बळ ! हातात हात देणं, स्मित करणं किंवा थोडंसं जुजबी बोलणं एवढंच मला शक्य होतं.

व्हिस्कीचे ग्लास भरले गेले. स्त्रियांनी जीन लेमनेड घेतलं. कोणी व्हिस्कीच्याऐवजी रम मागितली, आणि प्यायला सुरुवात झाली. महेशजींनी माझ्याही हाती एक ग्लास दिला, मग त्या सर्वांच्या गप्पा सुरू झाल्या. विनोदाला ऊत आला. टोळक्याटोळक्यांनी बसलेल्या अधिकाऱ्यांच्या बायकादेखील थोडीशी जीन पोटात जाताच, पोट धरून हसू लागल्या. मला ते दृश्य पाहून थोडं चमत्कारिक वाटू लागलं. तसा मी थोडासा रांगडाच गडी. त्यात पुण्याचा ! मला ते हसणं, त्यांचे विनोद सारं काही भोंगळ वाटू लागलं. एका बाजूला खुर्चीवर बसून मी तो तमाशा पाहत होतो. इतक्यात माझ्याजवळ महेशजी आले आणि म्हणाले.

''मॅनेजर, असं काय बसलात ? तिथं त्या टोळक्यात चला ना. काय गप्पा रंगल्या आहेत बघा !''

''नको, इथंच ठीक आहे !''

''अहो, असं काय करता ? ही सारी हवाई दलातली माणसं अशी पार्टीत एकत्र आली की सारं विसरून जातात, दिलखुलास गप्पांत रंगतात !''

''आणि एरव्ही ?''

''एरव्हीचं याचं जीवन काय सांगावं तुम्हांला मॅनेजर !'' महेशजींनी व्हिस्कीचा एक घोट घेतला आणि ते म्हणाले, ''रोज मृत्यूच्या समोर जाणारी ही माणसं एकत्र आली की अशी रंगतात ! न जाणो, दुसऱ्या वेळी एकमेकांच्या गाठीभेटीदेखील व्हायच्या नाहीत ! मागच्या सहा महिन्यांपूर्वी आमचा जिगर दोस्त ब्रॅगेन्झा असाच गेला ! त्या रात्री त्याच्या लहान मुलीचा सहावा वाढदिवस होता. ट्रायलसाठी एक फॉकर फ्रेंडशिप जातीचं विमान घेऊन गेला आणि ते हवेतच पेटलं ! बाहेर पडायचा प्रयत्नदेखील करता आला नाही त्याला ! ए ग्रेट मॅन ब्रॅगेन्झा ! ती समोर तेजपालच्या बायकोजवळ बसली आहे ना, ती

मिसेस ॲलन ब्रॅगेन्झा !"

निळसर जॉर्जेटची साडी नेसलेली एक तीसपस्तीस वर्षांची स्त्री तेजपालच्या बायकोजवळ बसली होती. तेजपालची बायको तिला ड्रिंक्स घेण्याचा आग्रह करीत होती, पण ती विनयपूर्वक ते नाकारीत होती.

महेशजी मला हाताला धरून त्या पार्टीतल्या लोकांत सामील होण्यासाठी घेऊन जाता जाता म्हणाले,

"मॅनेजर, इथं आमच्यात जात, वंश, भेद असलं काही डोक्यात येत नाही कुणाच्या ! वुई आर वन ! शिवाय रोज मृत्यूशी झुंज द्यावी लागत असल्यानं जीवनातला प्रत्येक क्षण सुखासमाधानात खर्ची पडावा असं वाटतं आम्हाला ! "

त्या पार्टीत विषयातून विषय निघत होते, विनोदाची कारंजी उडत होती. मंडळी मनसोक्त हसत होती.

मघा स्मिताशी झालेल्या संभाषणामुळं माझं मन काहीसं निराश झालेलं होतं, पण महेशजींच्या या मित्रांच्या समवेत माझी निराशा कुठल्या कुठं पळून गेली. एक दिवस मरून जायचं आहे, मग दुर्मुखलं तोंड घेऊन जगण्यात काय अर्थ आहे, या विचारानं मी माझ्या ग्लासातली व्हिस्की संपवली आणि समोर बाटली घेऊन आलेल्या नोकरापुढं दुसऱ्या व्हिस्कीच्या पेगसाठी ग्लास पुढं केला !

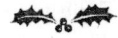

प्रकरण २०

पार्टीवरून परतलो तेव्हा किती वाजले होते हे कळलंच नाही. सकाळी डोळे उघडले तेव्हा दहा वाजायला आले होते. डोकं जड झालं होतं. सिल्व्हिया चहा घेऊन आली, तेव्हा मी विचारलं,

"देवीजी कुठं आहेत ?"

"खोलीत आहेत आपल्या. पाठवू इकडं ?"

"नको, तसं माझं काही काम नाही. सहज विचारलं."

सिल्व्हिया हसून निघून गेली. मी ट्रेमधली केटली घेऊन चहा बनवू लागलो. स्मिताला माझी भूमिका स्पष्ट समजावून सांगायला हवी होती, कारण काल मी तिला रोमाशी लग्न करणार असल्याचा माझा निर्णय सांगितल्यापासून ती दु:खी झाली होती याची मला जाणीव झाली होती. पण ते कोणत्या शब्दांत सांगावं हे मला सुचत नव्हतं. काही झालं तरी स्मिताशी यापुढं माझा तसा संबंध येणं शक्य नव्हतं, मी चहा संपवून कप खाली ठेवतो न ठेवतो तोच महेशजी माझ्या खोलीत आले आणि म्हणाले,

"गुड मॉर्निंग मॅनेजर ! कशी काय झाली पार्टी कालची ?"

"डोकं सुन्न झालं आहे. सराव नाही मद्याचा, त्यामुळं

असं होतं मला.'' सिगारेटची राख ॲशट्रेमधे टाकून महेशजी म्हणाले,

"आणखी आठ दिवस राहा म्हणजे चांगला सराव होईल !"

"माय गॉड ! आठ दिवस शक्य नाही. मला परत जायला हवं फार्मवर !"

"जाल हो सावकाश. इथलं जीवन जरा पाहा ना."

"पण महेशजी, एक गोष्ट मात्र मला फार आवडली तुम्हा लोकांची !"

"कोणती ?"

"जीवनाचा फार गंभीर विचार करायचा नाही !"

"करेक्ट ! अहो विचार करून कधी आपल्या समस्या सुटतात का ? उलट त्या वाढतात. त्यापेक्षा आम्हा लोकांचं जीवनाचं साधंसोपं तत्त्वज्ञान असं : 'Take life as it comes !'

"बरोबर आहे ! ठेविले अनंते तैसेचि रहावे !"

"अहो, आपले पूर्वज फार शहाणे होते. स्वत: टक्केटोणपे खाऊन त्यांनी पुढच्या पिढीसाठी हे अमोल विचारधन लिहून ठेवलं आहे. पण आजकाल त्याकडं पाहतो कोण ? बरं, मी उगाच खोलात शिरायला लागलो सकाळी सकाळी ! स्मिताची इच्छा आहे की, तुम्ही पंधरा दिवस तरी इथं राहावं !"

"देवीजी असं म्हणाल्या ? शक्य नाही ! मला तर त्या कालच्या कालच जा म्हणत होत्या !"

"तुम्ही बायकांचा स्वभाव अद्याप ओळखायला शिकला नाहीत तर !"

"ते कसं काय ?"

"त्या जेव्हा एखादी गोष्ट रागानं बोलतात तेव्हा नेमका त्याच्या उलट असा अर्थ आपण घ्यायचा असतो. त्या जेव्हा 'तू दुष्ट आहेस' म्हणतात तेव्हा आपण खरोखरच दयाळू आहोत असं समजायचं. त्या जेव्हा 'माझ्याशी चकार शब्द बोलू नको' म्हणतात तेव्हा आपण सतत त्यांच्याशी बोलत राहावं असं त्यांना वाटत असतं. 'तुझं तोंड पहायची इच्छा नाही' म्हणतात तेव्हा त्यांना आपला अखंड सहवास हवा असतो. तसंच 'तुम्ही आत्ताच्या आत्ता जा' याचा अर्थ तुम्ही खूप दिवस इथं राहा असाच होतो !"

मी महेशजींच्या वक्तव्यावर हसून म्हणालो,

"पण काही झालं तरी मला आणखी एखाददुसऱ्या दिवसापेक्षा अधिक काळ इथं राहता येणं अशक्य आहे !"

"का ?"

"तिकडं ती केस झालीय ना, जाबजबाबाचं काम सुरू आहे. कदाचित् माझ्याकडून पोलीसअधिकाऱ्यांना अधिक माहितीची गरज पडली तर त्यांचं तपासाचं काम अडून पडेल. शिवाय आता शेतीची कामंही सुरू करायची आहेत. फार मोठा व्याप लावून घेतला आहे मी माझ्या मागं !"

"बघा, माझं काही म्हणणं नाही. स्मिताला पटवून द्या आणि बेशक जा !"

"ते काही फारसं कठीण नाही !"

"ओ. के. ऽ ऽ ऽ, आय वुईल सेंड हर हिअर." असं म्हणून महेशजी, निघून गेले.

थोड्या वेळानं स्मिता आली, कोचावर बसली आणि मला म्हणाली, "जायलाच हवं का तुला इतक्या लवकर."

"पण काल तर तू म्हणालीस, कशाला आलास ? रात्रीतून अशी काय जादू झाली ?"

"संजय, काय सांगू ? तू जन्मभर माझी सोबत करू शकणार नाहीस हे मलाही पटतं रे. पण तरीही वाटतं की तू जवळ हवास !"

"या तुझ्या बोलण्याला काही अर्थ आहे का स्मिता ? मी सोबत करू शकणार नाही हे पटतं तर मी जवळ हवा कशाला ?"

"मला तुझ्या प्रश्नाचं उत्तर नाही देता येणार ! पण ते काही असो, निदान आठ दिवस तरी राहा !"

"का ? या आठ दिवसांत माझ्यात काही परिवर्तन घडतं की काय हे पाहायचंय तुला ?"

"तुझ्यात आणि परिवर्तन ? अशक्य आहे ! परिवर्तन घडणाऱ्या जातीतला नाहीस तू ! तसं असतं तर तू त्या फार्मवर राह्यलाच नसतास ! भूपच्या आणि शिवप्रसादच्या कटकटींना वैतागून केव्हाच निघून गेला असतास !"

"मग हे जर ठाऊक आहे तर आणखी आठ दिवस मला ठेवून घेण्याचा हेतू काय तुझा ?"

"जे आपल्याला आयुष्यभर मिळू शकत नाही ते निदान अल्पकाळ तरी आपल्याजवळ असावं असं वाटतं !"

"स्मिता, हा मनाचा दुबळेपणा आहे ! ज्या गावी आपल्याला कधीच जायचं नाही त्या गावची चौकशी तरी कशासाठी करायची ? डोक्यातून माझा विषयच काढून टाक यापुढं ! नाहीतर स्वत:ही दु:खी होशील आणि मलाही दु:खी करशील !"

स्मितानं गालावर ओघळणारे अश्रू साडीच्या टोकानं टिपले आणि ती उठता उठता म्हणाली,

"तुला हवं तसं कर, माझं काहीएक म्हणणं नाही !"

स्मिता गेल्यानंतर मी डोकं हातात धरून विचार करू लागलो :

"जावं की राहावं ? स्मिताला आता कळून चुकलेलं आहे की मी रोमाचा स्वीकार करणार यात काहीही बदल होणार नाही. पण तिला वाटतं निदान थोडे दिवस तरी मी इथं राहावं, यात काय वावगं आहे ? - तसं नाही ते ! हा मोहाचा पहिला क्षण आंहे, हाच टाळायला हवा ! आता आठ दिवस राहावं वाटलं, तर पुढच्या खेपेस हिच्या सहवासात पंधरा दिवस राहावंसं वाटेल आणि एक दिवस असं वाटायला लागेल की, सदैव तिच्या सहवासात राहावं ? ते लहान मूल परत मला स्मिताशी जखडून टाकील ! त्या मुलाची मला अनावर ओढ निर्माण होईल ! काही नाही, आजच्या आज इथून निघायला हवं !"

मी अंघोळ, ब्रेकफास्ट आटोपून बॅग भरायला सुरुवात केली तेव्हा तिथं राणी आली आणि मला म्हणाली,

"अंकल, हे काय ? तुम्ही जाणार परत ?"

"होय. जायला हवं. खूप कामं आहेत माझ्या मागं."

"पण ऑन्टी तर म्हणत होती, तुम्ही राहणार म्हणून !"

"राहणार होतो. पण..."

माझ्या मनातलं वादळ राणीला समजावून सांगणं शक्य नव्हतं. महेशजींच्या अगत्यशील स्वभावाचं पुरेपूर प्रतिबिंब उमटलेली राणी किंचित् निराश होऊन मला म्हणाली,

"तुम्हांला दिल्ली, आग्रा दाखवायचा होता. ताजमहाल पाह्यला आहे तुम्ही ?"

"नाही. पाहायची इच्छा मात्र होती."

इतक्यात स्मिता बाळाला घेऊन तिथं आली आणि म्हणाली,

"ताजमहाल त्याला काय समजणार आहे ?"

"समजायचं काय त्यात ?" बुशशर्टची घडी करून बॅगेत ठेवता ठेवता मी स्मिताला विचारलं.

"अरे, ताजमहाल बघायला येणाऱ्यांपैकी फारच थोड्यांना ताजमहाल समजतो, बाकीचे संगमरवरी दगडधोंड्यांची भव्य वास्तू म्हणून बघतात आणि जातात ! पण ज्याला शहाजहानच्या दिव्य प्रेमाची महती ठाऊक आहे त्यालाच तो समजतो ! ज्या मुगल सम्राटाच्या विरहातून ताजमहालचा जन्म झाला आहे, त्याच्या विरहाची ज्यांना जाणीवच नाही त्यांना ताजमहाल काय समजणार ! आणि तुझ्यासारख्या निव्वळ व्यवहारी माणसाला प्रेम, विरह या नाजूक भावना कशा काय समजणार ?"

"आय सी ऽ ऽ ऽ ऽ ! आता लक्षात आलं, ताजमहाल मला का समजणार नाही ते !"

"अच्छा अंकल, मी जाते. क्लासला जायचं आहे." राणी मनगटातल्या घड्याळाकडं पाहत म्हणाली.

मी राणीला पाठीवर हात ठेवून म्हणालो,

"राणी. पुढच्या वेळी जेव्हा येईन ना तेव्हा तुझ्यासोबत दिल्ली, आग्रा पाहीन. ओ. के. बेस्ट ऑफ लक् !"

राणी गेल्यानंतर मी माझी बॅग बंद केली आणि स्मिताला म्हटलं,

"तू बिलासपूरला केव्हा जाणार आहेस ?"

"आणखी एक महिन्यानंतर."

"तू निघण्यापूर्वी पत्र पाठव. मी येईन स्टेशनवर."

"कुठं नारंगपूरला ?"

"हां ऽऽऽ."

"कशाला ज्या गावाला जायचं नाही त्या गावाची चौकशी करतोस ?"

"स्मिता, खरंच तुला कसं समजावून सांगावं समजत नाही मला ! अगं, तुला यात काहीच कसं वाटत नाही ? एकदा आपण निर्णय घेतला ना ?"

"म्हणून म्हणते, पुन्हा मला बिलासपूरला जाताना का भेटायला येतोस ?"

"तुला नाही भेटायला येत ! या बछड्याला !" असं म्हणून मी स्मिताच्या मांडीवर असलेल्या बाळाच्या गालाला हात लावला. मला त्याच्या गालाचं हळुवारपणे चुंबन घ्यायचा मोह झाला. पण तसं करताना मला स्मिताच्या फारच जवळ जावं लागणार होतं. म्हणून मोह टाळला.

कपडे भरून झाल्यावर मी स्मिताला म्हणालो,

"आता फार विचार करू नकोस. मी चाललो !"

"महेशला सांगितल्याशिवायच जातोस ? तो खाली आहे. ऑफिसकडं जायची वेळ झाली आहे त्याची."

"जातो ना."

महेशजी कपडे करून तयार होते. मला पाहून ते म्हणाले,

"मेहमान नाराज हो गये ?"

"नाही, नाही. तसं काही नाही महेशजी. आय ऍम् फोर्स्ड बाय सर्कमस्टन्सेस टु गो बॅक ! दॅटस् ऑल !"

"ओ. के. ऽ ऽ ऽ पण पुढच्या वेळेस मात्र आठ दिवस कोंडून ठेवणार हं !"

जाताना मी बाळाला जवळ घेऊन स्मिताला म्हणालो,

"जपून राहा हं ! इथून निघताना चांगली सोबत असल्याशिवाय निघू नकोस ! नाहीतर सरळ बन्सीला बोलावून घे !"

स्मितानं फक्त मान हलवली आणि महेशला न दिसतील अशा बेतानं डोळ्यांच्या कडा टिपल्या.

नारंगपूरच्या स्टेशनवर आल्याक्षणीच शिवप्रसाद शर्मांचं पोलीसकोठडीत हृदयविकारानं निधन झाल्याची वार्ता मला समजली. प्रथम माझा त्या वार्तेवर विश्वासच बसेना. मास्तरांना विचारावं म्हणून गेलो तर पोर्टरनं सांगितलं, मास्तरांची बदली झाली. मग फार्मवर जाण्याऐवजी पोलीस स्टेशनकडं गेलो. डी. वाय. एस्. पी. साहेब काही कामानिमित्त बिलासपूरला गेले होते. नारंगपूरचे फौजदार मात्र भेटले. ते मला चिंताग्रस्त दिसले.

"असं कसं काय झालं साहेब ?" मी विचारलं.

"कसं नि काय ? साला जामिनावर सुटल्यानंतर मेला असता तर बरं झालं असतं ! जिवंतपणी तुम्हासारख्या अनेक लोकांच्या मागं झंगटं लावत

होता, मरताना आमच्यामागं झंगट लावून गेला !''

''त्यात तुमचा काय दोष !''

''दोष असा काही नाही म्हणा, पण तो मेल्यानंतर त्याचं मॅजिस्ट्रेटसमोर पोस्टमॉर्टम करून घ्यावं लागलं. वर गव्हर्न्मेंटपर्यंत कळवावं लागतं. पोलीस कोठडीत आरोपी मेला की लोक एकच बोंबलतात: पोलिसांनीच काहीतरी केलं असलं पाह्यजे !''

''केव्हा घडलं हे ?''

''आजचा तिसरा दिवस !''

''पण आता त्या केसचं काय होणार ?''

''आता केस फक्त भूपवर पाठवावी लागेल ! त्या शिवप्रसादनं भूपची त्याला आलेली काही पत्रं हजर केलेली आहेत ना !''

''काय लिहिलंय तरी काय त्यांनी त्या पत्रांत ?''

''त्या सर्व पत्रांचा सूर एकच आहे : तुम्ही इथून जावं ! भूपनं रायगडच्या जेलमधून पाठवलेली पत्रं आहेत ही. पण ती अशा तऱ्हेनं लिहिलेली आहेत की, त्यामधून भूपनं तुमच्या जीविताला धोका होईल असं काहीतरी करावं हे कुठंच म्हटलेलं नाही. हे पत्र पाहा :

'शिवप्रसादजी, मॅनेजर संजय जोपर्यंत तिथं आहे तोपर्यंत मला या जगात कोणीही साहाय्य करणार नाही ! मॅनेजरनं आमच्या खानदानीची इज्जत धुळीला मिळवली ! मॅनेजरनं आमच्या पिताजींनादेखील भारून टाकलेलं आहे ! त्याच्या सल्ल्याशिवाय इकडची काडी तिकडं हलत नाही ! मॅनेजर ! मॅनेजर ! मॅनेजर ! हा प्रथम आमच्या घरी आला तेव्हा तो आम्हा सर्वांना वाकून नमस्कार करीत होता. पण जसे याचे आणि आमच्या धाकट्या मातोश्रींचे अनैतिक संबंध जडले तसा तो आम्हा कोणालाच जुमानेनासा झाला आहे ! इतकंच काय, पण बीनानं आणि मीदेखील त्याच्या आज्ञेत राहावं असं आमचे बुद्धिभ्रष्ट पिताजी मला सांगतात ! पण हे अशक्य आहे !''

''मला हॉटेल काढण्यासाठी आमच्या पिताजींच्याजवळ पैसा नाही, पण या मॅनेजरनं यांना सांगताच बिलासपूरच्या को-ऑपरेटिव्ह बँकेतून नक्त पंचवीस हजार रुपये जमिनीवर कर्ज घेऊन ते या मॅनेजरच्या स्वाधीन करतात, याचा अर्थ काय ? स्वतःच्या मुलापेक्षा यांना हा जवळचा वाटावा ? शिवप्रसादजी,

आता माझी सारी भिस्त तुमच्यावर आहे ! माझ्या अपीलाच्या कामी तुम्ही वकील देऊन माझी सुटका करण्याचा प्रयत्न करीत आहात हे वाचून जगातली माणुसकी अद्याप नष्ट झालेली नाही असं वाटतं ! तुमचं ऋण मी फेडल्याशिवाय राहाणार नाही !''

"अशी बरीचशी पत्रं आहेत मॅनेजरसाहेब, पण कोणत्याही पत्रात तुमचा काटा काढावा असा स्पष्ट उल्लेख नाही !''

"तसा भूप वस्ताद आहे ! प्रत्यक्ष लिहिणार नाही !''

"तथापि आम्ही त्या दोघांनाही अटक केलीच आहे ! पण हा रावेरसिंग किंवा त्याचे साथीदार आपण भूपला कधीच भेटलो नाही असं सांगतात. तेव्हा त्या दोघांनी शिवप्रसादच्या घरी या प्रकाराच्या अगोदर वास्तव्य केलं होतं ही घटना आणि दुसरं म्हणजे ही पत्रं, याशिवाय भूपबाबू आणि बीना यांच्याविरूद्ध कसलाच पुरावा नाही !''

"बीनानं पत्रं पाठवलेली आहेत ?''

"नाही ना ऽ ऽ ऽ ! तिच्याविरूद्ध थोडादेखील पुरावा नाही ! केवळ ती भूपसोबत शिवप्रसादच्या घरी राहायला होती आणि म्हणून तिचा या प्रकरणात काही हात असावा, हे न्यायालयात मान्य होण्यासारखं नाही. शिवाय हा शिवप्रसाद मेल्यामुळं केसमधला दमच निघून गेलेला आहे !''

"फौजदारसाहेब, त्या पहाडच्या मुलांच्या केसचं कुठपर्यंत आलं आहे ?''

"त्यांच्यावरची केस कोर्टात पाठवली ना परवा. ती पोरं मात्र नाहक सापडली. ते कारस्थानसुद्धा या शिवप्रसादचंच ! बाकी या नारंगपुरात यापुढं मात्र शांतता नांदेल ! या शिवप्रसादनं आजपर्यंत अशी अनेक लफडी करून ठेवली हो ! स्वत: कश्शाकश्शात सापडायचा नाही, हस्तेपरहस्ते भानगडी करण्यात त्याचा अगदी हातखंडा !''

फौजदाराचा निरोप घेऊन मी फार्मवर आलो. लखमची बायको लच्छीला अन् मुलांना घेऊन परत आली होती, सोरज आणि बंगानं नांगरणी सुरू केली होती. पुन्हा दुसऱ्या लागवडीसाठी वाफे तयार करण्याची पूर्वतयारी सुरू होती,

बंगल्याभोवतीची फुलझाडं बहरली होती. मोगऱ्याचे ताटवे फुलले होते आणि बंगल्याभोवती त्यांचा सुगंध दरवळत होता.

यापुढं मला शांततेनं दिवस कंठता येतील असं वाटण्यासारखी परिस्थिती

निर्माण होत होती. मला इथून हुसकून लावण्याचे प्रयत्न करणारा शिवप्रसाद आता या जगात उरलेला नव्हता.

अंघोळ करून परीटघडीचा पायजमा आणि झब्बा घालून मी व्हरांड्यातल्या आरामखुर्चीवर पडलो. समोर नारंगपूरच्या स्टेशनात बराच वेळ येऊन थांबलेल्या मालगाडीच्या इंजिननं जादा झालेली वाफ सोडल्यामुळं झालेला आवाज मला बसल्या जागी ऐकू येत होता. त्या आवाजानं मला महेशजींच्या घरावरून गर्जना करीत जाणारी जेट विमानं आठवली. स्मिता आणि तिचं बाळ डोळ्यासमोर उभं राह्यलं, त्या भेटीत मी स्मिताला संभ्रमात न ठेवता स्पष्टपणे जी जाणीव दिली ते एका अर्थी बरंच झालं असं वाटत होतं. पण त्यामुळं स्मिता नाराज झाल्याचं पाहून मलाही वाईट वाटलं. पण कुठं ना कुठं मला थोडंसं कठोरपणानं वागणंच जरूर होतं. इकडं रोमावर प्रेम करायचं आणि तिकडं स्मिताला मी तुझाच आहे असं भासवायचं असलं दुटप्पी धोरण माझ्याच्यानं शक्य नव्हतं. स्मिताशी माझे संबंध जडले त्या वेळीही माझ्या मनात स्वार्थ नव्हता आणि रोमादेखील माझ्या प्रेमात पडली आहे हे मला खूप उशिरा समजलं. पिताजींना तिनं पाठवलेलं ते पत्र आणि ती इथून जाताना लच्छीजवळ ठेवून गेली होती ते पत्र. या दोन पत्रांमुळं मला तिच्या प्रेमाची चाहूल लागली. त्यानंतर ती इथं आली अगदी अनपेक्षितरीत्या. आल्या आल्या तिनं मला चक्क मिठीच मारली. डी. वाय्. एस्. पी. साहेब समोर असूनही तिला आपला भावनावेग आवरता आला नाही. माझ्या जीविताला धोका करण्याचा प्रयत्न झाला, त्यातून मी सुदैवानं बचावलो गेलो, हे तिला समजताच ती जबलपुराहून तातडीनं आली होती.

हे सर्व मी आरामखुर्चीवर पडून आठवत होतो तोच दुरून कोणीतरी फार्मच्या रोखानं येत असल्याचं मला दिसू लागलं. ती चाल माझ्या ओळखीची वाटल्यानं मी उठून कठड्याजवळ उभं राहून पाह्यलं. तो एकनाथ होता.

इतक्या दिवसांनी मला माझ्या भावाला पाहून आनंद वाटला. मी त्याच्या येण्याच्या वाटेकडं थोडं अंतर चालून गेलो. वाटेतच मी त्याची ऊरभेट घेतली. हातात हात धरून मी त्याला बंगल्याकडं घेऊन येत असताना तो मला म्हणाला,

''एवढी उलथापालथ इथं झाली, मला एखादं पत्रदेखील पाठवण्याची

सुबुद्धी नाही झाली तुला ? पण आता मी तुला इथून घेऊन जाण्यासाठीच आलो आहे ! दादादेखील येणार होता, पण आताशी त्याची तब्येत बरी नसते म्हणून त्याला नाही आणलं सोबत !''

"बरं. वहिनी, मुलं कशी आहेत !''

"सर्व काही ठीक चाललं आहे. आम्हा सर्वांना आता फक्त तुझीच चिंता आहे बघ ! हं ऽ ऽ ऽ काय काय झालं इथं ?''

"अरे, बंगल्यात तरी चल. अंघोळ कर, चहा घे. मग निवांत बोलत बसू !''

"पण आता मी जाताना तुझा इथून परत घेऊन जाणार आहे, हे ध्यानात घेऊन माझ्याशी बोल हं !'' तर्जनी रोखून एकनाथ मला बजावत म्हणाला.

"बरं, बरं. ते बघू नंतर. तू अंघोळ तर करून घे अगोदर.'' एकनाथला मी बाथरूमकडं नेताना म्हणालो.

"तरी मास्तर मला म्हणतच होते, या बंगल्यात येऊन राहणाऱ्याचं कधी भलं होत नाही ! तुझ्या मालकाची पहिली बायको इथंच वारली ना ?''

"जो जन्मला तो कधी ना कधी मरणारच. तो कोणत्या ठिकाणी मेला याला काय महत्त्व आहे !''

"ते काही असो, तुझ्यापेक्षा चारदोन पावसाळे मी अधिक काढलेले आहेत ! मला शिकवण्याच्या भरीला तू पडू नयेस हे बरं !''

"बरं, अंघोळ करून घे.''

एकनाथ बाथरूममधे गेल्यानंतर मी एकटाच हसत बाहेर आलो. म्हणे मला इथून परत न्यायला आलो आहे ! तसा मी परत जाणाऱ्या जातीतला असतो तर याअगोदरच गेलो नसतो ?

पहाडच्या बायकोला चहा करायला सांगितलं. थोडं अधिक जेवण बनवायलाही सांगितलं अन् मी सोरजजवळ येऊन म्हणालो,

"माझा भाऊ आला आहे पुण्यावरून एकदोन दिवस राहील. तुम्हांला तो इथं काय घडलं हे विचारील; त्याला उगाच भीती वाटेल असं काही सांगू नका.''

"छे ऽ ऽ ऽ बाबूजी, आम्ही चकार शब्द नाही उच्चारणार !'' खांद्यावर

धरलेलं फावडं खाली ठेवून, कपाळावरचा घाम टिपत सोरज म्हणाला.

"बंगा, संध्याकाळी माझ्या भावाला टांग्यातून गावात घेऊन जा. जरा गाव दाखवून आण."

"हां ऽऽऽ जी !"

एकनाथ अंघोळ करून कपडे बदलून व्हरांड्यात येऊन उभा होता. लच्छी चहा घेऊन आली. चहा घेतल्यानंतर लच्छी मोकळे कप घेऊन गेल्यानंतर एकनाथ म्हणाला,

"खून झाला तो कोणाचा ?"

"आता आली होती ना, त्या मुलीच्या बापाचा. पण खून करावा या हेतूनं त्या पोरांनी मारलेलं नव्हतं, फक्त एकच काठी लागली त्याला."

"हे बघ संजय, माणूस मेला ना ? मग तो मरावा या हेतूनंच मारलं असं समजायचं असतं ! बरं, तो दरोड्याचा प्रकार काय ?"

"दरोडाबिरोडा काही नाही रे ! उगाच दहशत घालण्यासाठी त्या शिवप्रसादनं माणसं पाठवलेली होती. ती सर्व सापडलेली आहेत. तो शिवप्रसादही मेला परवा. त्यात आता घाबरण्यासारखं काही शिल्लक राह्यलेलं नाही !"

एकनाथ माझ्याकडं रोखून पाहत म्हणाला,

"संजय, स्वतःची जमीन सोडून तू इथं दुसऱ्याच्या जमिनीत येऊन निष्कारण आयुष्य वाया घालवतो आहेस ! अरे, तो धूप म्हणे तुझा खून करायला मागं पाहणार नाही !"

"धूप नव्हे एकनाथ, तो आहे भूप ! पण आता तो पोलीसकोठडीत आहे ! त्याला मी कोण आहे याचीही चांगलीच जाणीव झालेली आहे आता !"

"मूर्ख आहेस ! अरे, आपला मुलूख सोडून इतक्या दूर येऊन या भानगडी करीत राह्यला आहेस, तुला काहीच कसं वाटत नाही ? छे छे ! छे ! आईच्या मागं तू असा काहीतरी उपद्व्याप करून ठेवशील असं वाटलं नव्हतं आम्हांला !"

"अरे, यात उपद्व्याप कसला आला आहे ? जगात कुठंही गेलास तरी काही ना काही व्याप, समस्या या निर्माण होणारच !"

"ते खरं रे, पण जेव्हा जिवावर बेततं तेव्हादेखील अट्टाहासानं इथंच राहाणार म्हणायचं हा शुद्ध मूर्खपणा आहे ! नाहक प्राण गमावून बसशील !"

"हे बघ एकनाथ, माझी त्यालासुद्धा तयारी आहे !"

"इतका कसा रे कठोर निपजलास ?"

"मुळात नव्हतो, पण परिस्थितीनं मला तसं वागायला शिकवलं !"

"कसली आलीय ढेकळाची परिस्थिती ! अशा निर्जन जागी राहतोस, चारदोन गुंडांनी तुला वाटेत अडवून गळा दाबला तरी कोणी मदतीला यायचं नाही, समजलास ?"

मी हसलो आणि म्हणालो,

"ते आता अशक्य आहे एकनाथ ! हे पाह्यलंस ?"

खिशातून पिताजींनी दिलेलं वेबले स्कॉट कंपनीचं सहाबारी रिव्हॉल्व्हर बाहेर काढून त्याला दाखवलं.

"पण एवढी उठाठेव हवीच कशाला ? सरळ पुण्यात चल. आमच्या बँकेत चिकटावून देतो तुला. शेचारशे पगार मिळेल. वकिलीचा अभ्यास कर पुढं. एखादी सालस मुलगी पाहून लग्न करून टाकू. सुखानं संसार कर."

"एकनाथ, तू माझा भाऊ आहेस. तुला तसं वाटणं अगदी स्वाभाविक आहे. पण आज परिस्थिती अशी आहे की, मी इथून जाऊच शकत नाही. जगलो तर इथंच जगेन, नाहीतर कुठंच जगू शकणार नाही !"

एकनाथ कपाळाला हात लावून विचार करीत बसला आणि हताश होऊन म्हणाला,

"मग नाईलाज आहे माझा ! पण दादानं तुला एक आठ दिवसांसाठी बोलावलं आहे. निदान त्याला भेटून तरी जा ! तुला वहिनीनं आवर्जून घेऊन यायला सांगितलेलं आहे !"

"का ? तिची धाकटी बहीण माझ्या गळ्यात मारायची दिसते ?"

एकनाथ डोळे विस्फारून माझ्याकडं पाहत म्हणाला,

"काय जादुटोणा शिकलास की काय इथं राहून ? तुला रे काय ठाऊक ते ?"

"दादाला आणि वहिनीला अचानक माझी आठवण होण्याला दुसरं काही कारण असूच शकत नाही एकनाथ ! हे समजायला जादुटोणा कशाला हवा ?"

"पण वत्सला खरोखरच सुरेख दिसते रे !"

"हे बघ, दोन बहिणीबहिणी एका घरात आल्या की त्या घराचे तीन-तेरा वाजलेच म्हणून समज !''

"ते कसं काय ?''

"ते तुला समजायचं नाही, वनिताला विचार !''

"म्हणजे तुला पसंत नाही म्हण ! पण अरे गाढवा, लग्न झाल्याशिवाय, मुलं झाल्याशिवाय माणसाच्या आयुष्याला स्थैर्य प्राप्त होत नाही !''

"ते काही असो, मी इथून येऊ शकत नाही आणि वत्सलाशी लग्न करू शकत नाही ! उगाच तुला खोट्या कल्पनेत ठेवणं मला पसंत नाही म्हणून स्पष्टच सांगतो ! आल्यासारखा दोन दिवस राहा आणि मग जा !''

एकनाथ नंतर त्या विषयावर पुन्हा बोलला नाही. तो दोन दिवस राह्यला मात्र, फार्मवर मी केलेल्या सुधारणा, गेल्या साली आम्ही काढलेल्या गव्हाच्या विक्रमी पिकाबद्दल त्याला सोरज आणि बंगानं माहिती सांगितली. मी त्या वातावरणाशी एकरूप झाल्याचं त्याच्या निदर्शनास आलं. माझ्याबद्दल आजूबाजूच्या लोकांनी त्याला जेव्हा सांगितलं, 'बाबूजी आमच्या नारंगपूरला आले आणि इथलं सारं वातावरण पालटून गेलं ! ते आमच्या जीवनाचा एक आवश्यक असा भाग बनून राह्यले आहेत !' तेव्हा मात्र एकनाथनं मला परत 'पुण्याला चल' म्हणायचं धाडस केलं नाही !

गाडीत बसण्यापूर्वी तो परत मला जवळ घेऊन म्हणाला,

"सावधानतेनं राहा ! जमलं तर चार दिवस येऊन जा !''

"येणार आहे, पण त्या वेळी कदाचित एकटा असणार नाही !'' गाडी सुटता सुटता मी म्हणालो आणि हसलो,

एकनाथ 'आ' करून पाहतच राह्यला.

गाडी सुटली होती.

प्रकरण २१

एकनाथ गेल्यानंतर चौथ्या दिवशी मला फार्मवर डी. वाय. एस. पी. साहेबांचं बोलावणं आलं. मला घेऊन यायला त्यांनी जीप धाडली होती. कपडे करून मी जीपमध्ये ड्रायव्हरशेजारी पुढं जाऊन बसलो. नारंगपूरच्या बाजारपेठेतून आमची जीप चालली होती. मी आताशी नारंगपूरात भलताच फेमस झालो होतो. शिवप्रसादला अचानक मृत्यू आला तो हृदयविकारानं, पण काही लोकांना वाटलं की, या इस्टेट मॅनेजरनं काहीतरी कारस्थान रचलं आणि त्यामुळंच तो मेला ! तो गेल्याचं दुःख असं कोणाला फारसं झालेलंच नव्हतं, पण त्याच्या मृत्यूला मी कारणीभूत म्हणून माझ्याकडं पाहण्याची दृष्टी मात्र बदलली. तसं पाह्यलं तर तो मेला तेव्हा मी महेशजींच्याकडं दिल्लीत होतो. इकडं परतल्यावर मला ती वार्ता समजली होती. शिवप्रसाद हा जबरदस्त 'गट्स' असलेला माणूस होता. तो कोणाच्या कारस्थानामुळं मरून जाईल ही सुतराम शक्यता नव्हती. पण अनेक लोकांचा समज होऊन गेला होता की शिवप्रसादच्या मृत्यूला प्रत्यक्ष कारण मीच ! स्पष्ट असं मला कोणी सांगितलेलं नव्हतं पण लोकांच्या नजरेवरून, माझ्याशी त्यांच्या होणाऱ्या वर्तणुकीवरून मला त्याची चाहूल लागलेली होती. भूप आणि बीना या दोघांना अटक झाल्यानंतर लोकांची अशीच काहीशी

प्रतिक्रिया झाली होती, "खुद्द सरदारसाहेबांच्या मुलालासुद्धा या इस्टेट मॅनेजरनं तुरुंग दाखवला !" अशी कुजबूज चालल्याचं सोरज आणि बंगा यांनी मला सांगितलं. हा नसता गैरसमज माझ्याभोवती निर्माण झाला होता. तो निराधार आहे असं कोणाला पटवून द्यावं असं मात्र मला वाटत नव्हतं. कारण मलाही गेल्या वर्षभरात घडलेल्या घटनांमुळं वाटू लागलं होतं की, इथं सुखाने जगायचं असेल तर स्वत:बद्दल लोकांच्या मनात एक प्रकारची भीती निर्माण करणं आवश्यक आहे. विनासायास ती निर्माण झालेली असताना ती कपोलकल्पित आहे, निराधार आहे असं पटवून देण्याचा मी तरी अट्टाहास कशासाठी धरावा ?

जीपमधून जाताना मला लोक हात जोडत होते. मी त्यांचा स्वीकार करीत चाललो होतो. जीप पोलिसस्टेशनसमोर उभी राहाताच समोरच्या चारदोन पोलिसांनीही मला सॅल्यूट ठोकला. वास्तविक पाहता त्यांनी मला सॅल्यूट करण्याचं काहीएक कारण नव्हतं. फुक्कट भाव खाण्याचे दिवस आले होते झालं !

डी. वाय्. एस्. पी. साहेबांनही माझ्याशी हस्तांदोलन करीत म्हटलं,

"कुठं दौड मारली होती ?"

"दिल्लीला गेलो होतो चार दिवस."

"अच्छा ऽ ऽ ऽ ऽ ! पण आज तुम्हांला मी एक सांगण्यासाठी बोलावलं आहे ! बीनाताईंच्याविरुद्ध कसलाही पुरावा निष्पन्न होऊ शकत नाही !"

"मग ?"

"त्यांना आज सी. आर. पी. सी. कलम एकशे एकूणसत्तरप्रमाणं सोडून द्यायची ऑर्डर घ्यावी लागणार मॅजिस्ट्रेटकडून."

"आणि भूप ?"

"त्यांच्याविरुद्ध मात्र दोषारोप दाखल करण्याचं ठरवलं आहे. त्यांनी शिवप्रसादला वेळोवेळी पाठवलेली पत्रं, शिवप्रसादनं आमच्याकडं हजर केलेली आहेत. रावेरसिंगला भूपबाबूंनी पैसे देण्याचं कबूल केलं होतं, पण तो रावेरसिंग आता मात्र ते नाकबूल करतो आहे. रसूलला ट्रकमधून पळवून नेणारे चार लोक आम्ही पकडले आहेत, पण तेदेखील साले भूपचं नाव कबुलीजबाबात घेत नाहीत ! हा शिवप्रसाद मेल्यामुळं सारा घोटाळा निर्माण झाला आहे ! तो जिवंत असता तर त्यानं आपला बचाव करण्यासाठी ही सारी जबाबदारी भूपवर

ढकलली असती आणि भूप अगदी निश्चित जाळ्यात अडकला असता ! पण तो शिवप्रसाद मरून सारा घोटाळा निर्माण झाला आहे ! तथापि भूपविरुद्ध चार्जशीट पाठविण्याइतपत 'प्रिमा फेसी' केस निश्चितच निर्माण झालेली आहे.''

''पण बीनाचं काय करणार ?''

''सोडून देणार आज.''

''पण ती भूपला सोडून जाणार कुठं ?''

''तोच प्रश्न आहे. कदाचित् भूप या खटल्यात अडकणार या भीतीनं ती आत्महत्या करील अशी मला शंका आल्यानं मी तुम्हाला बोलावणं धाडलेलं आहे. तिला कुठं पोहचतं करावं ? की सरदारसाहेबांना बोलावणं धाडता बिलासपूरला घेऊन जायला ?''

''त्यांना नको हा उपद्रव ! अगोदरच त्यांची प्रकृती नसते बरी, त्यात ही तिकडं गेली तर त्यांना नसता मनस्ताप निर्माण करून ठेवील !''

''पण हिची व्यवस्था काय करायची ? माथेफिरूपणा करून रेल्वेखाली झोकून द्यायलादेखील कमी करणार नाही ही बाई !''

''पंचाईत आहे साहेब !''

''तुम्ही काहीतरी मार्ग सुचवाल म्हणून तुम्हांला बोलावणं केलं !''

''आता मी काय सुचवणार ? फार्मवर घेऊन जावं म्हटलं तर तिनं आत्महत्या केलेली परवडली, असलं भयानक काहीतरी निर्माण करून ठेवील अशी मला भीती वाटते !''

साहेब हसले आणि म्हणाले,

''दॅटस् ट्रु ! मला तीही जाणीव आहे ! रोमाला बोलावून घेतलं तर ?''

''साहेब, प्लीज, तेवढं करू नका. तिची परीक्षा एकदोन दिवसांत सुरू होईल. अगोदरच आठदहा दिवस इथं वाया गेलेत तिचे.''

''ओ. के. ऽऽऽ. कोर्टाची ऑर्डर घेऊ. मग तिच्या मनानं ती काय करते पाहू ! ती आत्महत्या करणार नाही यासाठी दोन 'प्लेन क्लोथ्' पोलीस तिच्या पातळीवर ठेवून देऊ, पण आज आमची रिमांड मुदत संपते. यापुढं तिचा रिमांड घेता येणार नाही.''

''ठीक आहे. पण त्या भूपच्या पत्राचं काय केलंत पुढं ?''

''अरे, हो, ते सांगायचं राह्यलं नाही का तुम्हांला ! ती पत्रं भूपच्याच

हस्ताक्षरातली आहेत हे सिद्ध करण्यासाठी आम्ही भूपच्या हस्ताक्षराचे नमुने घेऊन त्या पत्रांसोबत तपासणीसाठी हस्ताक्षरतज्ञाकडं पाठवले आहेत. तो रिपोर्ट येईल सावकाश. पण त्याआधी आम्हांला चार्जशिट पाठवायला काही अडथळा येणार नाही.''

साहेबांचा निरोप घेऊन मी परत फार्मकडं निघालो, पण बीनाच्या सुटकेनं निर्माण होणारी समस्या मला एकसारखी भेडसावत होती :

'पुढं तिचं काय होणार ?'

पण पुढं तिचं काय होणार ही शंका फार काळ मला भेडसावू शकली नाही. दुपारी चारच्या सुमारास बीना सरळ फार्मवर आली. वाफ्यांना पाणी सोडण्याचं काम चालू होतं तिथं मी होतो. ती तिथं आली आणि बांधाजवळ एक छोटसं झाड होतं, त्या झाडाखाली येऊन निमूटपणं बसली. सोरजनं पाण्याचा तांब्या आणि फुलपात्र तिच्याजवळ नेऊन दिलं. काही झालं तरी माणुसकी सोडता कामा नये ही माझी शिकवण फार्मवरच्या सर्वांच्यातच भिनली होती.

मीही तिच्या समाचारासाठी पुढं झालो. माझ्याकडं पाहून बीना हसली आणि म्हणाली,

''मी इथं राह्यले तर चालेल का रे संजय ?''

''हे विचारायची गरजच काय आहे दीदी ? जे आहे ते सारं तुमचंच आहे !''

''बाकी तू विचित्र माणूस आहेस ! उगाच नाही रोमा तुझ्या प्रेमात पडली ! पण बरं झालं एका अर्थी !''

खरं म्हणजे बीनाच्या उद्गारांनी एखादा हुरळून गेला असता, पण मी मात्र घाबरलो ! बीनाचा छक्केपंजे खेळण्याचा हा डाव तर नसावा ? या विचारानं मी सचिंत झालो, पण तसं चेहऱ्यावर काहीच न दर्शविता म्हणालो,

''दीदी, रोमानं घेतलेला निर्णय बरोबर की चुकीचा हे काळ ठरवील ! कदाचित् रोमाशी माझं लग्नही होतं की नाही कुणास ठाऊक !''

''का नाही होणार ?''

''तुम्हाला, भूपबाबूंना आवडेल ते ?''

''आता कोणाला आवडेल अन् न आवडेल याचा विचार करू नको

संजय ! गो अहेड ! माझ्या आयुष्याची वाताहत झाली, भूपनं आपल्याबरोबर मलाही हे दारूचं व्यसन लावलं, स्वत: लग्न केलं नाही, मलाही करू दिलं नाही ! जगात छी: थू: होईल असं वर्तन माझ्याही हातून घडलं. पण आता मला या सगळ्या गोष्टींचा उबग आलाय ! अरे, सरळपणानं हा जगला असता तर ही पोलिसकोठडीत जाण्याची वेळ आली असती का सांग ? अंकल आता थकले आहेत. त्यांच्या शेवटच्या काळात आम्ही त्यांना अभिमान वाटेल असं वागायचं की लज्जेनं त्यांनी मान खाली घालावी असं वागायचं ? भूपनं सर्वांच्याच आयुष्याचं वाटोळं केलं आहे संजय ! त्याच्या तऱ्हेवाईकपणापुढं सर्वांनी मान तुकवली. झुकला नाहीस तो तू एकटा !''

मी काय ऐकतो आहे यावर माझा विश्वासच बसत नव्हता ! बीनाला अशी एकाएकी खरोखरच उपरती झाली, की मला विश्वासात घेऊन माझा विश्वासघात करण्याची कल्पना भूपनं पोलीसकोठडीत तिच्या डोक्यात भरवलेली आहे याचा मला अंदाज लागेना. सावधानता बाळगून मीही डाव टाकला.

''पण भूपबाबूंनाही सर्वस्वी दोष देता येत नाही दीदी ! माझ्या हातूनही काही घोडचुका झाल्या !''

''काय घडलं तुझ्या हातून ?''

''देवीजींशी ते वर्तन घडायला नको होतं !''

''शहाणा आहेस ! अरे, घरातल्या ड्रायव्हरशी किंवा माळ्याशी संबंध येण्यापेक्षा तू बरा नव्हेस का ? निदान निर्माण होणारं मूल तरी चांगले संस्कार घेऊन जन्माला येईल !''

बीना इतकी तर्कशुद्ध विधानं करीत होती की, ती बोलते आहे ते नाटकी आहे की खरोखरच सत्य आहे हे मला कळत नव्हतं. माझ्या घशाला कोरड पडल्यासारखी झाल्यानं मी तिच्याजवळच्या तांब्यातलं पाणी फुलपात्रात ओतून घेतलं. तेव्हा चटकन ती म्हणाली,

''अरे, ते फुलपात्र विसळून टाक, उष्टं आहे ते !''

मी तिचं न ऐकल्यासारखं करून हसलो आणि पाणी प्यायलो तेव्हा तीही स्मित करून म्हणाली,

''तसा परकेपणा आता मीही मानायला नको आहे खरं ! किती झालं तरी रोमा माझी सख्खीच बहीण !''

बीनाच्या या नव्या पावित्र्यामुळं मी चक्रावून गेलो. मला तिचा काही अंदाजच करता येईना ! ती जे काही बोलते आहे ते खरोखरच मनापासून की, मला विश्वासात घेऊन माझ्याशी दगलबाजी करण्याच्या उद्देशानं याचा बोध होईना. ज्या भूपशी तिचे अगदी बालपणापासूनचे संबंध होते त्याच्याविरूद्ध असे काही सूर तिच्या बोलण्यातून व्यक्त होताना पाहून मी तिला म्हटलं,

"दीदी, भूपबाबूंना पोलिसांनी या कामी अटक केल्यानंतर तुम्ही त्यांच्याविरूद्ध अशी भूमिका घ्यावी हे मला पटत नाही !"

"हे बघ संजय, त्यानं आजपर्यंत माझ्या आयुष्याचं वाटोळं केलं आहे, आणि यापुढं तू, रोमा आणि ऑन्टी यांच्यामागं तो लागणार आहे ! मला हे त्याचं वागणं मुळीच पसंत नाही ! कित्येक वेळा मी त्याला सावरण्याचा प्रयत्न केला पण तो कमालीचा दुराग्रही माणूस आहे ! स्वतःचा ऱ्हास तर घेतलाच करून त्यानं, पण आता तुमच्यामागं जर त्याचं शुक्लकाष्ठ लागलं तर तुम्हा लोकांनाही तो सुखानं जगू द्यायचा नाही ! मला त्याच्या वर्तनाची किळस आलीय आता ! नॉशियाटिंग डिमिनर !"

"हे तुम्ही मनापासून बोलता की..."

"माझ्या हेतूची शंका येणं अगदी रास्त आहे, दोष देता येत नाही तुला पण माझ्यावर विश्वास ठेव ! मला त्याच्या वर्तनाचा आता उबग आला आहे !"

"पण त्यांच्याशी प्रतारणा करता आहात असं नाही वाटत आपणाला !"

"प्रतारणा ? काय वेड्यासारखं बरळतो आहेस. अरे, त्यानं माझी वासलात लावली ! मला या आयुष्यात कोणी जवळ करणार नाही ! सख्ख्या चुलत भावाशी अनैतिक संबंध ठेवणारी म्हणून जग माझ्यापासून चार हात दूर राहातं ! ज्या वेळी मला स्त्रीत्व काय हे ठाऊक नव्हतं, तेव्हापासून माझ्याशी लैंगिक चाळे करायला त्यानं सुरुवात केली होती ! मलाही त्या वेळी काही जाण नव्हती. आपले हे चाळे बाहेरच्या जगाला समजत नाहीत अशा समजुतीत होते मी ! पण ती समजूत भ्रामक होती ! अंकलना आमच्या संबंधांचा सुगावा लागला. ऑन्टीलाही समजलं. बन्सीनं तर कित्येक वेळा डोळ्यांत अश्रू आणून मला भूपच्या मोहजालापासून परावृत्त करण्याचा प्रयत्न केला. पण मला त्या गोष्टीची चटक लागली होती. हळूहळू त्यानं मला दारूचीही दीक्षा दिली. अन् कधी कधी आपण वागतो ते चूक की बरोबर असा जो मानसिक संघर्ष निर्माण

व्हायचा तोही संपुष्टात आला ! संध्याकाळ झाली की दारूचा ग्लास हवा, रात्र झाली की भूपची मिठी हवी ! छी ऽ ऽ छी ऽ ऽ ऽ ! माझ्या हातांनी मी स्वत:चं वाटोळं करून घेतलं ! संजय, या वाकड्या वाटेनं मी इतकी दूर गेलेली आहे की, आता मला सरळ जाणारा रस्ता कुठं आहे हेही गवसणं अशक्य आहे !''

बोलता बोलता बीना भावनाविवश झाली. तिचे डोळे पाणावले. काही क्षण ती स्तब्ध बसून राह्यली. मनातली शंका अद्याप संपूर्णत: निरसन न झाल्यानं मी कोणतीच प्रतिक्रिया व्यक्त करीत नव्हतो. भावनावेग किंचित् ओसरल्यावर ती पुढं म्हणाली,

''संजय, तुला इथून पळवून नेऊन ठार मारण्याचा कट हा भूपच्याच डोक्यातून निघालेला होता.''

''काय बोलता दीदी !'' जणू मला ते काही ठाऊकच नाही अशा आविर्भावात मी म्हणालो,

''शप्पथ रे ! आम्ही त्या वेळी सवती रायगडच्या तुरुंगात होतो. मोटार ॲक्सिडेंटच्या केसमध्ये आम्हांला शिक्षा झालेली होती. तिथं निरनिराळ्या जागी होतो आम्ही, पण जेलच्या शेतावर दुपारी आम्हांला कामासाठी बाहेर काढलं जाई त्या वेळी संधी साधून भूप मला म्हणायचा, 'शिवप्रसाद आपल्या सुटकेसाठी प्रयत्न करतो आहे. त्यानं वकील देऊन अपील दाखल केलेलं आहे. लवकरच आपली जामिनावर सुटका होईल. आपण नारंगपूरला शिवप्रसादकडचं जाऊ. मग पाहतो या मॅनेजरला !''

''पण दीदी, भूपबाबूंनी शिवप्रसादना फक्त पत्रंच लिहिली, त्यापलीकडं त्यांनी काही भाग घेतलेला नाही असं पोलिसतपासावरून दिसतं.'' मी हळूच खडा टाकला.

''अरे, मूर्ख आहेस तू ! या भूपनं माझ्यासमक्ष रावेरसिंगाला पाचशे रुपये दिले. त्यांच्या ट्रकसोबत माणसं आली होती, त्या प्रत्येकाला दोन दोनशे रुपये दिले.''

''पण भूपबाबूंच्याकडं पैसा होताच कुठं त्यांना द्यायला ?''

''हात् तेरी की ! अरे, शिवप्रसादनं त्याच्याकडून पाच हजारांची प्रॉमेसरी नोट लिहून घेतली आणि पैसे दिले माझ्यासमक्ष.''

''पण शिवप्रसादना एवढी उचापत करायचं कारणच काय दीदी ?''

"तुला इतकंसुद्धा कसं समजत नाही रे ? शिवप्रसादला आमचं फार्म बळकावण्याची फार जुनी इच्छा होती. तू येण्याच्या अगोदर इथं येईल तो मॅनेजर अंकलना लुबाडून जात होता. 'फार्म बंगला आपल्याला विकत द्या' अशी शिवप्रसादची सतत मागणी होती, पण अंकलनी त्याची ती मागणी मान्य केली नाही म्हणून त्यानं भूपला हाताशी धरलं. त्या वेळी भूपच्या डोक्यात रायगड हायवेवर एक अलिशान हॉटेल काढायची कल्पना तरळत होती. आमचा ॲक्सिडेंट नाही का झाला, तेव्हा ?"

बीना प्रत्येक गोष्ट मनापासून बोलते आहे याची मला प्रचिती येत होती. बीनानं सांगितलेल्या सर्व घटना मला ठाऊक होत्या. पण मी मुद्दामच वेंधळ्यासारखा चेहरा करून तिचं बोलणं ऐकत होतो.

बीना फार्मवर आल्यामुळं पहाडच्या बायकोला आश्चर्याचा धक्का बसला होता. तिची कल्पना होती की, बीनाच्या इथं येण्यानं काहीतरी अनर्थ ओढवणार आहे ! ती दुरूनच आमच्याकडं पाहत होती !

सूर्य क्षितिजाला जाऊन भिडला तसं सोरज आणि बंगानं वाफे करायचं काम थांबवलं. मी सोरजला हाक मारून म्हटलं,

"गिरिजाला बोलव, दीदी आल्या आहेत."

"जी ऽ ऽ ऽ !"

"अरे, तिला कशाला बोलवतोस ? त्या सर्वांना वाटत असेल, ही ब्याद इथं का आली ! आणि त्यांना तसं वाटण्यात चूक तरी काय आहे ?" बीना बांधावरचं एक ढेकूळ उचलून बाजूच्या तरवडीच्या फुलावर नेम धरून मारता मारता म्हणाली.

गिरिजा नेहमीप्रमाणं तोंडावर पदर ओढून अदबीनं माझ्या मागे येऊन उभी राहिली,

"गिरिजा, दीदी आल्या आहेत. त्यांची व्यवस्था कर माडीवर. संध्याकाळी जेवणासाठी काय करतेस ?"

"काय करू ? तुम्ही सांगाल ते करते."

"दीदी, तुम्हांला काय हवं ?" मी बीनाला विचारलं.

"काहीतरी चांगलं करायला सांग. पोलिसकोठडीतलं ते अन्न खाऊन वैताग आला आहे !"

"व्हेज की नॉनव्हेज ?"

"मी तुझ्याकडं आलेली आहे, तू घालशील ते मला खायला हवं ! मी कसं सांगू ? पण नॉनव्हेज केलेलं मला आवडेल."

सोरज बाजूला उभा राहून ऐकत होता, त्याला मी म्हणालो,

"जा, पायथ्याच्या त्या रघुवीरकडे कोंबडी मिळते का पाहा, नाहीतर सरळ टांगा पुढं नारंगपूरला घेऊन जा. रसूल राहतो त्या मोहल्ल्यात केव्हाही चिकन मिळतात."

गिरिजा बीनाची व्यवस्था करण्यासाठी बंगल्याकडं गेली. सोरजला मी खिशातून पैसे काढून देऊ लागलो तेव्हा बीना म्हणाली,

"मोहाची एक अर्धी बाटली मिळाली तर आणायला सांगशील ? हातात पैसे तसेच धरून मी बीनाकडं पाहत म्हणालो,"

"दीदी,यापुढं कशाला जाता त्या मार्गाला ?"

"पटतं रे, पण सूर्यास्त झाला की काहीतरी विचित्र वाटायला लागतं. एकदोन पेग पोटात टाकल्याशिवाय बरंच वाटत नाही ! फार काही घेणार नाही मी, पण प्लीज..."

मी बीनाकडं रोखून पाहत म्हणालो,

"दीदी, तुमचा ऱ्हास व्हायला दारू कारणीभूत आहे असं मघाशीच म्हणालात, परत तिची आठवण का ?"

"तुला नाही समजायचं ते संजय ! पण मी तुला वचन देते, मी जास्त नाही घेणार, फक्त एकदोन पेग !"

"पण बाटली समोर असली की दोनाचे चार व्हायला वेळ लागत नाही दीदी ! माझं ऐका, आजपासून ती गोष्ट वर्ज्य करण्याचा निर्धार करा !"

"नको रे ! निदान आजच्यापुरती तरी मागव !" केविलवाणी मुद्रा करून बीना म्हणाली आणि मालाही तिची दया आली. सोरजकडं आणखीन एक पाचाची नोट देत मी म्हणालो,

"जा बाबा, घेऊन ये एक मोहाची बाटली."

"दॅटस् इट !" बीना म्हणाली, "मला आता झक्कपैकी अंघोळ करायची आहे. पण दुसरी साडी ?"

मी हसलो आणि म्हणालो,

"रोमा इथं थोडे कपडे ठेवून गेली आहे !"

"वंडरफुल ! ते का ?"

"मला सतत तिची आठवण राहावी म्हणून !"

"Fantastic ! What a shrewd girl !"

बीनाची माडीवर व्यवस्था केल्याचं सांगून गिरिजा वस्तीकडं निघून गेली.

बीनाशी बोलत बोलत मी बंगल्याकडं आलो.

सूर्य मावळल्यानंतर क्षितिजावर तरंगणाऱ्या विरल ढगांवर गुलाबी छटा पसरली होती. नारंगपुरातले दिवे लुकलुकत होते. स्टेशनच्या औटर सिग्नलजवळ उभी राहलेली मालगाडी एकसारख्या शिट्ट्या देत होती.

व्हरांड्यातलं बटन दाबून मी दिवा लावला तेव्हा बीना म्हणाली,

"बाकी संजय, तू इथं आल्यापासून सगळं रूप पालटून टाकलंस हं बंगल्याचं ! आजूबाजूचे लोक दिवसा या बंगल्याकडं फिरकायचे नाहीत ! पण काय रे, तुला या बंगल्यात एकटं राहताना कधी भीती नाही वाटली ?" हसत हसत मी म्हणालो,

"तसा विचार करायला अद्याप कोणी सवडच दिलेली नाही ! खरं सांगू, मी इतक्या रात्री इथं काढल्या, पण मला चुकूनही कधी भीती वाटली नाही !"

"दुबळ्या मनाची माणसंच भित्री असतात झालं !"

"दीदी आपण अंघोळ करून घेता ना ?"

"अरे हो, कपडे देतोस ना ?"

"चला. वरच आहेत."

बीना माझ्यामागोमाग माडीवर आली. मी दिवा लावला अन् भिंतीतलं कपाट उघडलं. समोर क्वीन ऑफ क्वीन्सची ती व्हिस्कीची मोकळी बाटली दिसताच बीनानं ती हातात घेऊन न्याहाळीत मला हसत हसत विचारलं,

"तू घेतोस तर ?"

"ओः ऽऽऽ ! ती माझी नव्हे. रोमा आली होती ना मैत्रिणींना घेऊन, त्यांची आहे ती."

"काय ? रोमा ऽ ऽ ऽ ऽ ! अरे, ती तर दारू पिणाऱ्यांच्या वाऱ्याला उभी राहात नाही ! बिलासपूरला माझ्या खोलीत येऊन माझ्या हातातलं ग्लास हिसकावून घेतलं आणि आपटून फोडलं आहे कित्येक वेळा !"

"तिला हे आवडत नाहीच ! पण त्या दिवशी तिच्या मैत्रिणींनी आग्रह केला म्हणून उगाच थोडं घेतलं तिनं.''

"आणि तू ?''

"मलासुद्धा त्यांनी थोडी जबरदस्तीनं पाजलीच !''

टाळी मारून बीना म्हणाली,

"चला, बरं झालं ! नाहीतर मला एकटीला आज घेताना ऑकवर्ड वाटलं असतं !''

"तसं नाही हं दीदी ! त्या पोरी होत्या बिलंदर, माझी गंमत करण्यासाठी त्यांनी पाजली मला. मद्य मला मुळीसुद्धा आवडत नाही. परवा दिल्लीला गेलो होतो तेव्हादेखील महेशजींनी एका पार्टीला मला सोबत नेलं आणि प्यायला लावलं !''

"दिल्लीला कशाला गेला होतास ?''

"देवीजींच्या मुलाला पाहायला.''

"आय सी ऽ ऽ ऽ ऽ ! पण मूल कोणासारखं आहे रे ?''

"मूल मुलासारखं आहे. मला सारी लहान मुलं एकसारखीच दिसतात !''

"बाकी मला ऑन्टीच्या धाडसाचं कौतुक करावंसं वाटतं हं ! लाज, भीड, खानदान, इज्जत हे सारं बाजूला सारून तिनं स्वत:ला हवं ते मिळवलं ! पण खरं सांगू संजय, मला अद्याप एक कोडं उलगडलेलं नाही !''

"कोणतं ?''

"रोमाला हे सारं ठाऊक असूनही ती तुझ्या प्रेमात पडलीच कशी ?''

मी हसलो आणि म्हणालो,

"याला प्रेमात पडणं नाही म्हणत दीदी ! याला म्हणतात डोळसपणं प्रेम करणं ! जी माणसं विचार न करता प्रेमात पडतात ती ठेचाळतात आणि नंतर पस्तावतात. पण डोळसपणं प्रेम करणारी माणसं मात्र सुखी होतात ! रोमानं अत्यंत विचारानं हा निर्णय घेतलेला आहे !''

"कमाल आहे तिची ! इतकी तयारीची निघेल असं मला कधी वाटलं नाही !''

"यात तयारी कसली आलीय ?''

"ती जबलपूरला कॉलेजातच कोणाशी तरी जमवून मोकळी होईल असं

मला वाटत होतं. पण तिनं तुलाच अचूक पसंत करून दोन गोष्टी साधल्या !''

"दोन कोणत्या ?''

"एक म्हणजे आपला जीवनसाथी सज्जन आणि सालस असा तिनं निवडला आणि दुसरी गोष्ट म्हणजे आपल्या खानदानीची ढासळलेली इमारत सावरणारा अत्यंत चाणाक्ष आणि व्यवहारी असा इस्टेट मॅनेजर तिनं रक्ताच्या नात्यानं जखडून टाकला.''

"पण तो थोडासा कलंकित असा आहे त्याची काय वाट ?''

"त्यात कसला आलाय कलंक संजय ! ऑन्टीला अंकलपासून मूल होणं अशक्य होतं. गेली चारपाच वर्षं मी तिला पाहते आहे. तिच्यात एक प्रकारची मानसिक विकृती निर्माण होत होती. कदाचित् ती कोणाचातरी हात धरून पळूनही गेली असती आणि मग जगाला आमच्यावर टीका करायला आणखीन एक मर्म गवसलं असतं ! माझ्या नि भूपच्या संबंधाचं एक अगोदरपासून आहेच !''

आता मात्र माझी खात्री पटली की माझ्याकडं पाहण्याची तिची दृष्टी शुद्ध आहे. बीना हे काही निव्वळ नाटक करीत नसून, खरोखरच तिला उपरती झालेली आहे. वेळानं का होईना, पण तिला समजू लागलं आहे. भूपशी जडलेल्या त्या अनैसर्गिक संबंधामुळं तिची प्रतिमा किती डागाळलेली आहे याचीही तिला जाणीव झालेली आहे. अशा वेळी मी तिला सहानभूती अन् जिव्हाळा दाखवणं आवश्यक होतं !

बीना अंघोळ करून आली. ती डोक्यावरून न्हायली होती. केस पाठीवर सोडून ती रोमाची पांढरीशुभ्र साडी आणि पांढरा ब्लाऊज घालून खोलीत माझ्यासमोर उभी राहून म्हणाली,

"बाकी तू मलाही आज आश्चर्यचकित केलंस हं !''

"ते कसं काय ?''

"इथून हुसकावून लावलं असतंस तर मी काय करणार होते ?''

"पण असा विचार तरी तुमच्या डोक्यात का यावा ?''

"माझं पूर्वीचं वर्तन ! बरं, सोरज आला ना रे ? टांगा वाजला आत्ता. ती वस्तू वर आणायला सांग.''

"दीदी, एक बोलू ?''

"जरूर !"

"तुम्ही ते सोडून द्या यापुढं."

"मलाही ते पटतं. पण गेली आठदहा वर्षं सवय जडलीय ना? संध्याकाळ झाली की बेचैन होते मी."

"मला हे पटत नाही !"

"हे बघ संजय, नाहीतरी मी आता अधिक जगून काय उपयोग आहे? पिऊन पिऊन एक दिवस मरून गेले की मगच माझी सुटका होणार आहे! माझं का लग्न होणार आहे, मुलंबाळं होणार आहेत? समाजातील चांगली माणसं मला बघितलं की तोंड फिरवतात, माझं दर्शन अशुभ मानलं जातं! अंकल माझ्याशी चकार शब्द बोललेले नाहीत गेल्या चार वर्षांत! माझं या जगात आता काय शिल्लक आहे?"

"दीदी, म्हणून स्वतःच्या हातांनी मृत्यूला जवळ करणं बरं नव्हे! मनुष्यजन्म काही वारंवार मिळत नाही !"

"पण मानवजन्मात असे धिंडवडे जर निघायचे असले तर हवाय कुणाला तो जन्म परत! बोलाव वर सोरजला. थांब मीच सांगते... सो ऽ ऽ ऽ रज, ए सो ऽ ऽ ऽ रज ऽ ऽ ऽ."

पण बीनाची हाक पूर्ण होण्याअगोदरच सोरज ट्रेमध्ये बाटली आणि ग्लास ठेवून वर घेऊन आला, त्याला पाहून बीना म्हणाली,

"बघ, तुझ्यापेक्षा इथले लोक मला चांगलं ओळखतात !"

बीनानं आपला ग्लास भरला आणि माझ्यासाठीही ती ग्लास ओतू लागली, तेव्हा मी म्हणालो,

"दीदी, मी घेणार नाही हं."

"अरे घे ऽ ऽ रोमानं आग्रह केला की पितोस! खरं सांगू, तुला माझी भीती वाटते आहे!"

"भीती कसली ?" मी खोटं खोटं हसत विचारलं.

"मद्य प्याल्यानंतर मी तुझ्याशी अतिप्रसंग करीन असं तुला वाटतंय !"

"काहीतरीच बोलता तुम्ही दीदी !"

खरं म्हणजे माझ्या मनात नेमकी तीच भीती होती, तरीही मी तसं काही नसल्याचं दर्शवलं.

"घे ऽऽऽ" एक पेग आणि त्यात थोडं पाणी घातलेली मोहाची दारू भरलेला ग्लास माझ्यासमोर धरून बीना म्हणाली, "भूपनं माझ्या भावना, वासना सगळ्या मारून टाकलेल्या आहेत. मला आता कसलीच आसक्ती उरलेली नाही. अलीकडं तर भूप जवळ आला की मला किळस येऊ लागली होती ! मी त्याला दूर ढकलून देत होते !"

"दीदी, या गोष्टी तुम्ही माझ्याशी इतक्या स्पष्टपणे बोलता ? काही वाटत नाही ?"

"काय वाटणार ? यात लाजण्यासारखं काय आहे ? जे खरं घडलं आहे तेच बोलते आहे मी. जोपर्यंत मला भूपविषयी सेक्सचं अट्रॅक्शन होतं तोपर्यंत मला भूपशिवाय जगात दुसरं काहीच दिसत नव्हतं. त्याची प्रत्येक कृती मला समर्थनीय वाटत होती. त्याला त्रास देणारे सर्व माझे शत्रू असं मी मानत होते. पण जेव्हा मला त्याचं ते आकर्षण वाटेनासं झालं, तेव्हा मात्र डोळसपणं विचार करण्याची शक्ती प्राप्त झाली. पण भूप मोठा वस्ताद हं ! त्यानं माझ्यातलं ते स्थित्यंतर अचूक ओळखलं आणि मला तसं वाटायला लागलं की तो मला या बाटलीत बुडवून टाकायचा ! बेशुद्ध पडेपर्यंत पाजायचा आणि मग माझ्याशी हवे ते चाळे करायचा. छी ऽ छी ऽऽ छी ऽऽऽ ! कधी कधी मद्याच्या त्या धुंदीतदेखील तो काय करतो आहे याची अस्पष्टशी जाणीव व्हायची. तिरस्कारानं त्याला मी दूर लोटण्याचा प्रयत्न करायची, पण माझ्यातली प्रतिकारशक्तीच नष्ट व्हायची !"

"हे सर्व भयानक आहे दीदी !"

"म्हणून त्याला अटक झाल्यानंतर मी सुटकेचा नि:श्वास सोडला ! पण काय रे, या प्रकरणात त्याला शिक्षा होईल ना ?"

"शिक्षा व्हावी असं खरंच वाटतं तुम्हांला ?"

"हो ! जन्मठेप व्हावी ! परत त्याचं तोंडसुद्धा कोणाला दिसू नये !"

"दीदी ! मी ऐकतो हे खरं ना ?"

"बाय गॉड संजय ! अरे, पण हे काय ? तू आपला ग्लास तसाच हातात धरून बसला आहेस. माझा पहिला पेग संपलादेखील ! घे ऽ ऽ ऽ !"

"तुम्ही घ्या ! आज मला न पिताच चढते आहे !" हसत हसत मी म्हणालो.

"अरे, पण तुझ्या ग्लासातलं संपल्याशिवाय मला आणखी घेता येत नाही ! दॅट इज आउट ऑफ एटिकेटस् !"

नाईलाजानं मी ओठाला ग्लास लावला. बीनानं कथन केलेली कर्मकहाणी खरोखरच विदारक होती. तिनं माझ्यापासून काहीएक लपवलेलं नव्हतं. अत्यंत स्पष्ट असं तिचं वक्तव्य ऐकून मला तिच्याविषयी कणव वाटू लागली.

जेवताना ती मला म्हणाली,

"संजय, लखमच्या मृत्यूला तो शिवप्रसादच खरा कारणीभूत हं, त्या कोवळ्या पोरांना त्यानंच मेल्यानं चिथावून सोडलं होतं ! पण ती मुलं मात्र सुटायला हवीत !"

गिरिजा बाजूला उभी राहून आमचं बोलणं ऐकत होती. मुलांना अटक झाल्यापासून तीही दुःखीकष्टी दिसत होती. पण लखमच्या मृत्यूनं निराधार झालेली लच्छी, तिची लहान भावंडं, अचानक वैधव्य आलेली लखमची बायको या सर्वांना ती सतत पाहत असल्यामुळं 'मुलांच्या सुटकेबद्दल काही तरी प्रयत्न करा' असं सांगण्याचं तिला कधी धाडस झालेलं नव्हतं ! पण आता बीनानं मुलं सुटायला हवीत असं म्हटल्यानंतर गिरिजाला मुलांच्या आठवणीनं अचानक दुःखाचा उमाळा आला..

प्रकरण २२

बीना फार्मवर राहायला येऊन पंधरा दिवस झाले. दिवसभर ती काही ना काही कामात असायची. कधीकधी लच्छीला सोबत घेऊन फिरायला जायची. फार्महाऊसवर गिरिजाला स्वयंपाकात मदतही करायची. ती जेव्हा पहिल्यांदा मला म्हणाली,

"संजय, आज मी गिरिजाच्या मदतीशिवाय एकटी जेवण बनवणार आहे."

तेव्हा मी म्हणालो,

"तुम्ही कशाला त्रास घेता दीदी ?"

"का ? जेवणात काहीतरी घालेन अशी भीती वाटते तुला ?" फटकन् ती बोलून गेली.

"त्या हेतूनं नाही म्हणालो मी !"

"मग कोणत्या ?"

"तुम्हाला त्रास होईल म्हणून."

"बाकी तुला माझ्याविषयी शंका यावी असंच आजवरचं माझं वर्तन होतं, नाही ?"

"उगाच मागचं कशाला उकरून काढता दीदी ? जा, आज तुम्ही एकट्याच काय जेवण करायचं ते करा."

बीनानं त्या दिवशी गिरिजाची मदत न घेता उत्तम जेवण बनवलं; आणि त्या दिवसापासून किचनचा चार्जच तिनं

घेतला,

संध्याकाळी सूर्यास्ताच्या वेळी मद्याच्या आठवणीनं ती थोडीशी अस्वस्थ व्हायची, पण त्या वेळी मी तिच्याशी गप्पा मारून तिला त्या गोष्टीची आठवण न यावी या हेतूनं बोलण्यात गुंतवून ठेवायचो. ती ते ओळखत होती. पण हळूहळू मद्यावरची तिची आसक्तीही कमी होऊ लागली. नंतर तिनं पिणं एकदम बंद केलं. रात्री झोपायला ती माडीवर जायची. झोपायला जाण्यापूर्वी तास-अर्धा-पाऊण तास माझ्याशी बोलत बसायची. राजकारणापासून ते अगदी बुंदेलखंडातल्या दरोडेखोरांपर्यंत सर्व विषय आमच्या चर्चेत येत होते. हळूहळू बीना फार्मच्या वातावरणात एकरूप झाली. तरीही माझ्या मनात कधीकधी शंका डोकावयाची; 'हे तिनं सोंग तर धारण केलेलं नाही ना ?'

लखमला मारल्याबद्दलची केस नारंगपूरच्या कोर्टात चौकशीला लागल्याची तारीख जाहीर झाली. सोरज, बंगा, गिरिजा, लखमची बायको, मुलगी लच्छी यांच्यावर कोर्टाची समन्सं बजावली गेली. हे पाच प्रत्यक्ष पाहणारे साक्षीदार होते. गिरिजाला फार्मवरून जबरदस्तीनं ओढून नेण्यासाठी पहाडची ती दोन दांडगट पोरं हातात सोटे घेऊन आली होती. गिरिजाच्या हाताला धरून फरपटत ओढून नेताना लखम आडवा झाला होता आणि त्याचवेळी त्यापैकी एकानं लखमच्या डोक्यात सोट्यानं प्रहार केला होता. त्यातच पुढं लखमचा मृत्यू ओढवला होता.

पण परवा जेवताना बीना सहज बोलून गेली, 'ती मुलं खटल्यातून सुटायला हवीत.' आणि तेव्हापासून मलाही वाटू लागलं की, त्या मुलांना शिक्षा झाल्यानं लखम काही परत जिवंत होऊन येणार नाही; तुरुंगात गेल्यानं मात्र त्या मुलांचं आयुष्य बरबाद नक्कीच होईल ! लखमवर हल्ला झालेल्या दिवशी मी बिलासपुरात होतो, पण नंतर पोलिसांनी माझाही त्या कामी जबाब नोंदवून घेतला होता. मी तो प्रत्यक्ष मारहाणीचा प्रकार जरी बघितलेला नव्हता, तरी ज्या फार्मवर हा प्रकार घडला त्याचा मॅनेजर या नात्यानं त्यांनी माझा जबाब नोंदवलेला होता. माझ्यावरही समन्स बजावण्यात आलं.

तारखेपूर्वी मी लखमच्या बायकोला बोलावून घेतलं आणि म्हणालो,

"लच्छीची आई, काय करायचं ?"

"पोरं सुटतील असं काहीतरी करा !" ती निर्धारानं म्हणाली.

“तू हे मनापासून बोलतेस ना ?”

सोबत आणलेल्या स्वत:च्या पाच वर्षांच्या मुलाच्या डोक्यावर हात ठेवून ती डाव्या हातानं डोळ्यांतले अश्रू टिपत म्हणाली,

“व्हायचं ते झालं ! तो आता काय परत येणार थोडाच ! ती दोघं जन्मठेपेला गेली तर गिरिजा फुक्कट मरून जाईल !”

तिच्या मनाच्या मोठेपणाचं मला कौतुक वाटलं. सोरज आणि बंगा हे दोघं माझ्या सांगण्याच्या बाहेरचे नव्हते, पण लखमच्या बायकोचा सल्ला घेतल्याशिवाय मी पहाडच्या पोरांना त्या खटल्यातून सोडवण्याचा प्रयत्न करणं नैतिकदृष्ट्या योग्य ठरणार नव्हतं. पण तिनंच सांगून टाकलं म्हटल्यानंतर मला फारसा विचार करण्याचं कारण नव्हतं.

कोर्टात खटला उभा राहिला तेव्हा प्रत्यक्ष पाहणाऱ्या सर्व साक्षीदारांनी लखमच्या डोक्यावर काठी मारल्याचं पाह्यल्याचं नाकारलं. लखम गिरिजाला सोडवायला धावला असता धोतरात पाय अडकून पडला व त्याच्या डोक्याला इजा झाली, असा खोटा जबाब दिला गेला, सरकारी वकिलांनी त्याला फितूर ठरवून त्यांचा उलटतपास केला. शेवटी गिरिजाची साक्ष घेण्याचं सरकारी वकिलांनी टाळलं, कारण ती प्रत्यक्षच त्या दोन आरोपींची आई होती.

खटल्यातून त्या दोन्ही मुलांची निर्दोष सुटका झाली, त्या रात्री फार्मवर मला एक निराळाच प्रसंग पाहायला मिळाला.

पहाडची ती दोन तरणीबांड पोरं सुटून आल्या आल्या माझ्या पाया पडण्याअगोदर लखमच्या बायकोच्या पाया पडली. तिच्या पायांवर डोकं ठेवून धाय धाय रडली. नंतर ती माझ्याकडं आली. मला कोणी पायाला स्पर्श केल्याचं आवडत नाही. मी त्या दोघांना जवळ घेऊन म्हणालो,

“राहू द्या, राहू द्या. तुम्ही दोघे सुटलात, फार बरं झालं ! आता हे फार्म सोडून यापुढं कधी कुठं बाहेर जायचा विचारदेखील मनात आणू नका !”

“बाबूजी...” थोरला म्हणाला, “शिवप्रसादनी आमच्या डोक्यात नाही नाही ते भरवलं म्हणून आमचं डोकं भडकलं होतं ! खरं तर त्या दिवशी तुम्ही फार्मवर नव्हता म्हणून बरं झालं !”

“का ? काय झालं असतं.”

“तेव्हा तुम्ही आडवे आला असता तर तुमच्यावरदेखील हल्ला करा,

असं शिवप्रसादनं आम्हाला सांगितलं होतं !''

"म्हणजे दोन वेळा माझे प्राण संकटात आले होते म्हणायचं !'' हसत हसत मी म्हणालो.

इतक्यात तिथं बीना आली. ती दोघं तिला नमस्कार करायला पुढं झाली, तेव्हा बीना मला म्हणाली,

"संजय, अरे ही पोरं जर तुरुंगात गेली असती तर खरंच बरबाद झाली असती बघ ! यांतला मोठा कोणता ?''

मी पहाडच्या मुलाकडं बोट दाखवलं.

"दोघेही एकसारखेच दिसतात. बरं, पण आता असं कर, हा जो मोठा आहे याच्या गळ्यात लोढणं बांधून टाक !''

"म्हणजे ?'' बीनाला नेमकं काय म्हणायचं आहे ते न समजल्यानं मी म्हणालो,

"म्हणजे याचं आणि लच्छीचं लग्न करून टाक !''

बीनाच्या त्या शब्दांनी मला खरोखरच आश्चर्य वाटलं. कारण लखमच्या बायकोनं जो मनाचा मोठेपण दाखवला होता, त्याला उतराई व्हायला यापेक्षा अधिक दुसरा उत्तम असा कोणताच पर्याय नव्हता.

लच्छी लाजली. पहाडचा थोरला मुलगा पहाडसारखाच धिप्पाड अन् भारदस्त होता. मी पहाडला पाह्यलेलं नव्हतं, पण त्या मुलांच्या आकारावरून तो कसा असावा याची मी कल्पना करू शकत होतो.

रक्त सांडल्यामुळं जे वैमनस्य निर्माण झालं होतं ते रक्ताच्या नात्यानं जखडलं गेलं. फार्महाऊसवर लग्नाचा सोहळा उरकला. नारंगपुरातली काही प्रतिष्ठित माणसं लग्नाला आली होती. फौजदारांना निमंत्रण देऊनही ते आले नाहीत. कारण उघड होतं. लखमच्या खुनाची केस सुटली होती, आणि ती माझ्यामुळंच सुटली हे उघड सत्य होतं. रसूल सहकुटुंब लग्नाला आला होता. मी त्या रात्री जेवणानंतर फार्मवर राहा म्हणालो तेव्हा तो म्हणाला,

"या अल्ला ! नको रे बाबा ! बाबूजी, इथं मुक्काम केल्यावर माणसावर कोणती आफत ओढवते याचा पुरेपूर अनुभव घेतलेला आहे मी ! पण बाबूजी, ती भूपविरूद्धची! केस अजून कशी काय कोर्टात उभी राह्यली नाही ? काही गडबड तर नाही ना ?''

"कशाची गडबड म्हणतोस ?"

"केस दडपून टाकायची ?"

"छे ऽ ऽऽ ! ते शक्य नाही. अजून तपासाचं काम अपुरं असेल."

"पण बाबूजी," बीनाकडं पाहत रसूल माझ्या दंडाला धरून म्हणाला, "थोडं जपूनच राहा हं !"

मी हसलो आणि म्हणालो,

"मनातदेखील आणू नको काही ! बीनाला भूपविषयी आता तिरस्कार वाटतो आहे !"

"पण आम्हांला आपली शंका आली म्हणून बोललो, राग नका मानू !"

"रागाचा प्रश्न नाही रसूल, पण आयुष्यात असे काही प्रसंग निर्माण होतात की, माणसं संपूर्णतः बदलून जातात. बीनाच्या आयुष्यात हेच घडलं आहे. भूपविषयी तिला यत्किंचितही जिव्हाळा उरलेला नाही !"

"तुमची खात्री झालेली असली म्हणजे ठीक ! आमची अक्कल काही तुमच्यापुढं चालत नाही !"

त्याच्या पाठीवर थाप मारून मी म्हणालो,

"रसूल, बीना इथं आल्यानंतर प्रथम काही दिवस मीही तिच्याबद्दल साशंक होतो. पण खरोखरच तिला आता गतायुष्याबद्दल पश्चात्ताप वाटतो आहे !"

"पण तिला इथं आसरा दिल्याबद्दल तुमच्यावर पश्चात्तापाची पाळी येऊ नये म्हणजे झालं ! आमची दुसरी काही इच्छा नाही !"

पिताजींना मी इकडं घडणाऱ्या घटना मधून मधून पत्रानं कळवीत होतो. अधूनमधून बन्सी समाचाराला येऊन जात होता. त्यालाही बीनाचा कायापालट पाहून आश्चर्य वाटलं. भूपच्या केसचा निकाल लागल्यानंतर माझं भवितव्य निश्चित व्हायचं होतं. भूपला शिक्षा व्हावी, तो तुरुंगात जावा असं जरी मला वाटत असलं तरी त्याचीही त्या रसूलला पळवून नेल्याच्या प्रकरणातून सुटका व्हावी असं मधूनमधून मला वाटत होतं. मी या बाबतीत बीनाचा सल्ला घेण्याचं ठरवलं.

लच्छीचं लग्न होऊन पाच दिवस झाले. पहाडचे आणि लखमचे लग्नासाठी जमलेले पाहुणेराउळे परतले. लच्छी लखमच्या घरातून पहाडच्या घरी राह्यला गेली. तिच्या सासर आणि माहेरमध्ये जेमतेम पन्नास फुटांचंदेखील अंतर नव्हतं,

मला लच्छीची मोठी गंमतच वाटायची. ऊठसूट ती आईकडं जायची. पण तिची आई तिला वारंवार बजावत असे, ‘असं दिवसातून दहादा येऊ नये इकडं, बरं दिसत नाही !’ पण लच्छीही आल्याशिवाय राहात नव्हती.

पहाडची ती दोन्ही पोरं मात्र त्या खटल्यापासून पार बदलून गेली होती अकाली प्रौढत्व आलं होतं त्यांना. लखमचा प्राण घेतल्याबद्दल त्यांना एकसारखा पश्चात्ताप वाटत होता. म्हणून लच्छीच्या पोरकटपणाकडं ती दोघं डोळेझाक करीत होती.

भूपच्या केसची तारीख निश्चित झाली. भूपला जामिनावर सोडवून आणायलादेखील कोणी तयार नव्हतं, मग कोर्टात वकील देऊन काम चालवण्यासाठी कोण तयार होणार ? शेवटी त्याला ‘प्रॉपर’ वकील देणं भाग पडलं.

खटल्यात साक्ष देण्यासाठी मला बिलासपूरला जावं लागणार होतं. माझ्यासोबत रसूल, सोरज, बंगा यांनाही यावं लागणार होतं. म्हणून मी बीनाला म्हणालो,

“दीदी, आम्हांला चारसहा दिवस बिलासपूरला राहावं लागणार, तेव्हा तुम्हीही चला की सोबत.”

“मी येऊ म्हणतोस ? पण अंकलना मी परत घरी आलेलं आवडेल ?”

“काय बोलता हे दीदी ? इथं तुम्ही राहता हे त्यांना काय समजलेलं नाही असं वाटतं तुम्हांला ?”

“निदान त्यांच्या डोळ्याआड तरी मी असावं असं त्यांना वाटत असेल !”

“पण तुमचं स्थित्यंतर झालेलं त्यांनी एकदा पाह्यलं की, त्यांनाही समाधान वाटेल दीदी !”

“त्यांनी माझी अशी रूपं पाह्यली आहेत संजय की, माझं स्थित्यंतर घडलं असेल असं त्याना कालत्रयीही पटणार नाही !”

“पण मला पटलं आहे ना ?”

“तुला लाख पटेल !”

“नाही, नाही, दीदी. मी तुम्हांला सोबत घेऊनच जाणार !” अधिकारवाणीनं मी म्हणालो.

“एवढा तुझा अट्टाहास आहे तर चल !”

मला आता फार्मची चिंता नव्हती. पहाडची ती दोन तरणीबांड पोरं,

सोरज आणि बंगा तिथं होते, माझ्या गैरहजेरीत फार्मची देखभाल पाहायला समर्थ होते.

बीना अन् मी बिलासपूरला आलो. पिताजींना बीनानं नमस्कार केला तेव्हा त्यांनी आपला उजवा हात तिच्या डोक्यावर धरला. बन्सी ते दृश्य पाहून वेड्यासारखा माझ्याकडं पाहत होता, बाजूच्या आऊटहाऊसमध्ये सोरज, बंगा, रसूल गेले. मी पिताजींच्याजवळ बसून होतो. बराच वेळ पिताजी माझ्याशी काही बोलले नाहीत. समय मोठा विचित्र होता. त्यांच्या पोटच्या मुलाविरूद्ध माणूस पळवून नेल्याबद्दलचा खटला दाखल झाला होता आणि आम्ही त्यांचेच आश्रित त्याच्याविरुद्ध साक्ष देण्यासाठी तिथं आलो होतो ? बराच वेळ पिताजी शून्यात नजर लावून पाइपचे झुरके घेत बसून होते. मला त्यांची ती अबोल अवस्था असह्य वाटू लागल्यानं मी धीर करून म्हणालो,

"आपणाला काय वाटतं पिताजी, आम्ही भूपबाबूंच्याविरुद्ध साक्ष द्यावी ?"

त्यावर पिताजी ताडकन् उद्गारले,

"भूप म्हणजे पहाडची मुलं नव्हेत संजय ! सुटून आल्यानंतर तुझ्या पायावर डोकं ठेवणार नाही तो ! तुझ्या डोक्यावर पाय ठेवील ! समजलं."

"पण मला मात्र वाटतं की, भूपबाबूंच्या विरुद्ध ही केस टिकणार नाही !"

"का ?"

"रावेरसिंग सेशन कोर्टात कबुलीजबाब नाकारणार आहे. शिवाय फार्मवर डाका घालून रसूलला पळवून नेणारे ते ट्रकसोबत आलेले लोकही गुन्ह्याची कबुली सेशन कोर्टात देतील असं मला काही वाटत नाही. शिवप्रसाद हाच या खटल्यातला महत्त्वाचा दुवा होता, तो मरून गेल्यानं केसचं भवितव्य अनिश्चित झालं आहे असं मला वाटतं !"

"तू जो कायद्याचा अभ्यास केलास ना, तो अर्धवट केलास ! अरे मूर्खा, भूप या खटल्यातून जर सुटला तर प्रथम तुला, नंतर मला, मग बीनाला आणि रोमाला अशा चौघांना खलास केल्याशिवाय राहणार नाही, लक्षात ठेव ! तुझी दयामाया त्याच्या बाबतीत निष्फळ ठरेल ! मी त्याचा जन्मदाता आहे, मला तो जितका चांगला समजलेला आहे तितका तो दुसऱ्या कोणालाही समजणं शक्य नाही !"

बीना आतून आमचं बोलणं ऐकत उभी होती. तीही पुढं आली आणि

म्हणाली,

"अंकल, तुम्ही म्हणता त्यातलं एक अक्षरही खोटं नाही ! भूप सुटला की सर्वांचा नाश ओढवलाच म्हणून समजावं !"

पिताजींनी तिच्या शब्दांची फारशी दखल घतली नाही. ते परत माझ्याकडं पाहत म्हणाले,

"फार उशिरा कळलं हे हिला !"

बीना काहीशी नाराज झाली. ती जे बोलली ते अगदी मनापासूनच आहे अशी माझी खात्री होती. पिताजींनी असं तुटक बोलून तिला दुखवावं हे काही मला रुचलं नाही. तेव्हा तिची बाजू घेऊन मी म्हणालो,

"पिताजी, दीदी आता पूर्वीची राह्यलेली नाही !"

"ती फार्मवर येऊन राह्यली तेव्हाच मी ओळखलं होतं ते ! पण भूपच्या बाबतीत मी किंवा तू कसं वागायचं याबद्दल मला तिचा सल्ला नको आहे !"

मी बीनाकडं पाह्यलं. ती किंचित नाराज होऊन म्हणाली,

"मी सल्ला देण्यासाठी इथं आले नाही अंकल ! उलट इथं येण्याची आणि आपलं स्वास्थ्य बिघडवण्याची मुळीसुद्धा इच्छा नव्हती माझी ! यानंच आग्रह केला म्हणून आले !"

इतकं बोलून बीना उठून आत गेली. मला मात्र पिताजींचं ते वागणं थोडंसं खटकलं. पण त्यांना तरी दोष कसा देता येणार ? भूपच्या मोहजालापासून तिला परावृत्त करण्यासाठी पिताजींनी एके काळी जिवाचा आटापिटा केला होता, पण बीनानं त्या वेळी त्यांची दखलदेखील घेतली नव्हती. तो राग ते अद्याप विसरलेले नव्हते.

ती आत निघून गेल्यानंतर पिताजींनी मला विचारलं,

"अजून पिते काय ?"

"एकदम बंद !"

"मला वाटलं, तो अडकला म्हणून ही फक्त पीतच राहील !"

"पिताजी, तुम्ही आता दीदीला समजून घ्यायला हवंय ! ती आता पूर्वीची राह्यलेली नाही !"

पिताजी तुच्छतापूर्ण हसले आणि म्हणाले,

"संजय, माणसाला शहाणपण प्राप्त होतं ना तेव्हा वेळ टळून गेलेली

असते ! त्या शहाणपणाचा काडीमात्र उपयोग नसतो ! ही बीना आता मला काहीही सांगू म्हणत असेल तर सांग तिला, तसा प्रयत्न करू नको म्हणून ! इथं राहायचं असेल तर माझ्याशी तिनं काहीही बोलू नये आणि कसलाही सल्ला देऊ नये !''

"पण पिताजी, दीदी कोणी परकी आहे का ? तुम्ही रोमावर प्रेम करताच ना ?''

"तिची आणि हिची तुलना करतोस संजय ? अरे, तिच्या नखाची सर नाही येणार हिला !''

"पिताजी, पण मी सांगतो ते ऐका. दीदी बदललेली आहे. तिला तुम्हांला समजून घ्यावं लागेल यापुढं !''

"ते कालत्रयीही शक्य नाही संजय ! उलट माझं असं म्हणणं आहे की तिनं तुझ्या त्या फार्मवरदेखील फार काळ राहू नये ! ती तिथं राहते हे रोमाला समजलं तर तिलासुद्धा नाही बरं वाटणार !''

"दीदीनं तिथंही राहायचं नाही. इथंही राहायचं नाही, तर मग जायचं कुठं ?''

"जेलमधे ! भूपसोबत !''

पिताजी बीनाच्या बाबतीत भलतेच निर्दय झालेले होते. माझी अवस्था मात्र केविलवाणी झाली होती. या दोघांची दिलजमाई होऊन जाईल असं वाटलं होतं, पण आता मात्र मी आशा सोडली.

रात्री बीनाचं जेवण बन्सी खोलीत घेऊन गेला. मी आणि पिताजी एकत्र जेवायला बसलो.

माझी खूप इच्छा होती की, आम्ही तिघांनी एकत्र बसून जेवावं.

जेवणाची डिश संपल्यावर पिताजी मला म्हणाले,

"पहाडच्या पोराचं लखमच्या मुलीशी लग्न लावून टाकलंस हे छान केलंस !''

"पिताजी, ही कल्पना माझी नव्हे; दीदीची !''

"तिच्याविषयी माझ्या मनात आदर निर्माण होण्यासाठी काही जरी सांगितलंस तरी मला पटणार नाही !''

आता मात्र मी खरंच थोडासा चिडलो आणि म्हणालो,

"पिताजी, दीदी पश्चात्तापानं जळते आहे आणि अशात तुम्ही तिच्या पाठीवरून मायेचा हात फिरवण्याऐवजी तिला तिरस्कारानं दूर लोटलंत, तर मरणाशिवाय तिला दुसरा मार्ग नाही !"

"नाहीतरी आता ती जगून काय करणार आहे ?"

त्या रात्री मला जेवण गेलं नाही. मी बीनाच्या खोलीत आलो तेव्हा ती डोळे सताड उघडे टाकून छताकडं पाहत कॉटवर पडली होती. मी आल्याचं तिला जाणवूनही तिनं दखल घेतली नाही.

काही क्षण कोणीच बोललं नाही. शेवटी मी म्हणालो,

"दीदी, पिताजींना तुमच्याबद्दल असं जे वाटतं ते स्वाभाविक आहे. तुम्ही प्रथम फार्मवर आलात तेव्हा मलादेखील असंच शंकेनं ग्रासलं होतं. पण नंतर आपोआप तुमचं बदललेलं स्वरूप मनाला पटलं. तुम्ही थोडे दिवस इथं राह्यलात तर पिताजींनाही तुमच्याबद्दल वाटणारा हा गैरसमज दूर होईल !"

"जाऊ दे रे, सोड तो विषय ! त्यांना माझी कल्पना यावी असा माझाही अट्टाहास नाही ! तुला मी समजले ना, मग पुरे ! तुझ्यासारखंच सर्वांचं मत निवळावं असा तुझा अट्टाहास का हे मला समजत नाही !"

मी मारे उत्साहानं तिला इथवर घेऊन आलो होतो. पिताजी तिचं स्वागत करतील, सारे प्रमाद विसरून जातील असं वाटलं होतं. पण शेवटी माझा अंदाज साफ चुकला होता.

दुसऱ्या दिवशी कोर्टात भूप, रावेरसिंग आणि ट्रकसोबत आलेले आरोपी यांच्याविरुद्धचा खटला सुरू झाला. सर्वांत प्रथम साक्षीदार म्हणून मी पिंजऱ्यात येऊन उभा राह्यलो.

प्रकरण २३

बिलासपुरात सरदारसाहेबांचं घराणं मशहूर होतं. त्या घरात होणाऱ्या घडामोडींनी नागरिकांचं लक्ष त्या घराण्यावर अधिकच केंद्रित झालं होतं. भूपचा स्वैराचार सर्वश्रुत होता. त्याचे अन् बीनाचे संबंध सर्वांना ठाऊक होते. भूपच्या विरुद्ध सेशन कोर्टात चालू होणारा तो खटला ऐकण्यासाठी लोकांची एकच झुंबड उडाली होती. कोर्ट हॉल चिक्कार भरला होता. बरोबर साडेअकरा वाजता न्यायाधीश चेंबरमधून बाहेर आले.

खटल्याच्या सुनावणीस प्रारंभ झाला.

सर्वप्रथम साक्षीदार होतो तो मी !

सरकारी वकिलांनी न्यायाधीशांना थोडक्यात सर्व केसची पार्श्वभूमी समजावून सांगितली. मी साक्षीदाराच्या पिंजऱ्यात जाऊन उभा राह्यलो उपस्थितांवर नजर फिरवली. श्रोत्यांच्या पलीकडं डॉकमध्ये भूप, रावेरसिंग आणि त्याचे साथीदार बसले होते.

त्यानंतर सरकारी वकिलांनी माझा सरतपास घ्यायला सुरुवात केली. त्यात मी कोण, कुठला, बिलासपूरला केव्हा व का आलो ही सर्व हकिगत सांगितली. मी फार्मवर इस्टेट मॅनेजर म्हणून गेल्याचा वृत्तांत कथन केला. त्या फार्मवर शिवप्रसाद शर्मांचा डोळा होता आणि भूपला हाताशी धरून ते फार्म

आणि बंगला बळकावण्याचा शिवप्रसादचा हेतू असल्याचं विशद करून मी पुढं म्हणालो,

"माझ्या आगमनामुळं शर्माला आपलं स्वप्न साकार होऊ शकणार नाही अशी खात्री झाली आणि त्यानं आपल्या दुष्ट कारवायांना प्रारंभ केला."

त्यानंतर मी लखमचा मृत्यू घडलेल्या दिवसापर्यंत आलो आणि रसूल बागवान हा मीच समजून हल्लेखोरांनी त्याला कसा पळवून नेला त्याची सविस्तर हकिगत कथन केली. माझा सरतपास संपल्यानंतर भूपच्या वकिलांनी माझ्या उलटतपासाला सुरुवात केली.

"मिस्टर संजय, तुम्ही स्मितादेवींना ओळखता ?"

"हो."

"त्यांना बरीच वर्षं अपत्य नव्हतं. नुकतीच त्यांना अपत्यप्राप्ती झालेली आहे. हे अपत्य कोणापासून झालेलं आहे हे आपण सांगू शकाल ?"

भूपच्या वकिलांनी हा प्रश्न विचारून माझं चारित्र्यहनन करण्याचा घाट रचलेला आहे हे मी तात्काळ ओळखलं आणि विचारपूर्वक उत्तर दिलं,

"जोपर्यंत स्मितादेवी आणि सरदारसाहेब यांचा विवाहविच्छेद झालेला नाही, तोपर्यंत त्यांना होणाऱ्या संततीचं पितृत्व सरदारसाहेबांच्याकडंच जातं !"

"मला कायद्याचं तत्त्व नको आहे मिस्टर संजय ! परवा झालेलं हे मूल कोणापासून झालेलं आहे हे मला माझ्या अशिलानं खात्रीशीररित्या सांगितलेलं आहे, पण मला तुमच्या तोंडून उत्तर हवं आहे !"

"वकिलसाहेब, तुम्हांला तर खात्रीशीररित्या ते ठाऊक आहे, तर तुम्ही मला 'लीडिंग' प्रश्न विचारू शकता ! त्यापूर्वी कायद्याचा एक अभ्यासक म्हणून मी तुम्हांला सांगू इच्छितो की, तुमच्या अशिलाकडून तशी लेखी सूचना असल्याशिवाय एखाद्या व्यक्तीला निष्कारण बदनाम करणारे प्रश्न विचारले, तर वकिलांच्यावरदेखील कायदेशीर कारवाई करता येते ! तेव्हा जर तुमच्याजवळ अशी लेखी सूचना नसेल तर आपण असले आत्मघातकी प्रश्न विचारू नयेत, एवढीच विनंती आहे !"

न्यायाधीश स्मित करून भूपच्या वकिलांकडं पाहत म्हणाले,

"यस, हॅव यू गॉट रिटन इन्स्ट्रक्शन टु दॅट इफेक्ट ?"

"नो सर." वकील म्हणाले.

"देन डोंट टेक द रिस्क !"

भूपच्या वकिलांचा सलामीलाच असले प्रश्न विचारून मला बदनाम करण्याचा प्रयत्न असफल झाल्यानं ते किंचित नरमाईनं म्हणाले,

"द विटनेस इज श्रूड !"

"प्लीज प्रोसीड !" - न्यायाधीश.

"ओ. के. ऽऽ हे पहा इस्टेट मॅनेजर, रोमाला तुम्ही ओळखता ?"

"यस्."

"त्या शिक्षणासाठी जबलपूरला असतात आणि त्या बरीच वर्षं इकडं आल्या नाहीत, मग तुम्ही त्यांना कसं काय ओळखता ?"

"ती आपल्या मैत्रिणींसोबत फार्मवर राहायला आली होती."

"त्यांचे अन् तुमचे प्रेमसंबंध जुळले आहेत ?"

"यस्, मी तिला लग्नाचंही वचन दिलेलं आहे !"

भूपच्या वकिलांनी भूपकडं पाह्यलं. त्यांना वाटलं होतं, रोमाचे अन् माझे प्रेमसंबंध मी कोर्टात कबूल करणार नाही. पण चारित्र्यहननाचा हाही प्रयत्न असफल झाल्याचं पाहून ते काहीसे गोंधळले अन् त्यांनी परत मला विचारायला सुरुवात केली.

"तुमचा सहवासात आलेल्या प्रत्येक स्त्रीला तुम्ही भारावून आणि मोहवून टाकता असं तुमच्याबद्दल म्हटलं तर ते चुकीचं ठरणार नाही !"

त्यावर मी न्यायमूर्तींच्याकडं पाहत म्हणालो,

"युवर ऑनर, हा प्रश्न या खटल्याच्या संदर्भात इर्रेलेव्हंट, अप्रस्तुत आहे असं माझं म्हणणं आहे. शिवाय हा प्रश्न अगदीच व्हेग आहे. मी याचं उत्तर देऊ इच्छित नाही !"

न्यायमूर्तींनी माझी विनंती मान्य करून आरोपीच्या वकिलांना म्हटलं,

"मिस्टर ॲडव्होकेट, व्हाय डू यू गो इन फॉर सच् क्वेश्चन्स ? कम टु द रेलेव्हंट पॉइंट !"

आता मात्र भूपच्या वकिलांचं अवसान गळाठून गेल्यासारखं दिसू लागलं. मग त्यांनी गुन्हा घडलेल्या प्रसंगांसंबंधी प्रश्न विचारायला सुरुवात केली.

"लखम वारला त्या दिवशी रसूल बागवान तुमच्याकडं मुक्कामाला

होता असं तुम्ही आपल्या सरतपासणीत सांगितलेलं आहे. तो तुमचा खास मित्र होता म्हणूनच राह्यला ?''

''खास असा नाही. पण आमच्या फार्मचा भाजीपाला नारंगपूरच्या मार्केटला त्याच्यामार्फत पुरवला जात होता म्हणून त्याची अन् माझी ओळख आहे एवढंच.''

''त्याला झोप आली तेव्हा तुम्ही त्याला आपल्या कॉटवर झोपायला सांगता म्हणून सांगतो !''

''तो बिचारा दोन दिवस लखमच्या उशाशेजारी बसून होता. लखम वारल्यानंतर त्यानंच पुढाकार घेऊन सर्व क्रियाकर्म पार पाडले होते. मी त्या भागात नवखा होतो. तेव्हा ज्यानं पुढाकार घेऊन या सर्व गोष्टी केल्या त्याच्याविषयी माझ्या मनात आदर निर्माण होणं स्वाभाविक होतं, त्या रात्री बसल्या जागी तो पेंगू लागला म्हणून माझ्या कॉटवर जाऊन पड म्हणालो यात काही अनैसर्गिक घडलं असेल असं मला नाही वाटत !''

''परक्या माणसाला आपल्या गादीवर झोपायला सांगणं हे अनैसर्गिक नव्हे ? निदान हायजिनिकल पॉइंट ऑफ व्ह्यू विचारात घेऊन ?''

''मी माणुसकी जाणतो ! हायजिनिकल पॉइंट ऑफ व्ह्यू माणुसकीपुढं तोकडा वाटतो मला !''

न्यायाधीश गालांतल्या गालांत हसले. कोर्टातही थोडीशी कुजबूज झाली.

''मिस्टर संजय, तुम्ही रावेरसिंगला ओळखता ! फार्मवर ट्रकमधून तो खताची पोती घेऊन येत होता !''

''मुळीच नाही ! त्याला पोलिसांनी अटक करून आणल्यानंतर प्रथमच मी पाह्यला !''

''माझं म्हणणं असं आहे की, तो फार्मवर तुमच्या सांगण्यावरून खताची पोती घेऊन दोन दिवस अगोदर आला होता आणि तुम्ही त्याचं ठरवलेलं भाडं न देता त्याच्याशी भांडण काढलंत आणि त्याला केव्हा ना केव्हा पश्चात्तापाची पाळी येईल अशी धमकीही दिलीत !''

मी किंचित हसून म्हणालो,

''रावेरसिंगच्या ट्रकचे मार्क्स फार्मजवळ उमटलेले आहेत हे पाहून

आपण असा डिफेन्स घेत आहात हे योग्यच आहे, पण वकिलसाहेब, मी खताची पोती फार्मवर आणली ती सहा महिन्यांपूर्वी आणि तीदेखील बैलगाड्यांतून ! त्या गाडीवानांना पैसे दिल्याबद्दलच्या पावत्यादेखील माझ्याजवळ आहेत ! रावेरला मी ओळखतदेखील नाही !''

''माझं म्हणणं असं आहे की, तुम्ही, रसूल आणि या गुन्ह्याचा तपास करणारे डी. वाय. एस्. पी. यांनी भूपला या खटल्यात गोवण्यासाठी ही खोटी केस रचलेली आहे ! त्या दिवशी तसा प्रकारच घडलेला नाही !''

''घडलेला आहे !''

''बरं, तुम्ही या कोर्टासमोरच्या बाकीच्या आरोपी लोकांना ओळखता ?''

''मुळीच नाही ! आणि त्यांनीही मला गुन्ह्यापूर्वी कधी बघितलेलं नसावं !''

''कशावरून म्हणता ?''

''त्यांनी मला पाह्यलं असतं तर मला सोडून ते रसूलला घेऊन गेलेच नसते !''

कोर्टात खसखस पिकली. न्यायमूर्तींनी भुवया उंचावून आपल्या समोरच्या कागदावर काहीतरी लिहून ठेवलं.

भूपच्या वकिलांना 'प्रथमग्रासे मक्षिकापातः' झालेला होता. ते माझी उलटतपासणी संपवून खाली बसले.

दुसरा साक्षीदार पुकारण्यात आला. तो होता रसूल इब्राहिम बागवान !

रसूलनं आपल्या सरतपासात आपला व्यवसाय, लखमचा परिचय, त्यानंतर त्या रात्रीचा प्रसंग कथन केला आणि त्याला रावेरसिंगानं त्या अनोख्या प्रदेशात झाडाला बांधून त्याची शेवटची इच्छा कोणती हे विचारल्याचा प्रसंग कथन केला. आपण धर्मानं मुस्लिम आहोत असं जेव्हा त्यानं सांगितलं तेव्हा रावेरसिंगानं त्याच्या विजारीची नाडी तोडून त्याला नग्न केल्याचा आणि तो खरोखरच मुस्लिम असल्याची खात्री करून घेतल्याचा प्रसंग निवेदन केला. रसूलनं आरोपींच्या पिंजऱ्यात बसलेल्या रावेरसिंगाच्या सहाही साथीदारांना कोर्टासमोर ओळखलं,

त्यानंतर आरोपीचे वकील रसूलच्या उलटतपासाला प्रारंभ करताना म्हणाले,

''इस्टेट मॅनेजर संजय आणि तुझी दोस्ती ते फार्मवर आल्यापासूनची ?''

"छे ऽ ऽ ऽ ऽ, दोस्ती नाही, फक्त ओळख. लखमची आणि माझी मात्र दोस्ती होती."

"फार्मवरच्या भाजीपाल्यात तू लखमला कमिशन देत होतास !"

"साहेब," रसूल किंचित् घसा साफ करून म्हणाला, "मजुरीचे पैसे दोन साल मिळाले नाहीत तरीही त्यानं फार्म सोडलं नाही. कदान्न खाऊन, फाटके कपडे घालून तो सध्याचे मॅनेजर येईपर्यंत फार्मवर राबत होता. कमिशन खाणाऱ्याच्या जातीतला तोही नव्हता आणि मीही त्याला कधी कमिशन दिलेलं नव्हतं !"

"मग तुझी आणि लखमची एवढी दोस्ती असण्याचं काही कारण सांगू शकतोस ? तो हिंदू, तू मुसलमान !"

"दोस्ती जमण्यापूर्वी तो हिंदू आणि मी मुसलमान खरे, पण एकदा आमची दोस्ती जमली आणि मग तो कोणत्या धर्माचा आणि मी कोणत्या धर्माचा हा भेदच उरला नाही !"

"पण तुम्ही दोघांनी इतकं निकट येण्याचं कारण तरी कोणतं ?"

"एकमेकांचा स्वभाव ! दुसरं काहीएक कारण नाही !"

"बरं. परवा लखमला मारल्याची केस पहाडच्या मुलांच्यावर चालू होती. त्यातले प्रत्यक्ष पाहणारे साक्षीदार या मॅनेजरनी फितूर केले आणि त्यामुळं ती केस सुटली हे तुला ठाऊक आहे ?"

या प्रश्नावर मी सरकारी वकिलांना हरकत घ्यायची सूचना केली, कारण तो प्रश्न 'प्रिझंप्टिव' अशा स्वरूपाचा होता. मी त्या खटल्यातले साक्षीदार फोडले असं गृहीत धरून तो प्रश्न विचारण्यात आल्यानं हरकत घेणं इष्ट होतं. पण आमच्यातर्फे सरकारी वकिलांनी हरकतीचा मुद्दा उपस्थित करण्याअगोदरच न्यायाधीश आरोपीच्या वकिलांना म्हणाले,

"हा प्रश्न तुम्ही इस्टेट मॅनेजरना का नाही विचारला ?"

"सर, तो साक्षीदार मोठा बिलंदर होता. त्यानं मला सरळपणानं उत्तर देण्याऐवजी निराळाच खुलासा केला असता."

"पण हा प्रश्न रसूलला विचारता येणार नाही !" न्यायाधीशांनी हरकत घेतली.

आरोपींच्या वकिलांनी दुसऱ्या प्रश्नाला प्रारंभ केला.

"हे बघ रसूल, तू मॅनेजरांच्या कॉटवर झोपला होतास तेव्हा तुझ्या तोंडावर कसलं तरी कापड टाकून तुला बेशुद्ध करण्यात आलं असं मघा सरतपासणीत म्हणालास, मग शुद्धीवर केव्हा आलास ?"

"ट्रकमधून कुठंतरी चाललो आहे असं जाणवलं तेव्हा, सकाळी नऊदहाच्या सुमारास."

"हे तू खोटं सांगतो आहेस ? रावेरसिंगला आणि या सहाजणांना या खटल्यात गोवण्यासाठी मॅनेजर आणि डी. वाय. एस. पी. यांच्या सांगण्यावरून तू खोटं सांगतो आहेस !"

"माझे काय दुष्मन आहेत ते ? मी या सहाही जणांना ओळख परेडमधे मॅजिस्ट्रेटसमोर ओळखून काढलेलं आहे ! त्या प्रकाराबद्दल मी कोणासमोर बोलू नये म्हणून या रावेरसिंगानं आणि या लोकांनी मला धमकीदेखील दिलेली आहे !"

"रसूल, तुझं भूपबाबूंशी आणि शिवप्रसादशी वाकडं होतं ?"

"काहीएक कारण नाही ! माझे त्यांचे कसलेच संबंध येत नव्हते !"

"शिवप्रसादना आणि भूपबाबूंना या खटल्यात निष्कारण गुंतवण्यासाठी तू ही धादांत खोटी साक्ष देतो आहेस असं माझं म्हणणं आहे !"

"अहो साहेब, कटनी चेकपोस्टजवळ पोलिसांनी ट्रक अडवला तेव्हा मीच ओरडून पोलिसांना सांगितलं की, या लोकांनी मला नारंगपूरच्या फार्मवरून पळवून आणलेलं आहे म्हणून !"

त्यावर न्यायाधीश आरोपीच्या वकिलांना उद्देशून म्हणाले,

"व्हाय डिड यू आस्क दॅट क्वेश्चन् ? नाऊ द आन्सर रोज अगेन्स्ट यू !"

"सर, हे सारे साक्षीदार सरकारपक्षानं एकजात पढवून आणलेले आहेत !"

न्यायाधीश अर्थपूर्ण हसले.

रसूलच्या उलटतपासणीनंतर सोरज आणि बंगा यांच्या साक्षी झाल्या. त्यांनी त्या रात्रीचा प्रसंग कथन केला; पण हल्लेखोरांनी तोंडाला फेटे गुंडाळले असल्यामुळं कोणालाही त्यावेळी ओळखता आलं नाही असं सांगितल्यानं त्यांच्या साक्षीला गुन्ह्याचा प्रकार घडल्याच्या पलीकडं दुसरा कोणताच अर्थ नव्हता.

त्यानंतर कटनी चेकपोस्टचे पोलीस तपासले गेले. त्यांनी रावेरसिंगाला नाक्यावर अटक केल्याचं सांगितलं, त्याच ट्रकमध्ये रसूल ओरडल्याचं कथन केलं. आरोपीच्या वकिलांनी, ते सर्व लोक पोलीसखात्याचे असल्यानं त्यांचा जबाब विचारात घेऊ नये, एवढंच प्रतिपादन केलं.

कोर्टाची वेळ संपल्यानं त्या दिवशीचं कामकाज थांबलं. कोर्टातून बाहेर पडल्यावर बऱ्याच लोकांनी माझ्याभोवती कोंडाळं करून माझं अभिनंदन केलं. सरकारी वकिलांनी मला आपल्या ऑफिसात बोलावून घेऊन म्हटलं,

"आजवर अनेक वकील साक्षीदार म्हणून पिंजऱ्यात आले, पण तुमच्यासारखी आत्मविश्वासानं आणि सडेतोडपणे दिली गेलेली साक्ष माझ्या पाहण्यात नाही !"

"थँक यू सर !" विनम्रपणं मी त्यांच्या गौरवाचा स्वीकार केला.

संध्याकाळी पिताजींनी मला फिरायला बोलावलं. पण मी दमलो होतो; फिरायला गेलो नाही. पिताजी फिरायला गेल्यानंतर बीना बाहेर बगीच्यात येऊन बसली. मीही अंघोळ उरकून बाहेर आलो. तेव्हा बीनानं मला विचारलं,

"काय काय झालं आज ?"

"खूप झालं ! माझी साक्ष झाली, रसूल, सोरज, बंगा, कटनी चेकपोस्टचे पोलीस या सर्वांच्या साक्षी झाल्या."

"भूपचा या प्रकरणात हात आहे असं सांगणारे कोणी साक्षीदार झाले की नाही ?"

"नाही दीदी. तसं म्हणाल तर भूपबाबू शिवप्रसादांच्या घरी थोडे दिवस राह्यले होते हे सांगणारे एकदोन साक्षीदार आणि त्यानंतर भूपबाबूंनी शिवप्रसादना रायगडच्या जेलमधून पाठवलेली ती पत्रं याशिवाय त्यांच्याविरूद्ध काहीही पुरावा नाही."

"रावेरसिंगला त्यानं पाचशे रुपये दिले ते ?"

"ते रावेरसिंगानं पोलिसांपुढं माराच्या भीतीनं कबूल केलं होतं. पण तालुका मॅजिस्ट्रेटसमोर कबुलीजबाबाच्या वेळी त्यानं ते साफ नाकारलेलं होतं. त्यामुळं ती गोष्ट रेकॉर्डवर येणं कठीण आहे. आता फक्त त्याची जी पत्रं शिवप्रसादांनी हजर केलेली आहेत त्यावरूनच त्यांना या खटल्यात काही शेकलं तर शेकणार ? ती सर्व पत्रं मी वाचलेली आहेत. कुठंही त्यांनी माझा

काटा काढायचा आपला मानस स्पष्ट शब्दांत व्यक्त केलेला नाही.''

"मग सुटेल की काय रे तो ?''

"माझा तरी अंदाज आहे तसा.''

"रावेरसिंग आणि त्याचे साथीदार ?''

"त्यांना मात्र नक्कीच घासेल! रसूलचा त्या लोकांविरूद्धचा पुरावा जाम झालेला आहे.''

"पण हा अन्याय आहे संजय! ज्याच्यासाठी हा प्रकार त्या लोकांनी केला तो भूप सुटणार आणि हे लोक अडकणार याला काही अर्थ नाही!''

"अर्थ आणि अनर्थ! दीदी, कायदा हां असाच आहे!''

"गाढव आहे कायदा!''

"ती फार जुनी म्हण आहे.''

"पण काय रे, एखाद्या व्यक्तीला या गुन्ह्यासंबंधी महत्त्वाची हकीगत ठाऊक असेल आणि तिला ती न्यायालात सांगण्याची इच्छा असेल, तर सांगता येते ?''

"दीदी ऽ ऽ ऽ ऽ ?'' मी बीनाकडं रोखून पाहत म्हणालो, "भूपबाबू या खटल्यातून सुटल्यानंतर कदाचित् बदलतील असं माझ्या श्रद्धाळू मनाला वाटतं आहे! त्यांना अडकवण्याचे प्रयत्न होऊ नयेत असं मला प्रामाणिकपणे वाटतं!''

"मूर्ख आहेस! अजून तुला जग ओळखता आलेलं नाही! या केसमधून भूप जर सुटला तर तू संपलासच असं समज!''

"पण मला हे समजत नाही की माणसांचा स्वभाव बदलू शकतो यावर तुमचा, पिताजींचा विश्वास का नाही बसत ?''

"अनुभव! भूपला अंकल आणि मी चांगलेच ओळखतो! तितकं कोणीही ओळखू शकलेलं नाही!''

"पण दीदी, काही झालं तरी तुम्ही कोर्टात येण्याचं जे डोक्यात शिरलं आहे ते काढून टाका. भूपबाबूंचे आणि तुमचे संबंध काय होते हे अख्ख्या बिलासपूरला ठाऊक आहे. नसतं धाडस कराल आणि नंतर पस्तावून बसाल!''

"माझी इच्छा आहे संजय, मला या प्रकरणासंबंधी जे जे ठाऊक आहे ते सर्व न्यायासनासमोर सांगून मोकळं व्हावं!''

"भूपबाबूंचे वकील तुमचा उलटतपास घेतील आणि त्यात तुम्हांला भलभलते प्रश्न विचारतील. तुमची अब्रू चव्हाट्यावर येईल !"

"ती अगोदर केव्हाच आलेली आहे ! मला त्याचं भय नाही संजय ! खरं भय वाटतं ते हा भूप या खटल्यातून सहीसलामत सुटला तर काय होईल याचं ! त्यासाठी मला कोणतंही दिव्य करावं लागलं तरी माझ्या मनाची तयारी आहे !"

"तुम्ही भूपबाबूंचा विश्वासघात केल्यासारखं नाही होणार ?"

"हां ऽऽऽ, त्याला तसं नक्कीच वाटेल, पण निदान या जन्मी येऊन एखादी चांगली गोष्ट केल्याचं समाधान तरी मला लाभेल !"

"ज्या भूपबाबूंशी बालपणापासून तुम्ही एकत्र राह्यलात, त्यांना या खटल्यात तुम्ही अडकवणं नैतिकदृष्ट्या इष्ट ठरणार नाही !"

"माझ्या आयुष्याची वाताहात झालेली आहे संजय. यापुढं तुझी, रोमाची आणि ऑन्टीची होऊ नये यासाठी मला प्रयत्न करायचा आहे. यामुळं जर माझा नैतिक अध:पात होतो आहे असं कुणाला वाटत असेल तर त्याला माझा नाईलाज आहे !"

मला हे अगदीच अनपेक्षित होतं !

बन्सी चहा घेऊन आला तेव्हा बीना बोलायची थांबली. बन्सीकडं काही क्षण रोखून पाहत म्हणाली,

"बन्सीला विचार मी असं केलं तर योग्य होईल का नाही ? काय बन्सी, मी भूपविरुद्ध कोर्टात साक्ष दिली तर तुला काय वाटेल ?"

बन्सी उगाच हात चोळत काही क्षण तिथं थांबला आणि निघून परत जाण्यापूर्वी म्हणाला,

"मला अडाणी माणसाला काय विचारता ? भूपबाबू तुरुंगात गेले तर मला दु:खच होईल. माझ्यासमोर लहानाची थोर झालात तुम्ही दोघं !"

"पण भूपनं माझ्या आयुष्याची बरबादी केली असं नाही वाटत तुला ?"

"त्याला ते एकटेच जबाबदार नाहीत दीदी !"

"घे ऽ ऽ ऽ ऽ ! बघितलंस संजय ? म्हणजे माझ्या अध:पतनाला मीही कारणीभूत आहे असं याला जसं वाटतं तसंच इतरांनाही वाटतं. पण माझ्या अध:पतनाला भूप एकटाच जबाबदार आहे !"

"तुम्हाला आज जशी उपरती झालेली आहे तशी त्यांनाही यापुढं होणार नाही कशावरून ?"

"अशक्य !"

पिताजी फिरून परत येत होते. गेटच्या फाटकातून ते परत येताना दिसले तेव्हा बीना उठून आत गेली. तिचा भरलेला चहाचा कप तसाच टेबलावर राह्यला. पिताजी तिच्या मोकळ्या खुर्चीवर बसता बसता मला म्हणाले,

"तू कोर्टात आज धमाल केलीस म्हणे !"

"आपल्याला कोण बोललं ?"

"इथं एक रिटायर्ड जज्ज आहेत ते खटला ऐकायला आले होते. म्हणत होते, तू आरोपीच्या वकिलांना चांगलंच चक्रावून सोडलंस !"

"मी सर्व खरं ते सांगितलं पिताजी !"

"पण ते म्हणत होते, रावेरसिंग आणि त्याचे साथीदार या खटल्यात अडकतील, भूप सुटेल असा त्यांचा अंदाज आहे. त्यानं शिवप्रसादला पाठवलेल्या पत्रांव्यतिरिक्त काहीच पुरावा नाही म्हणे त्याच्याविरुद्ध !"

"हां ऽ ऽ ऽ, तशी वस्तुस्थिती आहे खरी !"

"म्हणजे जी काही चारदोन वर्षं मी सुखासमाधानानं जगावीत अशी आशा बाळगून होतो तेही शक्य होणार नाही तर !"

"असं का म्हणता तुम्हीही पिताजी ? दीदीही आता नेमकं असंच म्हणाल्या."

"काय ?"

"दीदीही म्हणतात, भूपबाबूंना या खटल्यात शिक्षा व्हावी. ते सुटल्यामुळं आपणा सर्वांना उपद्रव देतील. कोणाला सुखानं जगू द्यायचे नाहीत."

पिताजींनी ते ऐकून स्मित केलं आणि ते म्हणाले,

"बीना तसं म्हणाली असेलही कदाचित्, पण याचा अर्थ भूपला तुरुंगवास घडावा याबद्दल ती प्रयत्नशील राहील हे काही मला पटत नाही ! तसं असतं तर तिनं या गुन्ह्याचा तपास करणाऱ्या पोलिसअधिकाऱ्यांना केव्हाच सांगून टाकलं असतं ! आता जगात सगळीकडं तिची छीथू झालीय, तोही खटल्यात अडकलेला आहे. हिला कोणी थारा देणार नाही म्हणून माझी सहानुभूती मिळविण्यासाठी ढोंग करते आहे ! यापलीकडं तिच्या बोलण्यावर विश्वास

ठेवावा असं मला नाही वाटत !"

"पण पिताजी, दीदींची कोर्टात येऊन साक्ष देण्याची इच्छा आहे."

"खरं म्हणतोस ?"

"आपल्याला खोटं कशाला सांगू ?"

"मग खरोखरच त्या दृष्टीनं विचार करायला हवा संजय ! हा भूप सुटता कामा नये रे ! बन्सी ऽ ऽ ऽ ऽ ए बन्सी ऽ ऽ ऽ ऽ, गाडी आणायला सांग."

मी पिताजींच्या तोंडाकडंच पाहत राह्यलो ! गाडी आली तेव्हा पिताजींनी बन्सीकडून बीनाला बोलावणं धाडलं. बीना पिताजींच्या मागं येऊन उभी राहिली तेव्हा पिताजींनी तिला विचारलं,

"संजय म्हणतो ते खरं आहे ? तू भूपविरूद्ध साक्ष द्यायला तयार आहेस ?"

"हो ऽ ऽ ऽ. संजयला फार्मवरून पळवून नेऊन त्याचा खून करण्यासाठी भूपनं रावेरसिंगाला दोन हजार रुपये द्यायचा करार केला होता. माझ्या समक्ष पाचशे रुपये रोख ॲडव्हान्स त्यानं शिवप्रसादच्या घरी दिला."

"समज, तू अशी साक्ष देऊनही भूप या खटल्यातून सुटला तर तुझी कोणती अवस्था करून टाकील याची तुला कल्पना आहे ?"

"ते उघड आहे अंकल ! सर्वप्रथम तो मला मारून टाकील !"

"इतकी मनाची तयारी असेल तर मग काही हरकत नाही !"

"आता मी जिवंत असून नसल्यासारखीच आहे !"

"संजय, चल. आता विलंब नको !"

"पण जायचं कोणाकडं ?"

"सरकारी वकिलाकडं ! काहीही करून बीनाची या खटल्यात साक्ष नोंदवली जावी असा प्रयत्न करायला हवा !"

बिलासपुरातल्या मध्यवस्तीतून आमची मोटार सरकारी वकिलांच्या निवासस्थानाकडं चालली होती. पिताजींच्या शेजारी मागं बसलेली बीना काहीएक बोलत नव्हती. मी मात्र जे काही घडतं आहे ते पाहून काहीसा अस्वस्थ झालो होतो. यदाकदाचित् बीना उद्या भूपविरुद्ध साक्ष द्यायला कोर्टात येऊन उभी राहिली तर काय गहजब उडेल याची मला कल्पनाच करता येत नव्हती.

सरकारी वकिलांना आम्ही अनपेक्षितरित्या त्यांच्याकडं आल्याचं पाहून आश्चर्य वाटलं.

"ओ हो हो ! सरदारसाहेब, या या या ऽ ऽ ऽ ! सॉरी हं, तुमच्या चिरंजीवांच्या विरुद्ध केस चालवण्याची वेळ माझ्यावर आलेली आहे !"

"त्याबद्दल सॉरी म्हणायचं काहीच कारण नाही ! अहो, तुमच्या या केसमधे एक महत्त्वाचा साक्षीदार घेऊन आलो आहे मी !"

"काय ? साक्षीदार ? या बीनाताई साक्ष देणार की काय ?"

"होय ! या खटल्यात भूपविरूद्ध साक्ष द्यायची तिची इच्छा आहे. पण मला शंका आहे की पोलिसांनी तिचा साक्षीदार म्हणून जबाब घेतलेला नाही, उलट तिला भूपसोबत प्रथम अटक करण्यात आलेली होती, पण तिच्याविरुद्ध केस शाबीत होऊ शकणार नाही या कल्पनेनं पोलिसांनी तिला सोडून दिलेलं आहे. या संजयला फार्मवरून पळवून नेऊन, त्याचा खून करण्याचा जो कट रचला गेला होता, भूपनं रावेरसिंगला पाचशे रुपये ॲडव्हान्स म्हणून दिले, त्या कटाची बीनाला संपूर्ण माहिती आहे. तिला ती न्यायासनासमोर सांगण्याची इच्छा आहे, पण पोलिसांनी साक्षीदारांच्या यादीत तिचं नाव नमूद न केल्यामुळं आता तिची सेशन कोर्टात साक्ष घेता येईल का ?"

"का नाही घेता येणार ? तशी कायद्यात तरतूद आहे सरदारसाहेब. पण मला आपल्या वागण्याचा अर्थच समजत नाही ?"

"स्वत:च्या मुलाविरूद्ध केस शाबीत व्हावी म्हणून प्रयत्न करतो आहे म्हणून ?"

"अर्थात् !"

"वकिलसाहेब, भूप माझा मुलगा आहे असं जगाला तोंडानं सांगण्यासारखं त्यानं काही शिल्लक ठेवलेलं नाही ! दोनतीन लाखांची धूळधाण केली. ह्या पोरीच्या आयुष्याचं वाटोळं केलं आणि आता या खटल्यातून तो जर निर्दोष सुटला तर तो या संजयच्या मागं लागणार. रोमाशी याचं लग्न होऊ देणार नाही. स्मिताला इतक्या वर्षांनी झालेलं मूलदेखील सुरक्षित राहणार नाही. मलाही तो छळल्याशिवाय राहणार नाही ! माझं एकट्याचं त्यानं काहीही भलंबुरं केलं तरी मला त्याची पर्वा वाटली नसती, पण या निरपराध लोकांना तो नामशेष करून टाकणार आहे ! म्हणून म्हणतो, हिला आता बऱ्याच उशिरा का होईना, पण

सुबुद्धी सुचलेली आहे. हिच्या जबानीमुळं पाचसात वर्षं तो गजाआड गेला तरी मलाही निश्चिंतपणे उर्वरित आयुष्य जगता येईल !''

"पण सुटका झाल्यानंतर ते सूड उगवणार नाहीत कशावरून ?'' माझ्याकडं आणि बीनाकडं बोट दाखवून वकिलसाहेबांनी विचारलं.

"पाच वर्षं जेलचं अन्न आणि हवा खाल्ल्यानंतर त्याच्यातला जोश कितपत शिल्लक राहातो तेच पाहायचं !''

"सरदारसाहेब, आजपर्यंत मी इतक्या आरोपींविरूद्ध खटले चालवले, पण कोणा आरोपीच्या बापानं आपल्या मुलाला शिक्षा व्हावी असा प्रयत्न केल्याचं अनुभवलेलं नव्हतं ! उलट खटल्यातून आपली मुलं सुटावीत म्हणून भर कोर्टात माझे पाय धरले होते !''

"काय करता वकिलसाहेब, जमानाच बदललेला आहे ! मुलगा बापाला बाप मानत नाही, मग बापानं तरी मुलाला मुलगा का मानावं ?''

त्यानंतर सरकारी वकिलांनी बीनाला ठाऊक होती ती हकिगत विचारली. तिनं कोणतीही गोष्ट न लपवता सर्व प्रकार त्यांना सांगितला. सरकारी वकिलांनी दुसऱ्या दिवशी सेशन कोर्टात बीनाची साक्ष घेण्यात यावी असा अर्ज देण्याचं ठरवलं. रात्री आम्ही परतलो तेव्हा साडेनऊ वाजले होते.

त्या रात्री मात्र बीना, पिताजी आणि मी एकत्र जेवायला बसलो.

प्रकरण २४

सरकारी वकिलांनी सेशन कोर्टात तो अर्ज देताच खळबळ माजली. भूप आणि बीना यांच्यातले ते संबंध अख्ख्या बिलासपुरात ठाऊक होते आणि या खटल्यात बीना, भूपच्या विरुद्ध साक्ष द्यायला कोर्टात उभी राहणार या बातमीनं अनेकांना आश्चर्य वाटलं. अनेकांनी तर्क केला की, हे सारं कारस्थान इस्टेट मॅनेजरनंच घडवून आणलं. तसं पाह्यलं तर मी बीनाला त्या बाबतीत कसलीच चिथावणी दिलेली नव्हती. उलट भूपला सुधारण्याची शेवटची एक संधी द्यावी, या मताचा मी होतो. पण बीना आणि पिताजी या दोघांनीही भूप या केसमधून सुटता कामा नये असा पवित्रा घेतला होता.

त्या अर्जामुळं भूपच्या मनावर मात्र फार मोठा आघात होईल असं मला वाटलं. पण प्रत्यक्षात मात्र तसं काहीच घडलं नाही. नेहमीप्रमाणं तो आरोपीच्या पिंजऱ्यात येऊन बसला. सरकारी वकिलांनी दिलेल्या अर्जावर तक्रार नोंदवण्यापूर्वी भूपच्या वकिलांनी भूपशी सल्लामसलत केली. कोर्टाच्या परवानगीनं वकील भूपजवळ गेले आणि त्याच्याशी त्यांनी त्या अर्जाबाबत चर्चा केली. भूप त्या वेळी गालातल्या गालात हसल्याचं पाहून मी संभ्रमात पडलो. ज्या बीनानं त्याच्या आयुष्यात गेली दहा-पंधरा वर्षं साथ दिली, त्यांच्यात 'ते' नातं निर्माण झालं ती बीना

त्याला तुरुंगात घालण्यासाठी हिरीरिनं पुढं आल्याचं पाहून त्याला आश्चर्याचा धक्का बसेल हा माझा अंदाज साफ चुकला.

मधल्या सुट्टीनंतर बीनाची साक्ष घेण्यात येईल अशी न्यायाधीशांनी त्या अर्जावर ऑर्डर दिली. आरोपीला बचाव करण्यासाठी योग्य तो अवधी देणं न्यायाच्या दृष्टीनं हितावह होतं आणि त्यासाठीच बीनाचा उलट तपास करण्यासाठी भूपच्या वकिलांना वेळ हवा होता. मधल्या सुट्टीत ते भूपशी पुन्हा विचारविनिमय करून आपल्या उलटतपासाची रूपरेषा ठरवणार होते. दरम्यान त्या खटल्यातले इतर साक्षीदार तपासले गेले. त्यात रावेरसिंगच्या ट्रकमार्क्सचे जे मोल्डस् घेतले होते तो पुरावा कोर्टासमोर सादर करण्यात आला. भूपनं शिवप्रसादना पाठवलेल्या पत्रांतील हस्ताक्षर भूपचंच आहे असं दर्शविणारा हस्ताक्षरतज्ज्ञांचा लेखी पुरावा कोर्टात सादर करण्यात आला. आरोपींना अटक केल्यावेळचे पंच तपासण्यात आले. पण हा सर्व पुरावा केसच्या दृष्टीनं जरी महत्त्वाचा असला, तरी आरोपींतर्फे उलटतपासाला फारसा वाव देणाऱ्या स्वरूपातला नव्हता.

आता सर्वांचं लक्ष लागून राह्यलं होतं बीनाच्या जबानीवर. ती कोर्टात भूपच्या विरुद्ध काय साक्ष देते आणि भूपचे वकील तिचा उलटतपास कोणत्या पद्धतीनं करणार आहेत हे ऐकण्यासाठी बहुसंख्य श्रोते उत्सुक झालेले होते.

मधल्या सुट्टीनंतर बीना साक्षीदाराच्या पिंजऱ्यात येऊन उभी राह्यली. फिक्कट निळसर साडी, तसलाच ब्लाऊज, केसात कृष्णकमळाचं एकच फूल खोचलेलं, ओठांना किंचित् गुलाबी लिपस्टिक लावलेली बीना साक्षीदाराच्या पिंजऱ्यात येऊन उभी राहाताच तिला शिरस्तेदारानं शपथ देवविली. सरकारी वकिलांनी तिच्या सरतपासणीला सुरुवात केली,

"आपण आरोपी भूप आणि रावेरसिंग यांना ओळखता ?"

"हो."

"संजय इस्टेट मॅनेजर यांना ?"

"त्यालाही ओळखते."

"मयत शिवप्रसाद आपल्या माहितीचे होते ?"

"हो, त्यांनाही मी ओळखत होते."

"आता या खटल्याबद्दल तुम्हांला काय माहिती आहे ती आपण कोर्टाला सांगावी. सर, यापुढं मी या साक्षीदाराची तपासणी प्रश्न-उत्तर या

स्वरूपात घेणार नसून, साक्षीदारानं आपणाला माहीत असलेली हकीकत आपणापुढं निवेदन करावी असं सुचवतो.''

"यस्.'' न्यायाधीशांनी आपल्यासमोरच्या कागदावर काहीतरी लिहिलं आणि ते बीनाला म्हणाले,

"तुम्हांला काय सांगायचं आहे या खटल्याच्या संदर्भात ते तुम्ही सांगू शकता.''

"सर-'' बीनानं एकवार कोर्टातल्या उपस्थितांकडं पाह्यलं आणि शेवटी ती माझ्याकडं पाहत म्हणाली, "हा संजय इस्टेट मॅनेजर म्हणून आमच्या घरी आला आणि त्या दिवसापासून आमच्या घरचं सारं वातावरण पालटायला सुरुवात झाली. यानं आमच्या ओसाड अशा फार्मचं स्वरूप संपूर्ण पालटून टाकलं, बंगला दुरुस्त केला, विहिरींचा गाळ उपसून...''

बीनानं कोर्टात मी केलेल्या सुधारणांचा पाढा वाचायला सुरुवात केली, तेव्हा न्यायाधीश तिला म्हणाले,

"या खटल्याच्या संदर्भात ते सर्व सांगणं जरुरीचं आहे का ?''

"होय सर. याचं आमच्या घरातलं स्थान ज्या घटनांमुळं बळकट होत गेलं, त्या घटना सांगणं मला अत्यावश्यक वाटतं; कारण भूपनं त्याचा मत्सर करायला सुरुवात केली त्याचं मूळ या संजयच्या कर्तबगारीशीच निगडित आहे !''

"ओ. के. ऽऽ, गो अहेड.''

"संजयनं मॅनेजर म्हणून फार्मवर एकामागून एक सुधारणा केल्या आणि आजपर्यंत कधी नाही घडलं ते साध्य करून दाखवलं. शिवप्रसाद शर्मांना आमचं फार्म बळकावण्याची इच्छा होती. पण आमच्या अंकलना ते फार्म विकायचं नव्हतं. शिवप्रसादनी भूपला आपल्या हाताशी धरून त्याला वेळोवेळी कर्जरूपानं उसनवार पैसे द्यायला सुरुवात केली. ते कर्ज भूप फेडू शकणार नाही आणि शेवटी भूपवर दिवाणी दावा लावून ती जमीन आपण लिलावात काढू शकू असा शिवप्रसादना आत्मविश्वास वाटत होता. पण संजयच्या आगमनामुळं त्यांचं स्वप्न साकार होणं अशक्य झालं.

"भूपला आणि मला निष्काळजीपणानं एका वाटसरूचा मृत्यू घडवल्याबद्दल रायगडच्या मॅजिस्ट्रेट कोर्टांत दोन वर्षांची सजा झाली. त्या कामी आम्हांला

जामिनावर सोडवून नेलं ते शिवप्रसादांनी. आमचं अपिल दाखल केलं तेसुद्धा त्यांनीच ! जामिनावर सुटल्यानंतर आम्ही बिलासपूरला न येता नारंगपूरला शिवप्रसादांच्या बंगल्यातच उतरलो. तिथं शिवप्रसाद आणि भूप यांच्यात खूप वाटाघाटी झाल्या. शिवप्रसाद भूपला म्हणाले,

"हा इस्टेट मॅनेजर जोपर्यंत फार्मवर आहे तोपर्यंत सरदारसाहेब तुमची फिकीर करणार नाहीत !"

"मग त्याचा बंदोबस्त कसा करुया ?" भूपनं विचारलं.

"त्यांचा कायमचाच काटा काढायला हवा !"

"माझीही तीच इच्छा आहे ! त्यानं केवळ पिताजींनाच भारावून सोडलेलं नाही, तर बन्सीपासून ते ऑन्टीपर्यंत सर्वांनाच आपल्या मोहजालात गुरफटून टाकलेलं आहे !"

"माझी एक योजना फसली भूपबाबू, नाहीतर तुम्ही इथं जामिनावर सुटून येण्याअगोदरच त्याचा बंदोबस्त करत होतो !" शिवप्रसाद म्हणाले.

"कोणती योजना केली होती तुम्ही ?"

"पहाडच्या मुलांना त्यांच्या आईला-गिरिजाला-तिथून जबरदस्तीनं घेऊन यायची चिथावणी दिलेली होती. त्या वेळी हा मॅनेजर आडवा येणार हे मला ठाऊक होतं आणि तो आडवा आला तर सरळ त्याला ठोका असंही मी त्यांना सांगितलं होतं. पण दुर्दैव ! नेमका तो त्या दिवशी बिलासपूरला गेला होता. तो लखम आडवा आला आणि पहाडच्या पोरांनी त्याच्यावर हल्ला केला. तोच जखमी झाला. अद्याप दवाखान्यात आहे, पण डॉक्टर म्हणतात, तो जगणं कठीण आहे !"

"पण आता आपण या संजयचा कायमचा बंदोबस्त करायचा म्हणजे नेमकं काय करायचं ?" भूपनं विचारलं.

"संजय एकटाच बंगल्यात झोपतो. उजव्या हाताला व्हरांड्याशेजारी खोलीत त्याची कॉट आहे."

"तुम्हांला तिथली बित्तंबातमी कोण देतो ?"

"स्टेशनमास्तर !"

"अच्छा !"

"बरं, मग त्याचं काय करायचं सांगा ना ?"

"रावेरसिंग हा कुप्रसिद्ध गुन्हेगार माझ्या विश्वासातला आहे. घरफोड्या, चोऱ्या करण्याबद्दल चारदोन वेळा तो तुरुंगात जाऊन आलेला आहे. शिवाय काही दिवस तो बुंदेलखंड, भिंड, मोरेना या भागात सराईत डाकूंच्या सहवासात होता. आता त्यानं एक ट्रक घेतलेला आहे. माझ्या फॅक्टरीकडं अधूनमधून भाडं करण्यासाठी येतो. त्याच्यावर आपण ही कामगिरी सोपवू. एकदोन हजार द्यावे लागतील त्यासाठी ?"

"काही हरकत नाही. संजयच्या जिवावरच अंकल उड्या मारत आहेत ! तो संपला की त्यांचा आधारच तुटला ! मात्र हे साहस करताना अत्यंत सावधानतेनं करायला हवंय !"

"त्याची चिंता नको भूपबाबू ! रावेरसिंग हे काम अगदी कौशल्यानं हाताळील याचा मला विश्वास वाटतो !"

"ही सर्व पूर्वतयारी झाल्यानंतर शिवप्रसादनी रावेरसिंगला बोलावणं केलं. रावेरसिंगला भूपनं दोन हजार रुपये त्या कामासाठी द्यायचे ठरलं. त्यांपैकी पाचशे रुपये ॲडव्हान्स भूपनं माझ्यासमक्ष रावेरसिंगला दिला. तेव्हा शिवप्रसाद त्याला म्हणाले,

"रावेर, तू हे कसं काय साध्य करणार ?"

"त्याची चिंता तुम्ही नका करू ! माझ्या अगदी विश्वासातली पाचसहा माणसं मी अगोदर फार्मवर धाडतो. ती त्या मॅनेजरला पकडून ठेवतील. त्यांनी त्याला कबजात घेतल्यानंतर मला बॅटरीच्या साहाय्यानं वरून खूण करतील, की मी लगेच ट्रक घेऊन जाईन. कोणीतरी लुटारू आले होते असं भासवण्यासाठी तिथल्या खळ्यावरची चारदोन गव्हाची पोतीही आम्ही उचलून नेऊ."

"दॅटस् व्हेरी फाइन." भूप म्हणाला.

"मग ज्या ठिकाणी संजय झोपतो त्या जागेचा नकाशा भूपनं रावेरसिंगाला काढून दाखवला आणि आमच्यावर कोणत्याही प्रकारे बालंट येऊ नये म्हणून शिवप्रसाद, भूप आणि मी त्या दिवशी इथं बिलासपूरला 'शहेनशहा लॉज'वर मुक्कामाला होतो. लॉजवरच्या रजिस्टरमध्ये शिवप्रसादनं आणि भूपनं दोघांनीही सह्या केल्या."

"बरं, मग पुढं काय झालं ?" सरकारी वकिलांनी विचारलं.

"पण दुसऱ्या दिवशी शिवप्रसादला अन् भूपला समजलं की, त्यांचा

डाव सपशेल फसलेला आहे. त्या दिवशी जखमी लखम मरण पावला. त्याचं सर्व क्रियाकर्म पार पाडल्यानंतर रसूल फार्मवर गेला होता आणि तो संजयच्या कॉटवर झोपला असताना रावेरच्या लोकांनी संजय समजून त्यालाच पळवून नेलं.''

"बरं, मग ?'' सरकारी वकिलांनी पुढं विचारलं.

"हा सर्व प्रकार शिवप्रसादच्या चिथावणीनंच घडला असावा अशी पोलिसांची खात्री झाली आणि त्यांनी त्याला अटक केली. भूपलाही वाटलं की, कदाचित् आपलाही पोलिसांना संशय येईल, म्हणून तो मला सोबत घेऊन सरळ फार्मवर गेला. त्यानं संजयचं अभिनंदन केलं. आपलं 'इनोसन्स' दाखवण्याचा हा त्याचा डाव होता. त्या वेळी फार्मवर रोमा आलेली होती.''

"अच्छा, बीनाताई, आता तुम्ही शेवटचं एक सांगा. या खटल्यात तुम्हांला आणि भूपबाबूंना पोलिसांनी संशयावरून अटक केलेलं होतं, तेव्हा तुम्ही आत्ता सांगितली ही हकिगत पोलिसांना का नाही सांगितली ?''

"त्याची दोन कारणं आहेत. एक तर मला त्या वेळी भूपच्या विरुद्ध बोलण्याचं धाडस नव्हतं आणि दुसरी गोष्ट म्हणजे पोलिसांनी मला या गुन्ह्याविषयी काही विचारलंच नाही. ते गृहीत धरून चालले की, मी कोणत्याही प्रकारे त्यांना साहाय्य करू शकणार नाही. अशा वेळी स्वस्थ बसण्याशिवाय मला दुसरा काहीएक मार्गच उरलेला नव्हता. पण आता मात्र मी निर्धार केलेला आहे, जे जे मला ठाऊक होतं ते न्यायासनासमोर स्पष्ट सांगून टाकायचं !''

"ठीक आहे. सर, माझा सरतपास संपलेला आहे.''असं म्हणून सरकारी वकील खुर्चीवर बसले.

भूपच्या वकिलांनी आपल्या खांद्यावरून खाली ओघळणारा गाऊन सावरला आणि घसा साफ करून त्यांनी बीनाला विचारायला प्रारंभ केला.

"बीनाताई, आपण अद्याप अविवाहित आहात याचं काही कारण सांगता येईल ?''

मला वाटलं, त्या अनपेक्षित प्रश्नानं बीना गोंधळून जाईल. पण ती क्षणभर विचार करून म्हणाली,

"हा माझा वैयक्तिक प्रश्न आहे ! या खटल्याच्या संदर्भात या प्रश्नाचं उत्तर आवश्यक असेल असं मला वाटत नाही ! पण तुम्हांला जर उत्तर हवंच

असेल तर ते द्यायची माझी तयारी आहे !"

"मला उत्तर हवं आहे !"

"भूपशी लहानपणापासून माझे अनैतिक संबंध होते. त्यामुळंच मी अद्याप अविवाहित आहे !"

त्या उत्तरानं कोर्टात कुजबूज उठली : "काय भयानक बाई आहे ! निर्लज्जपणे ती गोष्ट चव्हाट्यावर आणते !" बहुसंख्य श्रोत्यांच्या चेहऱ्यावर आश्चर्य उमटलं.

न्यायाधीशांची चर्या मात्र निर्विकार होती.

भूपच्या वकिलांनी लगेच दुसरा प्रश्न केला.

"तुमच्या आयुष्याची भूपबाबूंनी बरबादी केली याची जाणीव सर्वप्रथम तुम्हांला केव्हा झाली ?"

"सवती रायगडला माझ्या हातून अपघात झाला, पोलिसांनी अटक केली तेव्हा. तेव्हापासूनच मला पश्चात्ताप वाटायला लागला होता !"

"अच्छा ! तेव्हापासून तुम्ही भूपबाबूंचा तिरस्कार करायला लागलात ?"

"तिरस्कार नाही म्हणता येणार त्याला. भूपपासून मला माझी सुटका करून घ्यायचा ध्यास लागला. मी संधी शोधत होते."

"ती केव्हा मिळाली तुम्हांला ?"

"पोलिसांनी माझ्याविरूद्ध काही पुरावा नाही म्हणून सोडून दिल्यानंतर."

"हां ऽऽ ! अस्सं ! तुम्हांला सोडून दिल्यापासून तुम्ही या इस्टेट मॅनेजर संजयजवळच राहता आहात ?"

"दुसरीकडं कुठं जाणार मी ? त्यानं उदार अंत:करणानं मला आश्रय दिला नसता तर मला मृत्यूशिवाय दुसरा मार्गच उरला नसता !"

"सध्या तुम्ही तुमच्या अंकलकडंच आहात ?"

"हो ऽ ऽ ऽ ! तेही संजयनं मध्यस्ती केली म्हणून !"

"संजयबद्दल तुम्हांला जिव्हाळा वाटतो ?"

"वाटतो. खरंय् ते !"

"तो का वाटतो याचं कारण सांगता येईल ?"

"माझी धाकटी बहीण रोमा त्याची वाग्दत्त वधू आहे !"

पुन्हा कोर्टात कुजबूज उठली.

न्यायाधीशांनी काहीतरी समोरच्या कागदावर लिहून घेतलं आणि ते परत बीनाची उलटतपासातली उत्तरं लक्षपूर्वक ऐकू लागले.

"बीनाताई, या खटल्यात भूपबाबूंच्याविरुद्ध साक्ष देण्याच्या अटीवरचं पोलिसांनी तुम्हांला सोडून दिलेलं आहे असं माझं म्हणणं आहे !"

"ते साफ चुकीचं आहे ! मी स्वखुशीनं साक्ष देण्यासाठी पुढं आलेली आहे !"

"इस्टेट मॅनेजर संजयनं तुम्हांला ही खोटी साक्ष देण्याला भाग पाडलेलं आहे !"

"मुळीच नाही ! तो तर अगदी आज सकाळपर्यंत मला म्हणत होता की, दीदी, भूपबाबूंना अजूनही सुधारण्याची एक संधी द्या, त्यांच्याविरुद्ध काही सांगू नका !"

न्यायमूर्तींनी आपल्या भिवया उंचावून परत काहीतरी नोंद करून घेतली. शिरस्तेदार आणि टायपिस्ट बीनाचा शब्द अन् शब्द टिपून घेत होतेच, पण न्यायाधीशदेखील स्वत: काही नोटस् तयार करण्यात मग्न झाले होते.

"ठीक आहे. हे पाहा बीनाताई, तुम्ही मघा सांगितलंत की, इस्टेट मॅनेजर संजय यांना पळवून नेण्याचा भूपबाबू आणि शिवप्रसाद यांनी कट रचला. हे साफ खोटं सांगत आहात ! तसा प्रकार घडलेला नाही !"

"शिवप्रसाद आता जिवंत नाही, पण या भूपला विचारा, मी सांगितल्याप्रमाणं सारं घडलं होतं की नाही ?"

भूपकडं बीनानं रोखून पाह्यलं आणि त्या वेळी भूपनं मान खाली घातली. रावेरसिंग इतका अट्टल गुन्हेगार. पण त्यालादेखील बीनाच्या नजरेला नजर देण्याची हिंमत झाली नाही.

भूपच्या वकिलांनी पुढं विचारलं.

"बीनाताई, ज्या रात्री फार्मवर हा प्रकार घडला त्या रात्री शिवप्रसाद, तुम्ही आणि भूपबाबू इथं बिलासपुरात शहेनशहा हॉटेलवर मुक्कामाला होता असं म्हणता, तर ही गोष्ट पोलिसांनी तुम्हांला अटक करताना का नाही सांगितलीत ?"

"सांगते ना. भूपजवळ असताना मला त्याची वाच्यता करणं शक्य नव्हतं. त्यानं केव्हाच गळा दाबून मला मारून टाकलं असतं ! अत्यंत निर्दय

अन् कठोर काळजाचा आहे तो !"

"हे पाहा बीनाताई, तुमच्या आयुष्याची बरबादी केली म्हणून तुम्ही भूपबाबूंवर सूड उगवण्यासाठी ही धादांत खोटी आणि काल्पनिक हकिगत सांगायला आलेल्या आहात ! भूपबाबूंना फार्मवर कोणता प्रकार घडला याची कल्पनाच नव्हती !"

"रावेरसिंगला त्यानं पाचशे रुपये दिलेले मी समक्ष पाह्यलं आहे !"

"संजय आणि तुमचे अंकल यांच्या चिथावणीमुळं तुम्ही हा कपोलकल्पित प्रकार निवेदन करायला इथं आला आहात !"

"मुळीच नाही ! माझ्या आयुष्याचे धिंडवडे निघालेलेच आहेत. पण आता माझ्या कुटुंबातील दुसऱ्या निरपराध माणसांचे बळी पडू नयेत यासाठी स्वेच्छेनं मी साक्ष देण्यासाठी आले आहे !"

बीनाची प्रदीर्घ अशी सरतपासणी आणि उलटतपासणी संपल्यावर खुद्द न्यायमूर्तींनी बीनाला काही मोजकेच पण अत्यंत महत्त्वाचे असे को 'क्वेश्चन्स' विचारले.

"हे पाहा बीनाताई, भूपबाबूंनी रायगडच्या जेलमधून शिवप्रसादांना काही पत्रं पाठवल्याचं ठाऊक आहे ?"

"मला ठाऊक नाही. तिथं तो एका जेलमधे आणि मी दुसऱ्या जेलमध्ये होतो. तो असल्या बाबतीत मला सहसा विश्वासात घेत नव्हता. माझ्या वृत्तीत बदल घडतो आहे याची त्याला जाणीव झालेली होती ! "

"असं जर होतं, तर तुम्ही समक्ष असताना हा इस्टेट मॅनेजरला पळवून न्यायचा कट त्यांनी कसा काय रचला ?"

"तशी मी अगदी 'होस्टाइल' झाले आहे, असं त्याला वाटत नव्हतं. मला फक्त त्याचे मार्ग पसंत पडत नव्हते याची त्याला जाणीव झालेली होती."

"रावेरसिंगाला पैसे देण्यापूर्वी, हा असला भयानक प्रकार भूपबाबूंनी करू नये यासाठी तुम्ही काही प्रयत्न केले की नाही ?"

"प्रयत्न करण्याचा प्रश्नच नव्हता साहेब ! मी त्या वेळी विरूद्ध जाते आहे असं त्याला वाटलं असतं तर त्यानं मला केव्हाच मारून टाकलं असतं ! एकदोन वेळा तो मला तसं म्हणाला देखील, 'बापाला बाप मानत नाही मी, तो तुझी काय पर्वा करतो ?"

"म्हणजे भूपबाबूंच्याबद्दलचा तुमच्या मनात तिरस्कार दाटला म्हणूनच तुम्हांला इथं येऊन साक्ष द्यावीशी वाटली ?"

"माझं त्याचं दुहेरी नातं जडलं होतं साहेब. एक तर तो माझा सख्खा चुलतभाऊ आणि दुसरं म्हणजे प्रियकर. पण ही दोन्ही नाती मला विसरणं भाग पडलं ते त्याच्या वर्तनामुळं ! असा माणूस या समाजात वावरणं हे पाप आहे ! याच्या नजरेला काहीसुद्धा चांगलं दिसत नाही ! ज्या दिवशी आम्ही फार्मवर गेलो होतो तेव्हा रोमा तिथं होती. संजयचं तिच्याशी लग्न होणार आहे हे त्याला ठाऊक असूनही त्यानं संजयविषयी रोमाचं मन कलुषित करण्याचा प्रयत्न केला. संजय हा बाहेरख्याली वृत्तीचा आहे असं तिला भासवण्याचा प्रयत्न केला. भूपच्या दुष्टपणाला अंत नाही !"

सरकारी वकील आणि भूपचे वकील या दोघांनाही बीनाला परत काही प्रश्न विचारण्याची संधी देऊनही त्यांनी काही प्रश्न विचारले नाहीत. न्यायाधीश उठले आणि त्यांनी आपल्या नोटस् शिरस्तेदारांकडं देत म्हटलं, "उद्या बाकीचा पुरावा संपल्यानंतर आरोपींचे जबाब होतील आणि ॲर्ग्युमेंटसही ऐकली जातील."

बीनाच्या साक्षीमुळं त्या खटल्याला भलतंच महत्त्व प्राप्त झालं, वकील वर्गांत उलटसुलट चर्चा ऐकू येऊ लागली. कोणी म्हणत होतं, 'बीनाच्या साक्षीला काडीची किंमत नाही. कारण सूडबुद्धीनं पेटल्यामुळं तिनं तसा जबाब दिलेला आहे. तिचा पुरावा म्हणजे 'अकंप्लिस्'चा पुरावा आहे आणि तो ग्राह्य मानणं न्यायतत्त्वाला अनुसरून होणार नाही.' तर याउलट काहीजणांना वाटत होतं की, बीनाची साक्ष अत्यंत महत्त्वपूर्ण अशी झालेली असून या खटल्याला एक वेगळीच अशी कलाटणी मिळण्याची दाट शक्यता आहे !

पण हे सारे अंदाजच होते. शेवटी लेखणी होती न्यायाधीशांच्या हाती, शेवटच्या क्षणी त्यांना काय वाटेल तसा ते निकाल देणार. उगाच तर्कवितर्क करण्यात काय अर्थ आहे ? मी त्या मुद्यावर कोणाशीही बोललो नाही.

तिसऱ्या दिवशी पोलिसांचा सर्व पुरावा संपल्यानंतर आरोपींचे जबाब झाले. सरकार पक्षांचे साक्षीदार आरोपीच्या विरुद्ध का साक्ष देतात हा खुलासा करण्याची त्यांना संधी देण्यात आली. भूपनं बीनाच्या साक्षीबद्दल बोलताना म्हटलं,

"बीनानं माझ्याविरुद्ध मुद्दाम खोटी साक्ष दिलेली आहे. मी रावेरसिंगाला

पैसे मुळीच दिलेले नव्हते माझ्याकडं इतके पैसे नव्हतेच ! बीनाला पोलिसांनी अटक केल्यानंतर तिनं या खटल्यात माझ्याविरुद्ध साक्ष देण्याची तयारी दर्शवल्यास तिला सोडून देण्यात येईल, असं आश्वासन देण्यात आलेलं होतं. म्हणूनच तिनं माझ्याविरुद्ध ही धादांत खोटी साक्ष दिलेली आहे ! उलट फार्मवर काहीतरी गुन्हा घडलेला आहे हे समजताच मी स्वत: होऊन संजयला भेटायला गेलो होतो. माझा गुन्ह्याशी संबंध असता तर मी तिथं जाणंच शक्य नव्हतं ! संजयनं माझ्या पिताजींचं मन माझ्याविषयी कलुषित केलं, ऑन्टीलाही फितवली, रोमाला आपल्या मोहजालात पकडलं आणि आता शेवटी त्यानं बीनालादेखील माझ्याविरुद्ध या खटल्यात साक्ष द्यायला प्रवृत्त केलं ! त्याचा एकच हेतू आहे : मी तुरुंगात जावं ! म्हणजे त्याला आमचं फार्म बळकावता येईल, रोमाशी लग्न करता येईल ! माझा अन् बीनाचा लहानपणापासून जिव्हाळा होता. याचा विपरीत अर्थ लावण्याचा प्रयत्न या खटल्यात झालेला आहे ! माझ्यावर ही निखालस खोटी केस रचण्यात आलेली आहे !''

त्यानंतर झाला रावेरसिंगचा जबाब. या रावेरसिंगनंही आपल्यावर खोटी केस दाखल करण्यात आलेली आहे, असं निवेदन केलं. पुढं तो म्हणाला,

''संजय इस्टेट मॅनेजरकडं मी या प्रकाराअगोदर दोन दिवस खताची पोती भरून ट्रक घेऊन गेलो होतो. तेव्हा माझ्या ट्रक्सचे मार्क्स उठले होते त्याचा फायदा या खटल्यात करून घेण्यात आलेला आहे. माझं ठरलेलं भाडं न देता उलट इस्टेट मॅनेजरांनी माझ्याशी झगडा केलेला होता. मला त्यांनी 'तुला धडा शिकवीन' अशी धमकीही दिली होती.''

रावेरसिंगानं आपल्या जबाबात एक काल्पनिक असा खुलासा टायर मार्क्सबद्दल केलेला होता. गुन्हेगार आपला बचाव करताना कोणत्या मर्यादेपर्यंत जाऊ शकतात हे मला या खटल्याच्या संदर्भात अनुभवायला मिळत होतं !

रावेरच्या सहाही साक्षीदारांनी 'आपणाला निष्कारण या खटल्यात गोवलं आहे' असा खुलासा केला. त्यानंतर दोन्ही बाजूंच्या वकिलांच्या भाषणास सुरुवात झाली.

प्रकरण २५

"मे इट प्लीज युवर ऑनर...."

सरकारी वकिलांनी आपल्या भाषणास सुरुवात केली. कोर्टात कधी नव्हती इतकी दाटी झालेली होती. बीनाच्या साक्षीमुळं खटल्याला एक नवीनच स्वरूप लाभलं होतं. बीना आणि भूप यांच्या संबंधामुळं ती दोघं उभ्या बिलासपूरला परिचित होती; आणि अशा बीनानं भूपच्या विरुद्ध न्यायालयात साक्ष दिल्यामुळं लोकांना एक आगळंच कुतूहल वाटू लागलं होतं. कोर्ट हॉलमध्ये ज्यांना जागा मिळाली नाही ते श्रोते बाहेर व्हरांड्यात गर्दी करून उभे होते.

"मे इट प्लीज युवर ऑनर.... या खटल्यातील आरोपी नंबर एक भूपेंद्र ऊर्फ भूपबाबू व मयत आरोपी शिवप्रसाद या दोघांनी संजय - इस्टेट मॅनेजर यांना फार्मवरून पळवून नेऊन त्यांचा खून करण्याचा कट रचला. या कामी त्यांनी रावेरसिंग या ट्रक ड्रायव्हरला हाताशी धरलं आणि त्याला दोन हजार रुपये देण्याचं ठरलं. हा कट शिवप्रसादांच्या घरी रचला गेला. रावेरसिंगला भूपबाबूंनी त्यासाठी पाचशे रुपये रोख दिले. आपला या गुन्ह्याशी काहीएक संबंध नाही हे दर्शवण्यासाठी शिवप्रसाद व भूप इथं बिलासपूरला 'शहेनशहा लॉज'मधे त्या रात्री मुक्कामाला आले होते, पण त्यांच्या दुर्दैवानं आणि

इस्टेट मॅनेजरांच्या सुदैवानं हा कट सपशेल फसला. रसूल बागवान याला फार्मवरून पळवून नेलं गेलं. पण नंतर रावेरसिंगच्या लक्षात ही चूक आल्यानंतर त्यानं त्याला जीवदान दिलं आणि या प्रकाराबद्दल कोणाशीही वाच्यता न करण्याची ताकीद दिली. पण कटनी चेकपोस्टवर रावेरचा ट्रक तपासणीसाठी थांबला असताना रसूल ओरडून केबिनच्या बाहेर आला आणि रावेरसिंगला त्याच क्षणी पोलिसांनी अटक केली. वायरलेसवरून पोलिसांना अगोदरच मेसेजेस देण्यात आले होते. बाकी या खटल्यातल्या इतर घटनांचा उल्लेख न करता मी सरकारतर्फे झालेल्या पुराव्याचा परामर्श घेऊ इच्छितो.''

''रसूल बागवान यानं त्याला पळवून नेल्यानंतर काय काय घडलं हे सविस्तर सांगितलेलंच आहे. हे सहा आरोपीही रसूलनं ओळखले आहेत. कटनी चेकपोस्टवर पोलिसांनी रावेरसिंगला अटक करताच हे सहाही जण ट्रकमधून उड्या मारून पळून गेले होते. रसूलनं त्यांना ओळखपरेडमध्ये ओळखून काढलेलं आहे.''

''शिवप्रसादांच्या विरुद्ध कोणता आरोप आहे हे विशद करण्याची आवश्यकता आता उरलेली नाही; कारण शिवप्रसादना हा खटला सुरू होण्यापूर्वीच मरण आलेलं आहे. भूपबाबूंच्याविरुद्ध जो पुरावा आहे तो खुनाचा कट केल्याचा व जबरदस्तीनं माणूस पळवून नेण्याला चिथावणी दिल्याचा. आता या खटल्यात संजयऐवजी रसूलला पळवून नेलं आणि चूक लक्षात आल्यानंतर त्याला जीवदान दिलं गेलं, यामुळं या खटल्याचं गांभीर्य आणि भयानक स्वरूप कमी होत नाही हे प्रथमच मला अत्यंत विनम्रपणे आपल्या निदर्शनाला आणायचं आहे !''

''या खटल्यात इस्टेट मॅनेजर संजय यांची साक्ष घेण्यात आलेली आहे. त्यांचं चारित्र्यहनन करून त्यांना बदनाम करण्याचा विफल असा प्रयत्न केला गेला. पण त्यांच्या जबानीवरून एक गोष्ट मात्र निर्विवादपणे प्रस्थापित होते आणि ती म्हणजे शिवप्रसाद आणि भूप यांचा इस्टेट मॅनेजरांचा कायमचा बंदोबस्त करायचा हेतू होता. शिवप्रसादचा फार्म बळकावण्याचा हेतू होता आणि भूपबाबूंना पैशाची निकड होती. शिवप्रसादनं फार्म विकत घेतलं असतं तर सरदारसाहेबांकडून भूपबाबूंनी कोणत्याही मार्गाचा अवलंब करून पैसे काढून घेतले असते, पण सुदैवानं तसं काही घडलं नाही.''

"या खटल्यातली अत्यंत महत्त्वपूर्ण घटना म्हणजे बीनाची साक्ष ! न्यायमूर्तींनी आरोपीच्या वकिलांची तक्रार फेटाळून बीनाची साक्ष घेण्याची सरकार पक्षाला परवानगी दिल्यानं या खटल्यात न्यायदानाला बहुमोल असं सहाय्य झालं आहे ! बीनानं या खटल्यामागील सर्व पार्श्वभूमी अत्यंत सुसंबद्धपणं विशद केलेली असून, भूप हाच खटल्याचा मुख्य सूत्रधार असल्याचं दाखवून दिलं आहे. रावेरसिंगच्या ट्रकच्या टायर्सचे मार्क्स फार्मजवळ सापडतात आणि कटनी चेकपोस्टवर रसूल ओरडल्यानंतर पोलीस रावेरला ताब्यात घेतात, या सर्व घटना रावेरचा या गुन्ह्याशी संबंध होता हेच दर्शवतात.''

"दुसरी गोष्ट बीनाच्या साक्षीतून उजेडात येते, ती म्हणजे स्वतःचं निरपराधित्व शाबीत करण्याचा भूपबाबूंचा प्रयत्न ! संजयऐवजी रसूलला पळवून नेलं गेलं आहे हे समजताच हे महाशय फार्मवर संजयचं अभिनंदन करायला जातात ! यावरून भूप हा किती पुढच्या तयारीचा अट्टल गुन्हेगार आहे हे दिसून येतं. याच भूपनं शिवप्रसादला चारसहा पत्रं लिहून संजयविरुद्धची आपली मळमळ व्यक्त केलेली आहे. या पत्रांत प्रत्यक्ष संजयचा काटा काढण्याचा आपला मनोदय कुठंही स्पष्ट रीतीनं व्यक्त झालेला नसला तरीही संजयबद्दल त्याच्या मनात वैमनस्य होतं हे दर्शवण्याइतपत त्या पत्रांतून अर्थ सहज निघू शकेल.''

"बीनाच्या साक्षीसंबंधी मला इतकंच म्हणायचं आहे की, जिच्या आयुष्याची वाताहत झालेली आहे अशा अभागी स्त्रीनं आपल्या हातून काही निरपराध जीवांची हत्या घडू नये म्हणून स्वतःच्या जीविताची, खानदानाची; इज्जतीची पर्वा न करता कोर्टात पाऊल ठेवलं आहे ! आरोपीच्या वकिलांनी तीही 'अकंप्लिश' म्हणजे मुख्य गुन्हेगारांची साक्षीदार आहे म्हणून तिच्या शब्दांवर विश्वास ठेवू नये, असं आपल्या उलटतपासाद्वारे सुचवलेलं आहे. पण मला अत्यंत विनयानं सांगायचं आहे की, बीनाचा शब्दन् शब्द सत्य आहे ! स्वतःच्या चारित्र्याचे वाभाडे निघणार आहेत याची जाणीव ठेवून ही वीरांगना न्यायालयात पाऊल टाकते आहे ! हिला समाजात स्थान नाही, गृहस्थाश्रमाला आपण मुकलो आहोत याचीही जाणीव तिला आहे : असं असूनही ती भूपच्या विरुद्ध शपथ-प्रतिज्ञेवर साक्ष द्यायला पुढं येते हा एक चमत्कार मानावा लागेल ! भूपबाबू इंडियन पिनल कोडच्या १२० ब कलमाप्रमाणं या खटल्यात गोवले

गेले आहेत ते बीनाच्या साक्षीमुळंच ! भूप आणि शिवप्रसाद यांनी 'शहेनशहा लॉज'मध्ये त्या रात्री मुक्कामाला राहण्याचं कारण काय हे देखील बीनाच्या साक्षीमुळंच स्पष्ट झालं आहे. बीनानं कसलाही आडपडदा न ठेवता न्यायासनासमोर सत्य सांगितलेलं आहेत. भूपशी असलेले आपले अनैतिक संबंधदेखील तिनं छपवले नाहीत. यावरून तिला सत्याची किती चाड आहे हे न्यायमूर्तींच्या निदर्शनाला आलं असेलच ! आता या बीनाची साक्ष ही तिला खोटी वचनं किंवा प्रलोभनं दाखवून सरकार पक्षानं घेतलेली होती की काय हे आपणच ठरवायचं आहे ! तर आपणाला अत्यंत विनम्रपणं सांगू इच्छितो की, बीना ही स्वखुशीनं साक्ष देण्याला पुढं आलेली आहे. तिला कसलंच प्रलोभन वा वचन सरकार पक्षानं दिलेलं नाही. तिची संपूर्ण साक्ष विश्वासास पात्र असून त्यात अणुरेणूइतकीसुद्धा विसंगती किंवा अतिरंजितता नाही !''

''कोर्टासमोरच्या या आरोपींच्या विरुद्ध इंडियन पिनल कोडाच्या ३६४ प्रमाणे चार्ज ठेवण्यात आलेला आहे. एखाद्या माणसाचा खून करण्याच्या उद्देशानं त्याला जर पळवून नेण्यात आलं, तर त्या गुन्ह्यास जन्मठेपेची किंवा दहा वर्षं सक्तमजुरीची शिक्षा सांगितलेली आहे. इथं पळवून नेण्याचा प्रकार पार पाडलेला आहे, पण ज्या संजयला पळवून नेऊन त्याचा खून करायचा होता, तो न सापडल्यानं खुनाचा प्रकार घडलेला नाही. तरीही कोर्टासमोरचे सर्व आरोपी दोषास पात्र आहेत. आता या खटल्यात रसूलचा खून घडला नाही ही सुदैवाची गोष्ट आहे, पण तरीही इंडियन पिनल कोड, कलम ११५ प्रमाणं आरोपी भूप यांना सात वर्षं सक्तमजुरीची शिक्षा ठोठावता येईल. आरोपी रावेरसिंग आणि त्याचे साथीदार हे भाडोत्री मारेकरी होते व हा प्रकार अत्यंत हीन असल्यानं त्यांना प्रत्येकी दहा वर्षं सक्तमजुरीची शिक्षा देणं उचित ठरेल, अशी माझी नम्र विनंती आहे !''

सरकारी वकिलांच्या भाषणानंतर भूपचे वकील तक्रारी सांगण्यास उभे ठाकले.

''मे इट प्लीज युवर ऑनर, आत्ताच आमच्या विद्वान मित्रांनी सरकार पक्षाची बाजू आपणापुढं मांडलेली आहे, परंतु त्यांनी मोठ्या कौशल्यानं सरकारी पक्षातील पुराव्यांच्या उणिवांकडं डोळेझाक केलेली आहे. मी माझ्या भाषणात फक्त या उणिवा कोणत्या हे न्यायमूर्तींच्या निदर्शनास आणून देणार आहे.''

"या खटल्यात भूपबाबूंना गोवण्याचा सरकार पक्षाचा प्रयत्न साफ कोलमडून पडतो आहे असं पाह्यल्यानंतर इस्टेट मॅनेजरनी व सरकार वकिलांनी बीनाची साक्ष घेतलेली आहे. पण माझं आपणाला अत्यंत विनम्र असं निवेदन आहे की, हा सरकार पक्षाचा प्रयत्न कायद्याच्या प्रस्थापित तत्त्वाशी विसंगत आणि अग्राह्य असा आहे ! वादाकरता क्षणभर आपण असं समजू की, जे जे बीनानं इथं शपथप्रतिज्ञेवर सांगितलं ते सत्य आहे. भूप आणि शिवप्रसाद या दोघांनी इस्टेट मॅनेजरना फार्मवरून पळवून नेऊन त्यांचा खून करण्याचा कट रचला आणि त्यासाठी रावेरसिंगला दोन हजार रुपये देण्याचं ठरलं. त्यांपैकी पाचशे रुपये भूपनं बीनासमक्ष रावेरसिंगला दिले, असं जर असेल तर बीनानं हा गुन्ह्याचा प्रकार हाणून पाडण्यासाठी कोणते प्रयत्न केले ? पोलिसांनी तिला अटक केल्यानंतर ही सर्व हकिगत सांगणं तिला अशक्य का होतं ?"

त्यावर न्यायाधीशांनी आपल्या डोळ्यावरचा चष्मा काढून भूपच्या वकिलांकडं पाहत म्हटलं,

"देअर वॉज ए कॉन्स्टंट फिअर टु हर लाइफ !"

"नो नो, युवर ऑनर ! तिला भय मुळीच नव्हतं. पोलिसांच्या अटकेत असताना तिच्या जीविताला इजा होण्याची शक्यताच नव्हती, तेव्हा माझं म्हणणं असं आहे की, जर तिच्या साक्षीप्रमाणं परिस्थिती होती, तर अटक केल्याबरोबर पोलिसांना हे सर्व सत्य सांगण्याची आवश्यकता तिला का नाही वाटली ? ती म्हणते सर्व सत्य मानायचं असेल तर तीही या गुन्ह्यात आरोपी होणं इष्ट होतं; आणि मॅजिस्ट्रेटसमोर क्रिमिनल प्रोसिजर कोड; कलम १६४ अन्वये तिचा कबुलीजबाब नोंदवणं भाग होतं. पण पोलिसांनी या खटल्याला एक नवीनच वळण देण्याचा पूर्वनियोजित असा अभिनव प्रयोग इथं घडवून आणलेला आहे ! बीनाला तिच्याविरुद्ध पुरावा नाही म्हणून क्रिमिनल प्रोसिजर कोड, कलम १६९ प्रमाणं सोडून देण्यात आलं आणि आरोपींना कल्पना नसताना अचानक कोर्टासमोर तिला साक्षीदार म्हणून उभं करण्यात आलेलं आहे. न्यायदानाला मदत व्हावी म्हणून आपण तिची साक्ष घेण्याला परवानगी दिलीत, पण माझी आपणाला आग्रहाची अशी विनंती आहे की, बीना ही या खटल्यातली एक आरोपीच आहे, आणि एका आरोपीनं स्वत:ची कातडी बचावण्यासाठी दुसऱ्या आरोपींना गुंतवण्यासाठी दिलेला पुरावा हा अत्यंत

जागरूकपणे स्वीकारावा लागतो. 'Confession of a co-accused though admissible has to be accepted with great caution.' शिवाय केवळ अशा प्रकारच्या पुराव्यावर विश्वास ठेवून इतर आरोपींना शिक्षा ठोठावता येणार नाही. तेव्हा बीनाच्या साक्षीला माझा तीव्र विरोध असून तिची साक्ष मुळीसुद्धा विचारात घेऊ नये अशी माझी आपणाला नम्र विनंती आहे !''

"आता या खटल्यातला इतर पुरावा काय आहे तो आपण पाहू. पण त्याचीदेखील सविस्तर चर्चा करण्यापूर्वी मी आपणांस सांगू इच्छितो की, हा पुरावा भरपूर विसंगत, अतिरंजित आणि अव्यवहारी अशा स्वरूपाचा आहे.''

"हा रसूल म्हणे त्या रात्री फार्मवर मुक्कामाला होता आणि तो इस्टेट मॅनेजरच्या कॉटवर झोपलेला होता ! मुळात ही कल्पनाच हास्यास्पद आहे. हे इस्टेट मॅनेजर, सरदारसाहेबांच्या एकुलत्या एका मुलाला फार्मवर येऊ देत नाहीत, तिथं रसूल बागवानासारख्या दलालीचा धंदा करून पोट भरणाऱ्या माणसाला आपल्या कॉटवर झोपायला सांगतीलच कसे ? पण क्षणभर आपण असं गृहीत धरू की, तो त्या रात्री त्या कॉटवर झोपलेला होता आणि रावेरसिंगानं आणि त्याच्या साथीदारांनी त्याला इस्टेट मॅनेजर समजून उचलून ट्रकमधे घालून पळवून नेला. पण सरकार पक्षाची कल्पकता इथंच थांबत नाही हीच तर गंमत आहे ! म्हणे हा ट्रक जंगलात एका निर्जन जागी थांबवण्यात आला आणि रसूलला झाडाला बांधून त्याच्यावर गोळ्या झाडण्यात येणार होत्या. पण इतक्यात म्हणे रावेरसिंगानं त्याला त्याची 'अंतिम इच्छा' विचारली. रसूल म्हणे आपण इस्टेट मॅनेजर नसून रसूल बागवान आहोत असं सांगितलं आणि खात्री करून घेण्यासाठी रावेरसिंगानं त्याला नग्न केला. हा प्रकार 'अरेबियन नाइटस्' सारख्या अद्भुत रम्य कथा-कादंबरीला शोभण्यासारखा आहे ! वास्तवात असं घडणंच शक्य नाही ! पण क्षणभर आपण असं समजू की, रसूल हा इस्टेट मॅनेजर नव्हे याची रावेरला खात्री पटली. पण तरीसुद्धा तो त्याला जिवंत सोडील का ? हा रसूल आज ना उद्या आपल्याविरुद्ध साक्ष देईल या जाणिवेनं रावेरनं त्याला तिथंच ठार नसता मारला ?''

"पण कटनी चेकपोस्टवर रसूल ट्रकमधे ओरडला आणि तेव्हाच रावेरसिंगला पोलिसांनी पकडला, ही गोष्ट तरी सत्य आहे ?'' न्यायाधीशांनी पृच्छा केली.

"रसूल आणि रावेरसिंग त्या ट्रकमधे होते यावरून त्याअगोदरच्या सर्व घटना सत्य होत्या असं मानता येणार नाही सर ! हा रसूल इस्टेट मॅनेजर यांचा दोस्त आहे. त्यांच्यासाठी हा कोणत्याही थराला जाऊन या खटल्यात खोटी साक्ष देण्याची दाट शक्यता नाकारता येण्यासारखी नाही !"

"व्हॉट अबाउट द टायर मार्क्स ॲट द फार्म हाऊस ?" न्यायाधीशांनी विचारलं.

"त्यांचा खुलासा रावेरसिंगानं केलेला आहे सर. खताची पोती घेऊन रावेरसिंग एकदोन दिवस अगोदर फार्मवर गेलेला होता. त्या वेळी त्याचं ठरलेलं भाडं न देता इस्टेट मॅनेजरनी त्याच्याशी भांडण केलं आणि त्याला लवकरच अद्दल घडवू अशी धमकीही दिली होती."

न्यायाधीश त्यावर हसून म्हणाले,

"बरं, बरं, पुढं सांगा."

"तर रसूल बागवान हा रावेरच्या ट्रकमधे कटनी चेकपोस्टवर मिळाला, यावरून तो सांगतो ती अगोदरची सर्व हकिगत सत्य असं मानणं हे न्यायतत्त्वांना अनुसरून होणार नाही असं माझं म्हणणं आहे. जर भूप आणि शिवप्रसाद या दोघांना इस्टेट मॅनेजरचा काटाच काढायचा होता, तर तो इस्टेट मॅनेजर कोण आहे हे रावेरसिंगाला किंवा त्याच्या साथीदारांना त्या रात्रीपूर्वी केव्हाही दाखवता आलं नसतं ? ही 'मिस्टेकन् आयडेंटिटी' होणार नाही याची दक्षता त्यांनी नक्कीच घेतली असती ! तेव्हा या खटल्यात रसूल बागवान हा निखालस खोटा असा साक्षीदार सरकार पक्षानं पुढं आणलेला आहे. त्याचा जबाब बुद्धीला न पटणारा असून तो केवळ काल्पनिक अशी हकिगत सांगतो आहे. त्याचा पुरावा टाकाऊ स्वरूपाचा आहे !"

"आता या खटल्याचे अध्वर्यु, तथा इस्टेट मॅनेजर यांच्या जबानीचा आपण विचार करू ! यांची जबानी म्हणजे मानवी कल्पनाशक्तीची उत्तुंग भरारीच ! म्हणे शिवप्रसादना ते फार्म बळकावण्याची इच्छा होती. त्यासाठी त्यांनी भूपबाबूंना हाताशी धरलं. पण खरी मौज अशी आहे की, सरदारसाहेब अद्याप हयात आहेत. तेच त्या घरचे कर्ते पुरुष आहेत. फार्मची विक्री करायची असती तर ती फक्त तेच करू शकले असते आणि शिवप्रसादनी त्यांच्याकडं फार्मची मागणी केली होती असं क्षणभर मानलं, तर त्यांना या खटल्यात का

तपासण्यात आलं नाही ? तेव्हा सरकार पक्षातर्फे एखाद्या महत्त्वाच्या मुद्यावर एखादा साक्षीदार जिवंत असताना जर तो सरकारतर्फे तपासला गेला नाही, तर त्या घटनेचा अर्थ सरकार पक्षाच्या विरुद्ध काढावा असं कायदा सांगतो. तेव्हा सरदारसाहेबांनी साक्ष न घेण्यानं सरकार पक्षाची एक बाजू साफ कोलमडून पडलेली आहे. हेतूचा पुरावा -Evidence of Motive- सरकार पक्षाला प्रस्थापित करता आलेला नाही.''

''दुसरी गोष्ट, या इस्टेट मॅनेजरांचं चारित्र्य ! यांचे आणि स्मितादेवींचे संबंध गूढ असे आहेत ! असं असूनही रोमाला हे लग्नाचं वचन देतात ! बीनाला पोलिसांनी सोडल्यानंतर ती फार्मवर मुक्कामाला जाते ! नारंगपूरच्या स्टेशनमास्तरची तरुण पत्नी एकटीच घरी आहे असं पाहून ते वारंवार तिच्याकडं जातात ! मास्तरांना संशय येताच मास्तरांची तिथून बदली होते ! - या सर्व घटना काय दर्शवतात ? तर इस्टेट मॅनेजर हे कुविख्यात 'वुमनायझर' आहेत ! स्वत:ची लालसा भागवण्यासाठी ते कोणत्याही स्तरापर्यंत जाऊ शकतात ! या खटल्यात जर भूपबाबूंना शिक्षा झाली तर यांना आयतंच कुरण मिळणार आहे चरायला !''

माझ्या चारित्र्याबद्दल कोर्टाच्या चव्हाट्यावर निघणारे ते वाभाडे ऐकून मला भूपच्या वकिलांचा राग येण्याऐवजी त्यांची कीव करावीशी वाटत होती. भूपच्या वकिलांनी माझ्यावर टीकास्त्र सोडायला सुरुवात केली तेव्हा उपस्थितांच्या नजरा माझ्यावर स्थिरावल्या होत्या. मला काहीसं संकोचल्यासारखं झालं. पण तिथं मला काहीएक करता येण्यासारखं नव्हतं, बसल्याजागी निमूटपणानं सारं ऐकून घ्यावं लागत होतं. भूपच्या वकिलांना आपल्या पक्षकाराचा बचाव करावयाचा होता हे मला एकदम मान्य होतं; पण आपल्या पक्षकाराचा बचाव करताना दुसऱ्याच्या चारित्र्यावर किती चिखलफेक करायची यालासुद्धा काही मर्यादा हव्यात असं मला वाटल्याविना राह्यलं नाही.

माझ्या मनातले विचार न्यायाधीशांना उमगले की काय न जाणे, पण ते लगेच भूपच्या वकिलांना म्हणाले,

''इस्टेट मॅनेजरच्या चारित्र्यावर अधिक वेळ खर्च करण्यापेक्षा या खटल्यासंबंधी बोललात तर बरं होईल !''

''यस युवर ऑनर ! तर माझ्या म्हणण्याचा मतितार्थ एवढाच आहे की,

या खटल्यात सरकार पक्षाजवळ विश्वासास पात्र असा एकही साक्षीदार नाही !''

"भूपबाबूंनी शिवप्रसादना पाठवलेली काही पत्रं पुराव्याचा भाग म्हणून केसमध्ये दाखल झालेली आहेत. भूपबाबूंनीही ती पत्रं आपली नव्हेत असं नाकारलं नाही. त्या पत्रांत आक्षेपार्ह असं काय आहे हेच मला समजत नाही. या सर्व पत्रांत भूपबाबूंनी इस्टेट मॅनेजरला पळवून न्यावं किंवा त्याचा खून करावा असं कुठंही म्हटलेलं नाही, आता भूपबाबूंनी त्या पत्रांत इस्टेट मॅनेजरच्या वर्तनाबद्दल आपली नापसंती जरूर व्यक्त केलेली आहे. असं पाहा, माझ्याच घरात कोणी उपटसुंभ शिरला अन् दादागिरी गाजवायला लागला तर मी काय करेन ? माझ्याविषयी ज्याना सहानुभूती वाटते त्यांना मी माझ्या मनाची व्यथा बोलून दाखवेन की नाही ? मनुष्यस्वभावाची ही नैसर्गिक वृत्ती आहे. भूपबाबूंनी शिवप्रसादना पत्रं पाठवली त्यांत त्यांनी संजयबद्दल काही लिहिलं यात वावगं काय आहे ?''

"शिवप्रसाद दुर्दैवानं मरून गेले. नाहीतर या खटल्याला निराळंच वळण लागण्याची शक्यता होती. आरोपींचा बचाव करताना शिवप्रसादांच्या सल्ल्याचा मला बहुमोल असा उपयोग झाला असता, कारण भूपबाबू हे रायगडच्या तुरुंगात अडकून पडले होते. रावेरसिंग हाही इकडचा रहिवासी नाही, तथापि सरकार पक्षाच्या सर्व पुराव्यांचा परामर्श घेऊन त्यातली विसंगती मी न्यायमूर्तींच्या निदर्शनाला आणलेली आहे. या खटल्यातला सरकार पक्षाचा पुरावा साफ खोटा, बुद्धीला न पटणारा, इस्टेट मॅनेजर आणि गुन्ह्याचा तपास करणारे पोलीसअधिकारी यांच्या कल्पनेतून निर्माण झालेला आहे, म्हणून तो त्याज्य मानावा व सर्व आरोपींना दोषमुक्त करून सोडून द्यावं, ही नम्र विनंती आहे !''

"एनी रिप्लाय ?'' न्यायाधीशांनी सरकारी वकिलांना विचारलं. पण त्यांनी उठून नम्रतेनं सांगितलं, "नो, सर !''

"ओ. के. ऽ ऽ ऽ ! डिसिजन ऑन डे आफ्टर टुमारो.'' असं म्हणून न्यायाधीश उठून आपल्या चेंबरमधे गेले.

प्रकरण २६

निकालाअगोदरच्या रात्री पिताजी, बीना आणि मी जेवणापूर्वी बंगल्याच्या व्हरांड्यात त्या खटल्यासंबंधी बोलत बसलो होतो.

"तुझा अंदाज काय आहे संजय ?"

"तसं म्हणाल तर मला अंदाजच करता येत नाही !"

"का ?"

"सर्व घटना सत्य असूनही काल्पनिक वाटाव्यात अशा आहेत. तेव्हा न्यायाधीश कोणत्या निर्णयाला येतात कुणास ठाऊक !"

"बीनाच्या साक्षीचा परिणाम होणार नाही ?"

"होणार नाही असं नाही पिताजी, पण भूपबाबूंच्या वकिलांनी तो 'अकंप्लिस इव्हिडन्स' आहे असा जो मुद्दा उपस्थित केलेला आहे तो अजिबातच दुर्लक्षून चालणार नाही, त्यांच्या मते भूपबाबूंच्या विरुद्ध पुरावा देणाऱ्या दीदी यासुद्धा आरोपी ठरतात !"

"पण पोलिसांनी तिला तिच्याविरुद्ध काही पुरावा नाही म्हणून सोडून दिलं होतं."

"ते खरं, पण आता त्यांच्या साक्षीतून त्यांना त्या कटाची माहिती होती असं त्यांनी शपथ-प्रतिज्ञेवर कोर्टात

सांगितल्यामुळं हा मुद्दा उपस्थित झालेला आहे.''

"एक सांगून ठेवतो संजय, बीना ऽ ऽ ऽ'' बीनाकडं पाहत पिताजी म्हणाले, "तो जर या खटल्यातून निर्दोष सुटला तर सर्वप्रथम तुझ्यामागं लागणार ! सापाच्या शेपटीवर पाय ठेवलेला आहेस तू बीना !''

"ठाऊक आहे ते मला अंकल ! याच सापाला मी गळ्याभोवती गुंडाळून गेली दहा वर्षे वावरलेली आहे ! तुमच्याइतकीच मलाही त्याच्या स्वभावाची जाणीव आहे !''

"पिताजी,'' मी म्हणालो, "दीदीनं जे धाडस केलेलं आहे त्याला तोड नाही ! या खटल्यातून ते निर्दोष सुटले तर प्रथम दीदीवर भयानक सूड उगवणार आहेत यात शंका नाही. दीदींच्या सुरक्षिततेसाठी आपण प्रयत्न करायला हवेत !''

"म्हणजे नेमकं काय करायचं ते सांगा ना !''

"त्यांनी कोणाच्या तरी संरक्षणात राहावं ! हवं तर फार्मवर येऊन राहावं. आता पहाडची ती दोन मुलं तिथं आहेत. बंगल्याकडं कोणालाही फिरकू द्यायची नाहीत ती ?''

"भ्रम आहे तुझा संजय ! तो स्वत: आला तर त्याला अडवता येईल का ? शिवाय उद्या रोमा तिकडं राहायला आल्यानंतर तिला बीनानं कायम तिथं वास्तव्य केल्याचं आवडेल का याचाही विचार करायला हवा. त्या दोघींचं आजपर्यंत कधीच पटलेलं नाही !''

"पण दीदींनी इतकं धाडस दाखवल्यानंतर रोमाला त्यांच्याविषयी जिव्हाळा नाही वाटणार ?''

"दोन तरुण स्त्रिया, मग त्या सख्ख्या बहिणी-बहिणी असोत किंवा कोणी परक्या असोत, फार काळ एकत्र राहू शकत नाहीत ! तुला अजून अनुभव नाही !''

"चांगला अनुभव आहे पिताजी ! माझी आई वारल्यानंतर आठ दिवसांतच थोरल्या भावाच्या बायकोनं भांडणं उकरून काढलं होतं ! मी घर सोडण्याचा निर्णय घेतला तो त्या वैतागानंच !''

"त्याच कारणामुळं पुन्हा तुला फार्म सोडायची पाळी येऊ नये ! बीनाला इथं माझ्याजवळ राहायलादेखील हरकत नव्हती, पण तो तिला इथं राहू

देणं अशक्य आहे.''

इतका वेळ आमचं बोलणं शांतपणानं ऐकून घेत बसलेली बीना म्हणाली,

''अंकल, उद्या काय होणार आहे याची मला फारशी चिंता नाही! तशी चिंता आजपर्यंत मी कधी केलेली नव्हती, यापुढंही करणार नाही! मला वाटतं, प्रथम खटल्याचा निकाल काय लागतो ते पाहावं!''

''तो लागण्यापूर्वीच आपण तुझ्याबद्दल काहीतरी व्यवस्था करून ठेवायला हवी बीना!''

''तुम्हा दोघांनाही माझ्याबद्दल काय वाटतं ते मला ठाऊक आहे अंकल; पण मी कोणाला माझा उपद्रव होऊ देणार नाही!''

बन्सीनं ताटं वाढल्याची वर्दी आणली. आम्ही जेवायला उठलो. जेवताना कोणी कोणाशी फारसं बोलत नव्हतं. मात्र बीनाची साक्ष झाल्यापासून पिताजींची तिच्याकडं पाहण्याची दृष्टी निवळलेली आहे हे मला स्पष्ट जाणवू लागलं होतं. वाईटातून जे चांगलं निर्माण झालं होतं ते हेच!

दुपारी अकराच्या सुमारास मी कोर्टात गेलो. या खटल्यामुळं मलाही बरीचशी प्रसिद्धी लाभलेली होती. किंबहुना काहीजणांचा असा समज झालेला होता की, पोलिसांना त्या गुन्ह्याच्या तपासाच्या कामी मार्गदर्शन केलं ते मीच! पण तसं काहीच घडलेलं नव्हतं. पोलिसांनीच सारं सत्य उजेडात आणलेलं होतं, साक्षीपुरावे घेतले होते, पंचनामे केले होते; इतकंच नव्हे, तर बीनाविरुद्ध पुरावा नाही म्हणून तिला खटल्यातून मुक्त करण्यात आलं होतं आणि कोर्टात तिच्या जबानीची जरुरी आहे म्हणून तिची साक्षही घेण्यात आली होती. मी फक्त तिच्यासोबत, पिताजींना घेऊन सरकारी वकिलांकडं गेलो होतो. भूपविरुद्ध तिनं साक्ष द्यावी, सत्य प्रकाशात यावं असं जरी मला प्रथम वाटलं असलं, तरी नंतर भूपला या खटल्यात शिक्षा झाली नाही तर बरं होईल असं मला वाटू लागलं होतं. भूपला प्रेमानं विश्वासात घ्यावं, त्याच्या वृत्तीत बदल घडवता आला तर पाहावा अशी माझी इच्छा होती. पण पिताजींनी आणि बीनानं ती माझी इच्छा साफ धुडकावून लावली. हे सत्य होतं. पण जगाला मात्र वाटत होतं की, भूपला या खटल्यात गोवलं ते मीच! पोलिसांना तपासाच्या कामी साहाय्य केलं ते मीच!

लोकांच्या नजरा माझ्यावर खिळून राह्यल्या होत्या. मला काहीसं संकोचल्यासारखं झालं होतं. म्हणून मी सरकारी वकिलांच्या ऑफिसात गेलो. ते शांतपणे सिगारेट ओढीत बसले होते, आणि आश्चर्य म्हणजे भूपचे वकील त्यांच्याच ऑफिसात होते. मला पाहताच ते हसून म्हणाले,

''कम-ऑन यंग मॅन ! ए व्हेरी हार्ड नट् टू क्रॅक !'' असं म्हणून त्यांनी माझ्या पाठीवर थाप मारली. कोर्टात माझ्यावर तुटून पडणारे भूपचे वकील माझ्याशी इतक्या सलगीनं वागताहेत हे पाहून मला थोडंसं विचित्र वाटलं. सरकारी वकिलांना ते म्हणाले,

''बरं का प्रॉसिक्यूटरसाहेब, हा गृहस्थ मोठा खंबीर आहे हं ! त्या शिवप्रसादच्या विरुद्ध आवाज उठवण्याची कोणाची हिंमत नव्हती झाली गेल्या पंधरा-वीस वर्षांत !''

सरकारी वकील नाकातोंडातून धूर सोडत म्हणाले,

''अहो, त्या शिवप्रसादनं या इस्टेट मॅनेजरची इतकी धास्ती घेतली की तो हार्ट फेल होऊन मेला !''

मी हसलो आणि म्हणालो,

''सर, उगाच काहीतरी म्हणता ! मला कसले घाबरतात ते !''

''अहो, चांगला धडधाकट होता जामिनीवर सोडला तेव्हा, पण त्यानं पाह्यलं की, आता आपली या इस्टेट मॅनेजरसमोर काही धडगत नाही आणि त्यानं इतकं मेंटल प्रेशर घेतलं की त्यातच आटोपला !''

''साहेब,'' मी भूपच्या वकिलांना म्हणालो, ''आर्ग्युमेंटस्च्या वेळी माझ्यावर बदफैलीपणाचा आरोप केलात, 'वुमनायझर' म्हणालात, स्वार्थी, कारस्थानी असंही म्हणालात; आणि आता मात्र माझं कौतुक करता ?''

त्यावर भूपचे वकील मोठ्यानं हसले आणि म्हणाले,

''संजयराव, अहो कोर्टात पक्षकारांचा बचाव करताना आम्ही जे जे बोलतो ते सारं काही खरं नसतं ! ते तिथल्या तिथं विसरायचं असतं !''

''ही इज आल्सो ए लॉ स्टूडंट !'' सरकारी वकील म्हणाले.

''इज इट ? मग तुम्ही नेहमीच कोर्टात यायला हवं. त्याशिवाय तुम्हाला इथल्या वातावरणाशी एकरूप व्हायचं शिक्षण मिळणार नाही.''

''खटल्यात साक्ष झाल्यापासून आपण आपली 'लाइन' बदलावी असं

वाटू लागलंय !'' - मी.

"छे ! छे ! छे ऽ ऽ ऽ ! तो विचारसुद्धा मनात मनात येऊ देऊ नका ! तुमच्यासारखा तरुण या व्यवसायात जितका नाव कमवील तितका....''

पट्टेवाल्यानं सेशन कोर्टात पुकारत असल्याचा निरोप आणल्यानं, प्रॉसिक्यूटर आणि भूपचे वकील आपल्या सिगारेटस् ॲशट्रेमध्ये विझवून उठले. गाउन चढवून कोर्टाकडं निघाले. मलाही त्यांनी बोलावलं. पण मला तो निकाल ऐकायला जावंसं वाटलं नाही. मी त्यांच्या ऑफिसातच बसून राह्यलो.

ती दहा मिनिटं मात्र अत्यंत अस्वस्थतेत गेली : काय होणार कोणास ठाऊक ? भूप सुटणार की त्याला शिक्षा होणार ?

पण मला फार काळ त्या अवस्थेत ताटकळत राहावं लागलं नाही.

निकाल ऐकून कोर्टातून लोकांचा लोंढा बाहेर पडला. रसूल बागवान केव्हा आला होता कोणास ठाऊक, तोही कोर्टातून बाहेर पडला. सरकारी वकिलांच्या ऑफिसमधल्या खिडकीतून मी बाहेर पाहत होतो. मला पाहताच तो सरळ आत आला आणि माझ्या हातात हात देऊन म्हणाला,

"मॅनेजरसाहेब, जिंकलो आपण ! भूपबाबूंना सात वर्षांची सक्तमजुरीची शिक्षा ठोठावली, रावेरसिंग आणि त्याचे साथीदार दहा-दहा वर्षे गेले खडी फोडायला !''

रसूलप्रमाणं आनंदाचं भरतं काही मला आलेलं नव्हतं. पिताजी, बीना, रोमा, स्मिता, स्मिताचं बाळ आणि मी, आम्हा सर्वांना ग्रासणारा भूप सात वर्षं गजाआड जाणार म्हणून मी सुटकेचा निःश्वास सोडला खरा, पण त्याचक्षणी मला भूपची दयाही आली.

प्रॉसिक्यूटर ऑफिसात आले आणि त्यांनी माझा हात हातात घेऊन म्हटलं,

"वुई हॅव वन् द केस !''

"वकिलसाहेब कुठं गेले ?''

"ते आता लागले अपिलाच्या मागं. या निकालाविरुद्ध हायकोर्टाकडं अपील केलं जाणार आहे.''

"म्हणजे, अजूनही हे प्रकरण कायमचं मिटलेलं नाही तर ?''

"अजून हायकोर्ट आणि त्यानंतर सुप्रीम कोर्ट.''

"सर, मला भूपबाबूंना भेटायला मिळेल ?"

"तुम्ही त्याला भेटणार ? बोलता काय ?"

"माझी इच्छा आहे !"

"थांबा, त्यांचे वकील इकडं येतील. जजमेंटच्या कॉपीसाठी अर्ज देण्यासाठी भूपची सही आणायला गेले आहेत. त्यांच्यासोबत जा. पण मला वाटतं तो तुमच्याशी बोलायच्या मन:स्थितीत नसेल आत्ता या क्षणी."

"आपण म्हणता ते खरं, पण..."

इतक्यात भूपचे वकील वकिलपत्रावर त्याची सही घेऊन बाररूमकडं चाललेले दिसले. तेव्हा सरकारी वकिलांनी त्यांना हाक मारली.

"काय म्हणता प्रॉसिक्यूटरसाहेब ?"

"हे मॅनेजरसाहेब भूपबाबूंना भेटायचं म्हणतात."

"वंडरफुल ! अहो, पण हे असं कसं काय तुमच्या डोक्यात येतं ? सात वर्षांची सक्तमजुरी तुमच्या साक्षीमुळं झाली आहे त्याला, आणि भेटायचं म्हणता ?" माझ्याकडं आश्चर्यानं पाहत भूपचे वकील म्हणाले.

"मला त्यांची दया येते ! माणसं चुकतात, भूपबाबूही वागायला चुकले. पण त्या चुकीबद्दल ही इतकी कठोर शिक्षा त्यांना व्हायला नको होती असं वाटतं आहे मला !"

"तुमच्या सदिच्छेबद्दल मला शंका नाही. पण भूपला हे समजेलच असं नाही ! मला वाटतं, तुम्ही त्याला भेटायचा प्रयत्न करू नये !"

"मला काय म्हणायचं ते म्हणू द्या त्यांना, पण मला एक चार शब्द त्यांच्याशी बोलायची इच्छा आहे !"

"चला, तुमची मुलाखत घडवून देतो, पण भूपबाबू काही कमीअधिक बोलले तर पस्तवाल बरं का !"

जेलकडं नेण्यापूर्वी भूपला गजांच्या खोलीत बसवलं होतं, तिथं मी त्याच्या वकिलांच्या सोबत गेलो.

भूपबाबूंनी माझ्याकडं पाह्यलं.

मीही त्यांच्याकडं पाह्यलं.

भूपचे वकील मला म्हणाले,

"तुम्ही घ्या बोलून, मी एक पाच मिनिटांत आलो." पहाऱ्यावरचे

पोलीस बाजूला उभे होते. मी गजांजवळ जाऊन म्हणालो,

"भूपबाबू, फार कडक शिक्षा झाली ! वाईट वाटतं मला !"

भूपनं माझ्याकडं रोखून पाह्यलं आणि तो म्हणाला,

"आता तरी तुझा दांभिकपणा पुरे कर ! हे सगळं केलंय तूच ! आणि वर शिक्षा जास्त झाली म्हणून हळहळ व्यक्त करतोस ?"

"माझ्याबद्दल तुम्हांला तसं वाटणं अगदी स्वाभाविक आहे. पण खरं सांगतो, तुम्हांला झाली ही शिक्षा फारच कठोर आहे असं मला अगदी अंत:करणापासून वाटतं !"

"बीनाला चिथावणी देऊन साक्षीला उभं केलंस तू !"

"तुम्हांला मी सांगितलं तर खरं वाटणार नाही भूपबाबू, शेवटपर्यंत त्यांनी तुमच्याविरुद्ध साक्ष देऊ नये असं मला वाटत होतं ! पण त्यांनी माझं ऐकलं नाही !"

"संजय, अरे साला वैर करायचं तर भोंदूपणा कशाला करतोस ? मला शिक्षा झाल्यानंतर माझ्यावर कोणती प्रतिक्रिया झालेली आहे याचा अंदाज काढायला आलेला आहेस तू ! पण लक्षात ठेव, सात वर्षांनंतर तुझी-माझी गाठ पडणारच आहे !"

"सात वर्षं ?" हसून मी म्हणालो, "भूपबाबू, निदान तुमची शिक्षा कमी व्हावी यासाठी माझ्या हातून काही घडण्यासारखं असेल तर मी जरूर करीन. माझ्या मनाला लागून राह्यलं आहे !"

"अरे, आता तू राजा आहेस राजा ! रोमाशी लग्न करून घेशील, बीनाही आहेच जवळ, स्मिता तर जवळ जवळ तुझ्या बायकोसारखीच आहे ! तो म्हातारा यापुढं तुझ्या अर्ध्या वचनात राहील अशी मोहिनी घातलेली आहेस तू ! पण लक्षात ठेव संजय, हे असं फार काळ चालत नसतं !"

"भूपबाबू, तुम्ही काही म्हणालात तरी तुमच्यासाठी काहीतरी करायचं आहे !"

"ते करून ठेवलेलं आहेसच की ! आणखी काय शिल्लक राह्यलं आहे !"

"मला तुम्ही ओळखलेलं नाही !"

"मी ? तुला आजपर्यंत कोणी माझ्याइतका चांगला ओळखलेला नसेल !

जा, तुला माझ्याबद्दल खरोखरच काही करायचं असेल तर माझ्या वकिलांना अपीलासाठी तीन हजार रुपये दे आणून ! पाहतो अपील करून ! पण तू पैसे दिलेस म्हणून तुझ्यामाझ्यातलं वैर संपलं असा अर्थ होत नाही हे लक्षात ठेव !''

''तुम्हांला काय समजायचं ते समजा ! मी तुमच्या वकिलांना उद्या तीन हजार देण्याची व्यवस्था करतो !'' भूपचा हात हातात धरून मी म्हणालो. ''मी एक फिरस्ता आहे भूपबाबू ! आई वारल्यानंतर नोकरीच्या शोधात मी इथं आलो, पिताजींनी माझ्यावर विश्वास टाकला, स्मितादेवींनी माझ्यावर तो कठीण प्रसंग आणला, रोमानं माझ्यावर प्रेम केलं, हे सारं जरी खरं असलं तरी हे फार्म, तो बंगला ही सर्व इस्टेट तुमच्या मालकीची आहे. मला त्याची मुळीसुद्धा आसक्ती नाही, लोभ नाही ! रोमा माझ्या आयुष्यात न येती तर मी इथून निघून गेलो असतो. पण मी तिला वचन दिलेलं आहे. मी जरी तिच्याशी लग्न केलं तरी मला तुमच्या इस्टेटीची अभिलाषा नाही ! मी येण्यापूर्वी सारी अव्यवस्था माजलेली होती. अविश्रांत परिश्रम करून मी ते इतिहासजमा झालेलं वैभव पुनश्च निर्माण केलं आहे. पण मला या वैभवाचा उपभोग घेण्याचा नैतिक अधिकार नाही भूपबाबू ! खरे वारस आपणच आहात ! पण चुकीच्या मार्गानं जात होता म्हणून आज ही आपत्ती ओढवली तुमच्यावर ! मला आपण दांभिक, भोंदू, काही म्हणालात तरी राग येत नाही, कारण मला माझी विवेकबुद्धी सांगते आहे; 'तू वागायला चुकलेला नाहीस !' जातो मी ! उद्या पैसे देण्याची व्यवस्था होईल !''

तेथून परतताना मी रुमालानं माझे डोळे टिपले पण भूपच्या चेहऱ्यावर तसूभर फरक पडलेला नव्हता. दोन्ही हातांनी गज घट्ट पकडून तो उभा होता.

मी बंगल्यावर परतलो तेव्हा पिताजींनी मला विचारलं,

''निकाल बाहेर पडून तास-दोन तास झाले, इतका वेळ कुठं होतास ?''

''कोर्टातच होतो.''

''चला, झालं ते ठीक झालं ! सुटलो आपण एकदाचे, निदान सात वर्षांसाठी तरी !''

त्यावर मी काहीच बोललो नाही. तेव्हा पिताजी पुढं म्हणाले,

''अरे, आज तू आनंदानं बेहोष होणार असं मला वाटलं होतं ! तुला

पळवून नेऊन तुझ्या खुनाचा प्रयत्न करणारा भूप सात वर्षं तुरुंगात गेला आणि तू मात्र असा सुतकी चेहरा करून आलास ?''

"पिताजी ऽ ऽ ऽ !'' माझा कंठ दाटून आला होता. मोठ्या कष्टानं मी म्हणालो, "पिताजी, फार कठोर शासन झालं भूपबाबूंना ?''

"अरे, तो जितकी वर्षं आत राहील तितकी वर्षं आपण सारी सुखानं जगणार आहोत ! आता मी सात वर्षं काढतो आहे की नाही मला ठाऊक नाही; पण तू, रोमा, स्मिता आणि बीना यांना निदान सात वर्षं तरी कोणी सतवणार नाही ! हं ऽ ऽ ऽ !'' पिताजी क्षणभर थांबून म्हणाले, "माणसं पोटाला मुलगा जन्माला यावा म्हणून कोण यातायात करतात, हालअपेष्टा सोसून मुलाला वाढवतात; पण माझ्यासारखा असाही एक दुर्भागी बाप असू शकतो की, जो म्हणतो की निदान सात वर्षं तरी आता चिंता नाही; मुलगा तुरुंगात गेला यात धन्य समजतो स्वत:ला ! काय दैवदुर्विलास आहे बघ !''

बोलता बोलता पिताजींचा स्वर घोगरा झाला. त्यांचे डोळे पाणावले, मी प्रथमच पिताजींच्या डोळ्यांत अश्रू पाहत होतो. मला त्यांची ती अवस्था पाहून गहिवरून आलं. बीना माझ्यामागं कधीची येऊन उभी होती. मला माहीत नव्हतं; पण पिताजी बोलता बोलता मधेच थांबले तेव्हा बीनाचा हुंदका माझ्या कानांवर आला, म्हणून मी मागं वळून पाह्यलं. - बीनाच्या डोळ्यांतून घळघळ अश्रू वाहत होते. बंगल्याच्या पायरीवर बसलेला बन्सी गुडघ्यात डोकं खुपसून धायधाय रडत होता. मला त्या सर्वांचं वागणं अगदीच अनपेक्षित होतं. मी खिशातला रुमाल काढून डोळ्याला लावला.

प्रकरण २७

एक महिना उलटला. मी परत फार्मवर राहायला आलो. बीनाही फार्मवर येऊन राहिली. पण पिताजींची तब्येत अधूनमधून चढउतार होत होती म्हणून तिनं बिलासपूरलाच राहावं असं मी सुचवलं, तेव्हा ती म्हणाली,

"संजय, मला पिताजींच्या जवळ राहायला संकोच वाटतो असं नाही, पण लवकरच तिथं स्मिता ऑन्टी येणार आहे. तिचं अन् माझं कधीच पटणार नाही. शिवाय...." ती बोलताना मधेच थांबली.

"कसली अडचण आहे दीदी ?"

"अडचण अशी काही नाही संजय, पण अंकलनी जसं मला समजावून घेतलं तसं ती घेईल असं काही मला वाटत नाही !"

"पिताजी नव्हते का परवा म्हणाले, बीना, तू इथंच राहा म्हणून ?"

"त्यांचं मन फार मोठं आहे संजय ! पण मलाच आपलं वाटतं. तुला माझी काही अडचण नाही ना वाटत ?"

"काय बोलता हे दीदी ? हे आहे ते सारं कुणाचं आहे ? मी फक्त भारवाहक आहे !"

"तू बोलायला लागलास की ऐकत राहावंसं वाटतं

बघ !''

"बोलण्यात हुशार आणि कर्तृत्त्वात शून्य वाटतं ?''

"त्यात शून्य का असशील ! तिथंही काही कमी पडलेला नाहीस !''

गाडीला दुधाच गेळे घेऊन गेलेला सोरज परत आला आणि म्हणाला, "बाबूजी, तुम्हाला पोस्टमास्तरांनी बोलावलंय.''

"असं ?''

"का रे ? यांना का बोलावलं तिकडं ?'' बीनानं विचारलं.

"त्याचं काय आहे दीदी, मागं शिवप्रसादांचं ते प्रकरण इथं चालू होतं ना, तेव्हा माझी पत्रं मला मिळत नव्हती. स्मितादेवींनी पाठवलेली दोनचार पत्रं मधल्या मधेच गहाळ झाली, रोमाचीही काही पत्रं मला मिळाली नाहीत. म्हणून मी पोस्टमास्तरांना भेटून सांगितलं होतं की, माझ्या नावाची पत्रं आल्यास मला फक्त निरोप द्या.''

"मग सोरजजवळ द्यायला सांगून ठेवायचं.''

"ते पोस्टमास्तर भलतेच सिन्सियर आहेत. ते म्हणाले, तसलं काहीच नको. आम्ही फक्त तुम्हांला निरोप पाठवतो, तुम्ही स्वत: येऊन घेऊन जात जा.''

"आपल्या इथल्या नोकरांवरही विश्वास नाही ?''

"आपला आहे, पण त्यांना वाटत नाही.''

"बरं, पण जाशील तेव्हा एक काम कर.''

"कोणतं ?''

"लच्छीसाठी एक हिरव्या रंगाची साडी घेऊन ये.''

"हिरवी ? कशासाठी ?''

"ते तुला समजायचं नाही ! तू घेऊन ये, मग सांगते !''

"काय भानगड ही दीदी ?''

"अरे, तिला दिवस गेले आहेत !''

"वंडरफुल ! तरीच मला ती अलीकडं जरा जाड दिसू लागली आहे. एवढी एवढी चिमुरडी लच्छी आई होणार ? बाकी छान झालं हं ! दीदी, आज लखम हवा होता !''

"असं कधीच होत नसतं संजय ! प्रत्येकाच्या आयुष्यात काही ना नाही

उणीव अगदी मरेपर्यंत राहते ! पण तुला एक विचारायचं राह्यलं, तू त्या भूपच्या वकिलांना भेटायला गेला होतास ना परवा, तेव्हा ते काय म्हणाले ?''

"अपील ॲडमिट झालेलं आहे. पेपर बुक तयार करण्याची ऑर्डर झालेली आहे. महिन्याभरात अपील हियरिंगला येईल.''

"त्यांचा अंदाज काय आहे ?''

"ते आता काहीच बोलत नाहीत. मी भेटलो की मला म्हणतात, आयुष्यात भेटलेला विचित्र माणूस !''

"काय विचित्रपणा केलास तू ?''

"हेच की, भूपबाबूंच्याविरुद्ध कोर्टात साक्ष दिली आणि आता त्यांना शिक्षा झाल्यानंतर ती कमी व्हावी म्हणून प्रयत्न करतो आहे !''

"पण बघ हं, अजूनही मला वाटतं की, भूप अपीलात सुटला तर तो आपल्याला सुखानं जगू द्यायचा नाही ! तू प्रयत्न करतो आहेस खरा !''

"दीदी, मग त्यांना शिक्षा झालेल्या दिवशी तुम्हीदेखील का रडलात हो ?''

बीना हसली आणि म्हणाली,

"हे बघ, एखाद्याच्या घरात जीर्णशीर्ण झालेलं असं एखादं माणूस असतं, तेव्हा घरातल्या प्रत्येकाला ठाऊक असतं की आज ना उद्या ते मरणार; इतकं असूनही ते माणूस मेल्यानंतर रडारड, हलकल्लोळ करतातच ना ? तशातलाच हा प्रकार त्या दिवशी घडला ! भूप हा अत्यंत नालायक, नादान, उलट्या काळजाचा आहे हे मला, पिताजींना पूर्ण ठाऊक होतं. त्याला शिक्षा घडावी असं अगदी मनापासून वाटत होतं. पण प्रत्यक्षात शिक्षा झाल्याचं समजल्यावर दुःख झालं. त्या वेळी तसं वाटलं म्हणून भूप सुटून यावा असं मात्र मला मुळीच वाटत नाही !''

बीनाचा स्वभाव मला अगदी जवळून पाहायला मिळत होता. तिच्या स्वभावातले विरोधाभास मी न्याहाळत होतो. कोणताही आडपडदा न ठेवता विविध विषयांवर आमची चर्चा होत होती. माझ्या गैरहजेरीत बीना शेतीच्या कामावरही देखरेख करीत होती. लखमची बायको, सोरज, बंगा, पहाडची बायको ही सारी माणसं आता तिला आपल्याच कुटुंबातली आहेत असं वाटू लागलं होतं. पहाटे पाचला उठून अंघोळ, देवपूजा उरकून ती फार्मपासून दोन

फर्लांगावर असलेल्या शिवमंदिरात जात असे. इथं आल्यापासून तिनं पांढऱ्या साड्या आणि पांढरे ब्लाऊज वापरायला सुरुवात केली होती. तिची वृत्ती सात्विकतेकडं झुकत होती, पण मधेच कधीतरी तिला ते सर्व सोडून द्यावं की काय असंही वाटे. सुरुवातीला तर मद्याची फार इच्छा व्हायची तिला. पण मी ती दडपून टाकायचो. बीनाला मीराबाईची भजनं, शिवलीलामृत इत्यादी ग्रंथ मी आणून दिले. ती ते अधूनमधून वाचतही होती.

त्या दिवशी पोस्टातून दोन पत्रं देण्यात आली. एक होतं स्मिताचं आणि दुसरं रोमाचं !

आपणाला बिलासपूरला नेण्यासाठी मी स्वत: जातीनं यावं असं स्मितानं लिहिलं होतं. पण स्मिताला आणायला जायचं म्हणजे महेशजी फर्स्टक्लासचा कुपे रिझर्व्ह करणार ! यात दोन दिवसांचा प्रवास ! मी आणि स्मिता त्या कुपेत दोघंच ! छे ! छे ! ते शक्य नाही. यापुढं स्मिताशी तसला व्यवहार ठेवणं हे निश्चितच अनैतिक ठरणार होतं. पत्र वाचता क्षणीच महेशजींना तार ठोकली :

"Regret unable to come down, due to pre-occupation."

दुसरं पत्रं होतं रोमाचं. रोमाची परीक्षा झाली होती. ती इकडं यायला निघणार होती, पण तिच्या त्या चार मैत्रिणींनी तिला आग्रहानं ठेवून घेतलं होतं. चार-आठ दिवसांत येत आहे असं तिनं कळवलं होतं. बिलासपूरला न जाता ती नारंगूरलाच येणार होती.

लच्छीला साडी घेऊन, इतर काही किरकोळ बाजार घेऊन मी टांगा फार्मकडं जाण्यासाठी वळवला, तेव्हा क्रॉसिंगजवळचं फाटक बंद होतं. स्टेशनमास्तरांचं क्वार्टर तिथून अगदी जवळच होतं. तिथं नवीन स्टेशनमास्तर येऊन आता जवळजवळ सहा महिने उलटून गेले होते. यापुढं कोणाच्या ओळखी वाढवायच्या नाहीत असं मी ठरवून टाकलेलं होतं. उगाच नसते गैरसमज ! अगोदरच्या मास्तरांच्या बाबतीत काय झालं ? तेच ! या दूरच्या प्रदेशात आपल्या पुण्याकडचा माणूस भेटला म्हणून मी उत्साहानं त्यांच्याकडं जात होतो, पण त्या भल्या गृहस्थांनी, ते ड्यूटीवर असतानाच मी मुद्दाम त्यांच्या घरी जातो असं काहूर उठवलं होतं. नंतर मी त्यांच्याकडं जाणंच बंद करून टाकलं होतं.

मी जाणं जरी बंद केलं तरी सुरेखा वहिनींचा माझ्याविषयीचा आपलेपणा

नष्ट झाला नाही. फार्मवर हा गुन्हा घडला तेव्हा रावेरच्या ट्रकचा नंबर वहिनींनीच सांगितला, म्हणून तो ट्रक ट्रेस करता आला होता. नंतर नारंगपूरवरून मास्तरांची बदली भोपाळला झाली होती.

बंद गेटजवळ टांग्यात किती वेळ बसायचं म्हणून बाजूच्या झाडाखाली टांगा उभा करून मी पोर्टरशी बोलत उभा राह्यलो. इतक्यात नवीन बदलून आलेले स्टेशनमास्तर मला पाहून पुढं आले.

"ओ हो हो ! इस्टेट मॅनेजर, प्लीज कम इन. हॅव ए कप ऑफ टी."

"नो, थँक्स !"

"काय भानगड आहे ? तुम्ही आम्हा लोकांवर गैरमर्जी का केली ? कधीच येत नाही. अगोदरच्या मास्तरांकडं तुम्ही वारंवार येत होता म्हणे ?"

"होय. येत होतो ! म्हणूनच आता यायचं बंद करून टाकलं आहे !"

बिचाऱ्या मास्तरांना माझ्या म्हणण्यातला आशय न समजल्याने ते गोंधळून माझ्याकडं पाहत राहिले.

"मी मुद्दाम काही येत नाही असं नका समजू. पण होतं काय, तुम्ही लोक असता आपल्या ड्यूटीत मग्न आम्ही येऊन करायचं काय ?"

स्टेशनमास्तर माझ्या बोलण्याचा रोख ओळखून म्हणाले,

"समजलं, समजलं ! पण सगळ्यांचा स्वभाव तसा संशयी नसतो मॅनेजरसाहेब ! तुम्हांला समजलं का, इथून बदलून गेल्यानंतर त्या मास्तरांचं काय झालं ?"

"नाही. काय झालं ?" मी आतुरतेनं विचारलं.

"अहो बदलून गेले तिथंही त्यांनी बायकोच्या चारित्र्याविषयी शंका घ्यायला सुरुवात केली. शेवटी त्या बाईनं ज्यूडिशियल सेपरेशनसाठी दिवाणी दावा केला. वर्षा-दोन वर्षांत ती डायव्होर्स मागेल. किती सहन करणार ती ?'

"इथपर्यंत मजल गेली ?"

"तर काय ! दूधवाला बोलला, तर काय बोलला ? पोर्टर घरी येऊन गेला तर त्याला थांबवून का घेतलंस ? बाजारात भाजीला गेली, तर इतका वेळ कुठं थांबलीस ? अशा शंकाकुशंका काढून त्या बिचारीला अगदी धारेवर धरलं होतं त्यांनी. मला हे सर्व परवा आमचा टी. सी. रजेवर गेला, त्यांच्याकडून समजलं."

"वाईट झालं !" रुळांकडं पाहत मी उद्गारलो.

"अहो, आम्ही रेल्वेची, पोस्टाची माणसं काय, दिवस दिवस बाहेर ड्यूटीवर असतो. घरच्या माणसांना बोलायला कोणीतरी मिळालं तर तेवढाच रिलिफ वाटतो. पण अशा विचित्र स्वभावाच्या माणसाशी गाठ पडली तर करायचं काय बायकामाणसांनी ?"

"खरंय, पण मास्तरसाहेब, अजून गाडीचा पत्ता नाही. यानं किती वेळ अगोदर फाटक बंद करून टाकलं आहे हे ?"

"गाडी सुटलीय, पण अद्याप वाटेत कुठं रेंगाळलीय समजत नाही. पण हे फाटक थोडा वेळ अधिक बंद राह्यलेलं परवडलं ! परवाचे ते अपघात वाचलेत ना पेपरमधे ? लग्नाचं वऱ्हाड घेऊन जाणारा ट्रक रेल्वे क्रॉसिंगवर नेमका इंजिनच्या आडवा आला ! किती माणसं दगावली त्यात ?"

"ते साले ड्रायव्हर मूर्ख असतात ! लग्न वगैरे असलं की पोटात थोडी टाकतात, मग त्यांना कशाचं भानच राहात नाही ! आपण मरतात ते मरतात आणि आपल्याबरोबर अनेक निष्पाप जीवांनाही मारून टाकतात !"

इतक्यात येणाऱ्या मालगाडीचं इंजिन धुराचा लोट सोडीत येत असलेलं दिसलं. पाहता पाहता ते क्रॉसिंगजवळ आलं. डोक्याला काळा रुमाल बांधलेल्या फोरमननं स्टेशनमास्तरांना ओळखून 'हॅलो' केलं. गाडी क्रॉसिंग ओलांडून स्टेशनात शिरल्यानंतर मी मास्तरांचा निरोप घेऊन टांग्यात बसलो. फार्मच्या रोखानं टांगा चालला होता आणि अगोदरच्या स्टेशनमास्तरांची बायको माझ्या डोळ्यासमोर उभी राहिली. इतकी सालस, सुस्वरूप, समजूतदार बायको मिळूनही त्या कर्मदरिद्री गृहस्थाला लाभली नाही ! तो गृहस्थ संशयी वृत्तीचा आहे याची जेव्हा मलाही जाणीव झाली तेव्हा मी तात्काळ तिकडं जाणं बंद करून टाकलं. नंतर त्यांनी माझ्याशी सलोख्यानं वागण्याचं नाटक केलं, पण एकदा माझ्या मनातून ते उतरले ते उतरले !

पण आता डायव्होर्स घेऊन ती बिचारी काय करणार याचा विचार मनात आला. फार्मवर बीना होती. तिचंही पुढं काय होईल ही विवंचना मनाला ग्रासत असतानाच सुरेखा वहिनींची ती दुःखद हकीगत ऐकून हळहळ वाटली.

टांगा टेकडीच्या पायथ्याशी आला आणि मी वर पाह्यलं. बंगल्यासमोर कठड्यावर बीना लच्छीला जवळ बसवून घेऊन तिच्याशी बोलत होती. टांगा टेकडीच्या नागमोडी वळणावरून पुढं आला.

सोरजनं टांगा सोडला. बंगानं आतलं सामान काढून बंगल्यात नेलं. बीना आणि लच्छी अजूनही कट्ट्यावर बसल्या होत्या. लच्छीसाठी आणलेलीं हिरवी साडी मी बीनाच्या हातात देत म्हणालो,

"हे बघ, हीच का ?"

"हं. हीच आणि हे काय ?"

"हा ब्लाउजपीस. तोही हिरवा आहे."

"लच्छी, हे तुझ्या आईला दाखव."

लच्छी एका मुलाची आई होणार होती, पण अद्याप तिच्या चेहऱ्यावरचे अल्लड भाव लोपले नव्हते, ती तात्काळ ती साडी घेऊन आपल्या आईला दाखवायला निघून गेली. नवी साडी पाहून ती हुरळून गेली होती.

क्षितिजाला जाऊन भिडलेल्या आरक्त सूर्यबिंबावर नजर रोखून बीनानं मला विचारलं,

"पत्रं मिळाली ?"

"हो."

"काय म्हणते ऑन्टी ?"

"म्हणजे ? त्यांचं पत्र आहे हे तुम्हांला कसं कळलं ?"

"तिच्याशिवाय कोण पाठवणार तुला ?"

"आणि दुसरं ?"

"ते रोमाचं असणार !"

"दीदी, तुम्हांला काय साक्षात्कार झालाय की काय ? दोन्ही पत्रं अगदी अचूक कशी काय ओळखलीत ?"

"कॉमनसेन्स ! केव्हा येताहेत त्या ?"

"म्हणजे ? त्या येणार आहेत हेदेखील ओळखलंत ?"

"अरे, त्यात अवघड काय आहे संजय ? चार महिने झाले ऑन्टीला बाळंत होऊन, किती दिवस तिकडं राहणार ? रोमाचीही परीक्षा संपली असेल एव्हाना. तीही यायला निघणार असेल."

बीनाच्या पांढऱ्या साडीचा पदर वाऱ्यावर फडफडत होता. केस भुरूभुरू उडत होते. एकेकाळी भूपच्या सान्निध्यात असताना मद्यपी झालेली बीना भविष्यात अशी साध्वीसारखी वागेल, दिसेल याची कल्पनाच कोणी कधी केली नसेल !

मावळत्या सूर्याकडं पाहत, फडफडणारा पदर अंगाशी घट्ट लपेटून घेत बीना म्हणाली,

"संजय, माझ्यासमोर एक प्रश्न उभा आहे !"

"कोणता दीदी ?"

"वास्तविक पाहता तुलाही त्याची जाणीव असेल ! मी यापुढं कुठं राहावं ?"

"कुठं म्हणजे ? इथं फार्मवर. या बंगल्यात."

नकारदर्शक मान हलवून बीना म्हणाली,

"मला ते प्रशस्त नाही वाटत !"

"काहीतरी उगाच डोक्यात आणू नका दीदी !"

"काहीतरीच कसं ? तुझी एक नजर पवित्र आहे, पण सर्वांचीच तशी असेल असं नाही ! रोमालादेखील माझं इथलं वास्तव्य रुचणार नाही !"

"दीदी, आता मात्र तुम्ही कमाल केली हं ! अहो, रोमा तुमची सख्खी बहीण आहे. ती का कोणी परकी आहे ? तिला इथलं तुमचं वास्तव्य का नाही रुचणार ?"

"रोमाला तू जवळून पाह्यलेलं आहेस ?"

"त्याशिवाय का मी तिला लग्नाचं वचन दिलं ?"

"लग्नाचं वचन दिलंस हे ठीक झालं, पण तिच्या स्वभावाचं तुला आकलन इतक्यात नाही होणार !"

"काय बोलता तुम्ही दीदी हे ? अहो, स्मिताचा अन् माझा संबंध आला हे समजूनही जिनं माझा स्वीकार करण्याचा निर्णय घेतला, तिच्या स्वभावाचं मला आकलन होऊ शकलं नाही असं कसं म्हणता ?"

"याचा अर्थ, तिला यापुढंही मी इथं राहाणं आवडेल असा नाही करता येत संजय !"

"पण आपली बेट आहे ! तुम्ही इथं राहाणार आहात म्हटल्यावर रोमा कधीच आक्षेप घेणार नाही !"

"ठीक आहे. तुला तसं वाटतं तर अनुभवच घे त्या गोष्टीचा, पण तोपर्यंत मी थोडे दिवस पिताजींच्याकडं जाते. तू तिच्याशी या विषयावर सविस्तर चर्चा करून मला पत्रानं कळव."

गिरिजानं जेवण तयार झाल्याचा निरोप बंगाकडून पाठवला आणि आम्ही दोघं त्या कट्ट्यावरून उठलो.

बीना मला आज भलतीच गंभीर दिसत होती. जेवताना ती या ना त्या विषयावर एकसारखी बोलत राहायची, पण त्या रात्री मात्र ती अबोल होऊन राह्यली.

दुसऱ्या दिवशी ती पिताजींच्याकडं बिलासपूरला रवाना झाली.

प्रकरण २८

मला त्या वार्तेनं अतिशय दु:ख झालं ! भूपचं अपील वरिष्ठ न्यायालयानं फेटाळून लावलं होतं. निकाल लागल्यानंतर खुद्द भूपनंच मला जेलमधून पत्र पाठवलं. ते पत्र वाचताना मला अक्षरश: रडायला आलं. भूप आपल्या पत्रात लिहितो :

"संजय, मी तुला पळवून नेऊन तुझा खून करण्याचा प्रयत्न केला, पण तूच मला मारून टाकलंस - शस्त्रानं किंवा बंदुकीच्या गोळीनं नव्हे, तर तुझ्या माणुसकीनं ! बिलासपूरला शिक्षा झाली तेव्हा तू भेटायला आला होतास. अपीलासाठी पैसे खर्च करण्याची भाषा करू लागलास तेव्हा तू दांभिकपणा करतो आहेस असं मला वाटलं होतं. पण तू सारे प्रयत्न केलेस. अंकलना आणि बीनाला त्याची कल्पनाही कदाचित् तू दिली नसशील. पण तुझ्या प्रयत्नाला यश आलं नाही. माणसाची सहनशीलता आणि अंत:करणाची विशालता इतकी प्रचंड असू शकते हे मला तूच आयुष्यात प्रथम दाखवलंस ! 'अपीलातून सुटलो तरी तुझं-माझं वैर संपलं असं समजू नकोस !' असं बजावूनदेखील तू माझ्या सुटकेसाठी प्रयत्न केलास याचा अर्थच मला समजत नव्हता !"

"काल मला इथं माझे वकील येऊन भेटले. ते म्हणाले, सेकंड अपील करू. हे सेकंड अपील म्हणे, फक्त कायद्याच्या

मुद्द्यावर होतं. फॅक्टस्‌चा विचार केला जात नाही. आणखीन दोनपाच हजार घालवण्यात काही अर्थ नाही. कदाचित तू पुन्हा माझ्या सुटकेसाठी प्रयत्न करशील, तो करू नये म्हणून मुद्दाम मी तुला हे पत्र पाठवत आहे !''

''झालं ते एका अर्थी बरंच झालं ! सात वर्षं मला कारावासात काढावी लागणार आहेत. मला नाही वाटत की, मी पुन्हा सुखरूप बाहेर येईन ! इथले शारीरिक श्रम मला असह्य होत आहेत. आजपर्यंत 'कष्ट' हा शब्दच मला ठाऊक नव्हता. सकाळी उठल्या उठल्या इथं कैद्यांना खाणीवर नेतात. बारा वाजेपर्यंत खडी फोडायची. दुपारी जेवण की, जेमतेम तासभर झाली विश्रांती, पुन्हा खुदाई करायची ते संध्याकाळी सहा-साडेसहापर्यंत. माझ्या छातीत दुखतं म्हणून मी वॉर्डरला सांगितलं, पण त्यानं प्रथम आठ दिवस दखलच घेतली नाही. इथं म्हणे शिक्षा झालेले बरेचसे मध्यमवर्गातले कैदी, कामाचा ताण पडला की पोटात दुखतं, छातीत दुखतं अशा तक्रारी करतात. बव्हंशी त्या खोट्या असतात. वॉर्डरला माझीही तक्रार त्याच प्रकारची वाटली.''

''काल मला दवाखान्यात पाठवण्यात आलं. माझ्या छातीचा एक्सरे घेतला आणि डॉक्टरनी सांगितलं की, माझी कंडिशन ॲनिमिक आहे. फार शारीरिक कष्टाची कामं मला देऊ नयेत. पण इथं ऐकतो कोण ? यदाकदाचित् मला शारीरिक कामातून सुटका मिळाली तरी जेलमधल्या या अन्नानं माझी प्रकृती सुधारण्याची शक्यता नाही. आजपर्यंत दोन्ही वेळा इंग्लिश डिनरशिवाय मी जेवलो नाही आणि आता बाजरीची जाड, अर्धीकच्ची भाजलेली भाकर- भाकर कसली - 'रोडगा' - आणि त्यावर हिरव्या मिरच्यांचा झुणका हे अन्न ! तेव्हा आता इथून मी जिवंत बाहेर पडेन ही आशा मी सोडलेली आहे !''

''पण एक ठरवलेलं आहे संजय : आत्मवृत्त लिहायचं म्हणतो आहे ! अगदी लहानपणापासूनच्या आठवणी डोळ्यासमोर उभ्या आहेत. सिमल्याला सेंट पॉल स्कूलमध्ये मी अन्‌ बीना शिकायला होतो तेव्हापासूनच्या ! माझे सगळे पहिले अनुभव मी अगदी प्रामाणिकपणं लिहायचे म्हटलं तर त्या प्रत्येक अनुभवावर पाचपन्नास पानं मला लिहिता येतील ! पहिल्यांदा सिगारेट ओढली तो अनुभव, पहिल्यांदा व्हिस्की प्यायलो तो अनुभव, आणि पहिल्यांदा बीनाशी...

''जाऊ दे, असे माझे अनुभव कोण वाचणार आहे ? पण खरं सांगतो संजय, मी बीनाशी इतका एकरूप झालो होतो की, मी तिच्याशी जे वर्तन

करीत होतो त्यात मला अनैसर्गिक असं काही वाटतच नव्हतं. म्हणूनच मी बन्सीला वारंवार म्हणायचो, 'चिमणाचिमणी दोन अंडी घालतात आणि उबवतात, पुढं त्यातून निर्माण झालेली पिल्लंही तेच जनरेशनचं कार्य पुढं चालू करतात !' पण माझं ते तत्त्वज्ञान चुकीच्या पायावर आधारलेलं होते संजय ! पशुपक्षी आणि माणूस एकाच सदरात घालून मोकळा झालो होतो मी ! माणूस हा माणूस आहे. त्याला ईश्वरानं बुद्धी प्रदान केलेली आहे. या बुद्धीतून नीतीअनीतीच्या कल्पना उगम पावलेल्या आहेत. सगोत्र विवाह आणि शरीरसंबंध निषिद्ध समजले पाहिजेत, हे आत्ता पटू लागलं आहे - वेळ गेल्यानंतर !''

''माझा आता काही भरवसा धरू नकोस ! पण माझ्या मनातल्या व्यथा स्पष्ट केल्याविना मला मरणदेखील शांती देऊ शकणार नाही, म्हणून हे सारं लिहिण्याचा प्रपंच !''

''आज मला चक्की ड्युटी आहे ! आज खाणीवर काम नाही. दहा किलो बाजरी हातचक्कीवर पिसायची आहे. माझा जोडीदार आहे मगनलाल. इथं माझ्या समोर तो फतकल मारून फरशीवर बसला आहे. याची मोठी फर्म होती. लाखो रुपयांची उलाढाल यानं केलेली होती. पण आपल्या इतर पार्टनर्सना फसवण्यासाठी यानं खोटी कागदपत्रं तयार केली आणि सापडला. याला पाच वर्षांची सक्तमजुरी झालेली आहे. चीटिंग, फोर्जरी आणि मिस् अप्रोप्रिएशनचे सारे आरोप त्याच्यावर शाबीत झालेले आहेत. त्याच्या हाताला घट्टे पडले आहेत. एके काळी यानं काय ऐश्वर्य भोगलेलं आहे ते तो मला सांगत असतो. पैशाची हाव बाळगली अन् त्याच्या नशिबी जेल आला ! असे आणखीन कितीतरी कैदी इथं आहेत. प्रत्येकाची माहिती मी लिहिली तरी ते एक अत्यंत मनोरंजक पुस्तक तयार होईल ! पूर्वी जेलमध्ये लिहायला परवानगी असे. आतासुद्धा जेलरसाहेबांच्या परवानगीनं लिहिता येतं म्हणे. तेव्हा जेवढं आयुष्य माझ्या वाट्याला या जेलमध्ये आहे, तेवढं मी लिहिण्यात खर्च करणार आहे. मी जिवंत बाहेर पडलो तर ते पुस्तक मी प्रकाशित करीन, पण त्यापूर्वी जर मेलो तर तू ते प्रकाशित करावंस अशी माझी विनंती आहे !''

''आठवणी ! आठवणी ! आठवणी ! इतक्या असंख्य आठवणी येतात की त्यांना कशाची उपमा द्यावी हेच कळत नाही. समुद्राच्या किनाऱ्यावर भरतीच्या वेळी एकामागून एक येणाऱ्या लाटाच जशा ! येतात, माझ्या स्मृतीच्या

किनाऱ्यावर येऊन आदळतात, फुटतात, फेसाळत विरूनही जातात ! किती लिहू अन् कसं लिहू असं मला झालं आहे संजय ! मी मनात आणलं तर हे सर्व लिहू शकेन असं नाही वाटत तुला ? - आता वेळ झालीय, वॉर्डर घंटा बडवतो आहे. मगनलाल उठून उभा आहे, पण तो मला बोलावतो आहे. दहा किलो बाजरी पिसायची आहे. पण आज सकाळपासून परत डाव्या बाजूला छातीत कळ येते आहे. मी तसं जेलरला सांगितलं तर ते खरं वाटणार नाही; चक्की ओढायची म्हणून ढोंग करतो आहे असं म्हणतील !''

"सर्वांना माझा नमस्कार !

तुझाच,
भूपबाबू

भूपबाबूंचं ते प्रदीर्घ पत्र वाचून माझं हृदय उचंबळून आलं होतं. त्यांनी पत्रात लिहिलं होते : 'आता माझ्या सुटकेसाठी प्रयत्न करू नको, त्याचा काहीएक उपयोग नाही !' मला ते पत्र वाचल्यानंतर स्वस्थ बसणं शक्यच नव्हतं. दुपारी दोन वीसची पॅसेंजर धरून मी बिलासपूरला गेलो. वकिलांना कोर्टात गाठलं. ते म्हणाले,

"मी सेकंड अपील करण्यासाठी भूपबाबूंना जेलमध्ये जाऊन भेटलो. पण त्यांनी अपीलासाठी वकिलपत्रावर सही करण्याचंच नाकारलं. त्यांच्या सहीशिवाय मला सेकंड अपील दाखल करताच येत नाही.''

"वकिलसाहेब, भूपबाबूंची प्रकृती फारच बिघडलेली आहे ! सुटका नाही झाली तर त्यांच्या जीविताचं काहीतरी वाईट होणार अशी भीती वाटू लागली आहे मला !''

"ते सगळं खरं, पण खुद्द पक्षकाराचीच पुढं अपील करायची इच्छा नाही, तिथं मी काय करणार ?''

"मी भूपबाबूची सही आणून देऊ ?''

"आता शेवटचे चार दिवस आहेत. अपीलाची मुदत संपते त्यानंतर. त्यापूर्वी पाहा प्रयत्न करून.''

मी वकिलपत्राचे फार्म घेऊन गाडी धरली. नैनपूरला गेलो. भूपला भेटण्यासाठी जेलकडं परवानगीचा अर्ज दिला. प्रतिक्षालयात थांबलो. पंधरा

मिनिटांनी एक वॉर्डर आणि एक जेलचा शिपाई भूपला हाताला धरून घेऊन आले. बोटभर दाढी वाढलेली, गालाची हाडं वर आलेली, निस्तेज डोळ्याच्या भूपबाबूंना पाहताक्षणीच माझ्या अंत:करणात कालवाकालव झाली.

"संजय, तू येणार, मला ठाऊक होतं, पण मला पुन्हा अपील करायचं नाही !"

"छोटेबाबू, असा अट्टाहास करू नका ! आजपर्यंत तुम्ही कोणाचंच ऐकल नाहीत; आता एक वेळ माझं ऐका. हात जोडतो !"

"हे बघ संजय, काही झालं तरी मी या वकिलपत्रावर सही करणार नाही ! माझं म्हणायला बाहेर कोणी उरलेलं नाही ! बीनानं ज्या दिवशी माझ्याविरुद्ध कार्टात साक्ष दिली त्याच दिवशी माझी जीवनासक्ती संपली ! निकाल ऐकल्यानंतर क्षणभर सूडानं पेटलोही होतो. वाटलं की, यदाकदाचित् सुटलो तर तुम्हा सर्वांची कत्तल करावी अन् मगच मरावं ! पण आता इथं जेलमध्ये आल्यापासून वाटू लागलं की, तसा सूड घेणं अशक्य आहे ! इथं शिक्षा होऊन आलेले अनेक कैदी आल्यानंतर प्रथम सूडाची भाषा करतात, पण जसजसे दिवस जातील तसतसे ते 'कामडाऊन' होतात. अंगातली सारी रग, मस्ती निघून जाते. इथल्या बाजरीच्या भाकरीतच असा स्वभाव पालटण्याची किमया असावी ! तेव्हा संजय, तू आलास, ठीक झालं, पण जा !"

त्यानंतर भूपनं माझ्याजवळ सर्वांची विचारपूस केली आणि तो म्हणाला,

"तू मला म्हणत होतास, फार्मवर येऊन राहा, दोन वेळा जेवा-खा आणि कशातही लक्ष घालू नका, तेव्हा मला मस्ती चढली होती. दुसऱ्याच्या ओंजळीनं पाणी घ्यायची सवय नाही म्हणून मी तुझी निर्भत्सना केली होती. संजय, शिवप्रसादनं माझा विश्वासघात केला. प्रयत्न केला, तो फसला. आमची नावं उजेडात आली आणि त्या वेळी शिवप्रसादनं स्वत:वरची जबाबदारी टाळण्यासाठी मी त्याला पाठवलेली पत्रं पोलिसात सादर केली. स्वत: जामिनीवर सुटला आणि माफीचा साक्षीदार होऊन माझ्यावर सारी जबाबदारी टाकून मोकळा व्हायच्या खटपटीत होता. पण मी त्याला ते साध्य होऊ दिलं नाही. संजय, शिवप्रसाद कशानं मेला असं वाटतं तुला ?"

"हार्टफेलनं." मी चटकन् म्हणालो.

"चूक !"

"मग कशामुळं ?"

जेलचा शिपाई आणि वॉर्डर यांच्याकडं पाहत भूप म्हणाला,

"कशानं मेला ते आता मी सांगत नाही,पण हार्टफेलनं मात्र मुळीच नाही ! मला त्याबद्दल कधीच पश्चात्ताप वाटला नाही. पश्चात्ताप वाटतो ते लखमला मारल्याबद्दल ! पहाडच्या त्या दोन पोरांना मी चिथावणी दिली होती की, गिरिजाला फार्मवर ओढून आणा आणि तू त्या वेळी आडवा आलास तर बेशक डोकं फोडा ! पण त्या वेळीही तुझ्या सुदैवानं तू फार्मवर नव्हतास. लखम होता. त्यानं पहाडच्या मुलांना अडवलं आणि त्यांनी त्याच्यावरच हल्ला केला !

"त्याही प्रकरणात तू सर्वसामान्य माणसापेक्षा भिन्न अशी भूमिका घेतलीस ! पहाडच्या मुलांना केसमधून काढलंस आणि लच्छीचं मोठ्या मुलाशी लग्न लावून टाकलंस ! माणसामाणसांमधलं वैर मिटवण्याची ही तुझी अजब कला दुसऱ्या कोणालाही साध्य होणार नाही संजय !"

"जा ! माझ्या बाबतीतदेखील तू खूप प्रयत्न केलेस, पण शक्य नाही झालं !"

मुलाखतीची वेळ संपली होती. वॉर्डरनं भूपबाबूंना उठवलं आणि तो त्यांना परत घेऊन निघाला. माझे डोळे भरले होते. पण भूपबाबू मात्र निर्विकार होते.

जेव्हा नारंगपूरला परतलो तेव्हा मला अत्यंत बेचैन वाटू लागलं. बीना बिलासपूरला गेली होती. बंगला मोकळाच होता. आल्यापासून मी काहीसा अस्वस्थ आहे हे सोरजनं ओळखलं आणि तो व्हरांड्यात एका बाजूला येऊन उभं राहून म्हणाला,

"बाबूजी, आपली तब्येत बरी नाही का ?"

"तसं काही नाही सोरज, मी गेल्यानंतर इकडं काही निरोप आला होता ?"

"हां ऽऽऽऽ, बन्सी आला होता. देवीजी बिलासपूरला आल्या आहेत. उद्यापासून म्हशींच्या दुधाबरोबर गायीचं दूध पाठवायला सांगितलं आहे."

"गायीचं ? ते कशासाठी ?"

"लहान मुलासाठी."

मुलाचं नाव काढताच माझ्या मनाची अस्वस्थता थोडी कमी झाली. स्मिताला मी आणायला दिल्लीला गेलो नाही म्हणून ती नक्कीच रागावली असणार. पण काही झालं तरी तिच्या बाबतीत आता मनाचा हळवेपणा दाखवायचा नाही असं मी ठरवून टाकलेलं होतं. तिच्याशी फटकून वागायचं तर मुलाबद्दल आसक्ती किंवा ओढ हीदेखील व्यक्त करता कामा नये !

'आजपर्यंत माझ्या अन् इथल्या माणसांच्या आयुष्यात ज्या समस्या निर्माण झाल्या. त्या निस्तरता निस्तरता पुरेवाट झालेली आहे. पुनरावृत्ती नको !' - मी मनानं असं जरी ठरवून टाकलं तरी त्या मुलाला पाहावं, त्याला जवळ घ्यावं ही माझ्या मनाची ओढ मात्र मला संयमित करणं कठीण जाणार होतं.

फार्मवर दुसऱ्या पिकांसाठी जमीन तयार करण्यात आली होती. मध्यंतरी गहू निघाल्यानंतर सोरज आणि बंगा यांनी टोमॅटो आणि कॉलीफ्लॉवर यांचं अमाप पीक घेतलं होतं. रोज साठसत्तर रुपयांची भाजी रसूलमार्फत नारंगपूरच्या बाजारात विक्रीसाठी जात होती. पिताजींनी सर्व आर्थिक व्यवहार माझ्याकडंच सोपवले होते. आजपर्यंत किती पैसे जमा झाले आणि किती खर्च झाले हे त्यांनी मला विचारलेलं नव्हतं. तरी पण मी पै पैचा हिशोब ठेवलेला होता. मला एकदा पिताजींना तो नेऊन दाखवायचा होता, पण आता तिथं स्मिता मुलाला घेऊन आल्याचं समजताच, इतक्यात बिलासपूरला जाणं इष्ट नाही, असं वाटल्यानं थांबलो.

त्या दिवशी फार्मवर मला भलताच कंटाळा आला म्हणून बंगाला टांगा जोडायला सांगितला. 'मनाला मरगळ आली की, माणसांत मिसळावं' असं कोणीतरी म्हटलंय, अन् ते खरंच आहे. चिंताग्रस्त माणूस 'जगात मी एकटाच दु:खी आहे' असं समजत असतो, पण आपल्या आवतीभवती असंख्य माणसं आहेत, त्यांच्या दु:खाशी तुलना केली तर आपलं दु:ख क्षुल्लक अन् दुर्लक्षणीय वाटू लागतं. त्यांचं दु:ख जाणून घेण्यासाठी त्यांच्यापर्यंत पोहचायला तरी हवं ! इथं बंगल्यात बसून जगातल्या पीडित अन् दु:खी माणसांची व्यथा कल्पनेनं निर्माण करून भागत नाही !

टांग्यातून जाताना स्टेशनच्या पलीकडंच झोपडपट्टी लागली. जुनी, फाटकी कापडाची लक्तरं लावून उभ्या केलेल्या राहुट्या, त्याभोवती अर्धनग्न अशी भटकणारी त्यांची मुलं, जीर्ण झालेली म्हातारी माणसं, झोपडीसमोर

दगडांची चूल मांडून त्यावर भाकरी भाजणाऱ्या बायका, ही सारी माणसं सुखी आहेत ? सुख आणि दु:ख ! या लोकांना त्याचा विचार करायला वेळच नाही. जगात सुखही नाही अन् दु:खही नाही. सारे माणसाच्या मनाचे खेळ आहेत ! सकाळी उठून घरट्यातून उडून जाणारी पाखरं कधी सुखदु:खाचा विचार करतात ? असा विचार करणं हे निसर्गाला संमतच नसावं !

ती झोपडपट्टी ओलांडून पुढं आलो आणि उजव्या बाजूला वळणार तोच डि. वाय. एस्. पी. साहेबांची जीप समोरून आली. त्यांना पाहताच मी रेन्स खेचून घोडी थांबवली. साहेबही जीप थांबवून उतरले. रेन्स पितळी दांड्याला गुंडाळून मी खाली उतरलो. माझ्याशी हस्तांदोलन करून साहेब म्हणाले,

"मॅनेजरसाहेब, समजलं का नाही ?"

"काय ?"

"तुमच्या छोटेबाबूंनं केलेलं अपील फेटाळून लावलं गेलं. आता सेकंड अपील करतात की काय ते पाहायचं."

जो विषय डोक्यात येऊ नये म्हणून फार्मवरून बाहेर पडलो होतो, नेमका तोच साहेबांनी काढताच मी काहीसा नाराजीनं म्हणालो,

"कळलं मला ते ! भूपबाबू सेकंड अपील करणार नाहीत !"

"तुम्हांला कसं समजलं हे ?"

"मी गेलो होतो त्यांना भेटायला नैनपूरला."

"काय सांगता काय ?"

"हो."

"बोलले तुमच्याशी ?"

"बोलले."

"पण मी ऐकतो की, महिनाभरात त्यांचा चांगलाच नक्षा उतरला आहे !"

"साहेब ! युद्ध संपलं की कोण कोणाचा शत्रू नसतो ! आपला खटला संपला, आता भूपबाबूंच्याविषयी माझ्या मनात आहे ती केवळ दया, सहानुभूती !"

डि. वाय. एस्. पी. साहेब त्यावर मोठ्यानं हसले आणि म्हणाले,

"मॅनेजरसाहेब, तुमच्या वागण्याचा अर्थच नाही समजत मला ! अहो,

प्रत्यक्ष तुमच्या जीवावर उठले होते भूपबाबू, सुदैवानं तुम्ही बचावलात, आणि त्यांच्याविषयी दया अन् सहानुभूती वाटते तुम्हांला ?"

"दीर्घकाळ वैमनस्य बाळगणे हे सुसंस्कृतपणाचं लक्षण नाही साहेब !"

"भूपबाबूंच्यासारखा अट्टल गुन्हेगार सक्तमजुरीला गेल्यानंतर त्याबद्दल हळहळ व्यक्त करणं हे माझ्या बुद्धीला पटत नाही !"

"ते तुम्हांला पटावं असाही माझा अट्टाहास नाही ! भूपबाबूंना झालं हे शासन जास्त झालं असं मला वाटतं ! त्यांची प्रकृती बरी नाही. त्यांची जेलमधून सुटका झाली नाही तर ते जेलमधेच दगावतील !"

"अशी माणसं जिवंत असण्यापेक्षा मेलेलीच बरी ! काय ताप दिला आहे त्या माणसानं आमच्या खात्याला ! या गुन्ह्याचा तपास करताना किती डोकेफोड करावी लागली आम्हांला ! छे ! छे ! छे ऽ ऽ ! कुठला तो रावेरसिंग, कुठं कटनी चेकपोस्ट !"

"बरंय साहेब, येतो मी."

मुद्दामच मी बोलणं थांबवण्याच्या हेतूनं म्हणालो. पण साहेबांना ते समजलं नाही. ते म्हणाले,

"या भागातली दोन उपद्रवी माणसं या खटल्यानं नाहीशी केली- एक शिवप्रसाद आणि दुसरा भूप !"

"पण शिवप्रसाद नाहीसा झाल्याबद्दल तुम्ही भूपबाबूंनाच धन्यवाद द्यायला हवेत !"

"ते कसं काय ?"

"ते सारं मी स्पष्ट सांगू शकत नाही, पण शिवप्रसाद हार्टफेलनं गेले ही गोष्ट असत्य !"

"काय सांगता काय मॅनेजरसाहेब तुम्ही ? डॉक्टरांनी पोस्टमॉर्टम केलं. त्यात त्यांनी तसं स्पष्ट कारण दिलेल होतं."

"असेल. पण माझी खात्री आहे, शिवप्रसादांच्या मरणाचं कारण निराळं होतं !"

"काहीही असूद्या, ती एक मोठी डोकेदुखी निघून गेली !"

"बरंय, येतो मी !"

पुन्हा मी साहेबांना हात जोडले. त्यावर ते म्हणाले,

"एकदा फार्मवर येणार आहे मुक्कामाला; संध्याकाळी फार मस्त वाटतं त्या ठिकाणी !"

"केव्हाही या."

साहेबांचा निरोप घेऊन मी परत टांग्यात बसलो आणि टांगा रसूलच्या दुकानाकडं वळवला. रसूल मला पाहताच गल्ल्यावरून उठला आणि बाहेर आला.

"बाबूजी, आज लवकर दौड मारलीत इकडं ?"

"आलो सहज. करमेनासं वाटू लागलं म्हणून बाहेर पडलो.

"बाबूजी, मी परवा जबलपूरला गेलो होतो, तिथल्या भाजीमार्केटमधे बीटला भलता भाव आहे हो. लाल मुळे आणि बीट यांची लागवड करून पाहायला हरकत नाही."

"पण रसूल, मला त्या पिकांचा अंदाज नाही, शिवाय उन्हाळ्यात तीन महिने विहिरींचं पाणीही आटतं. गाळ उपसला मागं म्हणून अद्याप पाणी तरी राह्यलं."

"ती डोंगरातल्या झऱ्यावरून पाणी आणायची योजना तुमच्या डोक्यात होती, त्याचं काय झालं ?"

"ती योजना आहे अजून डोक्यात. पण मध्यंतरी या सर्व गोंधळात ती तशीच राहून गेली. आता कलेक्टरला परत भेटायला हवंय त्यासाठी."

"ते तेवढं काम झालं की बारमाही पाणी मिळेल तुम्हांला. अहो एप्रिल-मेपर्यंत पाणी वाहतं त्यातून. वाहून फुक्कट जातं. त्याचा कुणालाही फायदा नाही."

"जवळ जवळ अर्धा-पाऊण मैलाची पाईपलाईन घालावी लागेल रसूल. खर्च पेलायला हवा ना ?"

"होय. पण तुम्ही आज ना उद्या ते काम करणार, खात्री आहे माझी !"

"रसूल, तुला एक सांगायचंच राहून गेलं !'

"काय ?"

"भूपबाबूंना नैनपूरच्या जेलमधे जाऊन भेटलो. ते परत अपील करणार नाही म्हणाले."

"काही उपयोग होणार नाही हे ठाऊक झालं असेल !"

"त्या हेतूनं नव्हे रसूल !"

"मग ?"

"भूपबाबूंचं संपूर्ण परिवर्तन झालं आहे ! शिवाय त्यांची प्रकृतीही ढासळली आहे !'

"आजपर्यंतचं पाप भोवतं आहे ! बहिणीला बहीण मानली नाही, बापाला बाप म्हणाला नाही - प्रकृती ढासळेल ·नाहीतर काय होईल !''

"पण रसूल, भूपबाबू बदललेत आता !"

"ते काही सांगू नका बाबूजी ! मला पटायचंच नाही ते ! अशा माणसानं मरावं हेच बरं !"

भूपबाबूंच्याबद्दल मी ज्या ज्या माणसांच्या समोर माझी सहानुभूती व्यक्त केली ते अगदी अशीच भूमिका घेत होते. अन् त्यांना तसं वाटणं अगदी स्वाभाविक होतं. भूपबाबूंची आजपर्यंतची बेपर्वाई, लोकांशी फटकून वागण्याची वृत्ती, अतिरेकी स्वभाव यामुळं कोणाच्याच अंत:करणात त्यांच्याविषयी सहानुभूतीचा लवलेश नव्हता. मी एकटा आता त्यांची बाजू घेऊन बोलत होतो.

रसूलचा निरोप घेऊन मी परत फार्मकडं निघालो. नुकतीच गाडी आली होती. पोर्टरनं अद्याप बंद केलेलं फाटक उघडलेलं नव्हतं. सहसा या क्रॉसिंगवरून वाहनांची वाहतूक होत नव्हती. त्यामुळं एकदा बंद केलेलं फाटक उघडण्याची पोर्टरला निकड भासत नव्हती. रूळ पालटण्यासाठी तो थोडा पुढं गेला होता. फाटकापाशी थांबलेला माझा टांगा पाहताच तो थोडा लगबगीनं पुढं आला आणि उजवा हात डोक्याला लावून म्हणाला,

"बाबूजी, लवकर परतला ?"

"हो काम झालं, मग कशाला थांबू ? पण तू हे फाटक गाडी येण्याअगोदर अर्धा-अर्धा तास बंद करतोस, गाडी गेल्यानंतरदेखील लवकर उघडत नाहीस, हे काय बरं नाही !"

तो मिस्कील हसला आणि म्हणाला,

"तेवढीच सत्ता आहे माझ्या हातात बाबूजी !''

"म्हणून तिचा गैरवापर करतोस ?"

"तसं नाही बाबूजी, या रस्त्याला तुमचा टांगा आणि दिवसातून एक चारदोन बैलगाड्या याशिवाय कुठलीही वाहनं जात नाहीत.''

"ट्रॅक्स जातात की कधीकधी !''

"हां ऽ ऽ ऽ ऽ," तो हसला आणि म्हणाला, "ट्रक जातात, पण इकडं जाणाऱ्या ट्रकवाल्यांना तुरुंगात जावं लागतं !"

"बराच पक्का आहेस की !"

मी पोर्टरशी बोलत उभा होतो, तोच स्टेशनवरचा दुसरा एक पोर्टर जोरजोरानं ओरडू लागला,

"कमरू ऽ ऽ ऽ ऽ, बाबूजींना थांबायला सांग."

तो ओरडत, धावत माझ्याजवळ आला आणि म्हणाला,

"बाबूजी, बरं झालं, अगदी सांगितल्यासारखे आलात !"

"का ?"

"छोट्या दीदी उतरल्या आहेत आत्ताच्या गाडीला."

"रोमा ऽ ऽ ऽ ऽ ?"

"हां ऽ ऽ ऽ ऽ." पोर्टरनं मान हलवली. मी फलाटाकडं पाह्यलं. हातात सूटकेस घेऊन रोमा माझ्याकडं येत होती. टांग्यातून उतरून मी तिच्या दिशेनं निघालो.

तिच्या हातातून सूटकेस घेऊन म्हणालो,

"अगोदर कळवायचं नाही ?"

"अरे, अगदी अचानक ठरलं, काल निघायचं !"

"पण राहणार होतीस ना ?" टांग्याकडं जाता जाता मी विचारलं.

"राह्यले, पण कंटाळा आला. प्रत्येकीच्या घरी चारचार दिवस राहा म्हणून आग्रह करीत होत्या, पण ते कसं शक्य आहे ? एक राहते लुधियानाला, दुसरी अमृतसरला, ती गीता तर चक्क हावड्याला चल म्हणून बसली होती ! नाही गेले !"

"बरं झालं, अगदी वेळेवर आलीस ! मला एकट्याला इथं राहायचा अगदी वैताग आला होता !"

"इकडं बरीच धामधूम उडाली म्हणे ?"

टांग्यात समोर माझ्याशेजारी बसता बसता रोमानं विचारलं.

"हो ऽ ऽ ऽ ऽ," रेन्स सोडून टांगा हाकता हाकता मी म्हणालो, "बरंचसं घडलं खरं !"

"बडी दीदी कुठंय ?"

"त्या बिलासपूरला आहेत.''

"तिथंच राहा म्हणावं तिला ! इकडं आली होती का कधी ?''

"हो ऽ ऽ ऽ परवापर्यंत इथं होत्या.''

"केव्हापासून ?'' डोळे बारीक करून रोमानं विचारलं.

"केव्हापासून म्हणजे ? खटला सुरू झाल्यापासून. दीदींनी भूपबाबूंच्या- विरुद्ध साक्ष दिली रोमा !'' बीनानं कौतुक करण्याच्या हेतूनं मी म्हणालो.

"म्हणून तुला तिच्याविषयी जिव्हाळा वाटायला लागला की काय ?'' बाजूला पाहत रोमा म्हणाली.

"जिव्हाळ्याचा प्रश्न नाही रोमा, पण त्यांनी भूपच्याविरूद्ध साक्ष देण्याचं धाडस दाखवलं !''

"हं ऽ ऽ ऽ ऽ !'' रोमानं तुच्छतापूर्वक हुंकार दिला.

"पण मला वाटायला लागलं आहे, त्यांनी तशी साक्ष द्यायला नको होती. भूपबाबू त्यांच्या साक्षीअभावी नक्कीच सुटले असते.''

"संजय, भूप केव्हा ना केव्हा तुरुंगात जाणार होता हे भाकीत मी केव्हाच केलेलं होतं !''

"रोमा, फार कडक शासन झालं त्यांना, तब्येत पार ढासळलीय त्यांची !''

"तुला का त्याची इतकी हळहळ वाटायला लागलीय ?''

"मी माणूस आहे !''

"अरे, उपकारकर्त्यांची जाण ठेवावी माणसानं, आपल्या जीवितावर उठलेल्या माणसाला जिव्हाळा दाखवणं याला शहाणपणा नाही म्हणत !''

"आल्या आल्या तू हे काय सुरू केलंस रोमा ?'' मी तिच्याकडं पाहत म्हणालो.

"मुद्दाम लवकर आले ती एवढ्यासाठीच ! तू इथं काय काय करतो आहेस ते पाहायला !''

"काय करतो आहे मी इथं ?''

"बड्या दीदीनं इथं किती दिवस ठाण मांडलं होतं ?''

"सांगितलं ना, पोलिसांनी त्यांना सोडून दिल्यापासून ते खटला संपेपर्यंत त्या इथंच होत्या. दुसरीकडं जाणार कुठं बिचारी !''

"बिचारी ? हं ऽ ऽ ऽ ऽ ! संजय, पुन्हा तिनं फार्मवर येता कामा नये !"

"रोमा, तुला झालंय तरी काय ?" मी तिच्या दंडाला धरून विचारलं.

"काही झालेलं नाही ! दीदी आजपर्यंत कशी वागली ते तुला ठाऊक नसेल ! तिच्यामुळं मला घर सोडावं लागलं होतं ! आयुष्यात पुन्हा तिचं तोंड पाहायची माझी इच्छा नाही !"

"दीदी आता पूर्वीची राह्यलेली नाही रोमा !"

"ते तू मला काही सांगू नकोस ! मी लहान होते तेव्हापासूनचं मला आठवतंय. काय धिंगाणा घालायची बंगल्यात ! दारू काय प्यायची, सिगारेट्स् काय ओढायची !"

"ते तू आणि तुझ्या मैत्रिणीदेखील करता !"

"त्यांचं नाव नको घेऊस संजय ! त्यांची पात्रता नाही यायची तिला. शी इज थर्डक्लास रफियन् !"

"दीदी आता मद्याला स्पर्श करीत नाही, सिगारेटस् तर सोडूनच दे ! इथं गेले चार महिने होत्या, गिरिजाला विचार, किती चांगल्या राह्यल्या ! रोज सकाळी त्या शिवमंदिरात जायच्या. पूजा-अर्चा, धार्मिक ग्रंथांचं वाचन यात सारा दिवस घालावायच्या."

"जन्मभर केलेला स्वैराचार अशानं धुतला नाही जाणार !"

"आता काय सांगावं तुला रोमा ! केवळ दीदीच नव्हे तर भूपदेखील बदलले आहेत !"

"शिक्षा झाली म्हणून ?"

"चला जाऊ दे, सोडून दे तो विषय ! तुला पटायचं नाही काहीएक ! बरं, पेपर कसे काय गेले ?"

"बरे गेले !" रोमा तुटकपणं उद्गारली,

"तुझ्या डॉक्टर मैत्रिणींचे ?"

"त्या क्लास करियरच्या आहेत !"

रोमाशी पुढं काय बोलावं हे मला सुचत नव्हतं. कारण तिनं आल्यापासून बीनाबद्दल घेतलेला पवित्रा चुकीचा होता अशी माझी खात्री होऊन चुकली होती. बीना उर्वरित आयुष्य इथं फार्मवर सोरज, बंगा, त्यांची बायकामुलं

यांच्या संगतीत कंठायची इच्छा धरून होती. गेल्या चार महिन्यांत फार्म हाऊसच्या बंगल्यात मी अन् बीना राह्यलो होतो. पण कधी तिच्या मनात माझ्याविषयी 'तसं' काही निर्माण झालं नव्हतं. भूपच्या सहवासात अगदी बालपणापासून तिनं 'सेक्स' अनुभवला होता. 'सेक्स'बद्दल तिच्या मनात घृणा निर्माण झाली तेव्हाच ती भूपच्या विरुद्ध कोर्टात साक्ष द्यायला तयार झाली. भूपचं आणि पर्यायानं 'सेक्स'चं आकर्षण तिच्या बाबतीत समाप्त झालेलं होतं. या जन्मी ते पुन्हा तिला निर्माण होणं असंभव होतं. रात्री बारा बारा वाजेपर्यंत मी अन् बीना बंगल्यासमोर कट्ट्यावर गप्पा मारत बसत होतो, पण मला कधी तिच्या वर्तनात फरक जाणवला नाही. बीनानं उरलेलं आयुष्य इथं फार्महाऊसवर काढावं अशी माझी मनापासूनची इच्छा होती. पण बीनाला मात्र वाटत होतं. की, आपलं तिथलं वास्तव्य रोमाला रुचणार नाही. जेव्हा मी तिला म्हणालो,

"दीदी, तुम्ही यापुढं इथंच राहावं अशी माझी इच्छा आहे." तेव्हा बीना म्हणाली,

"तुला तसं वाटतं म्हणून रोमाला तसं वाटेल असं नाही ! तुला तिच्या स्वभावाची कल्पना नाही. तू खात्री करून घे अन् मला पत्रानं कळव. तोपर्यंत मी पिताजींकडं बिलासपूरला जाऊन राहते."

मला वाटलं होतं, खटल्यात बीनानं भूपविरुद्ध साक्ष दिल्याची सविस्तर हकिगत ऐकल्यानंतर बीनाच्या इथल्या वास्तव्याला रोमा हरकत नाही घ्यायची; पण माझा अंदाज साफ चुकला होता. रोमा कोणत्याही स्थितीत बीनाशी समझोता करायला तयार नव्हती. मी तर बीनाला बोलावून घ्यायचं ठरवलं होतं.

टांगा टेकडीची वळणं घेत चढत होता. रोमा काहीशी गंभीर झालेली होती. बराच वेळ ती माझ्याशी काही बोलली नव्हती. बंगला समोर दिसताच ती म्हणाली,

"कठड्याजवळ वेल कधी लावलास ?"

"मी नाही लावला तो, दीदीनं लावला आहे. तिची बसायची जागा आहे ती. दिवसा, रात्री, दुपारी केव्हा मनात येईल तेव्हा ती या कठड्यावर येऊन बसायची."

रोमा आल्याचं पाहताच सोरज, बंगा पुढं येऊन तिला वाकून नमस्कार करून गेले. थोड्या वेळानं त्यांच्या बायका, मुलं, लच्छी, तिचा नवरा ही

मंडळीही आली. हिरव्या साडीत, पोट पुढं आलेली लच्छी फार वाकू शकली नाही, रोमानं तिच्याकडं पाहत गिरिजाला विचारलं,

"कितवा महिना ?"

"हा पाचवा."

"पहाडचा दुसरा मुलगा कुठं आहे ?"

"त्यानं सऱ्या धरल्या आहेत दीदी, आम्ही जाऊन त्याला पाठवून देतो." सोरज म्हणाला.

"काही गरज नाही. नंतर भेटेल तो."

ती सारी मंडळी निघून गेल्यानंतर रोमा खुर्ची बाजूला ओढून घेत म्हणाली,

"संजय, इथं बसल्यानंतर स्टेशनचा व्ह्यू स्पष्ट दिसायला हवा; हा वेल मधे येतो, तोडून काढायला हवा !"

मी गप्प बसून होतो. रोमा स्वभावानं काहीशी 'रिझर्व्ह' होती हे पहिल्यापासून मला ठाऊक होतं, पण तरीही तिनं बीनाविषयी व्यक्त केलेला दृष्टिकोन माझ्या मनाला पटायला तयार नव्हता.

"तू अंघोळ करून घे. संध्याकाळी जेवायला काय हवं ते सांग गिरिजाला. मी जरा शेताकडं जाऊन येतो." असं रोमाला सांगून मी तिथून निघालो.

प्रकरण २९

रात्री गिरिजानं राजस्थानी पद्धतीची चिकन् करी आणि तंदूर रोटी बनवली होती. आकाशात चंद्रबिंब तरंगत होतं. मंद हवा सुटलेली होती. बंगल्याच्या भोवताली असलेल्या सुरूच्या झाडांची सळसळ होत होती.

रोमानं बंगल्यासमोर मोकळ्या जागी जेवायला बसायची सूचना केली. सोरज, बंगानं टेबलखुर्च्या बाहेर आणल्या. गिरिजानं जेवणाची भांडी व्हरांड्यात आणून ठेवली.

मी पोर्चमधला दिवा लावला तेव्हा रोमानं तो मालवायला सांगितला.

"एवढा मोठा हा आकाशात मर्क्युरी लँप असताना लाईट कशाला लावतोस ? बाकी इथं फार्मवर आल्यापासून तुझी रसिकता मावळलेली दिसते !" रोमा काहीशी मूडमधे येऊन म्हणाली.

"रसिकता म्हणतेस ? रसिकता व्यक्त करायला तुम्ही लोकांनी सवड दिली असली तरच ! कोर्ट, खटले, मारामाऱ्या याशिवाय गेल्या वर्षभरात काही घडलंय का इथं ?"

"ते घडत असूनही तुझं दैनंदिन जीवन अगदी सुरळीत सुरू होतं !"

"हां ऽ ऽ ऽ ऽ !" विरोधाभासानं मी म्हणालो.

गिरिजानं ताटं वाढून टेबलावर ठेवली. राजस्थानी चिक्कन करीचा वास येताच रोमा म्हणाली,

"माझ्या मैत्रिणी मात्र इथल्या जेवणावर जाम खूष आहेत हं संजय !"

"त्यांनाही आणायचं होतंस."

"त्या आता एकदाच येतील !"

"केव्हा ?"

"लग्नाच्या वेळी !"

"कोणाच्या ?" मुद्दाम छेड काढण्याच्या उद्देशानं मी म्हणालो.

"त्यांच्या !"

मी हसतच राहिलो.

"संजय..." रोमाला काहीतरी बोलायचं होतं, पण ती बोलता बोलता थांबली आणि लगेच म्हणाली, "नंतर बोलू आपण त्या विषयावर, आत्ता जेवताना नको !"

"बरं !" मीही फारशी जिज्ञासा दाखवली नाही.

"गिरिजा, तुझा जावई काय म्हणतो ? लच्छी सासरला असते का माहेरला ?"

"कशाचं सासर अन् कशाचं माहेर दीदी ! घरासमोर घर !"

"बाकी गंमत आहे हं ! मुलींना लग्न झाल्यानंतर परक्या ठिकाणी जावं लागल्यानंतर काय वाटत असेल नाही ?"

"त्याचा अनुभव तुलाही येणार नाही ! मी इथली नोकरी सोडून पुण्याला, नाहीतर चिंचवडला जायचं ठरवलं, तरच तुला तो अनुभव येईल !"

"मी नाही तिकडं महाराष्ट्रात यायची !"

"आणि मला जावंसं वाटलं तर ?"

"तुझा तू खुशाल जा !"

"हे लग्नाअगोदर सांगितलंस ते एक बरं केलंस !"

"का ? एवढ्यावरून मोडणार आहेस का ते ?"

"नाही, म्हणजे मला थोडा सीरियसली विचार करावा लागेल !" हसत हसत मी म्हणालो.

"खरंच, आपणाला इथून जावं लागलं तर काय करायचं ?"

"माझी सगळ्याला तयारी आहे बघ रोमा ! मला इथं राहून एवढी 'लॉ' ची डिग्री घेता आली की बस्स !"

"काही चिंता करू नकोस तू ! कुठंही पृथ्वीच्या पाठीवर जरी आपण गेलो तरी उपाशी राहणार नाही !"

"आणि तशी पाळी आलीच तरी मी तुला तरी ते दिव्य करायला लावणार नाही !"

आमचं बोलणं ऐकत गिरिजा बाजूला उभी होती. ती म्हणाली,

"तुम्ही दोघंही आता इथून कुठं जाणार नाही ! छोटेबाबू गेले तुरुंगात, बडेसरकार झाले म्हातारे मग हे सगळं सांभाळणार कोण तुमच्याशिवाय !'

"पण गिरिजा, या फार्मचा कायदेशीर वारसा माझ्याकडं येत नाही तो जातो..."

"कुणाकडं ?"

"देवीजींच्या मुलाकडं !"

मी स्मिताचं नाव काढलं अन् इतका वेळ हसतमुख असलेली रोमा अचानक गंभीर झाली. तिचं जेवण संपायला पाचएक मिनिटांचा अवधी होता. तरीही ती मधे ताटावरून उठली अन् बाजूला जाऊन तिनं हात धुतले. माझं काय चुकलं हेच मला कळत नव्हतं. पण मी स्मिताचा अन् तिच्या बाळाचा केलेला उल्लेख तिला रुचला नाही एवढं खास !

त्या बाबतीत तिनं इतकं सेन्सिटिव्ह व्हायचं कारण नव्हतं. कारण स्मिताच्या अन् माझ्या संबंधातून ते मूल जन्माला आलेलं आहे याची तिला पूर्ण जाणीव होती. अन् हे ठाऊक असूनही तिनं माझ्याशी लग्न करण्याची इच्छा व्यक्त केली होती. मग आता सहज बोलता बोलता त्या मुलाचा अन् स्मिताचा उल्लेख येताच तिनं ताटावरून उठायचं काय कारण ?"

रोमा थोडी गंभीर प्रकृतीची आहे हे मी पहिल्या भेटीतच ओळखलं होतं. पण त्याचबरोबर ती अत्यंत व्यवहारी आणि सुज्ञ आहे याचंही मला प्रत्यंतर आलं होतं. या वेळी ती थोडासा तऱ्हेवाईकपणा करते आहे असं मला दिसून येऊ लागलं. ती इथं आल्यानंतर मी तिला बीनानं इथं राहायला हरकत नाही असं सुचवलं, पण तिनं ती सूचना साफ फेटाळून लावली. बीनानं केलेला त्याग ती विचारातच घ्यायला तयार नव्हती ! हा असा तिचा विक्षिप्तपणा

कुठवर चालू द्यायचा ? माझी एकही गोष्ट ती ऐकणार नसेल तर आमचं लग्न सुखाचं कसं होईल ?

माझं जेवण संपताच मी उठलो. गिरिजानं टेबलावरची ताटं साफ केली. सोरज आणि बंगानं टेबल-खुर्च्या उचलून आत नेल्या. मी बीनाच्या बसायच्या जागी कट्ट्यावर पश्चिमाभिमुख असा बसलो. बीनानं लावलेल्या कृष्णकमळीच्या वेलीला अर्धोन्मीलित कळ्या लगडल्या होत्या.

रोमा माडीवर गेली होती. तिनं लावलेल्या दिव्याचा प्रकाशझोत मी बसलो होतो त्या जागी आला. बराच वेळ मी विचार करीत होतो: आता बीनाला निरोप काय पाठवायचा ? मला तर काहीच सुचत नव्हतं.

सोरज खाली माझ्या खोलीतली बेडशिट झटकून घालत होता.

"ते राहू दे. मी घेईन नंतर. तुम्ही लोक जेवण करून घ्या, साडेदहा वाजून गेले आहेत."

मी सांगूनही सोरजनं बेडशिट अंथरूण कॉट तयार केली आणि तो जेवायला निघून गेला. रोमा जेवता जेवता ज्या मूडमधे उठून वर निघून गेली होती, तशाच अवस्थेत तिला राहू द्यावं हे काही मला पटत नव्हतं. मी जिना चढून वर गेलो. रोमा कॉटच्या एका टोकाला उशी उभी ठेवून, हातात कसलंसं पुस्तक धरून वाचत होती. मी तिच्या कॉटवर जाऊन बसलो. पण तिचं वाचन अद्यापही चालूच !

मग मात्र मला राहवेना. मी तिच्या हातातलं पुस्तक हिसकावून घेतलं आणि ते बाजूच्या टेबलावर फेकून देत म्हणालो,

"आता मात्र फार झालं हं रोमा ! आल्यापासून तुझं ऐकत आलो..."

असं म्हणून मी रोमाला जवळ घेतलं. या वेळी मात्र तिनं मुळीसुद्धा प्रतिकार केला नाही. माझ्या छातीवर डोकं टेकवून तिनं माझ्या गळ्याभोवती हात टाकले. नुकत्याच न्हायलेल्या तिच्या केसांचा गंध माझ्या मस्तकात भिनत होता. मी तिच्या ओठावर ओठ केव्हा ठेवले हे मला समजलंच नाही !

"रोमा ऽऽऽ !"

"...."

"रोमा ऽ ऽ ऽ !"

"प्लीज, डोंट टॉक ! आय ॲम् रिलॅक्सिंग !"

"मला एकच सांग ?"

"उद्या विचार, आत्ता मी उत्तर देण्याच्या स्थितीत नाही !"

माझ्या मानेभोवतालच्या तिच्या हातांचा विळखा अधिक दृढ होऊ लागला. तिचे उच्छ्‌वास मला जाणवू लागले. पण मला स्वत:ला सावरायला हवं होतं. रोमा माझी धर्मपत्नी होणार होती म्हणून आजच माझ्या हातून स्वैराचार घडू द्यायला मी राजी नव्हतो. रोमापासून दूर उठून जावं असं मला वाटत होतं, पण ते किती महाकठीण काम आहे याचा अनुभव मी घेत होतो.

जिन्यात पावलं वाजली तसा मी झटकन् रोमाला बाजूला सारून उठून उभा राह्यलो. जिन्याचं दार उघडंच होतं, पण दाराबाहेर उभं राहून सोरज म्हणाला.

"बाबूजी, जरा बाहेर या."

"का रे ?"

"बन्सी आला आहे. तो खाली बोलावतो आहे."

"बन्सी ऽऽऽ ? आणि या वेळी ?"

मी जिना उतरून खाली यायला निघालो. पण रोमानं तो अशा अवेळी का आला आहे हे जाणून घ्यायची बिलकुल जिज्ञासा दाखवली नाही. उलट टेबलावर मी फेकून दिलेलं पुस्तक हातात घेऊन विस्कटलेल्या केसांवरून हात फिरवीत ती परत कॉटच्या कठड्याला टेकून पुस्तक वाचण्याच्या तयारीला लागली.

"बन्सी, अरे अशा वेळी का आलास ? तिकडं सारं कुशल आहे ना ?" डोळ्यांत तरळणारे अश्रू डाव्या हाताच्या तर्जनीनं निपटून बन्सी म्हणाला,

"बड्या दीदींसाठी मी आलो, या पॅसेंजरनं."

"देवीजींचं अन् त्यांचं पटायची काही लक्षणं नाहीत. आपल्या खोलीत येऊ देत नाहीत देवीजी दीदीला !"

"का बरं ?"

"का, काय झालंय तिला ?"

"मुलाला काहीतरी कमीजास्त करतील अशी भीती वाटते म्हणे देवीजींना !"

"काय मूर्ख बाई आहे ! पण बीना पूर्वीची राह्यली नाही हे नाही

सांगितलं तुम्ही लोकांनी स्मिताला ?''

"खूप सांगितलं बाबूजी, पण देवीजी कोणावरच विश्वास ठेवायला तयार नाहीत. मुलाला जवळ घेण्यासाठी दीदी माडीवर गेल्या तर त्या येत असल्याचं पाहून धाडकन् दार बंद करून घेतात त्या !'

"पिताजींनी नाही काही सांगितलं स्मिताला ?''

"ते काय सांगणार बिचारे ! ते म्हणाले, मी सांगितलेलं त्यांना पटणार नाही. म्हणून मी तुम्हांला बोलवायला आलो. तुम्ही उद्या सकाळी माझ्यासोबत चला तरी, नाहीतर दीदीला इकडं बोलावलं आहे म्हणून पत्र तरी द्या माझ्याजवळ !''

"बन्सी, हे पत्राचं तुला कोणी सांगितलं ?''

"दीदीच म्हणाल्या. छोट्या दीदी आल्यानंतर त्यांच्याशी वाटाघाटी करून तुम्ही पत्र देणार आहात !''

मला अक्षरशः धरणी दुभंगल्याचा भास झाला. इकडं आड अन् तिकडं विहीर अशी माझी अवस्था होऊन गेली होती. बीनानं इथं राहावं या सूचनेला रोमानं कडवा विरोध दर्शविला होता. तिथंही स्मितानं तिला वाळीत टाकल्यासारखं केल्याचं ऐकून मला काय करावं हे सुचेना. पुन्हा एकदा रोमाची मनधरणी करावी का ? पण...

मी दोन्ही तळहातात डोकं घट्ट धरून खाली कट्ट्यावर बसून होतो. डोकं सुन्न झालं होतं. काहीएक सुचत नव्हतं. बीनाला यावेळी आधाराचा हात देणं अत्यावश्यक होतं, पण तिकडं स्मिता आणि इकडं रोमा या दोघीही तिला समजून घ्यायच्या मन:स्थितीत नव्हत्या.

"बन्सी, आजची रात्र राहा इथं, उद्या सकाळी ठरवू काय करायचं ते !''

"बाबूजी, छोटेसरकार गेले तुरुंगात; या दोघींनी प्रेमानं एकत्र राहायला काय हरकत आहे ?''

"अरे बन्सी, वेड्या मी तेच आज सकाळपासून टाहो फोडून सांगतो आहे हिला, पण ती ऐकण्याच्या मन:स्थितीत मुळीच नाही !''

"मी मोठ्या आशेनं आलो बाबूजी तुमच्याकडं !''

"काय करू सांग बन्सी ? मला तरी काही सुचेनासं झालं आहे !''

रोमानं माडीवरचा दिवा बंद केला. चंद्र अगदी माथ्यावर आला होता.

हवेत गारवा दाटला होता. कृष्णकमळीच्या कळ्या उमलल्या. त्यांचा मंदमधुर सुवास दरवळू लागला. बीना बसायची त्या कट्ट्यावर मी बसून होतो, दूर स्टेशनवर किमान दोनतीन मालगाड्या आल्या अन् गेल्या. मध्यरात्र टळून गेली तरी मला कॉटवर जाऊन झोपावं असं वाटेना !

दीडच्या सुमारास खोलीत गेलो आणि दार बंद करून घेतलं. तो प्रकार इथं घडल्यापासून रात्री झोपताना दार बंद करून घ्यायची सवय लागलेली होती.

सहा वाजता बन्सी उठून तयार झाला होता. मीही त्याच सुमाराला उठलो होतो. बन्सीला परत बिलासपूरला जायचं होतं. पण आता त्याच्याबरोबर कोणता निरोप द्यायचा हे मला समजत नव्हतं !

"बन्सी, तू दीदीला सांग, एक चार दिवसांत मी तिकडं येतो आणि मगच काय करायचं ते ठरवू ! ही रोमा काही ऐकायची नाही. स्मितालाच मी सारं समजावून सांगेन. या दोघांपैकी एकीनं जरी समजूतदारपणा दाखवला तरी चालेल ! तू जा !''

"तसं पत्र नाही देत ?'' बन्सीनं उठता उठता विचारलं.

"पत्र ? काय लिहू त्या पत्रात ? मी तुला तोंडी सांगितलं तेच समजावून सांग म्हणजे झालं !''

बन्सीचं काही समाधान झालं नाही. तो तसाच निघून गेला.

दिवसभर मी अस्वस्थ होतो. शेतीच्या कामात व्यग्र आहे असं रोमाला भासवत होतो, पण माझ्या यातना मलाच ठाऊक !

त्यानंतर तिसरा दिवस उजाडताच बन्सी पुन्हा हजर. या वेळी तो धाय धाय रडत होता.

"काय झालं रे बन्सी ?'' मी पुढं होऊन त्याच्या दंडाला गदगद् हलवून विचारलं.

बन्सीनं बंडीच्या खिशातला एक कागद काढून माझ्या हातावर ठेवला. मी उघडून तो वाचू लागलो :

प्रिय संजय,
"तुझी अवस्था मला समजली. यापुढं माझा कोणालाही उपद्रव होणार

नाही, स्मिता ऑन्टीला अन् रोमालाही ! तुला माझे आशीर्वाद ! Wish you a long happy married life !

- बीना''

''कुठंय दीदी ?'' मी बन्सीला जवळजवळ·ओरडून विचारलं.

''काल दुपारपासून कुठं बेपत्ता आहेत ! सारं बिलासपूर पालथं घातलं, पोलिसांना कळवलं, विहिरी शोधल्या, पण दीदींचा पत्ता नाही ! पिताजींनी काल रात्रीपासून पोटात अन्नाचा कण घेतलेला नाही !''

''जा ऽ ऽ ऽ ऽ ! वरती माडीवर जा अन् दाखव ही चिठ्ठी तुझ्या धाकट्या दीदीला ! आता तरी समाधान झालं का विचार तिला !''

बन्सीनं तोंडावर बोट ठेवून मला शू केलं अन् म्हणाला,

''छोटी दीदी फार तापट डोक्याची आहे. हात जोडतो, तिला काही बोलू नका !''

''बन्सी, पण कुठं गेली असेल रे दीदी ?''

बन्सीनं आभाळाकडं बोट दाखवून म्हटलं, ''राम जाणे !''

पंधरा दिवस बीनाच्या शोधासाठी रात्रीचा दिवस केला ! वणवण हिंडलो. ओळखीपाळखीच्या लोकांना भेटून बीना कुठं आढळली तर कळवा असं सांगितलं.

पिताजींनी इंडियन एक्सप्रेसमधून बीनाच्या फोटोसहित जाहिरात दिली. बीनाचा पत्ता देणाऱ्यास दोन हजारांचं बक्षीसही देऊ केलं.

पण व्यर्थ !

बीनाचा तपासच लागला नाही.

या दुःखात आणखीन एक भर पडली. नैनपूरच्या जेलरचं मला पत्र आलं. भूपबाबूंना टी.बी. झालेला असून त्यांना दवाखान्यात ॲडमिट करण्यात आलं आहे !

मी आणि रोमा नैनपूरला गेलो. भूपबाबू न ओळखण्याइतके बदलले होते. सारं शरीर पिवळंफटफटीत पडलं होतं. डोळे खोल गेले होते. गालाची हाडं वर आली होती.

भूपबाबूंना बघताक्षणीच रोमाला अश्रू अनावर झाले.

इस्टेट मॅनेजर ∞ ३७५

मी जेलरला अर्ज दिला. भूपबाबूंची स्थिती लक्षात घेऊन त्यांना पॅरोलवर सोडावं, अशी विनंती केली. माझी ती विनंती मात्र मान्य करण्यात आली. भूपबाबूंना मी बिलासपूरला बंगल्यावर ठेवून ट्रीटमेंट द्यायचं ठरवलं. या वेळी मात्र रोमानं काही आडकाठी आणली नाही. नैनपुरापासून पाचसहा मैल आलो तेव्हा भूपबाबू मला म्हणाले,

"कशाला नेतोस मला बिलासपूरला ?"

"तिथं चांगले डॉक्टर आहेत. टी. बी. आता पूर्वीसारखा असाध्य रोग राह्यलेला नाही ?"

"अरे, तू मला सांगतोस ? चेनस्मोकिंगनं माझ्या दोन्ही लंग्ज बाद झाल्या आहेत. उगाच आता मला आणखी शरीरात सुया टोचून मारायची शिक्षा देऊ नको, त्यापेक्षा एक डझनभर व्हिस्कीच्या बाटल्या घे. त्यातल्या किती संपतात कुणास ठाऊक ? पण बहुतेक बारांत मी आटोपणार ! संजय, हात जोडतो, मला दवाखाना दाखवू नको ! रोमा, तू माझ्यापेक्षा लहान आहेस, पण हात जोडतो, मला सुखानं जगता आलं नाही, निदान मरण तरी सुखाचं येऊ दे !"

रोमानं गाडी थांबवायला सांगितली. मी तिच्याकडं पाहतच राह्यलो.

"फार्मकडं गाडी घे." रोमा निर्विकारपणे म्हणाली.

"रोमा, तुझं डोकंबिकं फिरलंय का ?"

"तू गाडी सरळ फार्मकडं घे ! भूप आत्ता काय म्हणाला ऐकलंस ना ?"

शेवटी नारंगपूरला फार्मवर गाडी घेतली. व्हरांड्यातून सरळ माझ्या खोलीत भूपबाबूंना आणून झोपवलं. त्या कॉटवर झोपताना भूप म्हणाला,

"या जागेवर झोपणाऱ्याला मरण येत नाही म्हणून इथं झोपायला सांगतोस ? पण माझ्या बाबतीत ते खोटं ठरणार आहे हं संजय !"

"तू आता जास्त बोलू नको भूप; गप्प राहा !" रोमा म्हणाली.

"आईचा तो मोठा फोटो मला समोर दिसेल असा लाव हं ! आणि व्हिस्कीचं काय केलंस ?"

"जरा थांब, पिताजींना आणायला गाडी पाठवलेली आहे. ते येऊन जाऊ देत, मग ती व्यवस्था करू !"

"माझ्या उरलेल्या आयुष्यातले क्षण तू वाया घालवतो आहेस संजय ! हे बरं नाही ! मी जाताना तुला माझे आशीर्वाद हवेत की शाप ?"

"तुम्ही जाऊच नये असं वाटतं मला अजून !"

"त्यावर भूप क्षीण असा हसला आणि म्हणाला,

"संजय, या देहाबरोबर फार फार मस्ती केली मी ! दहा-दहा पाकिटं सिगारेट्स् ओढल्या. दिवसाला एक-दीड बाटली व्हिस्की रिचवत होतो. पण ती एकटा नाही हं कधी प्यायलो, बीना आणि मी .... अरे, बीना कुठं दिसत नाही ?"

रोमा माझ्या तोंडाकडं पाहू लागली अन् मी रोमाच्या !

"कुठंय बीना ऽऽऽ ! अरे, माझ्या शेवटच्या क्षणी तरी तिला जवळ येऊन बस म्हणावं ! संजय, बोलव ना रे तिला ! रोमा, तू तरी बोलव ! मला आता कुण्णाकुण्णाचा द्वेष उरला नाही !"

या वेळी मात्र रोमाचा धीर सुटला. आलेला हुंदका आवरता न आल्यानं ती हातात तोंड धरून बाहेर गेली.

संध्याकाळी पिताजी आले. सोबत स्मिताही आली होती. पण येताना ती बाळाला घेऊन आली नव्हती.

पिताजी भूपबाबूंच्या कॉटशेजारी बसले. त्यांचे डोळे अश्रूंनी भरले होते. आसन्नमरण पुत्राची काया पाहून त्यांच्यासारख्या वृद्धाला काय वाटत असेल याची मला कल्पनाच करता येत नव्हती.

"मम्मी ऽऽऽऽ !" भूपनं स्मिताला हाक मारली. स्मिता त्याच्यासमोर उभी राहिली. भूपनं आपला हात पुढं केला. स्मितानं तो आपल्या दोन्ही हातात घेतला. तिच्याकडं पाहत भूप म्हणाला,

"एक्स्क्यूज मी मम्मी, आय ट्रबल्ड यू अ लॉट ! फर्गिव्ह मी मम्मी ! मला तुझं बाळ पाहायचं होतं. पण तू त्याला आणलं नाहीस इकडं ? बरं केलंस ! लहान मुलांना लवकर इन्फेक्शन होण्याची भीती असते ! अरे, पण माझी बीना कुठं आहे ? मम्मी, बीना का नाही आली ? तिला सांगा, मी आता तिच्यावर सूड उगवू शकत नाही ! तिला अजूनही माझी भीती वाटते का ?"

यावेळी स्मिताला आपण अपराधी असल्याची जाणीव झाली अन् तिच्या डोळ्यांतून घळघळ अश्रू वाहू लागले.

भूपला आणल्यानंतर फार्मच्या वस्तीवरचे सारेजण येऊन भूपच्या पाया पडून गेले. लच्छीला पाहताच भूपच्या डोळ्यांत पाणी तरळलं होतं.

पिताजींनी फार्मवरच राहाण्याचं ठरवलं. भूपला अशा अवस्थेत सोडून त्यांनाही बिलासपूरला जाणं शक्य नव्हतं. मी त्यांना बंगल्यातल्या मागच्या खोलीत घेऊन गेलो. तिथंच त्यांची राहायची व्यवस्था करण्यात आली.

पिताजींना त्यांच्या खोलीत घेऊन गेल्यानंतर मी त्यांना म्हणालो,

"भूपबाबू प्यायला मागतात, देऊ ?"

"अरे, आता ते विचारतोस काय ? तो चांगला होता तेव्हा बेधडक माझ्यासमोर प्यायचा. त्यावेळी त्याला मी अडवू शकलो नाही. आता तर तो आपल्या शेवटच्या घटका मोजीत आहे. जे काय हवं ते दे त्याला !"

स्मिता बिलासपूरला निघाली. तिला पोचवायला मी गाडीपर्यंत गेलो. गाडीत बसण्यापूर्वी ती क्षणभर थांबून मला म्हणाली,

"संजय, माझ्या हातून अक्षम्य अपराध घडला रे !"

"काय केलंस तू ?"

"बीना नाहीशी झाली ती माझ्या विचित्र वागण्यानं !"

"ती गेली ना आता ! मग विषय काढून टाक डोक्यातून ! वेळ गेल्यानंतर जो शहाणपणा येतो त्याला काडीचा अर्थ नसतो." कृष्णकमळीच्या वेलाकडं पाहत मी म्हणालो.

"ये आता. इकडचं काही कमीजास्त झालं तर कळवतो !"

गाडी निघून गेली. सोरजला टांगा जोडून मी गावात पाठवला. व्हिस्कीच्या चार बाटल्या अन् सोड्याच्या बाटल्यांचे खोके आणायला सांगितले.

भूपबाबूंचं मरण अटळ होतं. ब्रह्मदेव जरी स्वर्गातून उतरला असता तरीही ते टळणं आता शक्य नव्हतं ! संध्याकाळी भूपबाबू म्हणाले,

"आली का नाही रे व्हिस्की ?"

"आलेली आहे. पण अजून दिवस मावळायचा आहे."

त्यावर भूपबाबू हसले आणि म्हणाले,

"अरे, पिणाऱ्याला दिवस अन् रात्र दोन्ही सारखीच ! संजय, दिवसातल्या आणि रात्रीच्या प्रत्येक वेळी मी आजपर्यंत प्यायलो. रायगडला असताना पहाटे तीन वाजताच सुरुवात केली होती. तेव्हा आता उगाच विलंब करू नको !"

मी टेबलावर ग्लास ठेवला. बाटलीचं सील उघडलं. तेव्हा भूप म्हणाला,

"संजय, हे चालणार नाही. बोथ ऑफ यू मस्ट अकंपनी मी !"

"बोथ कोण ?"

"तू आणि रोमा !" खिडकीजवळ उभ्या असलेल्या रोमाकडं बोट दाखवून भूप म्हणाला.

"मी घेईन तुमच्या समजुतीसाठी, पण ती घेत नाही."

"घेत नाही ?" भूप पुन्हा क्षीण असा हसला आणि म्हणाला, "गेल्या वर्षी इथं मैत्रिणींसोबत आली होती तेव्हा घेतलं नाहीस ? शप्पथ घे बघू माझी ! नको, नको, माझी शप्पथ घेऊन काय फायदा ? मी आता जायच्या वाटेवर आहे ! पण तरीही तू शप्पथ घेणार नाहीस, खात्री आहे माझी ! मला जास्त बोलायला लावू नको रे ! संजय, आणखी दोन ग्लास घे !"

"छोटे सरकार, पिताजी बंगल्यात आहेत याची कल्पना आहे ना आपणाला ?"

"आहे, ठाऊक आहे मला ! मी जाईपर्यंत ते थांबणार आहेत इथं ! पण प्लीज डोंट डिले ! एव्हरी मोमेंट इज प्रेशस् !"

मी निमूटपणानं आणखीन दोन ग्लास टेबलावर ठेवले. तिन्हींत थोडी थोडी व्हिस्की ओतली. सोडा घातला. आश्चर्य म्हणजे रोमाने थोडेसुद्धा आढेवेढे घेतले नाहीत.

ग्लास उंचावून भूप म्हणाला,

"तुम्ही लोकांनी आता माझ्याबद्दल सदिच्छा व्यक्त करण्यासारखं काही शिल्लक राह्यलेलं नाही. तेव्हा मलाच तुमच्याबद्दल सदिच्छा व्यक्त करायला हवी. चिअर्स टू बोथ ऑफ यू. ॲन्ड विश ए लॉंग हॅपी मॅरीड लाईफ !"

बीनाच्या चिठ्ठीतली ती शेवटची ओळ मला आठवली !

मी व्हिस्की घेत होतो, रोमाही घेत होती. पण ती चढत नव्हती. समोर भूपबाबूंची घटकापळं मोजणारी मूर्ती होती. ते मात्र एक पेग पोटात गेल्यानंतर एकसारखे बोलू लागले,

"संजय, मी गेल्यानंतर तू काय करणार आहेस ? जाळणार की पुरणार ?"

"काय विचारता हे छोटे सरकार !"

"छोटे सरकार ? छोटे सरकार मी नाही ! छोटे सरकार तिकडं बिलासपूरला आहेत पाळण्यात ! पण संजय, आय मस्ट थँक यू ! अगदी खऱ्या अर्थानं तू आमच्या खानदानीला आधार दिलास ! अरे, आता स्मिताचं ते मूलच या उरल्यासुरल्या इस्टेटीचं वारस ! मम्मीला जर मूल झालं नसतं तर ती 'गूल' झाली असती ! मला सगळं दिसत होतं ते ! पण रोमा, खरी कमाल तुझी ! तुला ते सर्व ठाऊक असून तू या माणसाला वरायचं ठरवलंस ! ग्रेट ! ग्रेट रोमा ऽऽऽऽ

"संजय, अरे माझा ग्लास केव्हाचा रिकामा झाला आहे. ओत यात. हं ऽऽऽ, पुरे. थोडा सोडा घाल. फार डायल्यूट केलेलं मला आवडत नाही ! हं. ते जाऊ दे, मग काय करणार आहेस माझं ? जाळणार की पुरणार ?"

भूपच्या प्रश्नाला उत्तर देण्याचं टाळण्यासाठी मी विषयांतर करण्याचा प्रयत्न करीत होतो पण भूप फिरून तिथंच येत होता. तेव्हा मी म्हणालो,

"प्राण निघून गेल्यानंतर आपल्या देहाचं काय होणार आहे याची चिंता करायचीच का ?"

"चिंता नाही संजय ही ! तुला एक सांगायचंय मला. हिंदू धर्मसंस्कारांनुसार तुम्ही माझं दहन करणार, पण माझी रक्षा कुठंतरी खोल खड्डा खणून पुरून टाक !"

"छोटे सरकार, हे असं बोलायचं असेल तुम्हांला तर मी इथून जातो !"

"अरे बस !" पुन्हा क्षीण हास्य करीत भूप म्हणाला, "माणसाची अंतिम इच्छा पूर्ण करायची असते. अट्टल गुन्हेगारदेखील हे तत्त्व पाळतात. रावेरनं नव्हतं का रसूलला विचारलं ?"

"भूप, तू आता बोलायचा थांब पाहू !" रोमा किंचित् आवाज चढवून म्हणाली.

नाही ! नाही ! मी आता कोणाचंच ऐकणार नाही ! बोलणार, खूप बोलणार, एकसारखं बोलत राहणार, मरेपर्यंत ! पण रोमा, तुला एक प्रेमाचा सल्ला द्यायचा आहे !"

"कसला ?"

"हा संजय आहे ना ? याला तू चांगला ओळखलेला आहेस, पण कधी काळी भविष्यात तुझे अन् त्याचे मतभेद होतील, पण माझी तुला विनंती आहे. या माणसानं जरी लाख अपराध केले तरी पोटात घाल ! ही इज रियली

ए ग्रेट मॅन ! वेळ गेल्यानंतर मला याचं मोठेपण कळलं हे माझं दुर्भाग्य ! हा मला सुरुवातीला म्हणत होता, 'छोटे सरकार, तुम्हीही फार्मवर या; आपण दोघे मिळून इथली देखरेख पाहू.' पण त्या वेळी माझी बुद्धी भ्रष्ट झालेली !''

"बोलून झालं का आता ?'' मी विचारलं.

"ही तर नुसती सुरुवात आहे - अजून खूप खूप बोलायचं आहे मला ! ग्लासातला एक घोट घेऊन पुन्हा भूप म्हणाला,

"तुम्ही लोकांनी बीनाचं काय केलंत ? कुठंय ती ? मी आता शेवटचे क्षण मोजतो आहे, तरीही ती माझ्यासमोर का येत नाही ? तिला सांग. मी तिला काहीएक बोलणार नाही ! बोलावतोस का तिला ?''

"छोटे सरकार, दीदी बेपत्ता आहेत ! जवळजवळ महिना होत आला !''

"अरेरे ! कुठं गेली ? कुणी घालवून दिली तिला ?''

"कुणीच नाही ! आपल्या मनानं निघून गेल्या !''

"असं होणार नाही संजय ! तिला कोणीतरी त्रास दिला असेल ! तुम्हा सर्वांच्या सुखासाठी तिनं माझ्याविरुद्ध कोर्टात साक्ष दिली. तिला तुम्ही लोकांनी जाऊ दिलंच का ?''

मला किंवा रोमाला त्या प्रश्नाचं उत्तर देता येणं शक्य नव्हतं. रोमानं काही बोलण्याऐवजी आपल्या डोळ्यांतले अश्रू कोणाला दिसू नयेत अशा बेतानं पुसले.

भूपबाबू चार-साडेचार पेग प्यायले अन् मग त्यांची जीभ अडखळू लागली. जेवले नाहीतच. पाठीमागची उशी काढून मी त्यांना कॉटवर झोपवलं.

रोमा अन् मी बाहेर आलो. तो पिताजी दाराजवळ आम्हांला न दिसेल अशा जागी बसलेले, मी त्यांना पाहून म्हणालो,

"केव्हाचे इथं बसलात ?''

"अगदी सुरुवातीपासून ! सारं ऐकत होतो. संजय, त्यानं आपलं अंतःकरण मोकळं केलं हे बरं झालं ! मरणापूर्वी माणसानं आपल्या दुष्कृत्यांचा पाढा वाचावा म्हणतात !''

"पिताजी, तुम्ही कशाला ऐकलंत ते ?''

"काही बिघडलं नाही त्यामुळं. स्वतःचा मुलगा मूर्खपणानं जगला, पण मरताना शहाणपणाची जाणीव ठेवून मेला, हे तरी समाधान मिळालं !''

भूपबाबूंना मी बळेबळेच थोडं चिकन् सूप पाजलं आणि ते झोपले. आम्हा कोणालाच जेवण गेलं नाही. केलेलं अन्न वाया जाऊ नये म्हणून नाईलाजानं चार घास खाल्ले.

रोमा मध्यरात्रीपर्यंत रडत होती. बीनाबद्दल आपण घेतलेली भूमिका किती चुकीची होती याची तिला जाणीव झाली होती. मी तिला जवळ घेऊन समजावण्याचा प्रयत्न करीत होतो - आणि तिला समजावता समजावता माझे भरून येणारे डोळे पुसत होतो...

प्रकरण ३०

रात्रभर मन बेचैन होतं. पाच-दहा मिनिटं डोळा लागतो न लागतो तोच जाग येत होती. डोळे मिटत होते तेव्हा भयानक स्वप्नं पडत होती. त्यातच रात्रीच्या नीरव शांततेत स्टेशनवर येणाऱ्याजाणाऱ्या गाड्यांची चाहूल लागत होती. कर्णकर्कश शिट्ट्या उशाजवळ वाजवल्याचा भास होत होता. चारच्या सुमारास जरा कुठं डोळा लागला, तोच ते विचित्र स्वप्न पडलं.

स्टेशनच्या रोखानं येणारी गाडी औटर सिग्नलजवळ उभी होती. सिग्नल पडलेला नव्हता. इंजिनड्रायव्हर एकसारखा दोरी खेचून शीट देत होता. पण सिग्नल काही मिळत नव्हता. शिट्टी वाजवणाऱ्या त्या ड्रायव्हरचा मला मनस्वी राग आला होता म्हणून इंजिनजवळ जाऊन त्या ड्रायव्हरला शिव्या हासडण्याच्या हेतूनं त्याला ओरडून म्हणालो,

"का उगाच कोकलतो आहेस ?"

तो इंजिनड्रायव्हर पाठमोरा उभा होता. त्यानं माझे शब्द कानावर पडताच मागं वळून पाह्यलं. ते भूपबाबू होते. ते हसत हसत म्हणाले,

"केव्हाचा मी खोळंबून राह्यलो आहे; सिग्नलच मिळत नाही !" त्या इंजिनला जोडलेली गाडी निर्मनुष्य होती !

या स्वप्नातून जागा झालो अन् अंथरुणावर उठून बसलो. तर खरंच स्टेशनात येणारी एक मालगाडी औटर सिग्नलजवळ उभी होती आणि ड्रायव्हर एकसारखी शिट्टी देत होता. रात्रभर डोक्यात भूपबाबूंचा विचार होता. झोपेत कानावर तो शिट्टीचा आवाज येत होता आणि या दोहोंचं मिश्रण बनून मला ते विचित्र स्वप्न पडलं होतं. स्वप्नांचा अर्थ लावण्याचा मला छंद नाही. कारण कधीकधी इतकी विचित्र स्वप्न पडतात की शहाण्यानं त्यांचा अर्थ लावण्याच्या भरीस पडू नये. पण या वेळी मात्र मला वाटू लागलं की, या स्वप्नाला निश्चितच काहीतरी अर्थ आहे !

या स्वप्नानंतर पुन्हा झोप लागणं शक्य नव्हतं. टेबलावरच्या जगमधलं ग्लासभर पाणी प्यायलो आणि पुन्हा कॉटवर आडवा झालो. तोच चारच्या सुमारास बंगानं वर येऊन मला उठवलं. तो मनगट डोळ्यासमोर धरून रडू लागला. मी ओळखलं, काहीतरी कमीजास्ती झालं आहे ! तात्काळ खाली धावत आलो.

भूपबाबूंची प्राणज्योत मालवली होती. मी हात जोडले. डोळ्यांतले अश्रू शर्टाच्या बाहीनं टिपले अन् व्हरांड्यात आलो. इतका वेळ शिट्ट्या देत उभी राहिलेली मालगाडी आता स्टेशनकडं चालली होती, सिग्नल पडला होता !